அப்துல்ரஸாக் குர்னா

அப்துல்ரஸாக் குர்னா 1948இல் ஸான்ஸிபாரில் பிறந்தார். அப்போது அது ஓமானிய சுல்தானின் ராஜ்ஜியமாக இருந்தது. 1964இல் நடந்த ஸான்ஸிபார் புரட்சிக்குப் பிறகு அராபிய வம்சாவளியினர் மீதான தாக்குதலும் மிகப் பெரிய உள்நாட்டுக் குழப்பங்களும் ஏற்பட்டன; இதனைத் தொடர்ந்து இறுதியாக ஸான்ஸிபார், தான்கானிக்காவோடு இணைந்து, இன்றைய தான்ஸானியா உருவானது. 1967இல், குர்னா தனது 18ஆம் வயதில் தான்ஸானியாவை விட்டு வெளியேறி, ஓர் அகதியாக இங்கிலாந்து சென்றார். காண்டர்பரி கிறிஸ்ட் கல்லூரியில் படிப்பைத் தொடர்ந்த அவர், பின்னர் கெண்ட் பல்கலைக்கழகத்தில் முனைவர் பட்டம் பெற்றார். 1980 முதல் 1983 வரை கென்யாவின் கானோவிலுள்ள பயேரோ பல்கலைக்கழகத்தில் விரிவுரையாளராக இருந்தார். அதன்பின், கெண்ட் பல்கலைக்கழகத்தில் ஆங்கிலம், பின்காலனிய இலக்கியம் ஆகிய துறைகளில் பேராசிரியராகப் பணியாற்றினார். 2017இல் பணியிலிருந்து ஓய்வுபெற்றபின்பும் அதே துறையில் தகைமைசார் பேராசிரியராக இருந்துவருகிறார்.

குர்னா பத்து நாவல்கள் எழுதியுள்ளார். இவரது முதல் நாவலான *Memory of Departure* 1987இல் வெளியானது. இவரது முக்கியமான நாவல்கள்: *Pilgrims way*, *Paradise*, *Admiring Silence*, *By the Sea*, *Afterlives*. இவரது சில படைப்புகள் புக்கர் பரிசு முதலான பரிசுகளின் குறும்/நெடும் தேர்வுப்பட்டியலில் இடம்பெற்றிருக்கின்றன. சிறுகதைகளும் கட்டுரைகளும் எழுதியிருக்கிறார்.

2021ஆம் ஆண்டுக்கான நோபல் பரிசு, அப்துல்ரஸாக் குர்னாவுக்குக் 'காலனியாதிக்கத்தின் விளைவுகளையும், கண்டம் விட்டுக் கண்டம் தாண்டிப் பண்பாட்டு இடைவெளியோடு வாழ விதிக்கப்பட்ட அகதிகளின் வாழ்க்கையையும் எந்தச் சமரசமும் இல்லாமல் நேயத்தோடு ஊடுருவி' வெளிப்படுத்தியதற்காக வழங்கப்பட்டது. வோலே சோயின்கா, டோனி மோரிஸன் வரிசையில் இலக்கியத்துக்கான நோபல் பரிசு வென்ற கருப்பின எழுத்தாளர், குர்னா.

லதா அருணாச்சலம்

மொழிபெயர்ப்பாளர்

கடந்த சில ஆண்டுகளாக மொழிபெயர்ப்பில் ஈடுபட்டு வரும் லதா அருணாச்சலம் ஆங்கில முதுகலையையும் ஆசிரியப் பட்டப் படிப்பையும் முடித்தவர். பதினான்கு வருடங்கள் நைஜீரியா நாட்டின் லாகோஸ் நகரில் வசித்த லதா தற்போது சென்னையில் வசித்து வருகிறார். நைஜீரிய எழுத்தாளர் அபூபக்கர் ஆடம் இப்ராஹிம் எழுதிய 'Season of Crimsons Blossoms' என்னும் நாவல் 'தீக்கொன்றை மலரும் பருவம்' (எழுத்து பிரசுரம்), டிமிட்ரி வெர்ஹல்ஸ்ட் எழுதிய 'Problemski Hotel' என்னும் நாவல் 'பிராப்ளம்ஸ்கி விடுதி' (காலச்சுவடு பதிப்பகம்) என்னும் பெயரிலும் வெளியாகியுள்ளன. ஆப்பிரிக்கக் கண்டத்தின் பல்வேறு நாட்டைச் சேர்ந்த எழுத்தாளர்களின் சிறுகதைகளின் மொழிபெயர்ப்பு நூல் 'ஆக்டோபஸின் பேத்தி' (நூல்வனம் பதிப்பகம்), உலகச் சிறுகதைகளின் மொழிபெயர்ப்புத் தொகுப்பான 'ஆயிரத்தொரு கத்திகள்' என்னும் தொகுப்பும் வெளியாகியுள்ளன. 'உடலாடும் நதி' இவரது கவிதைத் தொகுப்பு.

நோபல் பரிசு பெற்ற எழுத்தாளர் அப்துல்ரஸாக் குர்னா எழுதிய 'Paradise' என்னும் நாவலின் தமிழாக்கம் 'சொர்க்கத்தின் பறவைகள்' இவரது மூன்றாவது மொழிபெயர்ப்பு நாவல். மேலும், இது இவரிடைய மொழியாக்கத்தில் வெளிவரும் ஐந்தாவது நூலாகும்.

சொர்க்கத்தின் பறவைகள்

அப்துல்ரஸாக் குர்னா

தமிழில்

லதா அருணாச்சலம்

எதிர் வெளியீடு

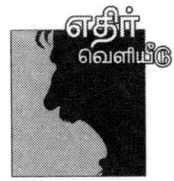

சொர்க்கத்தின் பறவைகள்
அப்துல்ரஸாக் குர்னா
தமிழில்: லதா அருணாச்சலம்

முதல் பதிப்பு: ஜனவரி 2024

எதிர் வெளியீடு,
96, நியூ ஸ்கீம் ரோடு, பொள்ளாச்சி – 642 002
தொலைபேசி: 04259 – 226012, 99425 11302

விலை: ரூ. 450

Paradise
Abdulrazak Gurnah
Translated by Latha Arunachalam

Paradise:
Copyright © 1994

First Edition: January 2024

Published by
Ethir Veliyeedu, 96, New Scheme Road, Pollachi – 2
email: ethirveliyedu@gmail.com
www.ethirveliyeedu.com

ISBN: 978-81-19576-34-0
Cover Design: Santhosh Narayanan
Printed at Jothy Enterprises, Chennai.

All rights reserved. No part of this book may be reprinted or reproduced or utilised in any form or by any electronic, mechanical or other means, now known or hereafter invented, including photocopying and recording, or in any information storage or retrieval system, without permission in writing from the publisher.

சல்மா அப்துல்லா பசலமாவுக்கு...

மொழிபெயர்ப்பாளர் உரை

வணிகத்தின் பொருட்டு பிற நாடுகளில் நுழையும் வலுவான மேலை நாடுகள், அமைதியும் எளிமையும் அறியாமையும் நிரம்பிய நிலப்பரப்பில் வாழும் அம்மக்களின் மீது காலப் போக்கில் அதிகாரங்களைப் பிரயோகித்து அவர்களை ஒடுக்கிய பின்னர் அந்நிலத்தின் வளங்களை ஆக்கிரமித்து அவற்றைத் தங்கள் சுயநலத்துக்காகச் சுரண்டிக் கொழிப்பது இவ்வுலகம் கண்கூடாகக் கண்ட வரலாறு. இருண்ட கண்டம் என இன்றளவும் அழைக்கப்படும் ஆப்பிரிக்காவிலுள்ள பல நாடுகளைத் தங்கள் காலனியாதிக்கத்தால் வல்லரசுகள் நசுக்கியதன் விளைவாக தங்கள் வளங்களை எல்லாம் இழந்து அவை மூன்றாம் தர நாடுகள் என்ற பெயருடனேயே அல்லாடிக் கொண்டிருக்கின்றன.

ஒரு கண்டத்தின் மீது பல நாடுகள் ஆக்கிரமிப்பு நிகழ்த்துகையில் அந்த அந்நிய சக்திகளின் பேராசைக்கும் அதிகார வெறிக்கும் பலியாவது பூர்வ நாட்டு மக்கள்தான். அனைத்தையும் நிகழ்த்திவிட்டு நாட்டை விட்டு அவர்கள் வெளியேறுகையில் உணர்வால் இணைந்திருந்த மண்ணின் மக்கள் இனத்தாலும் நில வரைவியல் எல்லைகளாலும் பிரிந்து ஒருவருக்கொருவர் எதிரிகளாக மாறிவிடுகிறார்கள். சூடான், ருவாண்டா, நைஜீரியா போன்ற நாடுகளில் நிகழ்ந்த உள்நாட்டுப் போர்கள் அனைத்திற்கும் அடிப்படைக் காரணமாக அமைந்தது அப்படி விதைக்கப்பட்ட பிரிவினையின் வித்துகளே. இயற்கையோடு இயைந்து வாழ்ந்தவர்களின் மனதில் வெறுப்பின் மூர்க்கம் கிளர்ந்தெழ அதற்குப் பலியான பல லட்சக்கணக்கான மக்களின் குருதி அந்தச் செழுமையான பூமியில் இன்றும் உறைந்து கிடக்கிறது.

ஆப்பிரிக்காவின் அத்தகைய துயர்மிகு வரலாற்றையும், மூதாதையர்களின் தொன்மங்களையும் களமாகக் கொண்டு எழுதப்பட்ட புதினங்களில் உண்மையான ஆப்பிரிக்காவின் முகமும் பாரம்பரியமும் தொலைந்து பிறர் பார்வையில் அவர்கள் எவ்வாறு அறியப்படுகிறார்கள் என்றே வெளிப்பட்டது. அந்த நிலையை மாற்றும் முனைப்பில் முதன்முதலாக அசலான ஆப்பிரிக்காவைப் பற்றி எழுதியவர்களில் முக்கியமானவர் சீனுவா அச்பே. அவரது எழுத்தில் ஒரு ஆப்பிரிக்கனின் பார்வையில் அந்நியர் வரவினால் ஏற்பட்ட கலாச்சார மாற்றங்களும் தொன்மங்களின் அழிவும் மிகவும் நேர்மையான விமர்சனப் பார்வையில் வெளிப்பட்டன.

அவருடைய படைப்புகளின் தாக்கம் அவற்றைப் போலவே மண்ணின் நறுமணம் வீசும் பல ஆப்பிரிக்க நவீன இலக்கியங்கள் தோன்றுவதற்கு அடிகோலியது. அந்த வகையில் Paradise எனும் இந்நாவல் கிழக்கு ஆப்பிரிக்காவின் வணிகப் பயணமாகச் செல்லும் கேரவன் பாரம்பரியத்தை மையக் கருதுகோளாக எடுத்தாண்டு அதிலிருந்து பல கிளைகளாகப் பிரிந்து ஆப்பிரிக்காவின் ஒரு துண்டு இதயத்தை நம் கையில் வழங்கிச் செல்கிறது

அப்துல்ரஸாக் குர்னாவின் இப்படைப்பு 1994ஆம் ஆண்டு வெளியானது. இந்தக் கதை நடக்கும் காலகட்டம் 1915-1917ஆம் ஆண்டுகளுக்கிடைப்பட்டது. எண்ணற்ற காலனி ஆதிக்கங்களின் பிடியில் ஆப்பிரிக்க நாடுகள் சிக்கி, அவர்களின் அதிகாரப் போர்களுக்கிடையில் தங்களது வளத்தையும் சுயத்தையும் இழக்கத் தொடங்கியிருந்த காலம். காலனித்துவத்தின் அடக்குமுறையும் வெற்றியும் அதனால் பூர்வக்குடிகளுக்கிடையே விளையும் அடையாளச் சிக்கல்கள், வாழ்வாதாரத்தின் இழப்புகள், இடம் பெயர்தல், துரத்தும் நினைவுகள் போன்றவையே குர்னாவின் பெரும்பாலான படைப்புகளின் வடிவமும் உள்ளடக்கமுமாக இருக்கின்றன. அந்நியப் படையெடுப்புகளால் அப்படியாகத் தொடர்ந்து சீர்குலைக்கப்பட்டுக் கொண்டிருந்த கிழக்கு ஆப்பிரிக்காவின் ஸான்ஸிபார், டாங்கினிக்கா ஏரிப் பகுதிகளின் (தற்போது தான்ஸானியா) பின்னணியில் நிகழும் வாழ்வியல் முறைமைகள், மனமாயங்கள், கனவுகள், கடந்த காலத்துடனான போராட்டங்கள், பொருளாதாரப் போதாமை, அடிமை வணிகத்தின் எச்சங்கள், ஆழ்மனதில் தேக்கி வைத்த விடுதலை வேட்கை, நிறைவேறாமல் போகும் துயர் மிகு காதல், கேள்விக்குறியாகும் எதிர்காலம் ஆகியவற்றின் செழுமையான சித்திரமாக விரிகிறது 'சொர்க்கத்தின் பறவைகள்.'

தந்தையின் திருப்பித் தர இயலாத கடன் தொகைக்காக ஒரு பெரும் வணிகரிடம் விற்கப்படும் சிறுவன் யூசுப், எளிய கிராமத்து வாழ்விலிருந்து கிழக்கு ஆப்பிரிக்காவின் துவக்கக் கால காலனித்துவ நகர வாழ்வின் சிக்கல்களுக்குத் துரத்தப்படுகிறான். அவனது பார்வையினூடாக இனக்குழுக்களின் பிரிவினை, நிலைகுலையும் உள்நாட்டு வணிகப் பயணங்கள், மானுட அறத்திற்குப் பண்ட மாற்றாக நிகழும் வியாபாரங்கள், அடிமை வாழ்வில் சுயமிழந்துபோகும் மனிதர்கள், வளரிளம் பருவத்தின் தடுமாற்றங்கள் ஆகியவை இந்நாவலில் காட்சிப்படுத்தப்பட்டிருக்கின்றன.

புதிய சூழலில் தங்களுடைய அடையாளத்தைக் கட்டமைப்பதற்காக வேறு வழியின்றிக் கடந்தகாலத்தையும் நிகழ்காலத்தையும் சமரசம் செய்துகொள்ளும் பல கதை மாந்தர்களை இப்புதினத்தில் குர்னா படைத்திருக்கிறார். சிதைந்து போன பூர்வ வாழ்வின் நினைவேக்கத்தில் வெளிப்படும் இயலாமையின் கொந்தளிப்புகளுடனேயே அறிமுகமற்ற புதிய நிலவமைப்புக்கும் சமூகச் சூழலுக்கும் அவர்கள் தங்களைப் பொருத்திக்கொள்ள முயல்கின்றனர்.

கிழக்கு ஆப்பிரிக்காவின் கடற்புரத்திலிருந்து ஏரிகளும் வனங்களும் குன்றுகளுமாக வியாபித்திருக்கும் தான்ஸானியா நாட்டின் பல்வேறு நிலக்காட்சிகளைத் தனது செறிவான மொழியால் அழகிய வண்ண ஓவியமாகத் தீட்டும் அதே வேளையில் அங்கு புழங்கும் மக்களின் அறியாமையையும் மூடப்பழக்கங்களையும் தனது கதை மாந்தர்களின் உரையாடல் மூலமாக விமர்சனப் பார்வையை முன் வைக்கவும் அவர் தயங்கவில்லை. ஏதேனுமொரு மதத்தைச் சார்ந்துவிட்டதாலேயோ அல்லது வேதத்தைப் பின்பற்றும் காரணத்தாலேயோ தொன்மங்களையும் அவர்களின் வழிபாட்டு முறைகளையும் நாகரிகமற்ற விலக்கமானதொரு காட்டுமிராண்டித்தனப் பாரம்பரியம் என்று பிறர் கேலிக்குரியதாகப் பார்ப்பதையும் நூலில் சுட்டிக்காட்டுகிறார் குர்னா. சுய சமய விமர்சனம், சுயநலம் மிக்க இந்திய பனியாக்கள், அடிமை வணிகம் ஒழிக்கப்பட்டுவிட்டபோதும் கடனுக்காகக் குழந்தைகளைப் பிணையாக அனுப்பும் அவலம், சமூகக் கட்டுப்பாடுகளாலும் பாரம்பரியத்தாலும் ஒடுக்கப்பட்ட பெண்களின் இயலாமையைப் பயன்படுத்திக் கொள்ளும் பேராசை மிக்க வணிகர்கள் எனப் பல மடிப்புகள் நிறைந்த கதையை எந்த விதமான சார்புகளுமின்றிப் பேசுகிறார் குர்னா.

காலக்குழப்பங்களின்றி, யூசுப்பின் பால்யத்திலிருந்து அவன் இளைஞனாக மாறும் வரை ஒரே நேர்கோட்டில் பயணிக்கும் புதினத்தில் யூசுப் ஒரு பார்வையாளாராக மட்டுமே பல நேரம் இருந்தாலும் அவன் கேட்கும் கதைகளும் நிகழ்வுகளும் வாழ்விலிருந்து உணர்வுப்பூர்வமாகவும் தத்துவப்பூர்வமாகவும் ஸ்தூல நிலையிலிருந்தும் அவனைத் தனது அடிமைத் தளையிலிருந்து தற்காலிகமாகவேனும் தப்பித்துக்கொள்ள உதவுகின்றன. அழகிய சிறுவனாகவும், பின் இளைஞனாகவும் வளரும் யூசுப்பின் வாழ்க்கையிலும் சோகம் ததும்பும் அவனது காதல் கதையிலும் மாறுபட்ட உலகங்களின் நம்பிக்கைகளும் நெறிமுறைகளும் ஒன்றுக்கொன்று மோதுவதை மறைமுகமாக விவரிக்கிறார்.

அப்துல்ரஸாக் குர்னாவின் மொழிநடையும் அவர் தேர்ந்துகொண்ட அரேபிய, விவிலியக் குறியீடுகளும் பெயர்களும் பல்வேறு கூறுகளை உள்ளடக்கிய வடிவமும் மற்றும் உரைநடையின்பால் அவருக்கிருக்கும் ஆழ்ந்த ஞானமும் நூலில் சிறப்பாக வெளிப்படுகின்றன.அவற்றின் தாக்கத்தில் நமக்குக் கிடைத்திருப்பது நாம் இதுவரை அறிந்திராத நிலத்தின் அரிய வகைப் படைப்பான சொர்க்கத்தின் பறவைகள்.

எனக்கு அறிமுகமாகியிருந்த மேற்கு ஆப்பிரிக்க நாடுகளின் கதைக்களனிலிருந்து விலகி கிழக்கு ஆப்பிரிக்கப் பகுதியின் கதையை மொழிபெயர்க்கையில் அவர்கள் மொழிக்கேயுரிய பிரத்தியேகக் கலைச் சொற்கள், தொன்மையான சொலவடைகள், பயணத்தினூடாக விரியும் நிலப்பரப்பின் பெயர்கள், தொல்குடி அரசர்கள், அவர்களின் பாரம்பரியச் சடங்குகள் போன்றவை என்னை முற்றிலும் மொழியின் வேறு தளத்திற்கு இட்டுச் சென்றது மட்டுமன்றி அதன் பாதையில் புதிய தேடலையும் கண்டடைதலையும் அளித்தன. எண்ணற்ற கதைசொல்லிகளும் நாட்படு தேறலாய் அவர்களுள் பொதிந்து கிடக்கும் கதைகளும் இந்நூலில் சித்தரிக்கப்படும் மானுட வாழ்க்கையின் உவர்ப்புக்கும் கசப்புக்குமிடையே இனிப்புச் சுவையாகக் கிடைக்கின்றன. ஒரு மொழிபெயர்ப்புப் பணி என்பதைக் காட்டிலும் கிழக்கு ஆப்பிரிக்காவின் கடற்புறம், அடர் வனங்கள் சூழ்ந்த ஏரிப் பகுதிகள் மற்றும் பச்சை ஒளி மிளிரும் குன்றுகளினூடாக மேற்கொண்ட அற்புதமான பயணம் என்றே இதை நான் கூறுவேன்.

படைப்பில் எடுத்தாளப்பட்டிருக்கும் ஸ்வாஹிலி மொழிச் சொற்களுக்கான அர்த்தங்கள் மற்றும் உச்சரிப்புகள் தந்துதவிய கென்யா நாட்டில் வசிக்கும் தோழமை திரு. வெங்கடேஷ் ஸ்ரீனிவாசகம், அரபிச்

சொற்கள் மற்றும் குர்ஆன் மேற்கோள்களின் குறிப்புகளைச் சரி பார்த்து உதவி புரிந்த அபுதாபியில் வசிக்கும் தோழமை திரு. ஆசிப் மீரான், அத்தியாயங்களின் தலைப்புகளைச் சரிபார்த்துத் திருத்திக் கொடுத்த எழுத்தாளுமை ராஜசுந்தரராஜன் ஆகியோருக்கு எனது நெஞ்சார்ந்த நன்றியையும் அன்பையும் கையளிக்கிறேன். இந்நூலை மொழிபெயர்க்க நான் எடுத்துக்கொண்ட நீண்ட கால அளவைச் சற்றும் சுணக்கமின்றி ஏற்றுக்கொண்டதற்கும் நூலைச் சிறப்பான முறையில் பதிப்பித்து வெளியிட்டதற்கும் எதிர் பதிப்பகத்துக்கு என் இதயம் கனிந்த நன்றி.

லதா அருணாச்சலம்
19.12.2023
lathaarun1989@gmail.com

மதில்சூழ் தோட்டம்

1

முதலில் அந்தச் சிறுவன். அவன் பெயர் யூசுப். அவனுக்கு பன்னிரண்டு வயது நடந்து கொண்டிருக்கும்போது திடீரென்று வீட்டிலிருந்து வெளியேறினான். அதுவொரு வறட்சிப் பருவமென்பதையும் ஒவ்வொரு நாளும் மற்றொன்றைப் போலவே இருந்ததென்பதையும் அவன் நினைவு கூர்ந்தான். எதிர்பாராத பூக்கள் மலர்ந்தும் உதிர்ந்தும் போயின. பாறைகளுக்கடியிலிருந்து விசித்திரமான பூச்சிகள் ஊர்ந்து வெளியே வந்து சுட்டெரிக்கும் வெக்கையில் துடிதுடித்து மடிந்தன. தொலைதூர மரங்களைக் காற்றில் நடுங்க வைத்து, வீடுகளை அதிர வைத்துப் பெருமூச்சுவிட வைத்தது சூரியன். ஒவ்வொரு அடியெடுத்து வைக்கையிலும் புழுதிப் பொதிகள் பறக்கப் பகல் நேரங்கள் கடினமான அமைதியை வேய்ந்திருந்தன. அது போன்ற துல்லியமான தருணங்கள் பருவ காலத்தில் மீண்டும் தவறாமல் வந்தன.

அப்போது ரயில் நிலைய நடைமேடையில் இரண்டு ஐரோப்பியர்களைப் பார்த்தான். முதன்முதலாக அவர்களைப் பார்க்கிறான். அவர்களைப் பார்த்த முதல் முறை அவன் அச்சப்படவில்லை. ரயில்களைப் பார்க்க அடிக்கடி அவன் ரயில்நிலையத்துக்குச் செல்வான். அவை சத்தமிட்டுக்கொண்டே ஒயிலாக உள்ளே வருவதையும் பின் இந்திய சிக்னல் ஊழியர் ஒருவர் நீண்ட கொடியையும் விசிலையும் பிடித்துக்கொண்டு

கையசைக்க அவை வெளியே நகர்ந்து செல்வதைக் காணவும் காத்திருப்பான். எப்போதும் ரயில்களுக்காக மணிக் கணக்கில் காத்திருப்பான். அங்குள்ள கித்தான் நிழற்பந்தலுக்கடியில் நின்ற இரண்டு ஐரோப்பியர்களும் காத்திருந்தனர். சில அடிகளுக்கப்பால் அவர்களுடைய சாமான்களும் அத்தியாவசியமெனத் தோற்றமளித்த பொருள்களும் நேர்த்தியாகக் கட்டப்பட்டு வைக்கப்பட்டிருந்தன. அந்த மனிதன் மிக உயரமாக இருந்தான். கித்தான் குடையின் மேற்பாகம் தலையில் படாதிருக்க அவன் குனிந்து நிற்க வேண்டியதாக இருந்தது. அந்தப் பெண் நிழலுக்குப் பின்னோக்கி நின்றுகொண்டிருந்தாள், பளபளவென மின்னும் முகத்தின் ஒரு பாகம் இரண்டு தொப்பிகளால் மறைக்கப்பட்டிருந்தது. மடிப்புகள்கொண்ட வெண்ணிற மேலாடை கழுத்திலும் கைகளிலும் பொத்தான்களால் பொருத்தி மூடப்பட்டிருந்தன. அவளுடைய நீளப்பாவாடை காலணிகளைத் தழுவிக்கொண்டிருந்தது. அவளும் உயரமாகவும் ஆஜானுபாகுவாகவும் இருந்தாள். ஆனால் கொஞ்சம் வித்தியாசமாக, வேறொரு தோற்றத்துக்கும் மாறிக் கொள்ளுமளவு இணக்கமான, பருமனான உருவம் கொண்டிருந்தாள். அவனோ ஒரே மரத்துண்டிலிருந்து செதுக்கி எடுக்கப்பட்டவன்போல இருந்தான்.

ஒருவருக்கொருவர் பரிச்சயமில்லாதவர்கள் போல இருவரும் வெவ்வேறு திசையை நோக்கியிருந்தார்கள். யூசுப் கவனித்த போது அந்தப் பெண் தனது கைக்குட்டையை உதடுகளின் மீது வைத்து உலர்ந்து போயிருந்த சருமச் செதில்களைச் சாவகாசமாகத் துடைத்துக் கொண்டிருந்தாள். அந்த மனிதனின் முகம் சிவந்திருக்க, அவனுடைய கண்கள் ரயில் நிலையத்தின் சிதைந்த நிலப்பரப்புகளின் மீதும் பூட்டியிருந்த மரச்சரக்கு அறைகளின் மீதும் ஒளிரும் கருப்புப் பறவையின் படம் போட்ட பெரிய மஞ்சள் வண்ணக் கொடியின் மீதும் மெதுவாக ஊர்ந்தன. யூசுப்பால் அவன் மீது நெடுநேரம் பார்வையை ஓட விட முடிந்தது. அதன்பின் அந்த மனிதன் திரும்பி யூசுப்பைப் பார்த்தான். முதலில் லேசாக நோட்டமிட்டுப் பின் நெடுநேரம் அவனையே உற்றுப் பார்த்தான். யூசுப்பால் அவனுடைய கண்களைப் பிய்த்தெறிய முடியவில்லை. சட்டென்று அந்த மனிதன் தன்னிச்சையாகச் சிறு உறுமலுடன் பல்லைக் காட்டியபடி வினோதமான வகையில் விரல்களைப் பின்னிக்கொண்டான். அந்த எச்சரிக்கைக்கு அடிபணிந்த யூசுப் எதிர்பாராத உதவி இறைவனிடமிருந்து தேவைப்படுகையில் உச்சரிக்கச் சொல்லிக் கற்றுக் கொடுத்த வார்த்தைகளை முணுமுணுத்துக்கொண்டே அங்கிருந்து ஓடினான்.

அவன் வீட்டைவிட்டு வெளியேறிய அதே ஆண்டில்தான் பின்கட்டில் உள்ள கம்பங்களை மரப்புழுக்கள் மொய்த்தன. அந்தக் கம்பங்களைக் கடக்கும் போதெல்லாம் அந்தப் புழுக்கள் என்ன செய்கின்றன என்பது தனக்குத் தெரியும் என்பதைப்போல அவற்றின் மீது அப்பா ஓங்கி ஒரு தட்டு தட்டுவார். வறண்ட நீர்ப் படுகையின் மீது விலங்குகள் குழிபறித்தது போன்ற வங்குகளின் தடங்களைக் கம்பங்களின்மீது மரப்புழுக்கள் விட்டுச்சென்றன. யூசுப் அந்த மரத்தண்டுகளைத் தட்டும் போதெல்லாம் அவை மென்மையாகவும் தக்கையாவும் இருப்பன போலத் தோன்றின. அவை அழுகிப் போன மரத்துகள்களை உமிழ்ந்தன. அவன் உணவுக்காகப் புலம்பும் போது போய் அந்தப் புழுக்களை உண்ணுமாறு அம்மா கூறுவார்.

“எனக்குப் பசிக்கிறது” அம்மாவிடம் கத்தினான். குருட்டு மனப்பாடம் செய்த பிரார்த்தனை மந்திரத்தைப் போல ஒவ்வொரு வருடமும் இதையே கரடுமுரடான குரலில் ஒப்பித்துக்கொண்டிருப்பான்.

“மரப்புழுவைச் சாப்பிடு” என்று யோசனை கூறும் அம்மா உடனே அவனுடைய அதீதமான அருவருப்பு கலந்த எரிச்சலைக் கண்டு சிரிப்பார். “போ, எப்போ வேண்டுமானாலும் அதை எடுத்துத் திணித்துக் கொள், நான் உன்னைத் தடுக்கமாட்டேன்.”

அவனுடைய நகைச்சுவை எவ்வளவு மோசமாக இருக்கிறதென்று புரியவைக்க உலகச் சலிப்படைந்த ஒரு பாவனையை அம்மாவுக்குக் காட்டுவான். சில வேளைகளில் எலும்பைப் போட்டு அம்மா கொதிக்க வைத்திருக்கும் சுடுநீர் போன்ற சூப்பை அருந்துவார்கள். அதன் மேற்பரப்பில் எண்ணெய்ப் படலமாகவும் பழுப்பு நிறமாகவும் அடியாழத்தில் கறுப்புப் பஞ்சு போன்ற மஜ்ஜைகளும் பதுங்கியிருக்கும். அதை விட மோசம், வெண்டைக்காய் குழம்பு மட்டுமே இருக்கும். எவ்வளவு பசியாக இருந்தாலும் வழவழப்பான அதன் கூழை அவனால் விழுங்கவே முடியாது.

அந்த நேரத்தில்தான் அவனுடைய மாமா அஜீஸும் அவர்களைப் பார்க்க வந்திருந்தார். அவருடைய வருகை அரிதானதாகவும் குறுகியதாகவும் இருக்கும். பெரும்பாலும் அவருடன் பயணிகள், சுமைகூலிகள், இசைக் கலைஞர்கள் கூட்டமும் சேர்ந்து வருவார்கள். தன் குழுவினருடன் சமுத்திரத்திலிருந்து மலைகளுக்கும், ஏரிகளிலிருந்து காடுகளுக்கும், வறண்ட சமவெளிகள், கற்பாறை மலைகள் சூழ்ந்த உட்புற நிலப்பகுதிகளின் குறுக்காகச் செல்லும் நீண்ட பயணங்களை மேற்கொள்கையில் அங்கு இடை நிறுத்தம் செய்வார். அவருடைய பயணங்களில் எப்போதும் பறை,

மேளம் தம்புரி, கொம்பு ஊது கருவி முதலானவை உடன் செல்லும். அவருடைய கூட்டம் நகருக்குள் அணிவகுத்துச் செல்லும் போது விலங்குகள் ஒன்றையொன்று மிதித்துக்கொண்டு வெளியேறியும் குழந்தைகள் கட்டுப்பாடில்லாமலும் ஓடுவார்கள். அஜீஸ் மாமாவிடமிருந்து ஒரு விசித்திரமான வாசம் வீசும். தோலும் வாசனைத் திரவியமும் கோந்தும் மசாலாப் பொருட்களும் கலந்த மற்றும் அபாயத்தை நினைவுறுத்தும் விவரிக்க முடியாத ஒரு வாசமும் அவரிடம் வீசும். பருத்தி இழையாலான மெல்லிய நீண்டு புரளும் அங்கியான கன்ஸூவும் தலையில் பொருத்திக் கொள்ளும் பின்னல் வேலைப்பாடுகள் செய்யப்பட்ட தொப்பியும் அவர் வழக்கமாக அணிபவை. அவருடைய நாகரிகமான பண்பையும் பணிவான ஆரவாரமில்லாத நடத்தையையும் காணும் போது முட்புதர்கள் நிறைந்த பாதைகளின் ஊடாகவும் கொடிய நஞ்சைக் கக்கும் பாம்புக் கூடுகளையும் கடந்து வந்தவர் போலன்றி பின்மதியத்தில் சாவகாசமாக உலாச் செல்பவர் அல்லது மாலைப் பிரார்த்தனைக்குச் செல்லும் பக்தனைப் போலவும் தோற்றமளிப்பார். பரபரப்பான வருகையிலும், களைத்த, கூச்சலிடும் சுமைகூலிகளைச் சுற்றி ஒழுங்கின்றி விழுந்து கிடக்கும் மூட்டை முடிச்சுகளுக்கு மத்தியிலும், கூர்ந்த கவனத்துடன் இருக்கும் வியாபாரிகளுக்கிடையேயும் அஜீஸ் மாமா அமைதியாகவும் நிதானத்துடனும் இருப்பார். ஆனால் இம்முறை அவர் தன்னந்தனியே வந்திருந்தார்.

அவருடைய வருகையின் போது யூசுப் எப்போதும் களிப்புடன் இருப்பான். அவருடைய வருகை அவர்களுக்குக் கௌரவத்தை அளிக்கிறது, ஏனென்றால் அவர் ஒரு செல்வந்தரும் மற்றும் பெயர் பெற்ற வியாபாரியும் - *தஜிரி குப்வா*[1] - கூட என்று அப்பா கூறுவார். அது மட்டுமல்ல, வரவேற்பதே மரியாதை மிக்கது. ஒவ்வொரு முறையும் அவர்களுடன் தங்கும்போது தருவதுபோல, இப்போதும் மறக்காமல் பத்தணா தந்தார் அஜீஸ் மாமா. அவனுடைய தேவை அவர்களுக்கில்லை, ஆனால், தகுந்த நேரத்தில் அவன் அங்கு இருக்க வேண்டும். அவனைப் பார்த்துப் புன்னகைத்தபடியே அந்த நாணயத்தை அளித்தார் மாமா. அப்போதெல்லாம் அக்கணத்தில் தானும் புன்னகைக்க வேண்டும் என யூசுப் நினைப்பான். ஆனால், அப்படிச் செய்வது தவறான செயலாகிவிடுமோ என்று எண்ணித் தவிர்த்துவிடுவான். அஜீஸ் மாமாவின் ஒளிரும் சருமத்தையும் மர்மமான புன்னகையையும் கண்டு வியப்படைவான் யூசுப்.

---

1 பெரிய முதலாளி

அங்கிருந்து அவர் நீங்கிச் சென்ற பின்பும் கூட அவருடைய வாசம் பல நாட்களுக்கு அங்கே ரீங்கரித்துக் கொண்டிருக்கும்.

அவர் வந்த மூன்றாம் நாளே புறப்பாடும் நெருங்கிவிட்டது எனப் புரிந்தது. சமையலறையில் வழக்கத்திற்கு மாறான வேலைகள் நடந்தன. விருந்தின் கலவையான நறுமணம் தெளிவாகப் பரவியது. இனிப்பான மசாலாக்கள் வறுபடுவது, தேங்காய் சாந்து கொதிப்பது, தட்டையான ரொட்டிகள், ஈஸ்டினால் உப்பிய பன்கள், அடுமனையில் தயாராகும் பிஸ்கட்டுகள் மற்றும் வேகவைக்கப்படும் இறைச்சி. ஒருவேளை இத்தனை பதார்த்தங்களையும் தயாரிக்க அம்மாவுக்குத் தன் உதவி தேவைப்படும் அல்லது அவற்றைப் பற்றி ஏதேனும் கருத்து தேவைப்படலாம் என்ற எண்ணத்தில்தான் அன்று வீட்டை விட்டு அதிகத் தொலைவு செல்லக்கூடாது என யூசுப் உறுதியாக இருந்தான். இது போன்ற விஷயங்களில் தன் கருத்துக்கு அம்மா மதிப்புக் கொடுப்பதை அவன் அறிவான். அம்மா குழம்பைக் கிளறி விட மறந்து போகலாம் அல்லது சூடான எண்ணெய் சரியான பதத்தில் தளதளக்கும்போது காய்கறிகளைச் சேர்க்காமல் விட்டு விடக் கூடும். இது ஒரு தந்திரமான காரியம்தான். ஏனென்றால் அங்கே என்ன நடக்கிறதென்று பார்க்கவும் விரும்பினான், அதேவேளை தான் அங்கே சுற்றிக்கொண்டிருப்பதை அம்மா கண்டுகொள்வதையும் அவன் விரும்பவில்லை. பார்த்துவிட்டால் ஏதோ வேலையாக அவனை நிற்கவிடாமல் வெளியே அனுப்பிக் கொண்டே இருப்பார். அதுவே மிக மோசம், அதை விட அஜீஸ் மாமாவுக்கு விடைகொடுத்து வணக்கம் சொல்லமுடியாமல் போகவும் அது காரணமாகிவிடும். எப்போதுமே அந்த விடை பெறும் கணத்தில்தான் பத்தணா கைமாறி அவனிடம் வரும். அஜீஸ் மாமா தனது கைகளை நீட்டி அவனை முத்தமிடச் சொல்வார். அவன் குனியும் போது யூசுப்பின் பின்னந்தலையைத் தடவிக் கொடுப்பார். அதன்பின் வழமையான செயலின்பால் உண்டான இலகுத்தன்மையுடன் அவன் கைகளில் பத்தணாவைக் கடத்துவார்.

அவனுடைய அப்பா பொதுவாகப் பின்மதியம் வரை வேலையில் இருப்பார். அவர் வரும் போதுதான் அஜீஸ் மாமாவை அழைத்து வருவார் என யூகித்தான் யூசுப். அதனால் பொழுதுபோக்க நிறைய நேரமிருந்தது. அப்பா ஒரு ஹோட்டல் நடத்தி வந்தார். தன்னுடைய பெயரை நிலைநாட்டவும் செல்வத்தைப் பெருக்குவதற்கும் அவர் மேற்கொண்ட தொழில்களில் இப்போது புதியதாகச் சேர்ந்திருப்பது இது. அவர் நல்ல மனநிலையில் இருக்கும் போது நல்ல முன்னேற்றம் தரும் என்று அவர் நினைத்த மற்ற திட்டங்களைப்

பற்றியும் வீட்டில் கூறுவார். அவை பைத்தியகாரத்தனமாகவும் நகைச்சுவையாகவும் இருக்கும் அல்லது தன் வாழ்வில் எல்லாமே எப்படித் தவறாகப் போனது எனக் குறைபட்டுக் கொள்வதையும், அவர் முயற்சி செய்த அனைத்துமே தோல்வியில் முடிந்ததென்பதையும் கூறுவதை யூசுப் கேட்டுக்கொண்டிருப்பான். அவர்கள் நான்கு வருடங்களாக வசித்துவரும் காவா என்னும் சிறு நகரத்தில் உணவகமும் மாடியில் சுத்தமான நான்கு படுக்கைகளும் கொண்டதாக அந்த ஹோட்டல் இருந்தது. அதற்கு முன்பு அவர்கள் விவசாயத்தைப் பிரதானமாகக் கொண்ட தென்பகுதி மாவட்டத்தைச் சேர்ந்த மற்றொரு சிறு நகரத்தில் வசித்து வந்தனர். அங்கு ஒரு சிறிய அங்காடியை வைத்திருந்தார் அப்பா. ஒரு பசுமையான குன்றையும் தொலைதூரத்தில் தெரியும் மலைத்தொடர்களின் நிழல்களையும் கடை வாசலின் முன்புள்ள நடைபாதையில், ஒரு சிறிய மர இருக்கையின் மீதமர்ந்து பட்டு நூலால் தொப்பிகளில் பின்னல் வேலை செய்துகொண்டிருக்கும் வயதான மனிதனையும் நினைவு கூர்ந்தான். ஜெர்மானியர்கள் நாட்டின் உட்புறமாக உள்ள மலைப்பாங்கான இடங்களுக்கு ரயில்பாதை அமைக்கும் போது காவா நகரத்தை சரக்குக் கிடங்காகப் பயன்படுத்தியதால் சட்டென வளர்ச்சி பெறுகின்ற நகரமாக அது மாறிய போது அவர்கள் இங்கே வந்தனர். ஆனால் அந்த வளர்ச்சி விரைவில் மங்கிப் போய்விட்டது. இப்போதெல்லாம் ரயில்கள் மரங்களையும் தண்ணீரையும் எடுத்துச் செல்ல மட்டுமே அங்கு நிற்கின்றன. அஜீஸ் மாமா தனது முந்தைய பயணத்தில் மேற்குப் பகுதிக்குக் கால்நடையாகச் செல்லும் முன்பாக காவாவுக்கு வருவதற்கு இந்த ரயில் பாதையைப் பயன்படுத்தினார். தனது அடுத்த பயணத்தில் வடமேற்கு அல்லது வடகிழக்குப் பகுதிகளுக்குச் செல்லும் முன் முடிந்தவரை ரயிலில் செல்வதாகக் கூறினார். அந்த இரண்டு இடங்களிலும் இன்னும் நல்ல வர்த்தகம் செய்ய வேண்டியுள்ளது என்றார். சில சமயங்களில் அந்த நகரம் முழுவதும் நரகத்திற்குப் போகப் போகிறதென்று சொல்லுவதைக் கேட்பான் யூசுப்.

கடற்கரைக்குச் செல்லும் ரயில் மாலை நேரத்தில் அங்கிருந்து புறப்பட்டுச் செல்கையில் அதில் அஜீஸ் மாமா இருப்பார் என நினைத்தான் யூசுப். மாமாவின் ஏதோ ஒரு போக்கைப் பார்த்து அவர் வீட்டுக்கு வருகிறார் என்பதை அவனால் யூகிக்க முடிந்தது. ஆனால் மனிதர்களின் போக்கை உறுதியாகச் சொல்ல முடியாது, மதியவேளையில் அவர் மலைக்குச் செல்லும் ரயிலைப் பிடித்துச் செல்வதாவும் இருக்கக்கூடும். எதற்கும் தயாராக இருந்தான்

யூசுப். தினமும் மதியவேளைப் பிரார்த்தனைக்குப் பின் அவன் ஹோட்டலுக்கு வர வேண்டும் என அப்பா எதிர்பார்த்தார்- தொழிலைக் கற்றுக்கொள்ளவும் தன் காலிலேயே சுயமாக நிற்கப் பழகவும் என்று அவர் சொல்லியிருந்தாலும் உண்மையில் சமையலறையில் சுத்தம் செய்ய உதவும் இளைஞனையும் வாடிக்கையாளர்களுக்கு உணவு பரிமாறும் மற்றொருவனையும் நீக்கிவிடவே அவர் விரும்பினார். சமையல்காரன் குடித்து ரகளை செய்து யூசுப்பைத் தவிர கண்ணில் கண்ட அனைவர் மீதும் வசைகள் பொழிந்தான். யூசுப்பைக் கண்டதும் தனது வாயிலிருந்து விழும் வசைப் பொழிவுகளுக்குச் சிறிய இடைவெளி விட்டு புன்னகைப்பார். ஆனாலும் அவர் முன்பு அச்சத்தில் நடுநடுங்கியபடியே நிற்பான் யூசுப். அன்று அவன் ஹோட்டலுக்குச் செல்லவில்லை. மதியவேளை பிரார்த்தனையும் செய்யவில்லை. அந்தக் கொடும் வெக்கை நாளில் அவனைத் தேடி யாரும் கவலைகொள்ள மாட்டார்கள் என்று நினைத்தான். மாறாக அவன் கொல்லைப்புறத்திலுள்ள நிழலான மூலைகளிலும் கோழிக் கூண்டுகளிலும் பதுங்கிக்கொண்டிருந்தான். பிற்பகலில் எழுந்த தூசியுடன் சேர்ந்து வீசிய துர்நாற்றத்தில் மூச்சுத்திணறல் ஏற்படும் வரை அங்கேயே இருந்தான். அவர்கள் வீட்டுக்குப் பக்கத்திலுள்ள அடர் ஊதா நிழலும் வளைந்த கூரையும் கொண்ட இருண்ட மரக்கிடங்கில் ஒளிந்தபடி அங்கு எச்சரிக்கையுடன் ஊர்ந்து கொண்டிருக்கும் பல்லிகளின் நகர்வைக் கவனித்துக்கொண்டே தனது பத்தணாவுக்குக் கூர்மையாகக் குறிவைத்துக் கொண்டிருந்தான்.

தனியாகவே விளையாடிப் பழகியிருந்ததால் மரக்கிடங்கின் அமைதியும் இருண்மையும் யூசுப்பை அச்சுறுத்தவில்லை. வீட்டிலிருந்து அதிக தொலைவில் அவன் விளையாடச் செல்வது அப்பாவுக்குப் பிடிக்காது. "நாம் காட்டுமிராண்டிகளால் சூழப்பட்டிருக்கிறோம். அந்த வாஷென்ஸிகள் (முட்டாள்கள்) கடவுள் மீது நம்பிக்கை இல்லாதவர்கள், மரங்களிலும் பாறைகளிலும் வாழும் ஆவி பூதங்களை அவர்கள் வழிபடுபவர்கள். குழந்தைகளைக் கடத்திக் கொண்டு போய் அவர்களுக்கு ஏற்றபடி பயன்படுத்திக் கொள்வதைத் தவிர வேறு எதையும் விரும்பாதவர்கள். அதை விட்டால் எந்த அக்கறையுமில்லாதவர்கள், பொறுக்கிகள் மற்றும் பொறுக்கிகளின் குழந்தைகள். அவர்கள் உன்னைக் கண்டு கொள்ள மாட்டார்கள், அப்புறம் காட்டு நாய்கள் வந்து உன்னைக் கடித்துத் தின்றுவிடும். பாதுகாப்பான இடமான இங்கேயே பக்கத்திலேயே இரு, அப்போதுதான் யாராவது உன்னைக் கண்காணித்துக்

கொண்டே இருக்க முடியும்" என்று கூறுவார். அக்கம் பக்கத்தில் வசிக்கும் இந்திய கடைக்காரர்களின் குழந்தைகளுடன் அவன் விளையாடுவதை விரும்பினார். அருகில் நெருங்க முயற்சிக்கையில் அவன் மீது அவர்கள் மணலை வீசிக் கேலி செய்வதை மட்டும் விரும்பவில்லை. "கோலோ, கோலோ" என்று கோஷமிட்டபடி அவன் நிற்குமிடைத்தை நோக்கித் துப்புவார்கள். சில நேரங்களில் மர நிழலுக்கடியில் ஓய்வெடுத்துக்கொண்டிருக்கும் அல்லது வீட்டின் முன் அமர்ந்திருக்கும் மூத்த சிறுவர்களுடன் அமர்ந்திருப்பான். பையன்களுடன் கூடியிருப்பதே அவனுக்குப் பிடித்தது ஏனென்றால் அவர்கள் எப்போதும் நகைச்சுவையாகப் பேசிச் சிரித்துக் கொண்டிருப்பார்கள். அவர்களுடைய பெற்றோர்கள் கூலித் தொழிலாளர்கள், ஜெர்மானியர்களுக்காக ரயில்பாதை கட்டுமானப் பணிக் குழுவிலும், ரயில் நிலையங்களில் அன்றாடக் கூலிகளாவும் அல்லது பயணிகளுக்கும் வணிகர்களுக்கும் சுமைகூலிகளாகவும் இருப்பவர்கள். செய்யும் வேலைக்கு மட்டுமே ஊதியம் கிடைக்கப் பெறுபவர்கள், சில வேளைகளில் வேலைகளே இல்லாமல் போய்விடும். கடுமையாக உழைக்காவிட்டால் ஜெர்மானியர்கள் அவர்களைத் தூக்கிலிட்டுவிடுவார்கள் என அந்தப் பையன்கள் சொல்லக் கேட்டிருக்கிறான் யூசுப். தூக்கிலிட முடியாத அளவு சிறு வயதுச் சிறுவர்களாக இருந்தால் அவர்களுடைய விதைகளைக் கத்தரித்து விடுவார்கள். ஜெர்மானியர்கள் எதற்குமே அஞ்சாதவர்கள். அவர்கள் நினைத்ததைச் செய்வார்கள், யாருமே அவர்களைத் தடுக்க முடியாது என்றார்கள். கொழுந்து விட்டெரியும் தீச்சுவாலைக்கு நட்ட நடுவே கையை விட்டு மாயாவியைப் போல எந்தக் காயமுமின்றி கையை வெளியே எடுத்த ஒரு ஜெர்மானியனைப் பார்த்ததாகத் தன் தந்தை சொன்னாரென ஒரு சிறுவன் கூறினான்.

கூலித் தொழிலாளர்களான அவர்களுடைய பெற்றோர்கள் எல்லா இடங்களிலிருந்தும் வந்தவர்கள். காவாவிற்கு வடக்கே உள்ள உசாம்பரா மேட்டு நிலத்திலிருந்தும், அதன்மேற்கில் அமைந்துள்ள அற்புதமான ஏரிப் பகுதியிலிருந்தும் தெற்கில் போரினால் பாதிக்கப்பட்ட சவானாப் பகுதியிலிருந்தும் இதர பலர் கடலோரப் பகுதியிலிருந்தும் வந்தவர்கள். அவர்கள் தங்கள் பெற்றோர்களைப் பார்த்துச் சிரிப்பார்கள், வேலைக்கு மத்தியில் அவர்கள் பாடும் பாடல்களைக் கேலி செய்தும் அவர்கள் வீட்டிற்குக் கொண்டு வரும் துர்நாற்றத்தையும் கேவலமான கதைகளையும் அவர்களையும் ஒப்பிட்டுப் பார்ப்பார்கள். அவர்கள் பெற்றோர்களின் சொந்த ஊருக்கு வேடிக்கையான, விரும்பத்தகாத பெயர்களை உருவாக்கி.

அவற்றை வைத்து ஒருவருக்கொருவர் கிண்டலும் வசவுமாகப் பேசிக்கொள்வார்கள். சில நேரங்களில் சண்டையிட்டுக்கொண்டு கீழே விழுந்து புரண்டு உதைத்து ஒருவர் மற்றவருக்கு வலியை ஏற்படுத்துவார்கள். சில மூத்த பையன்களால் வேலைக்காரர்களாகவும் எடுபிடி ஆளாகவும் வேலை பிடித்துக்கொள்ள முடியும். ஆனால் பெரும்பாலும் அவர்கள் சோம்பேறிகளாகத் திரிந்துகொண்டும் துப்புரவு செய்துகொண்டும் மூத்த ஆண்கள் செய்யக் கூடிய பணிக்குப் போதுமான உடல் வலிமையுடன் வளரக் காத்திருந்தார்கள். அவர்கள் அனுமதிக்கும் போது யூசுப் அங்கு அமர்ந்துகொள்வான். அவர்களுடைய உரையாடலைக் கவனித்துக்கொண்டே ஏதோ எடுபிடி வேலைகளைச் செய்து தருவான்.

அவர்கள் வம்பு பேசியோ அல்லது சீட்டாடிக்கொண்டோ நேரத்தைக் கடத்துவார்கள். அவர்களிடமிருந்துதான் முதன்முதலில் குழந்தைகள் ஆண்குறியில்தான் வாழ்கின்றன என்று அறிந்தான். எப்போது ஒரு மனிதனுக்குக் குழந்தை தேவையோ அப்போது அந்தச் சிசுவைப் பெண்களின் வயிற்றுக்குள் வைத்துவிடுவான், அங்கேதான் அது வளரத் தாராளமான இடம் இருக்கும். அந்தக் கதை நம்ப முடியாததென்று அவன் மட்டுமல்ல, மற்றவர்களும் சூடாக வாதாடிய போது அவர்களுடைய ஆண்குறிகள் வெளியே இழுக்கப்பட்டு அளவிடப்பட்டன. விரைவில் குழந்தைகள் மறக்கப்பட்டு ஆண்குறிகள் பற்றிய ஆர்வம் தொற்றிக்கொண்டது. மூத்த பையன்கள் பெருமிதமாகத் தங்களை வெளிப்படுத்திக் கொண்டு தாங்கள் சிரித்து மகிழ இளையவர்களையும் அவர்களுடைய குட்டி உறுப்பைக் காட்டக் கட்டாயப்படுத்தினார்கள்.

சிலவேளைகளில் அவர்கள் கிப்பாண்டே[2] விளையாடுவார்கள். சிறுவனாக இருப்பதன் காரணத்தால் யூசுப்புக்கு மட்டையடிப்பதற்கு எப்போதுமே வாய்ப்பு கிடைக்காது. அங்கே வயதும் வலியுமையுமே மட்டையடிக்கும் வரிசையை நிர்ணயம் செய்யும் காரணங்கள். ஆனால் அவன் கலந்துகொள்ள எப்போது அனுமதிக்கப்பட்டாலும் தூசு நிறைந்த அந்தத் திறந்தவெளியில் பறந்து செல்லும் மரத்துண்டை வெறித்தனமாகத் துரத்திச் செல்லும் கள ஓட்டக்காரர்களின் குழுவில் இணைந்துகொள்வான். ஒருமுறை கிப்பாண்டேவை வெறித்தனமாகத் துரத்திக்கொண்டு தெருவில் ஓடும் சிறுவர்கள் கூட்டத்துடன் அவனையும் பார்த்துவிட்டார் அப்பா. தன்னுடைய மறுப்பை ஒரு கடும் முறைப்பில் காட்டியவர் அவனை வீட்டிற்கு அனுப்பும் முன் அங்கேயே ஒரு அறை விட்டார்.

2 கில்லி தாண்டு போல விளையாடப்படும் ஆப்பிரிக்கத் தெரு விளையட்டு.

யூசுப் தனக்காகவே ஒரு கிப்பாண்டேவைச் செய்துகொண்டு தான் மட்டுமே ஆடக் கூடிய வகையில் விளையாட்டை மாற்றியமைத்தான். அந்த மாற்றத்தால் தன்னையே மற்ற அனைத்து வீரர்களாகவும் பாசாங்கு செய்துகொள்வான். அதன் பயனால் தான் விரும்பும் தொலைவு வரை அவனால் மட்டையடிக்க முடியும். உற்சாகத்துடன் கூச்சலிட்டுக்கொண்டே அவர்களுடைய வீட்டின் முன் சாலையில் மேலும் கீழும் ஓடித் தன்னால் இயன்ற வரை உயரத்தில் அடித்திருந்த கிப்பாண்டேவை நேரமெடுத்து அதன் கீழ் நின்று பிடிக்க முயன்றான்.

2

மாமா விடைபெற்றுச் செல்லும் நாளில் பத்தணாவைத் துரத்திக் கொண்டிருந்த நேரத்தில் சில மணித்துகள்களை வீணாக்குவதைப் பற்றி யூசுப் பதற்றம் கொள்ளவில்லை. மதியம் ஒரு மணிக்கு அப்பாவும் அஜீஸ் மாமாவும் சேர்ந்து வந்தார்கள். மதியம் ஒரு மணிக்கு வீட்டை நோக்கியுள்ள கற்பாதையில் அவர்கள் மெல்ல நடந்து வரும்போது வெய்யிலில் அவர்களுடைய உடல்கள் மின்னுவதைப் பார்த்தான். அவர்கள் எதுவும் பேசாமல் தலை குனிந்து நடக்கையில் வெயில் சூட்டுக்கு எதிராக அவர்களுடைய தோள்கள் குனிந்திருந்தன. விருந்தினர் அறையில் உள்ளதிலேயே சிறப்பான கம்பளத்தில் அவர்களுக்காக மதிய உணவு ஏற்கெனவே தயாராக இருந்தது. அதன் கடைசி நேர ஏற்பாட்டில் சில பாத்திரங்களை இடத்திற்கேற்ப மாற்றி வைப்பதில் உதவி செய்து களைப்படைந்திருந்த அம்மாவிடமிருந்து நன்றி கலந்த புன்னகையைப் பரிசாகப் பெற்றிருந்தான். அங்கே இருந்த போது யூசுப்புக்கு விருந்தைப் பற்றிய தகவல்களைப் பெறும் வாய்ப்பு கிட்டியது. கோழிக் குழம்பு, கொத்து ஆட்டிறைச்சிக் குழம்பு என இரு வகைகள். நெய் மினுமினுக்க, பாதாமும் உலர் திராட்சையும் ஊடாகத் தூவி விடப்பட்ட பெஷாவரி அரிசிச் சாதம். நறுமணம் வீசும் உப்பிய பன்கள், துணியால் மூடப்பட்ட கூடையை மீறித் தெரிந்த மாண்டஸியும் மஹம்ரியும் (எண்ணெய்யில் வறுத்த ரொட்டிகள்), தேங்காய்த் துவையலில் பசலைக் கீரை, ஒரு தட்டு நிறைய பருப்பு, அத்துடன் மற்ற உணவுகளைத் தயாரித்து முடித்த பின் அணையவிருக்கும் கணப்பில் கருக்கப்பட்ட மீன் துண்டங்கள். அந்த நாட்களில் கிடைக்கும் சொற்ப உணவிலிருந்து முற்றிலும் மாறுபட்ட இந்த அபரிமிதமான உணவுப் பண்டங்களைக்

கண்களால் அளவெடுக்கையில் ஏக்கத்தில் ஏறத்தாழ அழுதுவிட்டான் யூசுப். அவனுடைய நடவடிக்கையைக் கண்டு முகத்தைச் சுளித்தார் அம்மா, ஆனால் உடனே சோகமாக மாறிய அவன் முகத்தைப் பார்த்துச் சிரித்துவிட்டார்.

ஆண்கள் இருவரும் அமர்ந்த பிறகு யூசுப் கையில் பித்தளைப் பானையும் ஒரு கிண்ணமும் எடுத்துக்கொண்டும் தூய்மையான லினன் துணியை இடது கையில் சுற்றிக்கொண்டும் உள்ளே நுழைந்தான். அஜீஸ் மாமா கையைக் கழுவும் போது தண்ணீரை மெதுவாக ஊற்றினான், பின்னர் அப்பாவும் கைகளைக் கழுவிக் கொண்டார். அஜீஸ் மாமாவைப் போன்ற விருந்தினர்களுக்கு இது மிகவும் விருப்பமானது என்பது அவனுக்குப் பிடித்திருந்தது. தன்னுடைய சேவை மேலும் தேவைப்பட்டால் உடனே வர ஏதுவாக விருந்தினர் அறையின் கதவுக்கு வெளியே பதுங்கி நிற்கையில் இப்படி நினைத்தான். ஆனால் எரிச்சலுடன் அவனைப் பார்த்த அப்பா அங்கிருந்து வெளியே விரட்டிவிட்டார். அஜீஸ் மாமா இருக்கும் போது எப்போதும் ஏதாவது நடந்துகொண்டே இருந்தது. அவர் ஹோட்டலில் உறங்கினாலும் எல்லா உணவையும் அவர்கள் வீட்டிலேயே சாப்பிட்டார். அதன் அர்த்தம் அவர்கள் உண்டு முடித்த பின் எப்போதும் சுவையான பண்டங்கள் மீந்திருக்கும்-ஆனால் அம்மா அதை முதலில் பார்க்காமலிருந்தால் மட்டுமே, வழக்கமாக அவை அண்டை வீட்டாருக்கு வழங்கப்படும் அல்லது இறைவனின் புகழைக் கத்திப் பாடிக்கொண்டு அவ்வப்போது வந்து நிற்கும் கந்தலாடை பிச்சைக்காரன் ஒருவனின் வயிறுக்குள்ளும் போய் விடும். பெருந்தீனி உண்பதைவிட அண்டை வீட்டாருக்கும் தேவையுள்ளவர்களுக்கு உணவளிப்பதும் அன்பான செயல் என்பார் அம்மா. அதிலுள்ள தர்க்கத்தை யூசுப்பால் அறிந்துகொள்ள முடியவில்லை. ஆனால் அம்மாவோ நல்லொழுக்கம் அதற்குரிய வெகுமதியைத் தரும் என்பார். அவரின் குரலிலிருக்கும் கூர்மையைப் பார்த்து, தான் மேலும் ஏதாவது கூறினால் இன்னுமொரு நீண்ட பிரசங்கத்தை அவன் கேட்க வேண்டியிருக்கும் என்று புரிந்து கொண்டான். ஏற்கெனவே குர்ஆன் பள்ளி ஆசிரியரிடமிருந்து போதும் போதுமென்ற அளவுக்குக் கேட்டிருக்கிறான்.

அங்குள்ள ஒரு பிச்சைக்காரன் ஒருவனுடன் தன்னுடைய எஞ்சிய உணவைப் பகிர்ந்து கொள்வதில் யூசுப்புக்கு எந்தப் பிரச்சினையுமில்லை. அவனுடைய பெயர் முஹமது, ஒடிசலான தோற்றமும், கரகரத்த குரலும், கெட்டுப்போன இறைச்சி போன்ற துர்நாற்றமும் உடையவன். ஒருநாள் வீட்டின் ஓரமாக அமர்ந்து

இடிந்த சுவரிலிருந்து செம்மண்ணைக் கைநிறைய எடுத்து உண்டு கொண்டிருந்தான். அவனுடைய சட்டை அழுக்காகவும் கறை படிந்ததாகவும் இருக்க அதனோடு யூசுப் இதுவரை பார்த்திராத கந்தலான கால்சட்டையையும் அணிந்திருந்தான். வியர்வை, அழுக்கின் காரணமாக அவனது தொப்பியின் விளிம்பு பழுப்பு நிறமாகியிருந்தது. இவனைப் போன்ற அழுக்கான யாரையாவது இதுவரை பார்த்திருக்கிறோமா என்று மனதிற்குள் விவாதித்தவாறே அவனைச் சில நிமிடங்கள் உற்றுப்பார்த்துவிட்டு மீதமாகிப் போன மரவள்ளிக் கிழங்கை அவனுக்காக ஒரு கிண்ணத்தில் எடுத்து வரச் சென்றான். நன்றியுணர்வோடு அவ்வப்போது முனகிக் கொண்டு சில வாய் உண்டவுடன் தனது வாழ்க்கையின் துயரங்களுக்கெல்லாம் காரணம் போதைச் செடிதான் என்று கூறினான் முஹமது. ஒரு காலத்தில் தான் வசதியுடையவனாகவும், நீர்ப் பாசனமுடைய நிலத்தையும் கால்நடைகளையும் அவன் மீது மிகுந்த அன்பு செலுத்தும் தாயையும் கொண்டிருந்தவன் என்றான். பகல்பொழுதில் தன்னுடைய நன்னிலத்தில் கடும் உழைப்போடும் அர்ப்பணிப்போடும் பணிகளைச் செய்துகொண்டும் மாலையில் தன்னுடைய அம்மாவுடன் அமர்ந்து அவர் இறைவனின் துதிப் பாடல்கள் பாடிக் கொண்டே இந்த அற்புதமான உலகத்தைப் பற்றிய கதைகளை அவனுக்குக் கூறுவதையும் கேட்டுக்கொண்டும் இருப்பான்.

அதன்பின் தீமை அவனை ஆட்கொண்டது. அவன் தன் தாயையும் நிலத்தையும் கைவிட்டு விட்டு போதைத் தாவரங்களைத் தேடியலைந்தும் தற்போது எங்கும் எவராலும் ஏற்கப்படாமல் உதைபட்டுக் கொண்டும் மண்ணைத் தின்று கொண்டுமிருக்கும் அளவிற்கு அந்தத் தீமை அத்தனை வலிமைகொண்டதாக இருந்தது. இந்த அலைதல் வாழ்க்கையில் தனது தாயின் உணவைப் போன்ற சிறப்பான சமையலைப் போல அவன் உண்டதில்லை என்றும் ஒரு வேளை இந்த மரவள்ளிக் கிழங்கு அதற்கிணையாக இருக்கலாமெனத் தோன்றுகிறது என்றும் கூறினான். அவர்களிருவரும் வீட்டின் பக்கவாட்டுச் சுவரின் மீது சாய்ந்து கொண்டிருக்கையில் தன் பயணக் கதைகளைக் கூறினான். உரத்து ஒலித்த அவனுடைய குரல் உற்சாகமாகவும் சுருக்கம் விழுந்திருந்த இளமையான முகம் புன்னகையில் விரிந்தும் உடைந்த பற்கள் சிரிப்பிலும் மலர்ந்திருந்தன. "என்னுடைய இளம் நண்பனே, என்னைப் போன்ற பயங்கரமான வாழும் உதாரணத்திலிருந்து கற்றுக்கொள், போதையை நாடாதே, உன்னைக் கெஞ்சிக் கேட்டுக்கொள்கிறேன்!" அவனுடைய

வருகை அதிக நேரம் நீடிக்காது, ஆனால் அவனைப் பார்ப்பதும் அவனுடைய புதிய சாகசக் கதைகளைக் கேட்பதும் யூசுப்புக்கு மகிழ்வளிக்கும். விட்டு நகரின் தென்பகுதியிலுள்ள முஹமதுவின் நீர் நிறைந்து செழித்த நிலங்கள் குறித்தும் அவனுடைய மகிழ்ச்சியான நாட்களில் வாழ்ந்த நாட்களைப் பற்றியும் கேட்பதுதான் ஆகச் சிறந்த விருப்பமாக இருக்கும். முஹமது முதல் முறையாக மொம்பாஸாவில் பைத்தியக்காரர்களின் வீட்டுக்கு அழைத்துச் செல்லப்பட்டது இரண்டாவது சிறந்த விருப்பக் கதையாகும். "வல்லாஹி, நான் பொய் சொல்லவில்லை சிறுவனே "அவர்கள் என்னைக் கிறுக்கனென்று நினைத்துவிட்டார்கள், உன்னால் நம்ப முடிகிறதா?" அங்கே அவன் வாயில் அவர்கள் உப்பைத் திணித்து விட்டு அவன் அதைத் துப்ப முயன்றால் முகத்தில் அறைந்து விடுவார்கள். அவன் வாயிலிருந்த உப்புத் துகள்கள் கரைந்து குடலை அரிக்கும் வரை அமைதியாக அமர்ந்திருந்தால் மட்டுமே நிம்மதியை அளித்தார்கள். அந்தச் சித்திரவதைகளைப் பற்றி ஒரு நடுக்கத்துடனும் அதேவேளை வேடிக்கையாகவும் முஹமது பேசுவான். குழந்தைகளைக் கொடுமைக்கு ஆளாக்கிய கதை, குருட்டு நாயைக் கல்லால் அடித்துக் கொன்றதை அவன் பார்த்த கதை என யூசுப்புக்கு உவப்பில்லாத கதைகளையும் கூறுவான். விட்டு நகரில் தனக்குத் தெரிந்த ஒரு பெண்ணைப் பற்றியும் குறிப்பிடுவான். அந்தப் பெண்ணை அவன் திருமணம் செய்து கொள்ள வேண்டுமென்று அம்மா விருப்பப்பட்டதையும் கூறி விட்டு முட்டாள்தனமாகப் புன்னகைத்தான்.

முதலில் யூசுப் அவனை மறைத்து வைக்க முயன்றான். ஏனென்றால் அம்மா பார்த்தால் அவனை விரட்டி விடுவாளோ என்று பயந்தான். ஆனால் அவர் எப்போது வந்தாலும் முஹமது வளைந்தும் நெளிந்தும் நன்றியுணர்வுடன் அவர் முன் தன்னை வெளிப்படுத்திக் கொண்டதில் அம்மாவுக்கு விருப்பமான பிச்சைக்காரனாகி விட்டான். "உன்னைக் கெஞ்சிக் கேட்டுக் கொள்கிறேன், உன் அம்மாவைப் பெருமைப்படுத்து. என்னுடைய மோசமான அனுபவத்திலிருந்து கற்றுக்கொள்" என்று அவருக்குக் கேட்கும்படி குழைவான குரலில் கூறுவான். ஞானிகளும் தீர்க்கதரிசிகளும் சுல்தான்களும் பிச்சைக்காரர்கள் போல மாறுவேடமிட்டு சாதாரண மனிதர்களிடையேயும் அபாக்கியவான்களிடையேயும் கலந்திருப்பதைக் கேட்டதேயில்லை. அவர்களை மிக்க மரியாதையுடன் நடத்த வேண்டும் என்று யூசுப்பிடம் அம்மா

பின்னர் கூறியதுண்டு. யூசுப்பின் அப்பாவைக் கண்டதும் எழுந்து நின்று மரியாதை கலந்த தொனியில் முணுமுணுப்பான்.

ஒருமுறை அப்பாவுடைய அங்கியின் சட்டைப் பையிலிருந்து ஒரு நாணயத்தைத் திருடிவிட்டான் யூசுப். தான் ஏன் அப்படிச் செய்தோமென்று அவனுக்கே தெரியவில்லை. பணியிலிருந்து திரும்பிய தந்தை குளித்துக்கொண்டிருந்தபோது அவர்களுடைய அறையில் ஆணியில் தொங்கிக்கொண்டிருந்த துர்நாற்றமடிக்கும் அங்கிக்குள் கையை நுழைத்துவிட்டான். அவன் அதைத் திட்டமிடவில்லை. பின்னர் அந்த நாணயத்தைப் பார்த்தபோது அது வெள்ளி நாணயமாக இருந்ததால் அதைச் செலவு செய்யப் பயந்துவிட்டான். தான் பிடிபடாதது ஆச்சர்யத்தை அளிக்க அந்த நாணயத்தைத் திருப்பி வைத்துவிடும் உந்துதல் ஏற்பட்டது. அதை முஹமதுவுக்குக் கொடுக்கப் பலமுறை நினைத்தாலும் அந்தப் பிச்சைக்காரன் என்ன சொல்வானோ, எப்படிக் குற்றம் சாட்டுவானோ என்று பயந்தான். அவன் இதுவரை கையால் தொட்டுப் பார்த்ததிலேயே இதுதான் பெரிய பணம். அதனால் சுவரின் அடிப்பாகத்திலுள்ள பிளவொன்றில் அதை ஒளித்து வைத்துவிட்டு அவ்வப்போது ஒரு குச்சியால் அதைக் கிளறிப் பார்ப்பான்.

3

அஜீஸ் மாமா விருந்தினர் அறையில் சிறு தூக்கத்துடன் மதிய நேரத்தைக் கழித்தார். அது தாமதத்தை மேலும் அதிகரிப்பதாக யூசுப்புக்குத் தோன்றியது. அவனது தந்தையும் மதிய உணவுக்குப் பின் வழக்கம் போல அவர் அறைக்குள் ஒதுங்கிவிட்டார். ஒவ்வொரு மதிய உணவுக்குப் பின்னும் ஏதோ கடைபிடிக்க வேண்டிய விதி போல மக்கள் ஏன் உறங்க விரும்புகிறார்கள் என்று யூசுப்புக்குப் புரியவில்லை. அதை ஓய்வு என்று சொல்லிக் கொள்கிறார்கள். அம்மா கூட சில சமயங்களில் அப்படிச் செய்வதுண்டு. அறைக்குள் சென்று மறைந்து திரைச்சீலைகளை இழுத்து மூடிவிடுவார். அவனும் ஓரிரு முறை அதை முயன்று பார்த்தான், ஆனால் அது மிகவும் சலிப்பாகவும், மீண்டும் எழுந்து வர மாட்டோம் என்ற அச்சத்தையும் விளைவித்துவிட்டது. இரண்டாவது சந்தர்ப்பத்தில் மரணம் என்றால் இப்படித்தான் இருக்கும், படுக்கையில் விழித்திருந்தாலும் நகர முடியாமல்

தண்டனை அனுபவிப்பது போலக் கிடப்பது என்று நினைத்துக் கொண்டான்.

அஜீஸ் மாமா உறங்கிக் கொண்டிருக்கையில் யூசுப் சமையலறையையும் முற்றத்தையும் சுத்தம் செய்ய வேண்டியிருந்தது. எஞ்சியவற்றைத் தனக்கேற்றவாறு அப்புறப்படுத்த வேண்டுமென்றால் இந்த வேலையைத் தவிர்க்க முடியாது... ஆச்சரியமாக அன்று ஏதும் கூறாமல் அவன் போக்கில் விட்டுவிட்டு அப்பாவுடன் பேசுவதற்கு அம்மா போய்விட்டார். வழக்கமாகக் கண்டிப்புடன் மேற்பார்வையிட்டு மற்றுமொரு முறை உண்ணும் அளவுக்கு இருக்கும் உணவை எடுத்து வைத்துவிட்டு அதன்பின் உண்மையிலேயே எஞ்சியிருப்பவற்றைப் பிரித்து வைப்பார். தன்னால் முடிந்த அளவுக்குச் சாப்பாட்டைச் சேதப்படுத்தி, அதிலிருந்து கொஞ்சம் எடுத்துச் சேமித்து வைத்துக் கொண்ட பின் பாத்திரங்களைத் தேய்த்துச் சுத்தப்படுத்தினான். முற்றத்தைப் பெருக்கினான். அதன்பிறகு பின் கதவின் பக்கமுள்ள நிழலான இடத்தில் காவலுக்கு அமர்ந்துகொண்டு தனக்கிருக்கும் சுமைகளை எண்ணிப் பெருமூச்சு விட்டான்.

என்ன செய்கிறாய் என்று அம்மா கேட்ட போது ஓய்வெடுக்கிறேன் என்று பதிலளித்தான். அதைப் பெருமிதத்தோடு சொல்லாமலிருக்க முயற்சி செய்தான், ஆனால் அந்த வார்த்தை அப்படியே வெளிப்பட்ட போது அம்மா புன்னகைத்துக் கொண்டார். சட்டென அவனிடம் வந்து அணைத்துத் தூக்கிக்கொண்ட போது தன்னை விடுவிக்கும்படி மூர்க்கமாகக் கால்களை உதறினான். ஒரு குழந்தையைப் போலத் தான் நடத்தப்படுவதை அவன் வெறுத்தான். அது அம்மாவுக்கும் தெரியும். கட்டுப்படுத்திக் கொண்ட சினத்துடன் அவன் நெளிந்த போது கால்கள் முற்றத்தின் வெற்றுத் தரை அளிக்கும் கண்ணியத்தைத் தேடின. அவனுடைய வயதுக்கு மாறாகச் சிறு பையன்போல அவன் தோற்றமளிப்பதால் அம்மா எப்போதும் அப்படிச் செய்துகொண்டிருந்தார்-தூக்கிக் கொள்வது, கன்னத்தைக் கிள்ளுவது, அணைத்துக் கொள்வது, மென்மையான முத்தங்கள் இடுவது-அதன் பின் அவன் ஏதோ சிறுபிள்ளை போல நினைத்துச் சிரிப்பது. அவனுக்குப் பன்னிரண்டு வயதாகிவிட்டது. ஆச்சரியமாக இம்முறை தன் பிடியிலிருந்து அம்மா அவனை விடவேயில்லை. வழக்கமாக அவனுடைய மறுப்புப் போராட்டம் தீவிரமடைகையில் விடுவித்துவிட்டு அவன் தப்பியோடுகையில் அவனது புட்டத்தில் ஒரு அடி வைப்பார். இப்போது ஏதும் பேசாமல், சிரிக்காமல் தன் மென்மையான அணைப்புக்குள் அவனை இறுக்கிக்கொண்டார். அவருடைய மேல்சட்டையின்

பின்புறம் வியர்வையில் ஊறியிருந்தது, புகையிலும் சோர்விலும் அவரது உடல் அழுந்திக்கொண்டிருந்தது. சில கணங்களுக்குப் பின் போராட்டத்தை நிறுத்திய யூசுப் அம்மா தன்னை அணைத்துக் கொள்ள அனுமதித்தான்.

அதுதான் அவனுடைய முதல் உள்ளுணர்வாக இருந்தது. தாயின் கண்களில் கண்ணீரைக் கண்டபோது அவனுடைய இதயம் அச்சத்தில் துடித்தது. அம்மாவை அப்படியான கோலத்தில் அவன் என்றுமே பார்த்ததில்லை. அண்டை வீட்டாரின் துக்க நிகழ்வில் அவர் கதறுவதைப் பார்த்திருக்கிறான், வாழ்க்கையின் பொருட்டு அல்லாஹ்வின் கருணைக்காக இறைஞ்சுவதைக் கேட்டிருக்கிறான், பிரார்த்தனையில் முகம் ஈரமாவதைப் பார்த்திருக்கிறான் ஆனால் இது போன்ற மௌனமான கண்ணீரை அவன் இதுவரை பார்த்ததேயில்லை. அப்பாவுக்கு ஏதோ ஆகி கோபத்தில் கடுமையாக அம்மாவை ஏசி விட்டாரோ என நினைத்தான். ஒருவேளை அஜீஸ் மாமாவுக்குத் தகுதியான உணவை அவர் படைக்கவில்லை போல.

"மா" எனக் கெஞ்சுதலாக அழைத்தான். ஆனால் அவரோ அவனை அமைதிப்படுத்திவிட்டார்.

அப்பா ஒருவேளை தனது இன்னொரு குடும்பம் எவ்வளவு நன்றாக இருந்தது என்று கூறியிருக்கலாம். அவர் கோபமாக இருக்கும் போதெல்லாம் அப்படிச் சொல்வது யூசுப்பின் காதில் விழும். டெய்டா மலையின் பின்பக்கத்தில் வாழும் மலைப் பழங்குடியின் மகளென்றும், பனிப்புகை அடர்ந்த குடிசையில் துர்நாற்றம் வீசும் ஆட்டுத்தோலை அணிந்து கொண்டிருந்தாளென்றும், இரண்டு மூட்டை பருப்பும் ஐந்து ஆடுகளும் அந்தப் பெண்ணுக்கு நல்ல விலை என்றும் அம்மாவிடம் அவர் கூறுவதை ஒருமுறை யூசுப் கேட்டிருக்கிறான். "உனக்கு ஏதாவது ஆகிவிட்டால் உன்னைப் போலவே இன்னொருத்தியை அவர்கள் தொழுவத்திலிருந்து எனக்கு விற்றுவிடுவார்கள். இப்படி நாகரீகமான மனிதர்களுடன் கடற்புரத்தில் வாழ்ந்து புழங்குவதால் உனக்குப் பெருமை வந்து விட்டதென்று நினைக்க வேண்டாம்." அவர்கள் வாக்குவாதம் செய்யும் போதெல்லாம் யூசுப் மிகுந்த அச்சத்திற்குள்ளாவான், அவர்களின் கூரிய சொற்கள் அவனைப் பிளப்பதுபோல உணர்வான். அப்போதெல்லாம் கைவிடப்பட்ட பையன்கள் கூறும் வன்முறை நிரம்பிய கதைகளை நினைவு கூர்வான்.

அவனுடைய அம்மா, கதைகளைச் சொல்வதற்கென்றே பிரத்தியேகமாக வைத்திருக்கும் புன்னகையோடும் குரலோடும்

அந்த முதல் மனைவி பற்றி அவனிடம் கூறினார். பழைய கில்வா குடும்பத்தைச் சேர்ந்த அரபிப் பெண்மணி என்றும், இளவரசி எல்லாம் இல்லையென்றாலும் கண்ணியமான வம்சாவளியைச் சேர்ந்தவளென்றும் குறிப்பிட்டார். தங்கள் தகுதிக்கேற்றவன் அவனில்லை என்ற எண்ணம்கொண்ட அவளுடைய இறுமாப்புடைய பெற்றோர்களின் விருப்பத்திற்கெதிராகத்தான் யூசுப்புடைய அப்பா அந்தப் பெண்ணைத் திருமணம் செய்துகொண்டார். அவருக்கு நல்ல பெயர் இருந்தாலும்கூடக் கண்ணிருக்கும் எவரும் அவருடைய அம்மா ஒரு காட்டுமிராண்டி என்றும் அவரிடம் அதிக செல்வம் இல்லையென்பதையும் பார்த்தாலே கணித்து விட முடியும். ஒருவனின் நல்ல பெயரை அவனுடைய தாயின் குலத்தை வைத்து அவமதிப்பு செய்ய முடியாதென்றாலும் அவர்கள் வாழும் சமூகம் சில மதிப்பீடுகளைத் திணித்து வைத்திருக்கிறது. காட்டுமிராண்டி சாயல்கொண்ட ஏழைக் குழந்தைகளுக்குத் தங்கள் மகள் தாயாவதை விட அவள் பொருட்டு மிகப் பெரிய ஆசைகளையும் கனவுகளையும் வைத்திருந்தனர். அவரிடம் கூறினார்கள்: "நீங்கள் கவனம் செலுத்தியதற்குக் கடவுளுக்கு நன்றி சொல்லுகிறோம். ஆனால் திருமணத்தை நினைக்க முடியாத அளவுக்கு எங்கள் மகள் இளமையாக இருக்கிறாள். ஆனால் அவளைவிடத் தகுதியான பெண்களால் இந்த நகரம் நிறைந்துள்ளது."

ஆனால் யூசுப்பினுடைய அப்பாவின் பார்வையில் விழுந்துவிட்ட அந்த இளம்பெண்ணை அவரால் மறக்க முடியவில்லை. அவள் மீது அவர் காதல்கொண்டுவிட்டார்! காதல் அவரைப் பொறுப்பற்றவனாகவும் பித்தனாகவும் மாற்றிவிட அவளை அடையும் வழிகளைத் தேடத் துவங்கினார். கில்வா பகுதியில் அவர் ஒரு அந்நியன், தன்னுடைய முதலாளிக்காகப் பீங்கான் தண்ணீர் குவளைகள் விநியோகம் செய்யும் முகவராக மட்டுமே இருந்தார். ஆனால், ஒரு பாய்மரப் படகோட்டியான நஹோதாவுடன் நல்ல நட்பினை ஏற்படுத்திக் கொண்டார். அந்த இளம்பெண்ணின் மீதான பேரார்வத்தை மகிழ்ச்சியுடன் ஏற்றுக்கொண்டு அவளை வெல்வதற்கான தந்திரங்களில் அப்பாவுக்கு அவர் உதவினார். வேறெதையும்விட அந்தத் தற்பெருமை பிடித்த குடும்பத்துக்கு அது கொஞ்சம் துயரம் தரும் என்றான் நஹோதா. அந்த இளம் பெண்ணுடன் சில ரகசியச் சந்திப்புகளுக்குப் பின் கடைசியில் அவளைக் கவர்ந்து சென்று விட்டார் யூசுப்பின் அப்பா. வடக்கின் ஃபசா கடலோரத்திலிருந்து தெற்கின் மிட்வாரா கடற்கரை வரையும் உள்ள நிலப்பகுதிகளை அறிந்து வைத்திருந்த நஹோதா

தொலைவிலுள்ள பகாமயோ நிலப்பகுதிக்கு அவர்களை உற்சாகத்துடன் ஓட்டிச் சென்றான். ஒரு இந்திய முதலாளிக்குச் சொந்தமான தந்தக் கிடங்கில் யூசுப்பின் அப்பாவிற்கு வேலை கிடைத்தது, முதலில் காவல்காரனாக, அதன்பின் எழுத்தராக அதன்பின் விற்பனையாளராக ஆனார். எட்டு வருடங்களுக்குப் பிறகு அவர் மணந்துகொண்ட பெண் கில்வா திரும்பிச் செல்லத் திட்டமிட்டு முதலில் தன்னுடைய தந்தைக்குக் கடிதம் எழுதி அவர்களுடைய மன்னிப்பை இறைஞ்சினாள். பெற்றோர்களின் மிச்சம் மீதி இருக்கும் வெறுப்பின் சுவடுகளையும் துடைத்தெறியும் பொருட்டு அவளுடைய இரு இளம் மகன்களையும் அவளுடனேயே பயணிக்க வைத்தாள். அவள் பயணித்த பாய்மரப் படகின் பெயர் 'ஜிச்சோ' - கண் என்று அர்த்தம். பகாமயோவை விட்டு நீங்கிச் சென்ற பின் அது மீண்டும் காணப்படவேயில்லை. எதனாலோ கோபமாக இருக்கும் போதோ அல்லது ஏதோவொரு ஏமாற்றத்திற்குப் பிறகோ அப்பா அந்தக் குடும்பத்தைப் பற்றிப் பேசுவதை யூசுப் கேட்டிருக்கிறான். அந்த நினைவுகள் அவருக்கு மிகுந்த வலியைத் தருபவையாகவும் அதீத சினத்தைக் கிளறி விடுபவையாகவும் இருப்பதை யூசுப் அறிவான்.

அவர்களுடைய மோசமான வாக்குவாதத்தின் போது திறந்த கதவுகளுக்கு வெளியே அவன் அமர்ந்திருப்பதை மறந்துவிட்டவர்கள் போல ஒருவருக்கொருவர் வார்த்தைகளால் குதறுகையில் அப்பா வேதனையில் முனகுவார், "அவள் மீதான என் அன்பு ஆசீர்வதிக்கப் படவில்லை, உனக்கு அதன் வலி கூடத் தெரியும்."

"யாருக்குத் தெரியாது?" அவன் அம்மா கேட்டார். "யாருக்கு அதன் வலி தெரியாது? தவறாகிப் போகும் அன்பின் வலி எனக்குப் புரியாது என்று நீ நினைக்கிறாயா? எனக்கு உணர்வுகளே இல்லையென்று நீ நினைத்துக் கொண்டிருக்கிறாயா?"

"இல்லை, இல்லை, நான் உன்னைக் குற்றம் சொல்லவில்லை, என் முகத்தில் வீசும் ஒளி நீதான்" என்று உரத்த குரலில் கூறுவார், அவரது குரல் உயர்ந்தும் உடைந்தும் இருந்தது. "என்னைக் குறை கூறாதே, மறுபடியும் முதலிலிருந்து ஆரம்பிக்காதே."

"சொல்லமாட்டேன்", அம்மாவின் குரல் தாழ்ந்து கிசுகிசுப்பாக ஒலித்தது.

அவர்கள் மீண்டும் சண்டையிட்டார்களா இல்லையா என்று அவனுக்குத் திகைப்பாக இருந்தது. இப்போது அம்மா

பேசுவதற்காகவும் என்ன விஷயமென்று அவர் சொல்வதற்காகவும் காத்திருந்தான். எதற்கு அழுதாரென்று அவரை வற்புறுத்திச் சொல்ல வைக்க முடியாத தன்னுடைய இயலாமை மீது எரிச்சலாக யூசுப்புக்கு இருந்தது.

"உன்னுடைய அப்பா சொல்வார்" என்று இறுதியில் கூறினார் அம்மா. அவனை விடுவித்துவிட்டு எழுந்து வீட்டிற்குள் சென்றார். மின்னற்பொழுதில் நடைக்கூடத்தின் இருண்மை அவரை விழுங்கிக்கொண்டது.

4

அவனைத் தேடிக்கொண்டு அப்பா வந்தார். அப்போதுதான் மதிய தூக்கத்திலிருந்து எழுந்திருந்ததால் தூக்கக் கலக்கத்தில் அவர் கண்களில் சிவப்பு இன்னும் ஒட்டிக் கொண்டிருந்தது. இடது கன்னம் தடித்திருந்தது, ஒருவேளை அந்தப் பக்கமாகச் சாய்ந்து படுத்திருப்பார் போல. சட்டையின் ஓரத்தைத் தூக்கி விட்டு ஒரு கையால் வயிற்றைச் சொறிந்தார், மறு கை தாடையில் முளைத்திருந்த லேசான பூனைமயிரைத் தடவியது. அவருக்கு விரைவில் தாடி வளர்ந்துவிடும் அதனால் தினமும் மதியத் தூக்கத்துக்குப் பின் சவரம் செய்து விடுவார். அவர் யூசுப்பைப் பார்த்துப் புன்னகைத்தார். அது மெல்ல விரிந்து சிரிப்பாகியது. அம்மா விட்டுச் சென்ற பின்கட்டுக் கதவருகிலேயே அப்போதும் அமர்ந்திருந்தான் யூசுப். இப்போது அப்பா வந்து அவனருகில் அமர்ந்தார். அப்பா கவலையற்றவராகத் தெரிய மெனக்கெடுகிறார் என யூசுப் யூகித்தான், அவனுக்குப் பதற்றம் உண்டாகியது.

"ஒரு குட்டிப் பயணம் போக விரும்புகிறாயா என் குட்டி ஆக்டோபஸே?" எனக் கேட்டபடியே அவனைத் தன்னுடைய ஆண் வாச வியர்வைக்கு நெருக்கமாக இழுத்துக்கொண்டார். தன்னுடைய தோளில் அவருடைய கையின் எடையை உணர்ந்த யூசுப் அவருடைய மார்பில் முகம் புதைக்க அது தரும் அழுத்தத்தை எதிர்த்தான். அந்த வகையான செயலைச் செய்யும் வயதைக் கடந்து விட்டான் அவன். அப்பா கூறுவதன் அர்த்தத்தைப் படிக்க அவர் முகத்திலேயே யூசுப்பின் பார்வை நிலைத்திருந்தது. சிரித்துக் கொண்டே சில நிமிடங்கள் தன்னுடன் அவனை அழுத்திக் கொண்டார். "அதைப் பற்றி எண்ணி மிகவும் மகிழ்ச்சியடைய வேண்டாம்" என்றார்.

"எப்போது?" என்று கேட்ட யூசுப் மெல்ல நெளிந்து தன்னை விடுவித்துக் கொண்டான்.

"இன்று", உற்சாகமாகக் குரலை உயர்த்திக் கூறிய அப்பா அதன்பின் சிறிய கொட்டாவிக்கிடையில் மழுப்பலாகச் சிரித்துத் தான் கலக்கமற்று இருப்பதாகக் காட்ட முயன்றார். "இப்போதே."

விரல்நுனியில் எழுந்து நின்று முழங்கால்களை மடக்கினான் யூசுப். உடனே கழிவறைக்குச் செல்ல வேண்டும் போல எழுந்த கண நேர உந்துதலை உணர்ந்தான். மீதம் என்ன சொல்லப் போகிறாறென்று அப்பாவின் முகத்தைப் பதற்றத்துடன் உற்றுப் பார்த்துக் காத்திருந்தான். சட்டென்று அவன் உணர்ந்த பயம் பத்தணாவை நினைத்ததும் தணிந்தது. அந்தப் பத்தணாவை அவன் சேகரிக்கும் முன்பு வேறெங்கும் செல்ல முடியாது.

"நீ அஜீஸ் மாமாவுடன் செல்கிறாய்" என்று கூறிய அப்பா அதன்பின் அவனை நோக்கிச் சிறிய கசந்த புன்னகையை வெளிப்படுத்தினார். யூசுப் அவரிடம் முட்டாள்தனமாக ஏதோ கூறியபோது அதைச் செய்தார். யூசுப் காத்திருந்தான், ஆனால் வேறெதுவும் அவர் கூறவில்லை. சில நிமிடங்கள் கழித்து அப்பா சிரித்துக் கொண்டே அவனுக்காக மண்டியிட்டார்... அவரிடமிருந்து தப்பியோடிச் சிரித்தான் யூசுப். "நீ ரயிலில் செல்லப் போகிறாய், நேராகக் கடற்புரத்துக்கு. உனக்கு ரயில் என்றால் பிடிக்கும்தானே? கடலோரமாகச் செல்வதை நீ மகிழ்ச்சியாக அனுபவிப்பாய்" என்றார் அப்பா. அவர் மேலும் ஏதாவது சொல்வார் எனக் காத்திருந்த யூசுப்பால் இந்த ரயில் பயண வாய்ப்பைத் தான் ஏன் விரும்பவில்லை என்று யோசிக்க முடியவில்லை. கடைசியில் அவனுடைய தொடையில் தட்டிய அப்பா, அவனுக்காகச் சில பொருட்களைக் கட்டித் தருவதைப் பற்றி அம்மாவிடம் போய் பேசச் சொன்னார்.

வெளியேறும் நேரம் வந்த போது அது நிஜம்தானென்று தோன்றவில்லை. வீட்டின் முன்வாசலில் அம்மாவிடம் விடைபெற்று வந்த பின் அப்பாவையும் அஜீஸ் மாமாவையும் பின்தொடர்ந்து ரயில் நிலையத்துக்குச் சென்றான். அவனுடைய அம்மா அவனைக் கட்டிப் பிடித்து முத்தமிடவில்லை, கண்ணீர் சிந்தவுமில்லை. அவர் அப்படிச் செய்வாரென அவன் பயந்தான். பின்னர், அம்மா செய்ததையும் சொன்னதையும் யூசுப்பால் நினைவில் கொண்டு வர இயலவில்லை, ஆனால் அவர் நோயுற்ற அல்லது உணர்ச்சியற்ற தோற்றத்தில் சோர்வுடன் நிலைப்படி மீது சாய்ந்து

நின்று கொண்டிருந்தது மட்டும் நினைவில் எஞ்சியிருந்தது. அவன் கிளம்பிய தருணத்தை நினைத்துப் பார்த்தால் அவர்கள் நடந்து சென்ற பளபளக்கும் சாலையும் அவன் முன்னே நடந்து கொண்டிருந்த ஆண்களும்தான் அவன் மனதில் தோன்றும் சித்திரம். அவர்கள் அனைவருக்கும் முன்னால் அஜீஸ் மாமாவின் சாமான் மூட்டைகளைத் தோள்களில் சுமந்தபடி தள்ளாடி நடந்தான் சுமைகூலி. தன்னுடைய சிறிய மூட்டையைத் தானே சுமந்து வர அனுமதிக்கப்பட்டிருந்தான் யூசுப். இரண்டு ஜோடி அரைக்கால் சட்டைகள், கடந்த ஈத் பண்டிகையின் போது எடுத்த இன்றும் புதிதாக இருக்கும் கன்ஸு அங்கி, ஒரு மேல்சட்டை, குர்ஆன் பிரதி ஒன்றுடன் அம்மாவின் பழைய ஜெபமாலை. ஜெபமாலையைத் தவிர அனைத்தையும் பழைய சால்வையொன்றில் மூட்டையாகக் கட்டி அதன் இருமுனைகளையும் இறுக்கமாக முடிச்சிட்டார். முடிச்சுக்கிடையில் ஒரு குச்சியைச் செருகினார், அப்போதுதான் சுமைகூலிகளைப் போலவே யூசுப்பும் தன் தோள்களில் அதைச் சுமந்து செல்லலாம். கடைசியாகப் பழுப்புக் கல் ஜெபமாலையை ரகசியமாக அவன் கையில் திணித்தார்.

நீண்ட காலத்துக்குப் பெற்றோரை விட்டுப் பிரியப் போகிறோமென்றோ, அல்லது அவர்களை இனிமேல் பார்க்க முடியாமல் கூடப் போகுமென்றோ அவனுக்குத் தோன்றவில்லை, ஒரு சிறு கணத்துக்குக் கூட... தான் எப்போது திரும்பி வருவோமென்று கேட்கவும் தோன்றவில்லை. அஜீஸ் மாமாவின் பயணத்தில் அவருடன் ஏன் செல்கிறோமென்பதும் அல்லது இந்த விஷயம் சட்டென்று ஏன் ஏற்பாடு செய்யப்பட்டதென்றும் கேட்கும் எண்ணம் அவனுக்கு ஒருபோதும் எழவில்லை. ரயில் நிலையத்தில் கருப்புப்பறவை போட்ட மஞ்சள் கொடியைத் தவிர வெள்ளி முனைகள் கொண்ட கருப்புச் சிலுவை போட்ட கொடியும் இருப்பதைக் கண்டான். தலைமை ஜெர்மானிய அதிகாரிகள் ரயிலில் பயணம் செய்த போது அதைப் பறக்க விட்டனர். அப்பா அவன் முன் குனிந்து கைகுலுக்கினார். அவனிடம் கொஞ்ச நேரம் பேசினார், முடிவில் அவர் கண்கள் கலங்கின. அதன்பின் அவனிடம் என்ன சொல்லப்பட்டது என்பது யூசுப்புக்கு ஞாபகமில்லை, ஆனால் அதற்குள் இறைவன் வந்தார்.

ரயில் நகரத் துவங்கி சிறிது நேரத்துக்குப் பின் அதன் புதுமை யூசுப்புக்கு சலிப்பை ஏற்படுத்த ஆரம்பித்தது. வீட்டை விட்டு வெளியேறிய எண்ணம் தவிர்க்க முடியாமல் மனதில் மோதியது. அம்மாவின் இலகுவான சிரிப்பு நினைவுக்கு வர அழத் தொடங்கினான்.

பெஞ்சில் அவனுக்குப் பக்கத்தில் இருந்த அஜீஸ் மாமாவைக் குற்ற உணர்வுடன் பார்த்தான். ஆனால் அவர் சுமைகளுக்கும் பெஞ்சுக்கும் குறுக்காக அமர்ந்து உறங்கிக்கொண்டிருந்தார். இனிமேல் கண்ணீர் வரப்போவதில்லை என்று சற்று நேரத்துக்குப் பின் அவனுக்குப் புரிந்து போனாலும் தன்னுடைய சோக உணர்வை இழக்கத் தயங்கினான். கண்ணீரைத் துடைத்துவிட்டு மாமாவைக் கவனமாக அவதானித்தான். அவ்வாறு செய்வதற்கு அவனுக்குப் பல வாய்ப்புகள் இருந்தன, ஆனால் மாமாவை அறிந்த காலத்திலிருந்து முகத்தை முழுமையாகப் பார்ப்பது இதுவே முதல் முறை. அவர்கள் ரயிலில் ஏறியதும் அஜீஸ் மாமா தனது தொப்பியைக் கழற்றிவிட்டார். அவர் எவ்வளவு கரடுமுரடாகத் தெரிகிறாரென்று யூசுப் ஆச்சரியமடைந்தான். தொப்பியில்லாமல் அவருடைய முகம் மேலும் கொழுத்து ஒழுங்கற்ற வடிவமாகத் தெரிந்தது. பின்னால் சாய்ந்து அமைதியாகத் தூங்கிக்கொண்டிருக்கையில் கண்ணுக்குத் தெரியும் அவருடைய கண்ணியமான பாங்கு மறைந்திருந்தது. அப்போதும் அவரிடமிருந்து நறுமணம் வீசியது. எப்போதுமே அவரிடம் அவனுக்குப் பிடித்தது அது. அத்துடன் வெள்ளிச் சரிகைப் பின்னல் வேலைப்பாடுகளுடைய தொப்பியும், தரையில் புரளும் மெல்லிய கன்ஸுவும் கூடப் பிடிக்கும். அவர் அறைக்குள் நுழையும்போது, அவரிடமிருந்து பிரிந்த ஏதோ ஒன்று அதீதத்தையும், செழிப்பையும் தைரியத்தையும் அறிவித்துக்கொண்டு வருவது போல அவர் வருகை மிதந்து வரும். இப்போது சுமைகளின் மீது சாய்ந்திருக்கையில் அவருடைய மார்பிலிருந்து உருண்டையான பானை வயிறு முன்னே நீட்டிக்கொண்டிருந்தது. முன்பு அதைப் பார்த்ததில்லை யூசுப். அவன் பார்த்துக்கொண்டிருக்கும் போதே அவருடைய மூச்சுக் காற்றுக்கேற்பத் தொப்பை உயர்ந்து தாழ்ந்து அசைவதையும் ஒருமுறை அதன் குறுக்காக அலையோடுவதைப் போலிருந்ததையும் பார்த்தான்.

அவருடைய தோல் பணப் பைகள் வழக்கம் போல அவருடைய அரையோடு சேர்த்து இறுக்கமாகக் கட்டப்பட்டு இடுப்பெலும்புகளைச் சுற்றி வந்து தொடையிடுக்கில் உள்ள கொக்கியில் இணைந்து ஒரு கவசம் போலக் காணப்பட்டது. அந்தப் பணக்கச்சையை அவர் பிரிந்து அவன் பார்த்ததே இல்லை. மதியம் உறங்கிக் கொண்டிருக்கும்போது கூடப் பிரியவில்லை. சுவரின் பிளவில் ஒளித்து வைத்திருந்த வெள்ளி நாணயத்தின் நினைவு வந்ததும் அது கண்டுபிடிக்கப்பட்டால் அவனுடைய குற்றம் வெளியே அறிவிக்கப்பட்டுவிடும் என்ற நினைப்பில் நடுங்கினான்.

ரயில் இரைச்சலாக இருந்தது. திறந்திருந்த ஜன்னல் வழியாகத் தூசியும் புகையும் உள்ளே நுழைந்து படிந்தது. அவற்றுடன் கூடவே நெருப்பு மற்றும் கருக்கப்பட்ட இறைச்சியின் வாசமும் வீசி உள்ளே நுழைந்தது. வலது புறத்தில் அவர்கள் பயணித்துக்கொண்டிருந்த நிலம் அந்தியின் நீண்ட நிழல்கள் விழும் சமவெளியாக இருந்தது. அங்குமிங்குமாகப் பண்ணைகளும் பண்ணை வீடுகளும் மேற்பரப்பைத் தழுவிக் கொண்டும் நிலத்தோடு ஒட்டிக்கொண்டுமிருந்தன. மறுபுறம் நிழல்வடிவமாகத் தெரியும் மலையுச்சிகள் மறையும் கதிரொளியால் ஒளிவட்டம் சூழச் சுடர்ந்து கொண்டிருந்தன. ரயில் எந்த அவசரமுமின்றி முக்கி முனகிக் கடற்புரத்தை அடையப் போராடிக் கொண்டிருந்தது. சில சமயங்களில் ஏறக்குறைய நிறுத்தப்பட்டு, சில சமயங்களில் கண்ணுக்கே புலப்படாதவாறு நகர்ந்து பின் திடீரென்று சக்கரங்களிலிருந்து சத்தமாக எதிர்ப்புக் கிளம்பி வர தாறுமாறாக ஓடிக்கொண்டுமிருந்தது. செல்லும் வழியில் எந்த நிலையத்திலும் ரயில் நின்றதாக யூசுப்புக்கு நினைவில்லை, ஆனால், பின்னர் அது நின்றிருக்குமென அறிந்துகொண்டான். அஜீஸ் மாமாவுக்காக அம்மா தயாரித்திருந்த உணவைப் பகிர்ந்து கொண்டான்: மாண்டஸி, வேக வைத்த இறைச்சி மற்றும் பருப்பு. பழக்கப்பட்ட நிதானத்தில் உணவுப் பொட்டலத்தைப் பிரித்தார் மாமா, பிஸ்மில்லாஹ் என்று முணுமுணுத்தவர் லேசாகப் புன்னகைத்தார். அதன்பின் உள்ளங்கைகளை வாவென்று அழைப்பது போன்ற சைகையில் மடக்கி யூசுப்பை உணவருந்த அழைப்பு விடுத்தார். அவன் உணவருந்தும் போது வாஞ்சையாகப் பார்த்துக் கொண்டிருந்தவர் அவனுடைய சோர்வான முகத்தைப் பார்த்து ஆறுதலாகப் புன்னகைத்தார்.

அவனால் தூங்க முடியவில்லை. பெஞ்சின் குறுக்குப் பட்டைகள் அவனுடைய உடம்பில் ஆழமாகப் பதிந்து அவனை விழிக்க வைத்தன. தூக்கமோ அரைவிழிப்போ எப்படியோ கொஞ்சம் கண்ணயர்ந்தவன் சிறுநீர் கழிக்க வேண்டிய அவஸ்தையில் எழுந்தான். நள்ளிரவில் கண் விழித்துப் பார்த்த போது பாதி நிரம்பிய, மங்கலான ரயில் பெட்டி அழுகையைத் தூண்டியது. வெளியே இருட்டு அளவற்ற வெற்றிடமாகவும் அதனுள் பத்திரமாகத் திரும்பி வரவியலாத ஆழத்துக்கு ரயில் சென்றுவிட்டதும் போலத் தோன்றியது. சக்கரங்களின் ஓசையில் கவனம் செலுத்த முயன்றான், ஆனால் அதன் தாளம் விசித்திரமாக இருந்ததால் அதுவும் அவனைக் கலைத்து விழித்திருக்கவே வைத்தது. அவன்

எப்போதோ பார்த்திருந்த ரயில் சக்கரங்களில் சிக்கி நசுங்கிப் போன ஒற்றைக்கண் நாய் அவனுடைய அம்மாதான் என்பது போலக் கனவு கண்டான். அதன்பின் கண்ட கனவில் தன்னுடைய கோழைத்தனம் பிசுபிசுப்பான நஞ்சுக் கொடி சுற்றிக்கொண்டு நிலவொளியில் பளபளத்துக் கொண்டிருப்பதைப் பார்த்தான்... அது அவனுடைய கோழைத்தனம்தான் என்பது அவனுக்குத் தெரிந்தது, ஏனென்றால் இருளில் நின்ற யாரோ அப்படித்தான் கூறினார்கள். அத்துடன் அது சுவாசித்துக் கொண்டிருந்ததை அவனே கூடப் பார்த்தான்.

மறுநாள் காலை சேர வேண்டிய இலக்கை அடைந்தனர். ரயில் நிலையத்திற்கு உள்ளேயும் வெளியேயும் கூச்சலிட்டுக் கொண்டிருந்த வணிகர் கூட்டத்துக்கு நடுவே யூசுப்பை நிதானமாகவும் உறுதியாகவும் வழிநடத்திச் சென்றார் அஜீஸ் மாமா. சமீபத்திய கொண்டாட்டங்களின் மிச்சம் மீதிகள் இறைந்து கிடந்த தெருக்களில் அவனை நடத்திச் சென்ற போது யூசுப்பிடம் எதுவும் பேசவில்லை. அப்போதும் வீடுகளின் முகப்புகளில் பனையோலைகள் கட்டப்பட்டு அலங்காரமாக வளைக்கப்பட்டிருந்தன. மல்லிகை, சாமந்திப் பூக்களின் மாலைகள் பிய்த்தெறியப்பட்டு வழியெங்கும் கிடந்தன. மேலும் கருப்படித்துப் போன பழத் தோல்கள் சாலையைக் குப்பையாக்கியிருந்தன. அவர்கள் சுமைகளைச் சுமந்துகொண்டு முன்னே சென்றுகொண்டிருந்த கூலி, முற்பகல் வெயிலில் வியர்த்து அனத்திக்கொண்டு வந்தான். யூசுப் தனது சிறிய மூட்டையைக் கொடுக்க வேண்டிய கட்டாயம் ஏற்பட்டது. "அந்தக் கூலியே சுமந்து வரட்டும்" என்று மற்ற சுமைகளை மறித்தபடி நின்றுகொண்டு பல்லைக் காட்டிக்கொண்டிருந்தவனை நோக்கிக் கூறினார். சுமை தாளாமல் குதித்துக்கொண்டும், துள்ளிக் கொண்டும் தொடர்ந்து நடந்தான் கூலி. சாலையின் மேற்பரப்பு மிகவும் சூடாக இருந்தது, காலணி அணியாத யூசுப் தானும் குதித்து நடக்க விரும்பினான். ஆனால் அஜீஸ் மாமாவுக்கு அதில் விருப்பமிருக்காது என்று சொல்லாமலேயே புரிந்து கொண்டான். தெருக்களில் அவரைப் பார்த்து மற்றவர்கள் வந்தனம் செய்த முறையிலேயே அவர் நன்மதிப்பு வாய்ந்த மனிதர் என அறிந்தான். சுமைகூலி மக்களைப் பார்த்து கத்திக்கொண்டே வந்தான், "செய்யிதுக்கு வழி விடுங்கள் கனவான்களே"— அவன் கந்தலான ஆடை அணிந்த அவலட்சணமான மனிதன் என்ற போதும் யாரும் அவனுடன் சண்டையிட வரவில்லை. இடையிடையே தன் கோணல் சிரிப்புடன் சுற்றும் முற்றும் அவன் நோட்டமிட்டதைப்

பார்த்த யூசுப் தனக்குச் சுத்தமாகத் தெரியாத ஏதோ ஆபத்தான ஒன்று அந்தச் சுமைகூலிக்குத் தெரியுமென்று நினைக்கத் தொடங்கினான்.

அஜீஸ் மாமாவின் வீடு நகரின் ஓரத்திலிருந்த நீண்ட தாழ்வான கட்டிடம். அது சாலையிலிருந்து சில அடிகள் தள்ளி அமைந்திருந்தது, அதன் முன்னாலிருந்த பரந்த வெளி மரங்களால் சூழப்பட்டிருந்தது. சிறிய வேப்ப மரங்கள், தென்னை மரங்கள், ஒரு சுஃபி மரம்[3] மற்றும் திறந்த வெளியின் மூலையில் ஒரு பெரிய மாமரம் ஆகியவையும் இருந்தன. யூசுப்புக்குப் பெயர் தெரியாத இதர மரங்களும் இருந்தன. அந்த இளங்காலை நேரத்திலும் மாமரத்தினடியில் சில ஆட்கள் அவருக்காகக் காத்திருந்தனர். வீட்டுக்குப் பக்கவாட்டில் அரண் போன்ற வெள்ளை மதில் சுவர் நீண்டிருந்தது. அதற்கு மேல் மரங்களின் உச்சியும் தென்னையோலைகளும் தெரிவதைப் பார்த்தான் யூசுப். அவர்கள் அணுக்கத் தொலைவில் வந்ததும் மாமரத்தடியிலிருந்த மனிதர்கள் எழுந்து நின்று கைகளை உயர்த்தி வந்தனம் கூறினார்கள்.

மாளிகையின் முன்னிருந்த கடையிலிருந்து மிகையான வரவேற்புக் கூச்சலோடு ஓடி வந்த கலீல் என்ற இளைஞனைச் சந்தித்தார்கள். பயபக்தியுடன் அஜீஸ் மாமாவின் கையை முத்தமிட்டவன் அவர் கையை இழுக்காமலிருந்தால் மீண்டும் மீண்டும் முத்தமிட்டுக் கொண்டே இருந்திருப்பான் போலிருந்தது. அவர் ஏதோ எரிச்சலுடன் கூற அவர் முன் மௌனமாக நின்று கொண்டிருந்த கலீல், அஜீஸ் மாமாவின் கைகளைப் பற்றிக் கொள்ளாமலிருக்கப் போராடியபடி தன் கைகளைக் கோத்துக் கொண்டான். விசாரிப்புகளையும் செய்திகளையும் அவர்கள் அரபியில் பரிமாறிக் கொள்வதை யூசுப் பார்த்துக்கொண்டிருந்தான். கலீலுக்கு பதினேழோ பதினெட்டோ வயதிருக்கும், ஒல்லியாகவும் பதற்றமான தோற்றமும் கொண்டிருந்தான். உதட்டின் மீது பூனைமயிர் முளைக்க ஆரம்பித்திருந்தது. அவர்களுடைய உரையாடலில் தன் பெயர் குறிப்பிடப்படுவதை அறிந்தான் யூசுப், ஏனென்றால் அவனைத் திரும்பிப் பார்த்து உற்சாகத்துடன் தலையசைத்தான் கலீல். வீட்டின் பக்கவாட்டை நோக்கி அஜீஸ் மாமா நடக்கையில் அந்த நீண்ட வெள்ளையடிக்கப்பட்ட சுவரில் ஒரு வாயிற்கதவு திறந்திருப்பதைக் கண்டான் யூசுப். அந்த வாயிலின் ஊடாகத் தோட்டத்தின் கண நேரத் தோற்றத்தைக் கண்ட யூசுப் அதில் பழ மரங்களையும் பூச்செடிகளையும் நீரின் சலசலப்பையும் பார்த்ததாக

3. இலவம் பஞ்சு மரம் போன்ற மரம். ஆப்பிரிக்காவில் சுஃபி என்ற ஸ்வாஹிலி பெயரால் அழைக்கப்படுகிறது.

நினைத்தான். யூசுப் அவரைப் பின் தொடர முனைந்த போது உடலைத் திருப்பாமல் உள்ளங்கையை மட்டும் நீட்டி விறைப்பாக வைத்துக்கொண்டு அங்கிருந்து நகர்ந்தார் அஜீஸ் மாமா. அதற்கு முன் அந்தச் சமிக்ஞையை யூசுப் பார்த்ததில்லை, ஆனால் அதிலிருந்த கண்டிப்பை உணர்ந்துகொண்டவன் அதன் அர்த்தம் தான் பின் தொடரக்கூடாது என்பதை அறிந்தான். கலீலைப் பார்த்த போது அவன் அகன்ற புன்னகையுடன் தன்னை மதிப்பிட்டுக் கொண்டிருந்ததைக் கண்டான். யூசுப்பை அழைத்தவன் திரும்பிக் கடையை நோக்கி நடக்க ஆரம்பித்தான். அஜீஸ் மாமாவின் பயண மூட்டையை உள்ளே எடுத்துச் சென்ற சுமைகூலி அங்கேயே விட்டுச் சென்றிருந்த குச்சியுடனிருந்த தனது மூட்டையை எடுத்துக்கொண்ட யூசுப், கலீலைப் பின்தொடர்ந்தான். ஏற்கெனவே தன்னுடைய பழுப்புக் கல் ஜெபமாலையைத் தொலைத்திருந்தான், அதை ரயிலிலேயே விட்டு வந்திருக்கிறான். கடையின் முன்னாலிருந்த தளத்தில் போடப்பட்டிருந்த பெஞ்சில் மூன்று முதியவர்கள் அமர்ந்திருந்தார்கள். யூசுப், கடை மேடைப்பலகையின் கீழ் குனிந்து கடையினுள் செல்வதைப் பார்வையிட்டுக் கொண்டிருந்தார்கள்.

5

“என் குட்டிச் சகோதரன் இவன், நமக்காக வேலை செய்ய வந்திருக்கிறான்” என வாடிக்கையாளர்களிடம் கூறினான் கலீல். பார்க்கச் சிறியவனாகவும் பலவீனமாகவும் இருக்கிறான், ஏனென்றால் மலைகளுக்குப் பின்னால் உள்ள காட்டு நிலப்பரப்பிலிருந்து வந்திருக்கிறான். அங்கு மரவள்ளிக்கிழங்குகளும் காட்டுக் களைகளுமே சாப்பிடக் கிடைக்கும். அதனால்தான் உயிருள்ள சடலம் போலத் தெரிகிறான். ஹே, ஹிஃபா உரொங்கோ[4]! இந்தப் பாவப்பட்ட பையன் எப்படி இருக்கிறான். அவனுடைய பலவீனமான கைகளையும் தொங்கிப் போன முகத்தையும் பாருங்கள். அவனை இனிப்புகளாலும் மீன்களாலும் தேனாலும் நிரப்புவோம், வெகு சீக்கிரத்தில் உங்கள் மகள்களில் ஒருவருக்குத் தகுதியான அளவுக்கு உடல் பூசித் தேறி விடுவார். “உன்னுடைய வாடிக்கையாளர்களுக்கு வந்தனம் சொல் சின்னவனே, அவர்களுக்கு விரிந்த புன்னகையை அளிப்பாய்.”

---

4 இறந்தவன் போன்ற பாவனை, உணர்வற்ற நிலை.

முதல் சில நாட்கள் அனைவரும் அவனை நோக்கிப் புன்னகைத்தார்கள், அஜீஸ் மாமாவைத் தவிர. ஒரு நாளில் அவரை ஓரிரு முறைகள் மட்டுமே யூசுப்பால் பார்க்க முடிந்தது. அவர் நடந்து செல்லும் போது மக்கள் அவரை நோக்கி விரைந்தோடினார்கள், அவர் அனுமதித்தால் அவர் கைகளில் முத்தமிட அல்லது அணுக முடியாத பட்சத்தில் சில அடிகள் தூரத்தில் நின்று தலை வணங்கித் தங்கள் வந்தனங்களைச் சொல்ல விரும்பினார்கள். அப்படிப்பட்ட கூழைக் கும்பிடுகளைப் பொருட்படுத்தாமல் தன் பாட்டுக்குக் கடந்து செல்வார். அப்படி நிறைய பேர் அவ்வாறு கூறுவதைக் கேட்டவுடன் தன்னை அகம்பாவம் பிடித்தவன் என்று மற்றவர்களுக்குத் தோன்றாமலிருக்கும் வண்ணம் கைநிறைய காசுகளை எடுத்துத் தனது விசுவாசிகளில் முக்கியமாகத் தெரியும் ஒருவருக்கு அளிப்பார்.

யூசுப் தனது முழு நேரத்தையும் கலீலுடன் செலவிட்டான். கலீல் அவனுடைய புதிய வாழ்க்கையைப் பற்றிய விஷயங்களை அறிவுறுத்தியும் பழைய வாழ்க்கை சார்ந்த கேள்விகளைக் கேட்டுக் கொண்டுமிருந்தான். கலீல் கடையைக் கவனித்துக் கொண்டான், கடையிலேயே வாழ்ந்தான், வேறெதைப் பற்றியும் அவன் கவலைப்பட்டதாகவே தோன்றவில்லை. அவனுடைய அனைத்து ஆற்றலையும் சக்தியையும் கடைக்கே தாரை வார்த்துவிட்டது போல இருப்பான். பதட்டத்துடன் ஒரு பணியிலிருந்து இன்னொரு பணியைத் தொடர்கையில் தான் ஒரு கண நேரம் மூச்சு விட எடுத்துக் கொண்டால்கூடக் கடைக்கு நேரக் கூடிய பெரும் நஷ்டத்தையும் அழிவையும் பற்றி வேகமாகவும் பதற்றத்துடனும் பேசுவான். இந்தப் பேச்சே உன்னை ஒரு நாள் வாந்தி எடுக்க வைத்து விடும். இப்படி அவசரமாக ஓடிக் கொண்டிருக்காதே இளைஞனே, உன்னுடைய நல்ல நாட்கள் வரும்முன் தெம்பிழந்து விடுவாய் என வாடிக்கையாளர்கள் எச்சரிப்பார்கள். ஆனால் அவர்களைப் பார்த்துச் சிரித்துவிட்டுக் கட கடவென்று பேசுவான். கலீலின் ஸ்வாஹிலி சரளமாக இருந்தபோதிலும் அரபு மொழி பேசுபவரின் உச்சரிப்புடன் பேசினான். அதனுடைய வாக்கிய அமைப்பில் அவன் ஏற்படுத்திக்கொண்ட சுதந்திரம் ஒரு உத்வேகத்தையும் தனித்துவத்தையும் தருவதாகத் தோன்றியது. எரிச்சலிலும் பதற்றத்திலும் அவனிடமிருந்து வெடித்துப் பிரவாகமாகப் பொழியும் அரபு மொழி வாடிக்கையாளர்களை அமைதியாகப் பின்வாங்கச் செய்துவிடும். முதன்முறையாக யூசுப்பின் முன் அதைச் செய்து காட்டியபோது கலீலின் துறுதுறுப்பைக் கண்டு

யூசுப் சிரித்துவிட்டான். முன்னோக்கி வந்த கலீல் அவனது இடது கன்னத்தின் மீது பளாரென அறைந்தான். வாசல் தளத்திலிருந்த முதியவர்கள் இதைப் பார்த்துச் சிரித்தார்கள். இது நடக்கும் என்று முன்பே அறிந்தவர்கள் போலக் கெக்கலித்துக் கொண்டு ஒருவரையொருவர் பார்த்துக்கொண்டனர். அவர்கள் தினமும் அங்கு வந்து பெஞ்சில் அமர்ந்துகொண்டு கலீலின் கிறுக்குத்தனங்களைப் பார்த்துக்கொண்டிருப்பார்கள். வாடிக்கையாளர்கள் யாரும் இல்லாத போது தன் கவனத்தை அவர்கள் பக்கம் முழுவதுமாகத் திருப்புவான் கலீல். தன்னுடைய கிறுக்குத்தனமான கூச்சல்களுக்குச் சேர்ந்திசையாக அவர்களை மாற்றிவிடுவான். மெல்லிய குரலில் அவர்கள் பரிமாறிக்கொள்ளும் போரைப் பற்றிய செய்திகளையும் வதந்திகளையும் இடைமறித்துத் தன்னுடைய கூர்ந்த நுண்ணறிவால் தவிர்க்க முடியாத கேள்விகளை எழுப்புவான்.

யூசுப்பின் புதிய ஆசான் பல விஷயங்களில் அவனை சரியாகப் பொருத்துவதில் அதிக சமயத்தை வீணாக்கவில்லை. அதிகாலையில் துவங்கும் நாள், கலீல் சொல்லும் வரை முடிவடைவதில்லை. இரவில் வரும் துர்க்கனவுகளும் அழுவதும் முட்டாள்தனமானவை. ஆகவே, அவையெல்லாம் இருக்கக் கூடாது. அவனுக்கு சூனியம் வைத்துவிட்டார்கள் என்று யாராவது நினைத்து அவனை மசாஜ் செய்பவரிடம் அனுப்பி வைத்து முதுகில் பழுக்கச் சிவந்த இரும்புகளை வைத்துத் தேய்க்க வைத்துவிடுவார்கள். சர்க்கரை மூட்டை மீது சாய்ந்து உறங்குவது மிக மோசமான துரோகமாகும். ஒருவேளை அவன் சிறுநீர் கழித்து சர்க்கரையை வீணாக்கக் கூடும். வாடிக்கையாளர் கேலி செய்யும் போது தேவைப்பட்டால் காற்றைக் கிழிக்கும்வரை புன்னகை புரிய வேண்டும், புன்னகைக்கலாம் ஆனால் சலிப்படைந்தவன் போல மட்டும் காட்டிக் கொள்ளக் கூடாது. அஜீஸ் மாமாவைப் பொறுத்தவரை, முதலில் அவர் உன் மாமா இல்லை என்றான். “இது மிகவும் முக்கியமானது, நன்றாகக் கேட்டுக்கொள் ஹிஃபா உரொங்கோ.” அந்தக் காலத்தில் கலீல் அவனுக்கு வைத்த பெயர் ஹிஃபா உரொங்கோ. உயிருள்ள சடலம். கடையின் முன்னாலிருந்த தரைத்தளத்தின் மீதுதான் தூங்கினார்கள். பகலில் கடைக்காரர்கள், இரவில் காவல்காரர்கள், கரடுமுரடான காலிகோ போர்வையால் தங்களைச் சுற்றிக் கொண்டார்கள். அவர்களின் தலைகள் நெருக்கமாகவும் உடல்கள் தொலைவிலும் இருக்கும், அப்போதுதான் ஒருவரையொருவர் நெருங்காமல் மெல்லிய குரலில் பேசிக்கொள்ள முடியும்.

எப்போதாவது உருண்டு நெருக்கமாகச் சென்றுவிட்டால் யூசுப்பைக் காட்டுமிராண்டித்தனமாக உதைப்பான் கலீல். கொசுக்கள் ரத்தம் குடிக்க வேண்டி உச்சக் குரலில் கிறீச்சிட்டுக் கொண்டு சுற்றிக்கொண்டிருக்கும். அவர்கள் உடலிலிருந்து போர்வை சற்றே நழுவிவிட்டால் உடனடியாகக் குழுமி தங்களுடைய பாவத்தின் விருந்தைத் தொடங்கிவிடுவார்கள். அவற்றின் கூர் விளிம்புகள் கொண்ட பட்டாக்கத்திகள் தன்னுடைய சதையைக் கீறி வெட்டுவதைக் காண்பது போலக் கனவு கண்டான் யூசுப்.

கலீல் அவனிடம் கூறினான், "உன்னுடைய அப்பா செய்யிதுக்குக் கடன் பட்டிருக்கிறார், அதனால் நீ இங்கிருக்கிறாய், என்னுடைய பாவும் கடனைத் திருப்பித் தர வேண்டும் அதனால் நான் இருக்கிறேன்- ஒரு விஷயம், அவர் இறந்துவிட்டார், அவரது ஆன்மாவின் மீது இறைவன் கருணை புரியட்டும்."

"அவரது ஆன்மாவின் மீது இறைவன் கருணை புரியட்டும்."

"உன்னுடைய அப்பா ஒரு மோசமான வியாபாரியாக இருந்திருக்கக் கூடும்."

"அவர் அப்படி இல்லை" என்று கத்தினான் யூசுப். எதையும் அறிந்திருக்கவில்லையென்றாலும்கூட அத்தகைய தான்தோன்றித்தனமான கருத்தை அவன் பொறுத்துக்கொள்ள மாட்டான்.

"ஆனால் என் பா மரேஹெமுவைப் போல மோசமானவராக இருக்க வாய்ப்பில்லை, அவர் ஆன்மா மீது இறைவன் கருணை புரியட்டும்." யூசுப்பின் கூக்குரலால் தொந்தரவேதுமடையாமல் தொடர்ந்தான். "யாருமே இருக்க முடியாது."

"உன்னுடைய அப்பா அவருக்கு எத்தனை கடன் தர வேண்டும்?" என யூசுப் கேட்டான்.

"அப்படிக் கேட்பது மரியாதைக்குரியதல்ல" என்று நல்லதனமாக நகைச்சுவையாகக் கூறிக்கொண்டே கலீல், யூசுப்பின் முட்டாள்தனத்துக்காக அவனைக் கடுமையாக அறைந்தான். "அப்புறம் அவர் என்று சொல்லாதே, செய்யிது என்று சொல்." முழு விபரமும் புரியாவிட்டாலும் கூட, அப்பாவின் கடனுக்காக அஜீஸ் மாமாவிடம் வேலை பார்ப்பதில் தவறேதும் இருப்பதாக யூசுப்புக்குத் தோன்றவில்லை. எல்லாக் கடனையும் செலுத்தி விட்டால் அவனால் வீட்டிற்குச் செல்ல முடியும். கிளம்புவதற்கு முன் அவர்கள் அவனை எச்சரித்திருக்கலாம். கடன் பற்றிய

எதுவும் அவன் நினைவுக்கு வரவில்லை, அண்டை வீட்டாருடன் ஒப்பிடுகையில் அவர்கள் நன்றாகத்தான் வாழ்ந்தார்கள் எனத் தோன்றியது. நீண்ட நேரம் அமைதியாக இருந்த கலீலிடம் அவன் இதைக் கூறினான்.

கடைசியில் "உனக்கு ஒரு விஷயம் சொல்லுகிறேன்" என்று மென்மையாகப் பேசினான். "நீ ஒரு முட்டாள், உனக்கு எதுவுமே புரியவில்லை. நீ இரவில் அழுகிறாய், கனவு கண்டு அலறுகிறாய். அவர்கள் உன்னைப் பகடைக்காயாக்கும் போது உன்னுடைய காதுகளையும் கண்களையும் எங்கே வைத்திருந்தாய்? உன் அப்பா அவருக்கு நிறைய கடன் செலுத்த வேண்டியுள்ளது, கொஞ்சமென்றால் நீ இங்கிருக்க மாட்டாய், உன் அப்பா அவருக்குப் பணம் கட்டியிருப்பார், நீ உன் வீட்டில் தங்கி ஒவ்வொரு நாள் காலையிலும் மலாயும் மோஃபாவும் சாப்பிட்டுக் கொண்டிருப்பாய். அப்படித்தானே? அப்புறம் உன் அம்மாவுக்கு ஏதாவது வாங்கி வர அங்குமிங்கும் ஓடிக் கொண்டிருந்திருப்பாய். அவருக்கு, அதுதான் செய்யிதுக்கு உன்னுடைய தேவையே இருந்திருக்காது. இங்கு அவ்வளவாக வேலையும் இல்லை..."

சில நிமிடங்கள் கழித்து மிக மெல்லிய குரலில் தொடர்ந்தான், தான் அதைக் கேட்கவோ புரிந்து கொள்ளவோ கூடாத விஷயம் என்று யூசுப்புக்குத் தெரிந்தது, "உனக்குச் சகோதரி இல்லை, இருந்திருந்தால் அவர் அவளை அழைத்துக்கொண்டு வந்திருப்பார்."

யூசுப் மௌனமாக இருந்தான். கலீல் கடைசியாகச் சொன்ன குறிப்பில் தனக்கு இங்கிதமற்ற ஆர்வமில்லை எனக் காட்டிக் கொள்ளுமளவுக்கு நீண்ட மௌனம், அவனுக்கு அதில் ஆர்வம் இருந்தபோதும் கூட. ஆனால், அண்டை வீட்டாரைப் பற்றிக் கேள்வி கேட்பதிலும் துருவி விசாரிப்பதிலுமிருந்தும் எப்போதும் அம்மா அவனை விரட்டிவிடுவார். அம்மா என்ன செய்து கொண்டிருப்பார் என்று நினைத்து வியந்துகொண்டான் யூசுப். "எவ்வளவு நாட்கள் அஜீஸ் மாமாவுக்கு நீ வேலை செய்ய வேண்டும்?" என்று கலீலைக் கேட்டான்.

"அவர் உன் மாமா இல்லை. பட்டென்று சொன்னான் கலீல். மற்றுமொரு தாக்குதலுக்கான எதிர்பார்ப்புடன் முகத்தைச் சுருக்கினான் யூசுப். கண நேரம் கழித்து மெல்லச் சிரித்த கலீல் போர்வைக்குள்ளிருந்து கையை நீட்டி யூசுப்பின் காதருகே ஒரு அடி வைத்தான். "நீ சீக்கிரம் பழகிக் கொள்வது நல்லது ஸுமா, குட்டிப் பையனே. அது உனக்கு மிக முக்கியம். உன்னைப்

போன்ற குட்டிப் பிச்சைக்காரர்கள் மாமா என்று அழைப்பதை அவர் விரும்புவதில்லை. அவருடைய கையை முத்தமிட்டுச் செய்யிது என்று அழைப்பதே அவருக்குப் பிடிக்கும். ஒருவேளை அதன் அர்த்தம் உனக்குத் தெரியாதென்றால் கேட்டுக்கொள், அதன் பொருள் எஜமான். நான் சொல்லுவது கேட்கிறதா கிப்பும்பு, சின்ன விரைப் பையே? செய்யிது, நீ அவரை அப்படி அழை, செய்யிது!

"சரி" உடனே பதிலளித்தான் யூசுப், கடைசியாகக் கிடைத்த அடியில் காது இன்னும் ஜிவ்வென்று வலியில் முனகிக் கொண்டிருந்தது. "ஆனால், இங்கிருந்து போவதற்கு முன் எத்தனை காலம் அவருக்கு நீ வேலை செய்ய வேண்டும்? நானும் எத்தனை காலம் தங்கியிருக்க வேண்டும்?"

"உன்னுடைய அப்பா கடனே இல்லாதிருக்கும் வரை, அல்லது ஒருவேளை அவர் சாகும் வரை" உற்சாகமாகக் கூறினான் கலீல். "என்ன விஷயம்? இங்கிருக்கப் பிடிக்கவில்லையா? செய்யிது நல்ல மனிதர். அவர் உன்னை அடிக்கவோ அல்லது வேறேதுமோ செய்ய மாட்டார். அவருக்கு நீ மரியாதை செலுத்தினால் உன்னை நன்றாகப் பார்த்துக் கொள்வார், நீ தவறான வழியில் போகாமலிருக்குமாறு உறுதியாகப் பார்த்துக்கொள். உன் வாழ்க்கை முழுவதும். ஆனால், இரவில் அழுதுகொண்டு அச்சுறுத்தும் கனவுகள் கண்டு கொண்டிருந்தால்... நீ அரபியைக் கற்றுக்கொள், உன்னை அவருக்கு மேலும் பிடித்துவிடும்.

6

சில இரவுகளில் இருண்ட தெருக்களில் திரிந்துகொண்டிருக்கும் நாய்களால் அவர்கள் பெருந்தொல்லைக்கு ஆளானார்கள். நாய்கள் கூட்டமாகத் திரிந்து கொண்டு முட்புதர்களிலும் இருட்டிலும் தாவிப் பாய்ந்துச் சண்டையிட்டன. தெருவில் அவற்றின் துரத்தும் பாதங்களால் விழித்தெழுந்த யூசுப், வேகமாக ஓடுகையில் நாய்கள் உருவெடுக்கும் இரக்கமற்ற வடிவங்களைக் கண்டான். ஓர் இரவில் ஆழ்ந்த உறக்கத்திலிருந்து கண் விழித்துப் பார்த்த போது சாலையின் குறுக்கே நான்கு நாய்கள் அசையாமல் நின்றிருந்ததைப் பார்த்தான். பயத்தில் எழுந்து அமர்ந்தான் யூசுப். அந்தக் கண்கள்தான் தூக்கத்திலிருந்த அவனை மிகவும் அச்சத்திற்கும் அதிர்ச்சிக்கும் உள்ளாக்கின. அரை வட்ட நிலவின் மங்கலான வெளிச்சத்தில் அவற்றின் கண்களில் ஒளிரும் உயிரற்ற

தன்மை ஒரே வகையான அறிதலை மட்டுமே வெளிப்படுத்தியது. கூர்ந்து கவனித்தபோது, பொறுமையுடன் வாய்ப்பைக் கணித்துக் கொண்டிருக்கும் அவைகளின் ஒரே நோக்கம் அவன் உயிரைக் காலி செய்வதுதான். அவன் எழுந்து அமர்ந்ததால் ஏற்பட்ட திடீர் அசைவுகளால் நாய்கள் உறுமிக்கொண்டு திரும்பிச் சென்று விட்டன. ஆனால் அவை மறுநாள் இரவு மீண்டும் வந்து சற்று நேரம் அமைதியாக நின்றுவிட்டு ஏதோ ஒரு திட்டமிடல் போலத் திரும்பிச் சென்றன. தொடர்ந்த இரவுகளில் அவை வந்து கொண்டே இருந்தன. வளரும் நிலவுடன் அவைகளின் ஆர்வமும் தெளிவாக அதிகமாகிக் கொண்டிருந்தன. ஒவ்வொரு இரவும் நெருங்கி நெருங்கி வந்து திறந்த வெளியை வட்டமிட்டும் புதர்களின் மறைவில் ஊளையிட்டுக் கொண்டுமிருந்தன. நாய்கள் யூசுப்பின் மனதைக் கொடுங்கனவுகளால் நிரப்பின. அவனுடைய அச்சத்தில் அவமானம் கலந்திருந்தது ஏனென்றால் கலீல் நாய்களைக் கவனிக்கவேயில்லை. அவை எங்காவது பதுங்கியிருந்தால் அவன் ஒரு கல்லை எடுத்து வீசியவுடன் அந்த நாய்கள் ஓடிவிடும். எட்டும் தூரத்தில் நின்றுகொண்டிருந்தால் கைநிறைய மண்ணை எடுத்து அவற்றின் கண்களில் தூவுவான். இரவுகளில் அவை வருவது யூசுப்பைத் தேடி வருவது போலத்தான் இருக்கும். இரண்டு கால்களைத் தூக்கிக்கொண்டு தன் மீது நின்றும், பாதி திறந்திருக்கும் நீளமான வாயில் நீரொழுகிக் கொண்டும், இரக்கமற்ற கண்கள் தன்னுடைய மென்மையான உடலின் மீது மேய்வது போலவும் அவனுடைய கனவுகளில் வரும்.

ஒருநாள் இரவு நாய்கள் நுழைந்துவிட்டன. அவை வருமென்று யூசுப் அறிந்து வைத்திருந்தான், ஒவ்வொன்றும் இடைவெளி விட்டு நின்றிருக்க யூசுப்பின் கண்கள் அவற்றை மாறி மாறிப் பார்த்தன. வெளிச்சம் பகல் போலப் பிரகாசமாக இருந்தது. உள்ளதிலேயே பெரியதாக இருந்த நாய் பக்கமாக வந்து கடையின் முன்னிருந்த வெட்டவெளியில் நின்றது. ஓசை குறைவான நீள உறுமல் அதன் பதற்றமான உடலிலிருந்து வெளிப்பட அதற்குப் பதிலளிப்பது போல மெல்லிய பாதங்களின் சலசலப்புடன் மற்ற நாய்கள் திறந்த வெளியைச் சுற்றி அரை வட்டமாக நின்றன. யூசுப்பால் அவற்றின் மூச்சிரைப்பைக் கேட்க முடிந்தது. மேலும் சத்தமற்ற உறுமலுடன் அவைகள் வாய் பிளந்தன. எந்தவிதமான எச்சரிக்கையும் முன்னேற்பாடுமின்றி அவனுக்குக் குடல் பிரட்டிக் கொண்டு திறந்தது. ஆச்சரியத்தில் அவன் கூக்குரலிட தலைமை தாங்கிய நாய் சட்டென குரைக்கத் தொடங்கியது. அவனுடைய

அழுகைச் சத்தம் கலீலை எழுப்பியது. பீதியுடன் எழுந்து அமர்ந்தவன் எவ்வளவு கிட்டத்தில் நாய்கள் இருக்கின்றன என்று பார்த்தான். அவை ஆவேசத்துடன் ஊளையிட்டுக் கொண்டு வெறித்தனமான தாக்குதலுக்கு ஆயத்தமாகிக் கொண்டிருந்தன. வெளியே ஓடிய கலீல் வெறியுடனிருந்த நாய்களை நோக்கிக் கத்திக் கொண்டும் கையாட்டியும், அவற்றின் மீது கற்களையும் முட்டி நிறைய புழுதியையும் கைகளுக்கு எதுவெல்லாம் கிடைத்ததோ அதையெல்லாம் எறிந்தான். பயந்த விலங்குகளைப் போல ஒன்றுக்கொன்று முறைத்துக் கொண்டும் உறுமிக் கொண்டும் திரும்பி ஓடின. ஒரு முழு நிமிடம் நிலவொளி வீசும் வெளியில் நின்றபடி ஓடிக்கொண்டிருக்கும் நாய்களை நோக்கி அரபு மொழியில் சத்தமாக சாபமிட்டுக் கொண்டும் முஷ்டியை குத்திக் கொண்டும் நின்றான். திரும்பி ஓடி வந்தபோது அவன் கைகள் நடுங்கிக்கொண்டிருப்பதை யூசுப் பார்த்தான். யூசுப்பின் முன்னால் நின்று கோபத்துடன் இரண்டு முஷ்டிகளையும் அசைத்தவாறு வேகமாக அரபியில் பேசிக்கொண்டே அதன் அர்த்தங்கள் தெளிவாகப் புரியும்படி கோபமான அங்க அசைவில் வெளிப்படுத்தினான்.

"அவையெல்லாம் உன்னைக் கடிக்க வேண்டுமென்று விரும்புகிறாயா? நாய்கள் உன்னோடு விளையாட வந்ததாக நினைத்துக் கொண்டாயா? நீ ஹிஃபா உரோங்கோவை விட மோசமானவன். நெஞ்சுரமில்லாத பலவீனமான மனம் கொண்ட சிறுவன்... எதற்காகக் காத்துக்கொண்டிருக்கிறாய்? பேசு சனியனே!"

ஒருவழியாக நிறுத்திய கலீல். தடை செய்யப்பட்ட தோட்டத்தின் சுவருக்கு வெளியே உள்ள குழாய் வரை யூசுப் தவழ்ந்து வர உதவி செய்தான். வீட்டின் ஒதுக்குப்புறமாக உள்ள கிடங்கையே அவர்கள் கழிவறையாகப் பயன்படுத்தினார்கள். ஆனால் இருட்டில் அதைப் பயன்படுத்த மறுத்துவிட்டான் யூசுப். ஒருவேளை கால் தவறி அந்தப் பாதாள மலக்குழிக்குள் விழுந்துவிடுவோமோ என்று பயந்தான். அவனுடைய உதட்டின் மீது விரல்களை வைத்தும் தலையில் மென்மையாகத் தட்டிக் கொடுத்தும் கலீல் அவனை அமைதிப்படுத்தினான். யூசுப்பால் அப்போதும் நிறுத்த முடியவில்லை என்ற போது அவனது கேசத்தைக் கோதி முகத்தில் வழிந்த கண்ணீரைத் துடைத்தான் கலீல். அவனது ஆடைகளை அவிழ்க்க உதவி செய்து குழாய் நீரில் தன்னைச் சுத்தம் செய்துகொள்ள என்ன செய்ய முடியுமோ அதை யூசுப் செய்ய முற்பட்டபோது உடன் நின்றான் கலீல்.

அதன்பிறகு பல இரவுகள் நாய்கள் திரும்பவும் வந்தன. சற்றுத் தொலைவில் தள்ளி நின்றுகொண்டு நிழல்களைப் பார்த்து ஊளையிட்டுக் கொண்டும் குரைத்துக் கொண்டுமிருந்தன. அவர்களால் காண முடியாத இரவுகளில் கூட அவை வீட்டைச் சுற்றிப் பதுங்கி நடந்துகொண்டிருப்பதும் புதர்களுக்குள் சலசலப்பையும் கேட்க முடிந்தது. ஓநாய்களும் குள்ளநரிகளும் குழந்தைகளைத் திருடிக் கொண்டு போய் நாய்களின் முலைப்பாலை ஊட்டியும், அழுகிய இறைச்சியைக் கொடுத்தும் அவர்களை மிருகங்களைப் போல வளர்த்த கதைகளை யூசுப்பிடம் கூறினான் கலீல். அவை தங்கள் மொழியைப் பேசவும் வேட்டையாடவும் அவர்களுக்குக் கற்றுக் கொடுத்தன. வளர்ந்ததும் அடர்ந்த காட்டுக்குள் வாழும் அழுகிய சதையைத் தவிர வேறெதையும் உண்ணாத ஓநாய் மனிதர்களை உருவாக்குவதற்காக அவர்களைத் தங்களுடனேயே உறவுகொள்ள வைத்தனர். பேய்களும் இறந்த மனிதர்களின் இறைச்சியையே உண்ண விரும்புகின்றன. ஆனால் இறந்த பிறகு பிரார்த்தனை செய்யப்படாத உடல்களை மட்டுமே அவை தேர்ந்தெடுக்கும். எப்படியிருந்தாலும் அவர்கள் நெருப்பிலிருந்து உருவாக்கப்பட்ட ஜின்கள் அதனால் மற்ற விலங்கினங்களைப் போலவே பூமியிலிருந்து உருவாகும் ஓநாய் மனிதர்களுடன் அவர்களை ஒப்பிட்டுக் குழப்பமடையக் கூடாது. தேவதைகள், உனக்கு அறிய ஆர்வமிருந்தால், அவர்கள் ஒளியிலிருந்து உருவாக்கப்பட்டவர்கள், அதன் காரணத்தினால்தான் அவர்கள் நம் கண்களுக்குப் புலப்படுவதில்லை. எப்படியோ, ஓநாய் மக்கள் சிலசமயம் உண்மையான மக்களோடு கலந்து வருவார்கள்.

“நீ எப்போதாவது அப்படி ஒருவரைப் பார்த்திருக்கிறாயா?” யூசுப் கேட்டான்.

சிந்தனை வயப்பட்டவனாகக் காணப்பட்டான் கலீல். “எனக்கு உறுதியாகத் தெரியவில்லை. ஆனால் பார்த்திருப்பேன் என நினைக்கிறேன். அவர்கள் மாறுவேடத்தில் வருவார்கள் தெரியுமா?” ஒருநாள் இரவு நேரத்தில், மிக உயரமான மனிதன் ஒருவன் அங்குள்ள சுஃபி மரத்தில் சாய்ந்திருப்பதைக் கண்டேன். வீட்டின் அளவு உயரமாகவும் வெண்ணிறமாகவும் ஒளியைப் போல ஒளிர்ந்தும் கொண்டிருந்தான்... ஆனால் நெருப்பைப் போல, அது ஒளியைப் போல அல்ல.

“ஒரு வேளை அது தேவதையாக இருக்கலாம்” என்றான் யூசுப், அதுவாகத்தான் இருக்க வேண்டும் என்ற நம்பிக்கையுடன்.

“கடவுள் உன்னை மன்னிக்கட்டும், உன்னால் தேவதையைக் காண முடியாது, அவன் சிரித்தான். மரத்தில் சாய்ந்தபடி பசியுடன் சிரித்துக் கொண்டிருந்தான் அந்த மனிதன்.”

“பசியுடன்?”

“நான் கண்ணை மூடிக்கொண்டு ஒரு பிரார்த்தனையைக் கூறினேன். நீ ஓநாய் மனிதனின் கண்களைப் பார்க்கக்கூடாது. பார்த்தால் அவ்வளவுதான், விடைபெற்று விட வேண்டியதுதான். கடித்து மென்றுவிடுவார்கள்” கண்களைத் திறந்து பார்த்தபோது அவன் போய்விட்டான். மற்றொரு முறை காலிக் கூடையொன்று ஒரு மணி நேரம் என்னைப் பின்தொடர்ந்து வந்தது. நான் நின்றால் அதுவும் நிற்கும், நான் மூலையில் திரும்பினால் அதுவும் திரும்பியது. நான் நடக்கும் போது நாய் குரைத்துக்கொண்டிருக்கும் சத்தம் கேட்டது. திரும்பிப் பார்த்தால் காலிக்கூடை பின் தொடர்ந்து கொண்டிருந்தது.

“நீ ஏன் ஓடவில்லை?” பிரம்மிப்பில் குரல் கம்ம யூசுப் கேட்டான்.

“அதனால் ஒரு நன்மையும் இல்லை. ஓநாய் மனிதர்கள் வரிக்குதிரையை விட வேகமாக, எண்ணங்களை விட விரைவாக ஓடக் கூடியவர்கள். ஓநாய் மனிதர்களை விட வேகமானது என்றால் அது பிரார்த்தனை மட்டும்தான். நீ ஓடினால் அவர்கள் உன்னை ஒரு மிருகமாக அல்லது அடிமையாக மாற்றிவிடுவார்கள். கியாமா[5]வுக்குப் பின், உலகம் முடிந்து போன மறுநாள் இறைவன் அனைவரையும் அவரிடம் அழைத்தார்... கியாமாவின்படி, நரகத்தின் மேலடுக்கில் ஓநாய் மனிதன் வாழ்வான், ஆயிரக்கணக்கானவர்கள் அவர்கள், அல்லாஹ்வுக்குக் கீழ்ப்படியாத பாவம் பிடித்தவர்களை அவர்கள் சாப்பிட்டுவிடுவார்கள்.”

“அங்கே பேய்களும் வசிக்கின்றனவா?”

“இருக்கலாம்” நீண்ட சிந்தனைக்குப் பின் கூறினான் கலீல்.

“வேறு யாரெல்லாம்?”

“எனக்குத் தெரியாது” என்றான் கலீல். “ஆனால் அது நிச்சயமாகத் தவிர்க்கப்பட வேண்டிய இடம். அப்புறம் மற்ற அடுக்குகளெல்லாம் மேலும் மோசமானவை, அதனால் அந்த இடத்தை விட்டு மொத்தமாக ஒதுங்கியிருப்பதே நல்லது. தூங்கு

---

5 இஸ்லாம் நம்பிக்கையின்படி, தீர்ப்பு நாளுக்குப் பின் உலகம் மீண்டும் உயிர்த்தெழுந்த நாள்.

போ, இல்லாவிட்டால் நாளை வேலை செய்ய வேண்டிய நேரத்தில் அயர்ந்துவிடுவாய்."

கடையின் வழிமுறைகளைப் பற்றி அவனுக்குப் பயிற்சி அளித்தான் கலீல். தன்னைக் காயப்படுத்திக் கொள்ளாமல் சரக்கு மூட்டைகளை எப்படித் தூக்குவது, கிடங்கின் தொட்டிகளில் தானியங்களைச் சிந்தாமல் எப்படி நிரப்புவது எனக் காண்பித்தான். பணத்தை விரைவாக எண்ணுவது எப்படி, சில்லறைகளை எப்படிக் கையாளுவது, நாணயங்களுக்குப் பெயர் வைப்பது, சிறியதிலிருந்து பெரியதை எப்படி வேறுபடுத்துவது என்றெல்லாம் கற்றுக் கொடுத்தான். வாடிக்கையாளர்களிடமிருந்து பணத்தை எப்படி வாங்குவது என்பதையும் விரல்களுக்கிடையில் பணத்தாள்களைப் பாதுகாப்பாக எப்படிப் பிடிப்பது என்பதையும் கற்றுக்கொண்டான். தேங்காய் எண்ணெய்யைக் கரண்டியில் எடுத்து அளவிடக் கற்றுக் கொடுக்கையில் அவன் கை நடுங்காமலிருக்கும்படி பிடித்துக் கொண்டான் கலீல். நீண்ட ஒயர்களைக் கொண்டு நீளமான சோப்பு வில்லைகளாக எப்படித் துண்டாக்குவது என்றும் பழக்கினான். யூசுப் நன்றாகக் கற்றுக்கொள்கையில் பல்லைக் காட்டி அங்கீகரித்தும் தோல்வியுறுகையில் கூர்மையான வலி தரும் அடிகளையும் கலீல் தருவான். சிலசமயம் வாடிக்கையாளர் முன்னிலையிலேயே அடிப்பான்.

கலீல் செய்யும் ஒவ்வொரு செய்கைக்கும் வாடிக்கையாளர்கள் சிரிப்பார்கள். ஆனால் அந்தச் சிரிப்பு அவனைப் பாதித்ததாகத் தெரியவில்லை. அவனுடைய உச்சரிப்பு குறித்து எப்போதுமே கேலி செய்தும், அவனைப் போல நகல் செய்தும் சிரிப்பார்கள். நல்ல முறையில் பேசுவதற்குத் தன்னுடைய இளைய சகோதரன் கற்றுத் தந்ததாகக் கூறினான். அவனால் ஓரளவு சிறப்பாகப் பேச வரும் வேளையில் புஷ்டியான ஒரு ஸ்வாஹிலி பெண்ணைத் திருமணம் செய்துகொண்டு வந்து இறைவனுக்கு அஞ்சி வாழும் வாழ்க்கையை வாழப்போகிறேன் என்பான். வாசல் தளத்தில் இருக்கும் முதியவர்கள் புஷ்டியான இளம் மனைவிகளைப் பற்றிய பேச்சைக் கேட்பதில் விருப்பம் கொண்டவர்கள். அவர்களின் விருப்பத்தை மகிழ்ச்சியுடன் பூர்த்தி செய்தான் கலீல். உச்சரிப்பதற்கு அவன் சிரமப்படுவான் என்று தாங்கள் எதிர்பார்க்கும் சில வார்த்தைகளையும் சொற்றொடர்களையும் திரும்பத் திரும்பச் சொல்ல வைப்பார்கள். கலீலும் முடிந்தவரை அதை அலட்சியமாக உச்சரித்து அவர்களுடைய சிரிப்பில் கலந்துகொள்வான். அவனது கண்கள் மகிழ்ச்சியில் பளபளக்கும். அருகில் வசிக்கும் மக்கள்

அல்லது நகரத்தை விட்டு வெளியேறும் மனநிலையிலுள்ள உள்ளூர்வாசிகளுமே வாடிக்கையாளர்கள். தங்கள் வறுமையைப் பற்றியும் பொருட்களின் விலையேற்றத்தைப் பற்றியும் பேசுபவர்கள் மற்றவர்களைப் போலவே தங்கள் பொய்களையும் கொடுமைகளையும் பற்றி அமைதியாக இருப்பார்கள். முதியவர்கள் பெஞ்ச்சில் அமர்ந்திருந்தால் வாடிக்கையாளர்கள் அரட்டை அடிப்பதை நிறுத்திவிடுவார்கள் அல்லது காப்பி விற்பவர்களை அழைத்துத் தங்கள் தந்தையர்க்கு ஒரு கோப்பை வழங்குவார்கள். பெண் வாடிக்கையாளர்களுக்கு யூசுப்பை மிகவும் பிடித்து விட்டது. ஒவ்வொரு வாய்ப்பிலும் அவன் மீது தாய்மையைச் சொரிந்து அவனுடைய சின்னஞ்சிறு இங்கிதங்களையும் அவனது அழகிய தோற்றத்தையும் கண்டு ஆனந்தமாகச் சிரிப்பார்கள். அவர்களில் பளபளப்பான கருமை நிறச் சருமமும், நுட்பமான அசைவுகளால் பாவனை சிந்தும் முகமும் கொண்ட பெண் ஒருத்தி அவன் மீது பித்தாக இருந்தாள். அவள் பெயர் அஜூஸா மா, வாட்டசாட்டமான, வலிய தோற்றமும் கூட்டத்தைக் கிழித்துத் தனித்துத் தெரியும் குரலுமுடையவள். யூசுப்புக்கு மிக வயதானவளாகவும், கடினமானவளாகவும் குண்டாகவும் இருந்தாள். முகத்தை மறைக்காதபோது தவிப்பான பார்வை வெளிப்படும்... அவனைப் பார்க்கும் போதெல்லாம் அவளது உடல் சிலிர்த்து நிமிர்ந்து தன்னிச்சையாகப் படபடத்துப் பின் சிறு தேம்பல் அவளிடமிருந்து வெளிப்படும். யூசுப் அவளைப் பார்க்காத போது தன்னுடைய கைகளில் அவனை அடக்கிக் கொள்ளுமளவு நெருக்கத்தில் பின்தொடர்வாள். பின்னர் அவன் போராடி உதறிக் கொள்கையில் வெற்றிக் களிப்பில் குலவையிடுவாள். அவனைத் தந்திரமாகப் பிடிக்க முடியாமல் போகும் வேளைகளில் *என் கணவரே என் எஜமானரே* என்று பரவசமான கூவலில் அழைத்துக் கொண்டு அணுகுவாள். பாராட்டுகளாலும் வாக்குறுதிகளாலும் அவனைக் கொஞ்சியும் இனிப்புப் பண்டங்களால் அவனைத் தூண்டியும் அவளுடன் வீட்டிற்கு வந்தால் அவனது கற்பனைக்கப்பாற்பட்ட இன்பங்களை வழங்குவதாகவும் கூறுவாள். என் கணவரே, என் மீது இரக்கம் காட்டுங்கள் என்று அழுதாள். அக்கம் பக்கதிலிருந்த மற்ற ஆண்கள் அவளது துயரத்தைக் காணச் சகியாது அவனுக்குப் பதிலாகத் தாங்கள் வருவதாக முன் வந்தனர். ஆனால் அவர்களையெல்லாம் இகழ்ச்சியான பார்வையால் நிராகரித்தாள். அவளைக் கண்டவுடன் யூசுப் ஓடிப்போய்க் கடையின் இருட்டான பகுதியில் ஒளிந்துகொள்வான். அவளோ யூசுப்பின் முகம் காண வேண்டி விம்மிக் கொண்டிருப்பாள். தன்னால் முடிந்தவரை அந்தப்

பெண்ணுக்கு எல்லா உதவிகளையும் செய்து கொண்டிருந்தான் கலீல். சிலவேளைகளில் அவள் கடைக்குள் நுழைந்து மூட்டைகளுக்கும் தகர டின்களுக்கும் நடுவே அவனைத் தேட ஏதுவாகக் கடையின் அடைப்புப் பலகையை எதேச்சையாகச் செய்வது போலப் பூட்டாமல் விட்டுவிடுவான் அல்லது அவனுக்காக அந்தப் பெண் பதுங்கிக் காத்திருக்கும் பகுதிக்கு அருகிலுள்ள கடைகளுக்குச் சென்று ஏதாவது வாங்கி வர யூசுப்பை அனுப்பி வைப்பான். அவன் அகப்பட்டுக்கொண்ட போதெல்லாம் முரட்டுக் கத்தலுடன் அவன் மீது பாய்கையில் அவளுடைய உடல் துள்ளலிலும் விம்மலிலும் நடுநடுங்கும். மென்று கொண்டிருக்கும் புகையிலையின் வாசம் அவள் உடலெங்கும் வீச, அந்த அணைப்பும் கத்தலும் அவனை மிகவும் சங்கடத்துக்குள்ளாக்கும். அந்தச் செயல்கள் அனைவருக்கும் வேடிக்கை போலத் தோன்றும்-யூசுப்புக்கு அதில் நகைச்சுவை ஏதும் தெரியவில்லை- அதனால் அஜுஸா மாவுக்கு அவன் ஒளிந்திருக்கும் இடத்தை எப்போதும் காட்டிக் கொடுத்துவிடுவார்கள்.

“அவள் ரொம்ப வயதானவள்,” கலீலிடம் புகார் செய்தான்.

“வயதானவள்! காதலுக்கும் வயதுக்கும் என்ன சம்பந்தம்? அந்தப் பெண் உன்னைக் காதலிக்கிறாள். நீ அவளுக்கு எப்போதும் துக்கத்தை அளிக்கிறாய். அவளுடைய இதயம் எப்படி உடைந்து போகிறதென்று உன்னால் பார்க்க முடியவில்லையா? உனக்குக் கண்களில்லையா? உனக்கு உணர்வுகளே இல்லையா? முட்டாள் கிஃபா-உராங்கோ, நீ ஒரு பலவீனமான கோழை. வயதானவளென்று எதை வைத்துச் சொல்கிறாய்? அந்த உடலைப் பார், அந்த இடையைப் பார்...ஏராளமான நல்ல சங்கதிகள் அங்குள்ளன. அவள் உனக்கு மிகப் பொருத்தமானவள்” என்றான் கலீல்.

“அவளுடைய கூந்தல் நரைத்திருக்கிறது.”

“ஒரு கைப்பிடி மருதாணி... நரைமுடி போய்விடும். கூந்தலைப் பற்றி ஏன் கவலைப்படுகிறாய்? அழகென்பது மனிதனின் ஆழ்மனதில், ஆன்மாவில் உள்ளது. அது வெறும் மேலோட்டமாக இருப்பதல்ல.”

“அவளுடைய பற்கள் அந்த வயதானவர்களுடையதைப் போலவே புகையிலையால் சிவப்புக் கறை படிந்திருக்கிறது. ஏன் அவர்களில் ஒருவரை விரும்பவில்லை?”

“அவளுக்கு ஒரு பல் துலக்கும் பிரஷ் வாங்கிக்கொடு,” என யோசனை சொன்னான் கலீல்.

“அவளுடைய வயிறு பெரிதாக இருக்கிறது” கிண்டலிலிருந்து தப்பித்துக்கொள்ள வெளிப்படையாகக் கூறினான் யூசுப்.

“வாவ், வாவ்,” ஏளனம் செய்தான் கலீல். “ஒருவேளை ஏதேனுமொரு மெலிந்த, அழகிய இளவரசி ஒருநாள் பெர்ஷியாவிலிருந்து இந்தக் கடைக்கு வந்து தன்னுடைய மாளிகைக்கு உன்னை அழைப்பாள் பார்! என்னுடைய நல்ல சகோதரனே, இந்தப் பெண் உன் மீது காதல் வயப்பட்டிருக்கிறாள்.”

“அவள் பணக்காரியா?”

சிரித்த கலீல் சட்டென்று மகிழ்ச்சி பொங்க யூசுப்பை அணைத்துக் கொண்டான். “இந்தக் குழியிலிருந்து உன்னை வெளியேற்றும் அளவுக்குப் பணக்காரியில்லை.”

7

அந்தந்த நாளின் பண வசூலை எடுத்துச் செல்ல மாலையில் நேரந்தாழ்ந்து வரும் அஜீஸ் மாமாவை தினமும் ஒரு முறையாவது அவர்கள் பார்த்து விடுவார்கள். அவன் கொடுக்கும் கித்தான் பணப்பையையும் அன்றைய நாளின் கணக்கு வழக்குகளைக் கலீல் பதிவு செய்திருக்கும் குறிப்பேட்டையும் நோட்டமிடுவார். பின் இரண்டையும் விரிவாக ஆய்வு செய்ய எடுத்துச் செல்வார். சில வேளைகளில் அவரை அடிக்கடி பார்ப்பார்கள் ஆனால் அந்தப் பக்கமாகக் கடந்து செல்கையில் மட்டுமே. அவர் எப்போதுமே வேலையில் மூழ்கியவராகவே இருப்பார், காலையில் நகரத்திற்குச் செல்லும் முன்பு சிந்தனை வயப்பட்ட பார்வையுடன் கடையைக் கடந்து செல்பவர் அதே சிந்தனைப் பார்வையுடன் மாலையில் திரும்பி வருவார். பெரும்பாலான நேரங்களில் தலைக்குள் தீவிரமான விஷயங்களை அடைத்து வைத்திருப்பவர் போலத் தோற்றமளிப்பார். எப்போதுமே எண்ணங்களின் அழுத்தத்தில் இருக்கும் அஜீஸ் மாமாவை முன்வாசல் தளத்திலிருக்கும் முதியவர்கள் அமைதியாகப் பார்த்துக்கொண்டிருப்பார்கள். இப்போது யூசுப்புக்கு அவர்களின் பெயர்கள் தெரியும்: பா டெம்போ, ஸீ தமீம், அலி மஃபுதா, ஆனால் அவர்கள் அனைவரையும் ஒரே உருவாகத்தான் நினைத்தான். அவர்கள் உரையாடிக் கொண்டிருக்கும்போது அவன் கண்களை மூடிக் கொண்டிருந்தால் ஒவ்வொருவரையும் பிரித்துச் சொல்ல முடியாது என்றே நினைத்தான்.

மாமா என்று கூறும் ஒவ்வொரு முறையும், கலீல் அவனை அடித்த போதும் அவனால் அஜீஸ் மாமாவை செய்யிது என்று அழைக்க முடியவேயில்லை. “அவர் உன் மாமா இல்லை, முட்டாள் ஸ்வாஹிலி பையனே. அவருடைய புட்டத்தை முத்தமிட இப்பவோ எப்பவோ நீ கற்றுக் கொள்ளத்தான் போகிறாய். செய்யிது, செய்யிது, மாமா மாமா இல்லை, எங்கே, நான் சொல்வதைப் போலவே சொல். ஆனால், அவன் கூறவில்லை. அஜீஸ் மாமாவைப் பற்றிப் பேச வேண்டிய கட்டாயம் ஏற்பட்டால், அவர் என்றோ அல்லது எதுவுமே சொல்லாமல் தயங்கி நிற்கும் போது அந்த இடத்தை கலீல் எரிச்சலுடன் நிரப்புவான்.

யூசுப்பின் வருகைக்குப் பல மாதங்களுக்குப் பின்- எண்ணிக்கை வைக்காமலிருக்கத் தானே தனக்குக் கற்றுக் கொடுத்துக் கொண்டான், அதில் அவன் அடைந்த விபரீதமான வெற்றி, எந்த ஆசைகளும் இல்லாவிட்டால் ஒரு நாளே வாரங்களாக நீடிக்கக்கூடும் என்று அவனுக்குப் புரிய வைத்தது -- உட்பகுதிகளுக்குச் செல்லும் பயணத்துக்கான ஆயத்தங்கள் மேற்கொள்ளப்பட்டன. பகலில் முதியவர்கள் ஆக்கிரமித்திருக்கும் கடை முன்னிருக்கும் பெஞ்ச்சில் மாலை வேளைகளில் அஜீஸ் மாமா அமர்ந்து கலீலுடன் நீண்ட நேரம் பேசிக்கொண்டிருந்தார். அவர்களுக்கிடையே பிரகாசமாக எரிந்துகொண்டிருந்த விளக்கு அவர்கள் முகங்களைத் தட்டையாக்கி வெளிப்படைத்தன்மை கொண்ட முகமூடிகளாகக் காட்டியது. அரபி கொஞ்சம் தனக்குப் புரிகிறதென நினைத்தான் யூசுப். ஆனால் அதிகம் கவலைப்படவில்லை... அன்றைய நாளின் வியாபாரத்தைப் பற்றிக் கலீல் எழுதியிருந்த சிறிய குறிப்பேட்டின் பக்கங்களை முன்னும் பின்னும் புரட்டி புள்ளி விவரங்களைக் கூட்டினார். அவர்கள் இருவரும் தங்கள் பாதுகாப்புக்குப் பயப்படுவது போன்ற கவலைக்குரிய குரலில் பேசிக்கொள்வதை அருகில் குத்த வைத்து அமர்ந்திருந்த யூசுப் கேட்டுக்கொண்டிருந்தான். இந்த உரையாடலின் போது கலீல் பதற்றமடைந்தவனாக இருந்தான். அவன் தீவிரமாகப் பேசும்போது கண்கள் கொந்தளிப்புடன் ஒளிர்வதைக் கூட அறியாதவனாக இருந்தான். சிலசமயம் அஜீஸ் மாமா எதிர்பாராத விதமாகச் சிரித்தது கலீலை மனக்கலக்கத்தில் ஆழ்த்தியது. மற்றபடி எப்போதும் போலச் சாதாரணமாக, எந்த உணர்வுமின்றி, அசையாமல், கவனப் பிசகின்றிக் கேட்டுக் கொண்டிருந்தான். அவன் பேசும்போது அமைதியாக இருக்கும் குரல் அவசியமான இடத்தில் தன்னிச்சையாக இறுக்கமாக மாறிவிடும்.

அதன்பின் ஆயத்தங்கள் தீவிரமடைந்து ஒழுங்கின்மைக்கு இட்டுச் சென்றது. பொதிகளும் சரக்கு மூட்டைகளும் எதிர்பாராத நேரங்களில் வழங்கப்பட்டு வீட்டின் பக்கவாட்டில் இயங்கும் கடைகளுக்கு எடுத்துச் செல்லப்பட்டன. மூட்டைகளும் சரக்குப் பைகளும் கடையெங்கும் குவிந்து கிடந்தன. பல்வேறு வகையான வடிவங்களும் வாசனையும் வாசற்தளத்தின் மூலைகளில் தோன்றி, அதிலிருந்து தூசி கிளம்பாமலிருக்க சாக்குகளாலும் கித்தான்களாலும் மூடப்பட்டன. சரக்குகளோடு வந்த வாயாடாத கூலிகள் பெஞ்ச்சில் அமர்ந்திருந்த வயதானவர்களையும் மூடப்பட்டிருந்த வணிகப் பொருட்களைக் கட்டுக்கடங்காத ஆர்வத்துடன் பார்வையிட்ட சிறுவர்களையும் வாடிக்கையாளர்களையும் துரத்திவிட்டு காவலுக்காக அங்கு அமர்ந்தனர். வசோமாலி[6], வான்யென்வஸி என்னும் பெயர்கள் கொண்ட அந்தக் கூலிகள் மெல்லிய தகரங்களையும் சவுக்கையும் வைத்திருந்தனர். அவர்கள் உண்மையில் அமைதியாக இருக்கவில்லை, தங்களுக்கு மட்டுமே புரியக்கூடிய வார்த்தைகளில் பேசிக் கொண்டனர். அவர்கள் போருக்கு ஆயத்தமாக இருக்கும் வன்மம் மிக்கவர்களாகவும் ஆற்றலுடையவர்களாகவும் இருப்பவர்கள் போல யூசுப்புக்குத் தோன்றியது. அவர்களை நேருக்கு நேர் பார்க்க அவன் துணியவில்லை, அவர்களும் அவனது இருப்பைக் கண்டுகொண்டதாகக் கூடத் தோன்றவில்லை. பயணத்தின் மேலாளரான நியாபாரா வா சஃபாரி[7] அவர்கள் பயணம் செய்து வருவதற்காக எங்காவது உள்பகுதியில் காத்திருப்பார் என்று கலீல் கூறியிருந்தான். பயணத்தைத் தானே ஒழுங்கமைத்து நடத்திச் செல்லும் அளவுக்கு செய்யிது மிகப் பணக்கார வணிகர். பொதுவாகப் பயணத்தின் தொடக்கத்தில் சுமைகூலிகளை அமர்த்தி பொருட்களைச் சேகரித்துக்கொண்டிருப்பார் நியாபாரா. ஆனால் இம்முறை அவர் முடிக்க வேண்டிய சில வேலைகள் இருக்கின்றன. இதைக் கூறும் போதே கண்களை உருட்டினான் கலீல். அந்த வேலை அவ்வளவு சுலபமானதல்ல, இல்லாவிட்டால் அவர் இங்கிருந்திருப்பார். அது அவ்வளவாக மேன்மையற்ற செயலாக இருக்கக்கூடும். எதையாவது சரிசெய்தல், கடத்தல் வேலையை ஒழுங்கமைப்பது அல்லது ஏதாவது பழைய பழியைத் தீர்ப்பது- ஏதோ ஒரு கருமம் பிடித்த வேலை. அந்த மனிதன் இருக்கும் போது ஏதோ ஒரு கோக்கு மாக்கு இருக்கும். நியாபாராவின் பெயர் முஹமது அப்துல்லா, கூறும் போதே மிகையுணர்வுடன் அதிர்ந்தான் கலீல். “சாத்தான்”! ஞானமோ கருணையோ இல்லாத

6 சோமாலிய நாட்டைச் சேர்ந்தவன்.

7 (கேரவன்) பயணக்குழுத் தலைவர்.

கடினமான இதயமுள்ள ஆத்மா. ஆனால் அவனுடைய அனைத்து இழிகுணங்களுக்கு அப்பாலும் செய்யிது அவனை உயர்வாக நினைக்கிறார்.

“அவர்கள் எங்கே செல்கிறார்கள்?”

“காட்டுமிராண்டிகளுடன் வியாபாரம் செய்ய” என்றான் கலீல். “இதுதான் செய்யிதுவின் வாழ்க்கை. இதைச் செய்யத்தான் அவர் வந்திருக்கிறார். காட்டுவாசிகளிடம் சென்று இந்தப் பொருட்களையெல்லாம் விற்றுவிட்டு அவர்களிடமிருந்து வாங்குவார். எதையும் வாங்குவார்... அடிமைகளைத் தவிர. அடிமை வணிகம் நிறுத்தப்பட வேண்டுமென்று அரசாங்கம் கூறுவதற்கு முன்பே நிறுத்திவிட்டார். அடிமை வணிகத்தில் ஈடுபடுவது ஆபத்தானது, மரியாதைக்குரியதுமல்ல.”

“எவ்வளவு காலத்துக்குச் செல்வார்கள்?”

“மாதங்கள், சில சமயங்கள் வருடங்கள் கூட” என்று ஒரு வகையான பெருமிதமும் பாராட்டுதலும் கலந்து சிரித்தபடியே கூறினான் கலீல். “இது வணிகம். எவ்வளவு காலம் இந்தப் பயணம் நீடிக்கும் என்று அவர்கள் சொல்வதில்லை. மலையைச் சுற்றி எல்லாத் திசைகளிலும் அப்படியே செல்வார்கள், வணிகம் நிறைவேறும்வரை அவர்கள் திரும்பி வரமாட்டார்கள். இதில் செய்யிது ஒரு வெற்றி வீரர், அதனால் அவர் எப்போதும் நன்றாக வியாபாரத்தை முடித்து விட்டு விரைவில் திரும்பிவிடுவார். குறைவான பணமே செலவு செய்வதால் இது ஒரு நீண்ட பயணமாக இருக்குமென எனக்குத் தோன்றவில்லை.”

பகல் நேரங்களில் வேலைக்காகவும் தங்கள் நிலைப்பாடு குறித்து அஜீஸ் மாமாவிடம் பேரம் பேசவும் மனிதர்கள் வந்தனர். சிலர் தங்களுடைய முந்தைய பணியிடத்திலிருந்து பெற்ற கடிதங்களுடன் வந்திருந்தனர். அவர்களில் வயதானவர்களைத் திருப்பியனுப்பும் போது மிகவும் கெஞ்சும் பார்வையுடன் அவரிடம் மன்றாடினார்கள்.

அதன்பின் ஒரு காலை நேரத்தில் அவர்களைச் சுற்றிலும் நிகழ்ந்த கூச்சல் குழப்பங்கள் ஏறக்குறைய சகித்துக்கொள்ள முடியாத நிலையை எட்டியபோது அவர்கள் புறப்பட்டு விட்டார்கள். மேளம், கொம்பு, தும்புரி ஆகியவை கட்டுக்கடங்காத மகிழ்ச்சியுடனும் பேரார்வத்துடனும் வாசிக்கப்பட்டு அவர்களை வழி நடத்தின. வாத்தியக்காரர்களுக்குப் பின்னே சுமைகூலிகள் மூட்டைகளையும் பொதிகளையும் சுமந்து செல்ல அவர்கள் தங்களுக்குள்ளும்

அவர்களை வழியனுப்ப வந்தவர்கள் மீதும் உற்சாகமாக வசவுகளைப் பொழிந்தனர். சுமைகூலிகளுடன் நகர்ந்துகொண்டிருந்த வாசோமாலி, வான்யென்வஸி[8] இருவரும் ஆர்வத்துடன் நெருங்கி வருபவர்களைத் தடுக்கும் பொருட்டு அச்சுறுத்தும் வகையில் பிரம்பையும் சவுக்கையும் சுழற்றிக் கொண்டிருந்தார்கள். அஜீஸ் மாமா நின்று தனக்கு முன்னால் செல்பவர்களை வேடிக்கையான, கசந்த புன்னகையுடன் பார்த்தார். ஊர்வலம் ஏறத்தாழ மறையும் கணத்தில் கலீல், யூசுப் பக்கம் திரும்பினார். குறுகிய கணத்திற்கு யாரோ அவரை அழைத்தது காதில் விழுந்தது போன்ற பாவனையில், உடலை அசைக்காமல் சைகையாக அவனுடைய தோளைக் கடந்து தோட்டத்தின் அடர்வுகளூடே தூரத்தே தெரியும் கதவுகளை நோக்கிப் பார்வையைச் செலுத்தினார். பின் யூசுப்பை நோக்கிப் புன்னகைத்தவாறே அவன் முத்தமிடுவதற்காகத் தன் கையை நீட்டினார். யூசுப் கையை நோக்கிக் குனிந்து, வாசனைத் திரவியம் மற்றும் வத்திகளின் தூப மணத்தில் மூழ்கிய போது அஜீஸ் மாமாவின் மற்றொரு கை நீண்டு அவனுடைய கழுத்தை வருடியது. பத்தணாவை நினைத்துக் கொண்ட யூசுப்பை கோழிக்கூண்டு, மரங்கள் மற்றும் முற்றத்தின் வாசனையும் ஆட்கொண்டன. கடைசி நிமிடத்தில் அவருக்கு அதுவெல்லாம் ஒரு பொருட்டே இல்லையென்பதைப் போலக் கலீலின் ஆரவாரமான விடைபெறுதல் சடங்குகளை அவர் ஏற்றுக் கொண்டார். அவனுக்கும் தன் கைகளை முத்தமிடத் தந்தவர் பின் திரும்பி நடந்தார்.

கிளம்பிச் சென்ற முதலாளி கண்ணிலிருந்து மறையும் வரை பார்த்துக் கொண்டிருந்தார்கள். சுற்று முற்றும் பார்த்த கலீல் யூசுப்பை நோக்கிப் புன்னகைத்தான். “திரும்பி வரும்போது ஒருவேளை மற்றொரு சிறுவனை அழைத்து வருவார், அல்லது ஒரு சிறு பெண்” என்றான்.

அஜீஸ் மாமா இல்லாத வேளையில் கலீலின் ஆவேசம் தணிந்திருப்பது வெளிப்படையாகத் தெரிந்தது. முதியவர்கள் முன்வாசல் தளத்துக்குத் திரும்பி, ஒருவருக்கொருவர் ஞானத்தின் சில துணுக்குகளை முணுமுணுத்துக் கொண்டும் மீண்டும் முதலாளியாகி விட்ட கலீலைக் கேலி செய்துகொண்டும் இருந்தனர். அந்த வீட்டின் பரிவர்த்தனைகளுக்குப் பொறுப்பேற்றுக் கொண்டவன் ஒவ்வொரு நாள் காலையும் வீட்டினுள் செல்வான். அந்த விஷயங்களில் யூசுப் ஆர்வம் காட்டிய போது அதைப் பற்றி எதுவும் கூறாமலிருந்தான்.

---

8 பண்ட்டு இனக்குழுவைச் சார்ந்தவர், தான்ஸானியாவின் இரண்டாம் பெரிய இனக்குழுவின் பெயர் பண்ட்டு.

வயதான காய்கறிக்காரருக்குத் தினமும் பணம் கொடுப்பான். தோட்டத்தின் கதவைத் தாண்டிச் செல்பவரின் தோள்கள் கூடைகளின் சுமையால் சாய்ந்திருக்கும். சில சமயங்களில் காலை வேளைகளில் அங்கிருக்கும் பையன்களில் ஒருவனுக்குக் காசு கொடுத்து சந்தை பற்றிய விவரங்களைக் கூறி அனுப்புவான். அந்தப் பையனின் பெயர் கிஸிமாமாஜோங்கூ. அவன் ஒரு வேலையிலிருந்து இன்னொரு வேலைக்கு நகர நகர மூக்கில் சீழ்க்கையொலி எழுப்பிக்கொண்டே இருப்பான். குறுகிப் போன உருவும் நோயாளித் தோற்றமும் கந்தல் ஆடையுடனும் தெருவிலுள்ள பையன்களால் எப்போதும் தாக்கப்பட்டுக்கொண்டிருக்கும் அவனுடைய மூர்க்கமான தோரணை கோரமான பகடியாக இருப்பதால் மற்றவர்களை நகைப்புக்குள்ளாக்கும். தனக்கென்று ஒரு இருப்பிடமில்லாததால் அவன் எங்கே உறங்குகிறானென்று யாருக்குமே தெரியாது. அவனையும் கிஃபா-உராங்கோ என்றுதான் அழைப்பான் கலீல். “மற்றொன்று, அசலானது” என்பான்

தினமும் காலையில் வயதான தோட்டக்காரர் ஹம்தானி ரகசிய மரங்களையும் புதர்களையும் பார்க்கவும், குளத்தையும் நீர்வழித்தடங்களையும் சுத்தம் செய்வதற்கும் வந்தார். அவர் யாருடனும் பேசுவதில்லை. துதிப் பாடல்களையும் கஸீதா[9] செய்யுள்களையும் மெல்லிய குரலில் பாடிக்கொண்டே புன்னகையற்ற முகத்துடன் தன் வேலையைக் கவனிப்பார். மதிய நேரமானதும் ஒழு செய்த பின் தோட்டத்தில் தொழுகையை முடித்துவிட்டுச் சற்று நேரம் கழித்து அமைதியாக அகன்று விடுவார். வாடிக்கையாளர்கள் அவரை மருத்துவம் மற்றும் நிவாரணம் பற்றிய ரகசிய ஞானமறிந்த துறவி எனப் பேசிக்கொண்டார்கள்.

உணவு வேளைகளில் கலீல் வீட்டுக்குள் சென்று அவர்களுக்காக இரு தட்டு உணவுகளுடன் வெளியே வருவான், பின்னர் காலித் தட்டுகளை எடுத்துச் செல்வான். மாலை வேளைகளில் பணமிருக்கும் கித்தான் பையையும் நோட்டுப் புத்தகத்தையும் எடுத்து வருவான். சில வேளைகளில் பின்னிரவில் கூர்மையான குரலில் பேச்சுக் குரல்கள் யூசுப்புக்குக் கேட்கும். அந்த வீட்டில் பெண்கள் ஒளிந்திருக்கிறார்கள் என்று அவன் அறிவான். அவர்கள் எப்போதும் இருப்பார்கள். தோட்டத்துச் சுவரிலிருக்கும் குழாய்க்கு அப்பால் அவன் சென்றதேயில்லை, ஆனால் அங்கிருந்து கொடியில் உலரும் பளபளப்பான வண்ண மேலாடைகளையும்

9. செய்யுள் வடிவிலான அரபிப் பாடல். இறைவனின் புகழ் பாடல்கள். துயரப்பாடல்கள் அல்லது அங்கதப் பாடல்கள் எனப் பல வகைகள் உள்ளன.

விரிப்புகளையும் பார்த்திருக்கிறான். அந்த வீட்டிலுள்ள குரல்கள் எந்த நேரத்தில் வெளியே வந்து அதைத் தொங்கவிடுவார்கள் என்று வியப்பான். பெண் பார்வையாளர்கள் தலையிலிருந்து கால் வரை கரு நிறப் புய்புய் போர்த்தி வந்தார்கள். கலீலைக் கடந்து செல்லும் போது அரபியில் வணக்கம் சொல்லிக்கொண்டே செல்பவர்கள் யூசுப்பைப் பற்றியும் விசாரித்துச் செல்வார்கள். அவர்களை நேருக்கு நேர் பார்க்காமல் பதிலளிப்பான் கலீல். சில வேளைகளில் கறுப்பு மடிப்புகளிலிருந்து நீளும் மருதாணிச் சிவப்புக் கரங்கள் யூசுப்பின் கன்னத்தை நோக்கி நீளும். அந்தப் பெண்களிடமிருந்து வீசும் அடர்த்தியான வாசனைத் திரவிய நறுமணம் அம்மாவின் துணிப் பெட்டியை நினைவுறுத்தும். அதை யுடி என்று சொல்லும் அம்மா, அந்தத் தூபம் கற்றாழை, அம்பர், மற்றும் கஸ்தூரி கலந்து செய்யப்பட்டதென்பார். அந்தப் பெயர்கள் யூசுப்பின் இதயத்தை எதிர்பாராத வகையில் சுழன்றடிக்கச் செய்பவை.

“உள்ளே யார் வசிக்கிறார்கள்?” இறுதியாக ஒருநாள் கலீலிடம் கேட்டேவிட்டான் யூசுப். அஜீஸ் மாமா இருந்த போது அந்தக் கேள்வியைக் கேட்கத் தயங்கினான். அவர்கள் வாழும் முறைக்குத் தேவையானதைத் தவிர வெறெதற்கும் ஆசையை வளர்த்துக் கொள்ள அவன் நினைத்ததே இல்லை. அது தற்செயலாகவும் எதிர்பாராத மாற்றத்தை ஏற்படுத்தக் கூடியதாகவும் தோன்றியது. அந்த வாழ்க்கையின் மையமாகவும் பொருளாகவும் அஜீஸ் மாமாதான் இருந்தார். அவரைச் சுற்றியே அனைத்தும் சுழன்றன. அவர் ஆட்கொண்ட அந்த உணர்வுக்கு வெளியே அஜீஸ் மாமாவைப் பற்றி விவரிக்க யூசுப்புக்கு இன்னும் கூட வழி தெரியவில்லை. இப்போதுதான் அவருடைய இன்மையில்தான் அவரை விட்டு நீங்கியிருக்கும் போதுதான் தனித்து உணர ஆரம்பித்தான்.

“யார் உள்ளே வசிக்கிறார்கள்?” என்றான். இரவாகிக் கடையைப் பூட்டிவிட்ட பின்பும் கூட, சர்க்கரையை அளந்து பொட்டலத்தில் அடைத்துக் கொண்டு கடையிலேயே இருந்தார்கள். யூசுப் கரண்டியில் சர்க்கரையை எடுத்துத் தராசில் ஏற்ற, கலீல் அதை காகிதக் கூம்புப் பொட்டலத்துக்குள் நிரப்பிக்கொண்டிருந்தான். யூசுப் மீண்டும் மீண்டும் கேட்ட கேள்வி காதில் விழவில்லை என்பது போல ஒரு கணம் தோன்றியது. அதன்பின் வேலையை நிறுத்திவிட்டு லேசான சந்தேகத்துடன் யூசுப்பை நோக்கினான். அந்தக் கேள்வியை அவன் கேட்டிருக்கவே கூடாதென்று புரிந்தது. பல தவறுகளுக்காக வாங்கும் அடிகள் தொடர்ந்து கொண்டிருப்பதால் இப்போதும் கிடைக்கப் போகும் அடியை நினைத்துப் பதற்றமடைந்தான். ஆனால்,

யூசுப்பின் பயந்த விழிகளைக் கவனிக்காமல் புன்னகைத்தான் கலீல்... "எஜமானி" என்று கூறியவன், யூசுப் மேலும் கேள்விகள் கேட்பதைத் தவிர்க்கும் பொருட்டு அவன் உதடுகளின் குறுக்கே விரலை வைத்தான். கடையின் பின் சுவரை எச்சரிக்கையாகப் பார்த்தான். அதன் பின் அமைதியாக சர்க்கரைக் கூம்புகளை உருவாக்கிக் கொண்டிருந்தார்கள்.

பின்னர் அவர்களின் லாந்தர் விளக்கிலிருந்து குவிந்த வெளிச்சத்தில் திறந்த வெளியிலிருந்த சுஃபி மரத்தின் அடியில் அமர்ந்தார்கள். பூச்சிகள் விளக்கினுள் எரியும் தீச்சுவாலைக்குள் தங்களை நுழைத்துக் கொள்ள முடியாத இயலாமையில் பைத்தியமாகி விளக்கின் கண்ணாடியின் மீது பட்டுத் தெறித்துக்கொண்டிருந்தன. "எஜமானி ஒரு பைத்தியம்" என்று சட்டெனக் கூறினான் கலீல். அதன்பின் யூசுப்பின் சிறிய வியப்பொலியைக் கேட்டுச் சிரித்தவன் "உன்னுடைய அத்தை. நீ ஏன் அவளை அத்தை என்று அழைக்கக் கூடாது? அவள் பெரும் பணக்காரி, ஆனால் அசிங்கமானவள். நோயாளிக் கிழவி. நீ அவளுக்கு நல்லமுறையில் வணக்கம் போட்டால் ஒருவேளை தன்னுடைய பணத்தையெல்லாம் அவள் உனக்கே விட்டுச் செல்லக்கூடும். பல வருடங்களுக்கு முன் செய்யிது அவளைத் திருமணம் செய்துகொண்ட பின் சட்டென்று செல்வந்தர் ஆகிவிட்டார். அந்தம்மாவுக்கு ஒரு நோய் இருக்கிறது. பல மருத்துவர்கள் வந்து பார்த்தார்கள், நீளத் தாடி வைத்த தேர்ந்த வைத்தியர்கள் வந்து அவளுக்காகப் பிரார்த்தனை படித்தார்கள், மலைக்கு அப்பாலிருந்து மந்திரவாதிகள் மருந்துகொண்டு வந்தார்கள். மாட்டு வைத்தியர்கள், ஒட்டக வைத்தியர்கள் கூட வந்து பார்த்தார்கள். அவருடைய நோய் இதயத்திலிருக்கும் காயம் போன்றது. மனிதக் கரங்களால் ஏற்பட்ட காயமல்ல. உனக்குப் புரிகிறதா? ஏதோ ஒரு தீமை அவரைத் தீண்டியிருக்கிறது. அவர் அதை மக்களிடம் மறைக்கிறார்."

கலீல் நிறுத்திவிட்டான். அதன்பின் அவன் தொடரப் போவதில்லை. அவன் துயரத்தைப் பற்றிப் பேசும்போது அதில் தொனித்த எள்ளலையும் அவனை மேலும் உற்சாகமாக்கும் பொருட்டு வேறு ஏதாவதைக் கூற சிந்திக்கிறான் என்பதும் புரிந்தது. வீட்டிலிருக்கும் அந்தப் பைத்தியக்காரக் கிழவி அவனை ஆச்சரியத்துக்குள்ளாக்கவே இல்லை. அவனுடைய அம்மா சொல்லும் கதைகளில் உள்ளது போலவே அப்படியே அது இருந்தது. அந்தக் கதைகளில் தவறாகிப் போன காதலாலோ, பரம்பரை சொத்தைத் திருடுவதற்குச் சூனியம் வைப்பதாலோ அல்லது நிறைவேறாத பழிவாங்கலோ காரணங்களாக

இருக்கும். அந்த விஷயங்களுக்குத் தீர்வு கிடைக்கும் வரை, அந்த சாபம் நீங்கும் வரை அந்தப் பைத்தியக்காரத்தனத்துக்கு ஒன்றுமே செய்ய முடியாது. இதைப் பற்றி அதிகம் கவலைப்படவேண்டாம், கதை முடிவதற்குள் அதற்கொரு தீர்வு கிடைப்பது போல இதுவும் சரியாகிவிடுமென கலீலிடம் கூற விரும்பினான். எப்போதாவது அந்தக் கிறுக்கு எஜமானியம்மாவை நேருக்கு நேர் பார்க்க வாய்த்தால் வேறு பக்கம் திரும்பிக் கொண்டு பிரார்த்தனைகளைக் கூற வேண்டுமென்று ஏற்கெனவே தீர்மானித்து வைத்திருந்தான். அம்மாவைப் பற்றியும் அவர் கதை சொல்லும் முறை பற்றியும் அவன் நினைத்துப் பார்க்க விரும்பவில்லை. கலீலின் சோகம் அவனை வருத்தமடையச் செய்ததால் அவனை மீண்டும் பேச வைக்கும் பொருட்டு தன் தலையில் உதித்ததைக் கேட்டான் "உன்னுடைய அம்மா உனக்குக் கதைகள் ஏதாவது சொல்லியிருக்கிறார்களா?"

"என் அம்மா!" ஆச்சரியமடைந்த கலீல் கேட்டான்.

சற்று நேரம் கழித்து கலீலிடமிருந்து பதிலேதும் வராததால் யூசுப் மீண்டும், "சொல்வார்களா?" என்று கேட்டான்.

"அவளைப் பற்றி என்னிடம் எதுவும் பேசாதே, அவள் போய் விட்டாள். எல்லோரையும் போல" என்றான் கலீல். அதன்பின் அரபியில் வேகமாக ஏதோ பேசியவன் அடித்து விடுபவன் போல யூசுப்பைப் பார்த்தான். "போய் விட்டாள் முட்டாள் பையனே, கிஃபா-உராங்கோ, எல்லோரும் அரேபியா போய்விட்டார்கள். "என்னை மட்டும் விட்டுவிட்டு, என் சகோதரர்கள், என் அம்மா, ...எல்லோரும்."

யூசுப்புக்குக் கண்களில் நீர் திரண்டது. வீட்டின் நினைவிலும் கைவிடப்பட்டவன் போன்ற உணர்விலும் அழாமலிருக்கச் சிரமப்பட்டான். ஒரு கணம் கழித்து, பெருமூச்சு விட்ட கலீல் யூசுப்பின் பின்னந்தலையைக் குட்டினான், "என்னுடைய சின்னத் தம்பியைத் தவிர" என்று கூறிவிட்டுச் சிரிக்க, சுய இரக்கத்தில் வெடித்துத் தேம்பிய யூசுப்பைப் பார்த்துச் சிரித்தான்.

அவர்கள் வழக்கமாக வெள்ளிக்கிழமை மதியங்களில் ஒரு மணி நேரம் அல்லது இரண்டு மணி நேரம் கடையை மூடுவார்கள் ஆனால் அஜீஸ் மாமா இல்லாததால் மதிய நேரம் முழுவதையும் நகரத்தில் செலவிட முடியுமா என்று கலீலிடம் கேட்டான் யூசுப். பகலின் வெம்மையில் கடலின் காட்சிகளைக் கண்டு

கொண்டிருந்தான், பகற்பொழுதில் கடலில் பிடித்தவைகளோடு சேர்ந்து வந்த அதிசயத்தைப் பற்றி வாடிக்கையாளர்கள் பேசிக் கொண்டிருந்தார்கள். நகரத்தில் தனக்கு யாரையுமே தெரியாதென்றும், முதல்முறையாக இரவின் ஆழத்தில் படகிலிருந்து இறங்கி செய்யிதின் கைகளுக்கு மாற்றப்பட்ட பின் ஒரே முறைதான் துறைமுகத்தைப் பார்த்திருப்பதாகவும் கூறினான் கலீல்.

இவ்வளவு காலத்திற்குப் பின்னும் சென்று பார்க்குமளவு யாரும் இல்லையென்று கூறினான். யாருடைய வீட்டிற்குள்ளும் நுழைந்ததில்லை. ஒவ்வொரு ஈத் பண்டிகையின் போதும் ஜும்மா மசூதிக்குத் தொழுகைக்காகச் செந்றிருக்கிறான். ஒருமுறை இறுதிச் சடங்கொன்றிற்கு அழைத்துச் செல்லப்பட்டிருக்கிறான். ஆனால் யாருடையது என்று தெரியவில்லை.

“அப்படியென்றால் நாம் போய் சுற்றிப் பார்க்க வேண்டும்” என்றான் யூசுப். “நாம் துறைமுகத்துக்குப் போகலாம்.”

“நாம் தொலைந்துபோய் விடுவோம்” என்று பதற்றத்துடன் சிரித்தான் கலீல்.

“இல்லை, தொலைய மாட்டோம்.”

“ஷபாப், என்னவொரு தைரியமான குட்டித் தம்பி நீ!” என்ற கலீல் அவன் முதுகில் அறைந்தான். “நீ என்னப் பார்த்துக் கொள்வாய், ஓஹோ.”

கடையை விட்டு வெளியே வந்த உடனேயே சில வாடிக்கையாளர்களை நேர்கொண்ட போது அவர்களுக்கு வந்தனம் கூறினார்கள். தெருவில் மனித அலைகளுடன் இணைந்து ஜும்மா பிரார்த்தனைக்காகப் பள்ளிவாசல் நோக்கிச் சென்றார்கள். சரியான சொற்கள் மற்றும் இங்கிதமான செயல்களைப் பற்றியும் கலீலுக்கு ஒரு நிச்சயமின்மை இருந்ததை யூசுப்பால் கவனிக்காமல் இருக்க முடியவில்லை. அதன்பின் பாய்மரக் கலன்களையும் படகுகளையும் பார்க்கக் கடலோரம் சென்றார்கள். அதுவரை கடலை அவ்வளவு அண்மையில் பார்த்திராத யூசுப் அதன் பிரம்மாண்டத்தைக் கண்டு பேச்சிழந்து போனான். கடல்காற்று புத்துணர்வாகவும் உவர்ப்பாகவும் இருக்குமென எதிர்பார்த்தான் ஆனால் அது சாணம், புகையிலை, பச்சை மரம் கலந்த வாசத்துடன் வீசியது. அத்துடன் புளித்த கவிச்சி வாசம் வீசியது. அ்வை கடல்பாசிகள் என்று பின்னர் அறிந்துகொண்டான். கடற்கரையின் மீது படகைச் சுற்றி எல்லைக் கோடுகள் வரையப்பட்டும் அதற்கப்பால் அதற்குச்

சொந்தமான மீனவர்கள் வெயிற்தடுப்புக் கூரைக்கடியில் சமையல் அடுப்பின் முன் கூடியிருந்தனர். அலைகள் திசைமாறுவதற்காகக் காத்திருப்பதாகக் கூறினார்கள். சூரிய அஸ்தமனத்துக்கு இரண்டு மணி நேரம் முன்னதாக அது நிகழும் என்றனர். இவர்களுக்காக இடமொதுக்கிக் கொடுத்தபோது எந்த விதமான தயக்கமுமின்றி அமர்ந்த கலீல் யூசுப்பையும் இழுத்துப் பக்கத்தில் இருத்திக் கொண்டான். அரிசிச் சோறும் பசலைக் கீரையும் இரண்டு கரிய பானைகளில் தயாராகிக்கொண்டிருந்தன. ஒரு ஒடுங்கிப் போன வட்டமான தட்டில் அவை பரிமாறப்பட அனைவரும் எடுத்து உண்டனர்.

அவர்கள் அனைவரும் அகன்றதும், "இந்தக் கடற்கரையின் தெற்குப் பகுதியிலுள்ள மீனவக் கிராமத்தில்தான் நான் வசித்து வந்தேன்" என்றான் கலீல்.

மதியம் முழுவதும் உலாவிக் கொண்டும் கண்ணில் பட்டதற்கெல்லாம் சிரித்துக் கொண்டுமிருந்தனர். அப்படி அலைந்து கொண்டிருந்த போது ஒரு கரும்புக் குச்சியும், கூம்புப் பொட்டலத்தில் கடலையும் வாங்கிக்கொண்டு கிப்பாண்டே விளையாடும் பையன்களைப் பார்த்துக்கொண்டிருந்தனர். விளையாட்டில் நாமும் இணைந்து கொள்ளவேண்டுமா என்று யூசுப் கேட்டபோது கர்வத்துடன் தலையசைத்தான் கலீல். அதை எப்படி விளையாடுவதென்ற விரிவான அறிவு யூசுப்புக்கு இல்லையென்றபோதும் பார்த்த சில நிமிடங்களே விளையாடத் தூண்டப் போதுமானதாக இருந்தது. இடுப்பிலிருந்த சருணியைக் கோவணம் போல மடித்துக் கட்டிக் கொண்டு வெறி பிடித்தவன் போல கிப்பாண்டே பின்னால் ஓடினான். சிரித்த சிறுவர்கள் அவனைப் பலவகைப் பெயரிட்டு அழைத்தார்கள். வெகு விரைவாகக் கிடைத்த வாய்ப்பில் உற்சாகத்துடன் மட்டையைக் கையிலெடுத்தவன் அதில் தேர்ந்தவனைப் போன்ற உறுதியுடன் இலகுவாக அடிக்கு மேல் அடியாக அடித்து ஆடினான். அவனுடைய ஒவ்வொரு புள்ளிக்கும் கைதட்டி ஆரவாரித்த கலீல் இறுதியில் யூசுப் பிடிபட்டவுடன் விளையாட்டிலிருந்து அப்படியே அவனைத் தூக்கித் தோளில் வைத்துக்கொண்டான். கீழே இறங்க யூசுப் மிகவும் சிரமப்பட்டான்.

வீட்டுக்குத் திரும்பிச் செல்லும் வழியில் மாலை நேரமாகி தெருக்களை நாய்கள் துழாவ ஆரம்பித்திருந்தன. விளக்கு வெளிச்சத்தில் அவற்றின் உடல்கள் சீழ் வடியும் புண்கள் கொண்டதாகவும் ஒல்லியாகவும், மேற்புறத்தோல் சொறி பிடித்ததாகவும் தெரிந்தன.

பகலில் வெண்ணிறப் பீழையைத் தேக்கி வைத்தும், ஒழுக விட்டுக் கொண்டும் இருக்கும் கண்கள் நிலா வெளிச்சத்தில் கொடூரமாக இருந்தன. அவற்றின் உடல் மீதிருந்த செந்நிறப் புண்களைச் சுற்றி ஈக்கள் வட்டமடித்துக் கொண்டிருந்தன.

கிப்பாண்டே விளையாட்டுக்குப் பிறகு யூசுப்பின் வீர தீரச் செயல்களின் காவியம் வாடிக்கையாளர்களிடம் பாடப்பட்டன. யூசுப்பின் தந்திரங்களை மிகைப்படுத்திக் கூறும் ஒவ்வொரு முறையும் தன்னுடைய பங்கை மிகக் கோமாளித்தனமாகச் சித்திரிப்பான் கலீல். அவனுடைய வழக்கமான ஒவ்வொரு வாடிக்கையாளர்களிடமும் அதுவும் பெண்களும் யுவதிகளும் இருந்தால் நகைச்சுவைக்காக எல்லாவற்றையும் கூறுவான். அஜூஸா மா கதையைக் கேட்க வரும் வேளையில் அந்த விளையாட்டு ஒரு யுத்த களமாகி அதில் யூசுப் வெற்றி வாகை சூடி வருகையில் அவனுடைய கோமாளி யூசுப்பின் புகழ் பாக்கள் பாடிக்கொண்டு பக்கத்தில் பீடு நடையிட்டு வருவது போலவும் மாறிவிட்டது. யூசுப், மாபெரும் வீரன், இறைவனால் ஆசிர்வதிக்கப்பட்டவன், புதிய துல் குரானைன், காக்-மேகோக் அரசர்களைக் கூறு போட்டவன்! யூசுப்பின் வாள் வீச்சில் ஒவ்வொரு எதிரியும் துண்டாடப்பட்டு வீழ்கையில் பொருத்தமான இடங்களில் அஜூஸா மா வியப்பையும் பாராட்டுகளையும் தெரிவித்துக் கொண்டிருந்தாள். அந்தப் பிரதாபங்களின் முடிவில் யூசுப் யூகித்ததைப் போலவே ஆனந்தக் குலவைச் சப்தம் எழுப்பியபடி அவனைத் தேடிக் கொண்டு அஜூஸா மா வந்தாள். வாடிக்கையாளர்களும் முன்வாசல் தள முதியவர்களும் புன்னகைத்து உற்சாகத்துடன் அவளை ஊக்கப்படுத்தினார்கள். தப்பிக்க மார்க்கமே இல்லை. அவனைப் பிடித்துக்கொண்டு சுஃபி மரம் இருக்கும் தொலைவு வரை இழுத்துக்கொண்டு வந்தவள் உணர்வுப் பெருக்கால் அதிர்ந்துகொண்டிருந்தாள். அவளிடமிருந்து திமிறி தன்னை விடுவித்துக்கொண்டான் யூசுப்.

அஜூஸாவிடம் நீ சொல்லிக்கொண்டிருந்த காக்-மேகோக் எல்லாம் யார்? என்ன கதை அது? என்று பின்னர் கலீலிடம் கேட்டான்.

முதலில் அவனைப் புறந்தள்ளிய கலீல் மாலையில் வீட்டுக்கு வந்தபின் ஏதோ யோசனையாக இருந்தவன் பின்னர் கூறினான் "துல்குரானைன் என்பது ஒரு பறக்கும் சிறிய குதிரை, அதைப் பிடித்து கிராம்பு மரப் பட்டை நெருப்பில் வாட்டி அதன் ஒவ்வொரு மூட்டு எலும்புச் சதையை, அதன் சிறகுகள் உட்பட உண்டால் சூனியக்காரிகளையும், சாத்தான்களையும் பிசாசுகளையும் அடக்கும்

சக்தியைப் பெறலாம். அதன் பின் நீ அவர்களுக்கு சீனாவிலிருந்தோ, பாரசீகத்திலிருந்தோ அல்லது இந்தியாவிலிருந்தோ அழகான மெல்லிய இளவரசியைக் கவர்ந்து வரக் கட்டளையிடலாம். ஆனால் அதற்கு நீ கொடுக்கப் போகும் விலை என்னவென்றால், வாழ்நாள் முழுக்கக் காக்-மேகோக்களின் கைதியாக இருக்க வேண்டும்."

நம்பிக்கையற்றவனாய், அமைதியாகக் காத்திருந்தான் யூசுப்.

"சரி, சரி, உனக்கு உண்மையைச் சொல்லி விடுகிறேன்" என்று பல்லைக் காட்டினான் கலீல். "இனிமேல் எந்தக் கட்டுக் கதையும் இல்லை. துல் குரானைன் என்றால் இரு கொம்புகளுடையவன்... மாவீரன் சிக்கந்தர், யுத்த களத்தில் உலகம் முழுவதையும் தோற்கடித்தவன். நீ மாவீரன் சிக்கந்தர் பற்றிக் கேள்விப்பட்டதுண்டா? உலகத்தை வெல்லும் தன் வெற்றிப் பாதையில் ஒருமுறை அதன் விளிம்புக்குப் பயணம் செய்கையில் அவனிடம் சிலர் வந்து அவர்களுக்கு வடக்குப் புறத்தில் காக்-மேகோக் என்னும் பெயர் கொண்ட காட்டுமிராண்டிகள் வாழ்வதாகவும் மொழியே இல்லாத அவர்கள் எப்போதும் அண்டை மக்களின் நிலத்தைச் சீரழித்து நாசம் செய்துகொண்டிருக்கிறார்கள் என்றும் கூறினார்கள். அதனால் துல்குரானைன் அவர்களால் ஏற முடியாத, தோண்ட முடியாத வகையில் ஒரு பெரும் சுவரைக் கட்டினான். உலகின் விளிம்பை வரையறுக்கும் சுவர் அதுதான். அந்தச் சுவருக்கு அப்பால் பூதங்களும் காட்டு மிராண்டிகளும் வாழ்கிறார்கள்."

"அந்தச் சுவர் எதனால் கட்டப்பட்டது? இன்னும் கூட காக்-மேகோக்கள் அங்கு இருக்கிறார்களா?" என்று வினவினான் யூசுப்.

"எனக்கு எப்படித் தெரியும்?" எரிச்சலுடன் பதிலளித்தான் கலீல். "உன்னிடமிருந்து எனக்கு ஓய்வே கிடைக்காதா? எப்போ பார்த்தாலும் உனக்குக் கதைகள் வேண்டும். என்னைக் கொஞ்ச நேரம் தூங்கவிடு."

அஜீஸ் மாமா இல்லாத போது கடையின்பால் அதிக ஆர்வமில்லாது இருந்தான் கலீல். அடிக்கடி வீட்டுக்குள் சென்று வருவது அதிகமானது. யூசுப் தோட்டத்தில் சுற்றிக் கொண்டிருந்தாலும் அவன் மீது அதிகம் கோபம் கொள்ளாமலிருந்தான். வீட்டின் முன்பக்கக் கூரைக்குப் பக்கத்திலுள்ள அகலமான வாயில் கதவைத் தவிர தோட்டம் முற்று முழுதாக மூடப்பட்டிருந்தது. தூரத்திலிருந்தே புலப்படும் அதன் அமைதியும் குளிர்மையும் யூசுப்பின் முதல்

வருகையின் போதே அவனை மயக்கிவிட்டது. மாமா இல்லாத வேளையில் சுவரைத் தாண்டி தோட்டத்திற்குள் சென்ற போது அது நான்கு பாகங்களாக வகுக்கப்பட்டு அதன் நடுவே ஒரு குளம் இருந்ததைக் கண்டான். அதிலிருந்து நாற்புறங்களுக்கும் நீர் பாய்ந்து கொண்டிருந்தது. அந்தப் பகுதிகளில் மரங்களும் புதர்ச் செடிகளும் நடப்பட்டிருந்தன, சில பூச்செடிகளும் இருந்தன: லாவண்டர், மருதாணி, ரோஸ்மேரி மற்றும் கற்றாழை. புதர்களுக்கிடையேயான வெற்றிடங்களில் புற்களும் கிராம்புகளும் அதனோடு கொத்துக் கொத்தாக லில்லி மலர்களும் ஐரிசஸ் மலர்களும் சிதறியிருந்தன. குளத்திற்கப்பால் தோட்டத்தின் முடிவில் நிலம் கூரை போல உயர்ந்து அதன் மீது பாப்பி மலர்கள், மஞ்சள் ரோஜாக்கள், மல்லிகை மலர்கள் பரவலாக நடப்பட்டு இயற்கையாகப் படர்ந்திருப்பதைப் போலத் தோற்றமளிக்கும். அந்த நறுமணம் காற்றில் மேலெழும்பி வந்து அவனை மயக்குவது போல அன்றிரவு கனவு கண்டான் யூசுப். அவனுடைய பேரானந்தத்தில் சங்கீதம் ஒலிக்கக் கேட்டதாக உணர்ந்தான்.

தோட்டத்தின் பற்பல பகுதிகளில் ஆரஞ்சு, மாதுளை மரங்கள் ஆங்காங்கே இருந்தன. அவற்றின் நிழலுக்கடியில் நடக்கும் போது அத்துமீறி ஊடுருபவனாக உணர்ந்த யூசுப் அவற்றின் பூக்களை ஒருவிதக் குற்ற உணர்வுடனேயே முகர்ந்தான். மரங்களின் கிளைகளில் கண்ணாடிகள் தொங்கிக்கொண்டிருந்தன, ஆனால் யூசுப் தன்னை அதில் பார்க்க முடியாத அளவுக்கு உயரே அவை பொருத்தப்பட்டிருந்தன. கடையின் முன்வாசல் தளத்தில் அவர்கள் படுத்திருக்கையில் தோட்டத்தையும் அதன் அழகையும் பேசிக் கொண்டிருப்பார்கள். அப்படி இருக்கையில் அவன் வாய் திறந்து சொல்லாவிட்டாலும் கூட அமைதியான அந்த சோலைக்குள் நீண்ட நேரம் கடத்தப்படுவதைத் தவிர வேறெதற்கும் ஆசைப்படவில்லை யூசுப். மற்ற எல்லாப் பழங்களின் நிறைவும் மாதுளையில் உள்ளதென்றான் கலீல். ஆரஞ்சு, பீச், பாதாமி பழங்கள் கூட அப்படியில்லை. அந்த மரமே சூல் கொண்டது, அதன் தண்டும் பழமும் வாழ்வின் வேகத்தைப் போல வலிமையும் பொலிவும் கொண்டது. அந்தக் கொள்கையை நிறுவும் பொருட்டு தோட்டத்திலிருந்து தைரியமாகப் பறிக்கப்பட்ட கரடுமுரடான, சாறில்லாத விதைகள் கொண்ட மாதுளை அவனுக்கு வழங்கப்பட்ட போது அது ஆரஞ்சைப் போலச் சற்றும் சுவைக்கவில்லையாதலால் யூசுப்புக்கு அது பிடிக்கவில்லை. அவன் பீச் பழங்களைப் பற்றிக்

கேள்விப்பட்டதேயில்லை. பாதாமி என்பது என்ன? என்று கேட்டான்.

"மாதுளை போலச் சுவையானதல்ல" எரிச்சலுற்றவனாகக் கூறினான் கலீல்.

"அப்படியென்றால் பாதாமி எனக்குப் பிடிக்காது" என்று உறுதியாகக் கூறினான் யூசுப். கலீல் அவனை உதாசீனம் செய்தான்.

ஆனால் அவன் வீட்டில் அதிக நேரம் செலவிடுகிறான் என்பதில் ஐயமேயில்லை. எப்போதெல்லாம் முடிகிறதோ அப்போதெல்லாம் யூசுப் தோட்டத்துக்குச் சென்றுவிடுவான். அவன் செல்வது குற்றமென்பதையும் அவன் அறிவான். வீட்டின் உள்முற்றத்திலிருந்து புகார்க் குரல் எழுந்தது. அது சுவரைக் கடந்து அவனை நோக்கி வீசப்பட்டது. அது எஜமானியம்மாள்.

"அவர் உன்னைப் பார்த்துவிட்டார்" என்றான் கலீல். "நீ ஒரு அழகான பையன் என்று கூறுகிறார். நீ தோட்டத்திற்குள் நடக்கும் போது மரத்திலிருந்த கண்ணாடிகள் வழியாக உன்னைப் பார்த்திருக்கிறார். நீ கண்ணாடிகளைப் பார்த்திருக்கிறாய்தானே?"

அஜூஸா மாவைக் குறிப்பிடுகையில் அவனைப் பார்த்துச் சிரிப்பது போல இப்போதும் கலீல் தன்னை நோக்கிச் சிரிப்பான் என எதிர்பார்த்தான் யூசுப். ஆனால் அவனோ இறுக்கமாக, கவலையுடன் எதையோ நினைத்துக் கொண்டிருப்பவன் போலத் தெரிந்தான்.

"அவர் மிக வயதானவரா?" தன்னைக் கேலி செய்வதற்குக் கலீலைத் தூண்டும் விதமாகக் கேட்டான்.

"ஆமாம்."

"அசிங்கமாக இருப்பாரா?"

"ஆமாம்"

"அப்புறம் குண்டாகவும்?"

"இல்லை."

"அவர் பைத்தியம் பிடித்தவரா?" கலீலின் தொடர்ந்த கவனமின்மையைக் கவனித்தவாறே ஒருவித ஆர்வத்துடன் கேட்டான் யூசுப். "அவருக்குப் பணியாட்கள் இருக்கிறார்களா? யார் சமையல் செய்கிறார்கள்?"

அவனைப் பலமுறை கன்னத்தில் அறைந்து தலையின் மீது கடுமையாகக் குத்துவிட்டான் கலீல். யூசுப்பின் முகத்தை இழுத்துத் தனது முழங்கால்களுக்கிடையே சில கணங்கள் அழுத்தி வைத்திருந்து பின் சட்டென்று தள்ளிவிட்டான். "நீ அவர் வேலைக்காரன், நான் அவருடைய வேலைக்காரன். அவரது அடிமைகள். உன்னுடைய மூளையைப் பயன்படுத்தவே மாட்டாயா? நீயொரு முட்டாள் ஸ்வாஹிலி, நீயொரு நோஞ்சான் மடையன்..... அவருக்கு உடம்பு சரியில்லை. உன் கண்களைப் பயன்படுத்தவே மாட்டாயா? நீ உயிரோடிருப்பதை விடச் சாவதே மேல். எப்போதுமே இப்படித்தான் எதையாவது நீயே வரவழைத்துக் கொள்வாயா? என் கண்முன்னால் நிற்காதே! கத்தினான் கலீல். வாயோரங்களில் நுரை வழிய, அவனுடைய மெலிதான உடல் கோப மேலீட்டால் அதிர்ந்துகொண்டிருந்தது.

மலைப்பட்டணம்

1

நாட்டின் உட்பகுதிக்குச் செல்லும் அவனது முதல் பயணம் எதிர்பாராத விதமாக நிகழ்ந்தது. அது போன்ற திடீர் நிகழ்வுகளுக்கு அவன் பழகிக் கொண்டிருந்தான். தானும் உடன் பயணிக்கிறோம் என்று அவன் கண்டுபிடிக்கும் முன்பே ஏற்பாடுகள் மும்முரமாக நடந்து கொண்டிருந்தன. கடையின் பின்புறமும் முன்வாசற்தளத்திலும் பயணத்திற்குத் தேவையான பொருட்கள் குவிக்கப்பட்டிருந்தன. கடையின் ஒரு பக்கமாக மணம் வீசும் பேரீட்சை மூட்டைகளும் உலர் பழங்களின் பைகளும் அடுக்கப்பட்டிருந்தன. நறுமணத்தாலும் சணல் பைகளிலிருந்து கசிந்த தித்திப்பான ஈரப்பதத்தாலும் கவரப்பட்டு தேனீக்களும் குளவிகளும் அடைக்கப்பட்டிருந்த ஜன்னலின் ஊடாகத் தம் வழியைக் கண்டடைந்து உள்ளே நுழைந்தன. விலங்குத் தோல் மற்றும் குளம்பு வாசம் வீசிய வேறு சில சுமைகளின் நாற்றம் வீட்டுக்குள்ளேயே சுழன்றது. முரட்டுச் சணல் துணியால் மூடப்பட்டிருந்த அவற்றின் வடிவங்கள் விகாரமாகத் தெரிந்தன. மகெண்டோ, எல்லையில் தடைசெய்யப்பட்ட கடத்தல் பொருள். நிறைய பணம். கலீல் கிசுகிசுத்தான். முரட்டுச் சணல் துணியால் மூடப்பட்ட சுமைகள் வந்திறங்குவதைப் புருவங்கள் உயரப் பார்த்துக்கொண்டிருந்த வாடிக்கையாளர்கள் வாசல் தள பெஞ்சிலிருந்து இறங்கி மரத்தடியில் நின்றபடி அமைதியாகக் கவனித்துக் கொண்டும் அங்கு நடப்பனவற்றுக்குத்

தாங்களும் உடந்தை என்பது போலத் தலையாட்டிக் கொண்டும் பற்களைக் காட்டிக் கொண்டுமிருந்த முதியவர்களுடன் திருப்தியான சதிப் பார்வையைப் பரிமாறிக்கொண்டனர்... முதியவர்களிடம் எப்போது மாட்டிக்கொண்டாலும் அவரவர் மூல நோய், குடல் உபாதை, மலச்சிக்கல் பற்றிய நீண்ட விரிவான பிரசங்கத்தைக் கேட்க வேண்டியிருந்தது. ஆனால் நலிந்துகொண்டிருக்கும் உடலின் உபாதைகளைப் பற்றிய பேச்சுகளைப் பொறுத்துக்கொள்ளும் பட்சத்தில் மற்ற பயணங்களின் கதைகளை அவனால் கேட்க முடிந்தது. இந்தப் புதிய பயண ஏற்பாடுகளில் உற்சாகமாகிவிடும் முதியவர்கள் தங்களையே மறந்து விடுவதைப் பார்க்க முடியும்.

அந்த இடத்தின் காற்றில் பயணக் கறையின் வாசமும் கட்டளைக் குரல்களின் ஒலியும் நிரம்பியிருந்தன. பயண நாள் அணுக்கமாக வந்ததும் அனைத்துக் குழப்பங்களும் தயக்கத்துடன் தணிந்து போயின. அஜீஸ் மாமாவின் அமைதியான மர்மப் புன்னகையும், உணர்ச்சியை வெளிக்காட்டாத கடின முகமும் அனைவரையும் கண்ணியமாக நடந்து கொள்ளுமாறு வலியுறுத்தின. இறுதியில் கொம்பு ஊதுபவர்கள் இரைச்சலாக ஒரு மெல்லிசையை இசைக்க, அதற்கேற்றவாறு மேளமடிப்பவர்கள் தாளம் தட்ட பயணம் சாந்தமான சூழலில் புறப்பட்டது. தெருவிலிருந்த மக்கள் அவர்கள் கடந்து செல்லுவதை அமைதியாகப் பார்த்தபடி நின்று அடக்கத்துடன் புன்னகைத்தவாறே கையசைத்தார்கள். உள்நாட்டுப் பயணத்திற்கான இந்த ஊர்வலம் எதற்காகத் தேவையென்று மறுதலிக்க அவர்கள் யாருமே நினைத்துப் பார்க்கமாட்டார்கள், இது போன்ற பயணங்கள் தேவையென்று கூறும் நியாயச் சொற்களையும் அவர்கள் அறிவார்கள்.

இது போன்ற பல புறப்பாடுகளை முன்பே பார்த்திருக்கும் யூசுப், அதன் ஆயத்தங்களுக்கான அவசரத்தையும் வெறித்தனத்தையும் ஆனந்தமாக அனுபவிக்கத் துவங்கிவிட்டான். சுமைகளைப் பெற்றுக்கொண்டு தூக்கிச் செல்லவும் அதைக் காவல் காக்கவும், எண்ணி அடுக்கி வைக்கவும் கலீல் மற்றும் அவனுடைய உதவி சுமைகூலிகளுக்கும் காவலாட்களுக்கும் அவசியமாக இருந்தது. அந்த ஏற்பாடுகளில் அஜீஸ் மாமாவும் கொஞ்சம் பங்கெடுப்பார். மற்ற விவரங்களனைத்தும் அவருடைய நியாபாரா முஹமது அப்தல்லாவின் கைவசம்தான் இருக்கும். அப்தல்லா ஒரு சைத்தான். அஜீஸ் எப்பொழுதெல்லாம் ஒரு நீண்ட பயணத்துக்குத் தயாராகிறாரோ அப்போதெல்லாம் உட்பகுதியிலிருந்து எங்கேயோ நியாபாராவை அழைத்துவிடுவார். எப்போதும் அவன் வந்துவிடுவான்,

ஏனென்றால் அஜீஸ் மாமா ஒரு வளமான ஒரு வியாபாரி, இந்தியப் பணக்காரனிடம் கடன் வாங்காமல் தன்னுடைய பயணியர்களுக்குத் தானே உணவளிக்கக் கூடியவர். அப்படிப்பட்டவருக்குப் பணி செய்வதென்பது பெருமைக்குரிய விஷயம். முஹமது அப்தல்லாதான் சுமைகூலிகளையும் காவல்காரர்களையும் பணியில் அமர்த்தி அவர்களுக்குச் சேர வேண்டிய லாபத் தொகையின் பங்குக்கு உடன்படிக்கை செய்துகொண்டான். அவர்களைச் சரியாகக் கையாள்பவனும் அவனே. அவர்களில் பெரும்பாலானவர்கள் கடலோரத்தின் தொலைதூரப் பகுதிகளான கிலிஃபி, லிண்டி, மிரிமா பகுதிகளிலிருந்து வந்தவர்கள் நியாபாரா அனைவருக்குள்ளும் அச்சத்தை ஏற்படுத்துபவனாக இருந்தான்... அவனுடைய உறுமலும், முறைப்பான பார்வையும் கண்களில் தெரியும் இரக்கமற்ற ஒளியும் அவன் வழியில் குறுக்கிடும் எவருக்கும் வலியைத் தவிர வேறொன்றும் கிடைக்காது என்னும் உத்தரவாதத்தையே அளிக்கும். அவனுடைய சாதாரண, மிக எளிமையான அசைவுகளும் கூட அதிகாரத்தில் தோய்ந்து வெளிப்படும். தன் உயரமான, வலிமையான தோற்றமுடைய தோள்களைப் பின்னுக்குத் தள்ளி நிமிர்த்திக் கொண்டு ஏதோ ஒரு சவாலை எதிர்நோக்கியிருப்பதைப் போலவே நடந்து கொண்டிருப்பான். உயரமான தாடை எலும்புகளும் உருண்டையான, ஆர்வத்தில் துடிக்கும் பரபரப்பான முகமும் கொண்டவன். வேலை வாங்குவதற்காகக் கையில் ஒரு மெல்லிய மூங்கில் பிரம்பை எடுத்துக் கொண்டு காற்றில் சுழற்றியபடியே செல்பவன் ஆத்திரமடைந்துவிட்டால் ஏதோவொரு சோம்பேறிப் புட்டத்தின் மீது அதைப் பதிப்பான். கருணையற்ற பாலியல் வக்கிரம் பிடித்தவன் என்ற பெயர் பெற்றவன். அவன் அடிக்கடி தன்னை மறந்து தன் விரைகளைத் தடவிக் கொண்டிருப்பதைக் காணலாம். பயணத்தின் போது அவனுடைய இன்பத்துக்காக அவன் முன் மண்டியிட விருப்பம் கொண்ட சுமைகூலிகளையே பணிக்கு அமர்த்துவானென்று அவனால் பணி நிராகரிக்கப்பட்டவர்கள் அடிக்கடி கூறுவதுண்டு.

சில வேளைகளில் பயங்கலந்த புன்னகையுடன் யூசுப்பை நோக்கி மகிழ்ச்சியில் தலையைச் சிலுப்பிக் கொள்வான். மாஷா அல்லாஹ் என்ற சொல்லை அவன் வாய் உதிர்க்கும். கடவுளின் அதிசயம். அந்த நேரங்களில் அவனுடைய கண்கள் ஆனந்தத்தில் கனிந்து வழக்கத்துக்கு மாறாகப் புகையிலைக் கறை தெரியும் இளிப்புடன் வாய் திறக்கும். இந்த ஏக்கம் தன் மீது படியும் போதெல்லாம் காமப் பெருமூச்சுகளை விடுத்து அழகின் இயல்புகளைக் கூறும்

பாடல்களை முணுமுணுப்பான். அவன்தான் இந்தப் பயணத்தில் யூசுப் அவர்களுடன் வர வேண்டுமென்று கூறி மிகச் சாதாரணமான அறிவுறுத்தல்களைக் கூட அச்சுறுத்தலாக மாற்றினான்.

வருடக்கணக்கான பிணைக்கைதி வாழ்க்கையின் வாயிலாகத் தான் அடைந்திருந்த சமநிலைக்கு விரும்பத்தகாத இடையூறாக இதை உணர்ந்தான் யூசுப். எது வந்த போதும் அஜீஸ் மாமாவின் கடையில் மகிழ்வின்றி இருப்பதாக அவன் நினைத்ததில்லை. வணிகரிடம் வாங்கிய கடனை அடைப்பதற்காக அஜீஸ் மாமாவிடம் தான் ஒரு பிணையாக அடகு வைக்கப்பட்டிருக்கிறோம் என்பதை அவன் முழுமையாகப் புரிந்துகொண்டான். பல ஆண்டுகளாக அப்பா அதிகமாகக் கடன் வாங்கியிருக்கிறார் என்பதையும் அவருடைய உணவகத்தை விற்றால் கூட அதைத் திருப்பிச் செலுத்த முடியாதென்பதையும் யூகிப்பது அவ்வளவு கடினமாக இல்லை. அல்லது அவர் மிகவும் துரதிர்ஷ்டசாலி அல்லது அவருக்குச் சொந்தமில்லாத பணத்தை முட்டாள்தனமாகச் செலவு செய்திருப்பார், அதுதான் செய்யிதின் தந்திரம் என்று கலீல் சொன்னான், செய்யிதுக்கு ஏதாவது தேவையென்றால் அதற்கு வேண்டியதைச் சொல்லி நிறைவேற்றுவதற்கு மனிதர்கள் இருக்கிறார்கள். செய்யிதுக்குப் பணம் வேண்டியிருந்தால் அவருடைய கடனாளிகள் சிலரைத் தியாகம் செய்து பணம் ஈட்டுவார்.

ஒருவேளை, என்றாவது ஒருநாள் அப்பாவும் தானாகக் கொஞ்சம் சம்பாதித்து அவனை மீட்டுச் செல்ல வரக்கூடும். அவனால் முடிந்த போதெல்லாம் அம்மாவுக்காகவும் அப்பாவுக்காகவும் அழுதான். சில வேளைகளில் அவர்களுடைய உருவங்கள் நினைவுகளிலிருந்து மங்கிவிடுமோ என்ற எண்ணத்தில் பேரச்சம் கொண்டான். அப்போது அவர்களுடைய குரல்களின் ஒலி அல்லது அவர்களுக்கேயான குறிப்பிட்ட ஓர் அம்சம்-அம்மாவின் கலகலப்பான சிரிப்பு, அப்பாவின் தயக்கமான புன்னகை- நினைவில் மோதி அவனுக்கு உத்தரவாதம் அளிக்கும். அவன் அவர்களுக்காக ஏங்கித் தவித்தான் என்றெல்லாம் இல்லை, காலங்கள் செல்லச் செல்ல அப்படி இருப்பதைக் குறைத்துக் கொண்டே இருந்தான். அதைவிட அவனுடைய இருப்பின் நினைவுப் பொக்கிஷமே அந்தப் பிரிவு நிகழ்வுதான் என்பது போலாகிவிட்டது. அதிலேயே ஆழ்ந்து அவனது இழப்பினால் துக்கமடைந்தான். அவர்களைப் பற்றித் தெரிந்திருக்க வேண்டிய அல்லது அவர்களிடம் கேட்டிருக்கக் கூடிய விஷயங்களைப் பற்றி யோசித்தான். அவனைப் பயமுறுத்திய கடுமையான சண்டைகள்.

பாகமோயோவிலிருந்து நீங்கிச் சென்ற பின் நீரில் மூழ்கிய இரு பையன்களின் பெயர்கள். மரங்களின் பெயர்கள். அவர்களிடம் அதைப்பற்றியெல்லாம் கேட்டிருந்தால் ஒருவேளை இப்படி அறியாமையாக உணராமலும் மற்றவைகளிடமிருந்து இப்படி பயங்கரமாக மாறுபட்டும் இருந்திருக்க வேண்டியதில்லை. அவனுக்குக் கொடுத்த வேலையைச் செய்தான், கலீல் என்ன கட்டளைகள் இடுகிறானோ அதைச் சிரமேற்றுச் செய்வது, அந்த 'சகோதரனிடம்' எதற்கும் சார்ந்து நிற்பது, அனுமதிக்கும் போது தோட்டத்துக்குள் செல்வது.

காலையிலும் பின் மதியத்திலும் தோட்டத்தைப் பராமரிக்க வரும் மெஸீ ஹம்தானி என்ற முதியவர் கூடத் தோட்டத்தின் மீதான இவனுடைய காதலைக் கண்டு மனமுருகிவிட்டார். அந்த முதியவர் எப்போதாவதுதான் பேசுவார், இறைவன் மீது அவர் பாடும் துதிப்பாடல்களைப் பாடுவதை நிறுத்தச் சொல்லிவிட்டு யாராவது தங்கள் உரையாடலைக் கேட்கச் சொல்லி வற்புறுத்தினால் எரிச்சலாகிவிடுவார், அதில் சில பாடல்கள் அவரே இயற்றியது வேறு. ஒவ்வொரு நாள் காலையிலும் யாருக்கும் வந்தனம் கூறாமல் நேராக வேலையைத் தொடங்குபவர், வாளிகளில் நீரை நிரப்பி எடுத்துக்கொண்டு உலகத்தில் இந்தத் தோட்டத்தைத் தவிர எதுவுமே இல்லை என்பது போலப் பாதைகளில் நடக்கும் போது தன் கைகளைக் குவித்து நீரை ஏந்தி வார்த்துக்கொண்டு செல்வார். சூரியன் சுட்டெரிக்கும் வேளையில் அங்கிருக்கும் ஏதோ ஒரு மரத்தினடியில் அமர்ந்து கொண்டு லேசாக அசைந்தாடியவாறே கையிலிருக்கும் புத்தகத்தை வாசித்துக் கொண்டே ஏதோ முணுமுணுத்தபடி தன்னுடைய பரவசமான பிரார்த்தனையில் மூழ்கியிருப்பார். மதியம் பிரார்த்தனை முடிந்தவுடன் பாதங்களைக் கழுவிச் சுத்தப்படுத்திக் கொண்டு கிளம்பிவிடுவார். யூசுப்புக்கு குறிப்பிட்ட வேலையென்று எதுவும் கொடுக்காமலும் அதே வேளையில் அவனை விரட்டாமலும் தன்னுடைய தேர்வாக அவனை வேலை செய்ய அனுமதிப்பார் மெஸீ ஹம்தானி. பிற்பகலில் சூரியன் தாழ இறங்கியதும் தோட்டம் முழுவதும் யூசுப்பின் வசம் வந்துவிடும். செடிகளைக் கத்தரித்து நேர்த்தி செய்துகொண்டும் நீர் வார்த்துக் கொண்டும் மரங்களுக்கும் புதர்களுக்குமிடையே மென்நடை போட்டுக்கொண்டும் திரிவான். மாலை மங்கும் நேரத்தில் சுவருக்கப்பாலிருந்து வெளிப்படும் சிடுசிடுப்பான குரல் சில வேளைகளில் அவனை விரட்டியடிக்கும், மற்ற நேரங்களில் கவியும் இருளினூடே பெருமூச்சுகளும் ஏக்கங்களும் நிறைந்த பாடல்கள்

அவன் காதில் விழும். அந்தக் குரல் அவன் மனதை துயரில் ஆழ்த்தியது. ஒருமுறை அவன் கேட்ட நீண்டதொரு ஏக்கத்தின் ஓலம் அவன் அம்மாவை நினைவூட்டிச் சுவரோரம் அச்சத்தில் நடுங்கியபடியே நின்று கேட்க வைத்தது.

எஜமானியம்மாவைப் பற்றிக் கேட்பதை யூசுப் கைவிட்டுவிட்டான். அப்படிக் கேட்பது கலீலுக்குச் சினமூட்டியது. *"இது உன்னுடைய வேலையல்ல, இது போன்ற அனாவசியமான கேள்விகளைக் கேட்காதே. நீ... கிஸிரானி... அதாவது துரதிர்ஷ்டத்தைக் கொண்டு வரப் போகிறாய். நீ எங்கள் மீது தீமையை ஏவி விட விரும்புகிறாய்."* அவரைப் பற்றிய கேள்விகளின்றி வாயை மூடிக்கொள்ள கலீலின் கோபம் தேவையாக இருந்த போதும் வாடிக்கையாளர்கள் கண்ணியமாக வீட்டைப் பற்றித் தங்களுக்குள் விசாரித்துக் கொள்கையில் அவர்களுடைய பார்வைகளுக்குள் ஊடுருவாமல் அவனால் இருக்க முடியவில்லை. யூசுப்பும் கலீலும் தங்களுடைய மதியவேளை உலாவின் போது வெற்றுச் சுவர்கள் கொண்ட பிரமாண்டமான அமைதி தரித்து நிற்கும் பணக்கார ஓமானியர்களின் வீடுகளைக் கண்டனர். "அவர்கள் தங்கள் மகள்களைச் சகோதரரின் மகன்களுக்கு மட்டுமே திருமணம் செய்து வைப்பார்கள்" என்று வாடிக்கையாளர் ஒருவர் கூறியிருக்கிறார். அந்தப் பரந்து விரிந்த கோட்டைகள் சிலவற்றில் அவர்களது பலவீனமான சந்ததிகள் அடைக்கப்பட்டு அதன்பின் அவர்கள் பற்றிப் பேச்சே இல்லை. சிலசமயம் வீடுகளின் மேல்மட்டத்திலுள்ள ஜன்னல் கம்பிகளின் மீது முகத்தை வைத்து அழுத்திக் கொண்டிருக்கும் அந்தப் பரிதாபமான ஜீவன்களைக் காணலாம். அவர்கள் என்ன மனக்குழப்பத்துடன் இந்த உலகைப் பார்க்கிறார்கள் என்று இறைவனுக்குத்தான் வெளிச்சம், அல்லது தங்கள் முன்னோர்கள் செய்த பாவத்துக்குக் கிடைத்த இறைவனின் தண்டனை இது என்று புரிந்துகொண்டார்கள்போல.

ஒவ்வொரு வெள்ளிக்கிழமையும் நகரத்தின் ஜும்மா மசூதிக்குத் தொழுகைக்குச் சென்றுவிட்டுப் பின் தெருவில் கிப்பாண்டேவும் கால்பந்தும் விளையாடினார்கள். பாதசாரிகள் கலீலைப் பார்த்து அவன் ஒரு தந்தை ஸ்தானத்துக்குரியவன் என்றும் அதனால் அவன் சிறுபிள்ளைகளுடன் விளையாடக் கூடாதென்றும் கூறினார்கள். மக்கள் அவனைப் பார்த்து ஏதேதோ பேசி அசிங்கமான பெயர்களை வைத்து அழைப்பார்கள் என்றும் சத்தம் போட்டார்கள். ஒருநாள் முதிய பெண்மணி அந்த விளையாட்டைப் பார்க்க நின்றவர், கலீல் அருகில் வந்தவுடன் நிலத்தில் துப்பிவிட்டு அங்கிருந்து அகன்றார்.

அந்தி சாயும் வேளையில் கடற்பகுதிக்கு நடந்து திரிந்து சென்றவர்கள் கடலுக்குள் செல்லவில்லையா என்று அங்கிருந்த மீனவர்களிடம் கேட்டுக் கொண்டிருந்தார்கள். புகையிழுக்க வருமாறு அவர்கள் அழைத்தவுடன் அதை ஏற்றுக்கொண்ட கலீல் யூசுப்புக்கு அதைத் தர மறுத்துவிட்டான். புகைப் பிடிக்கக் கூடாத அளவுக்கு அவன் மிக அழகானவன் என்று மீனவர்கள் கூறினார்கள். அது அவனைக் கெடுத்துவிடும். புகைப்பது சைத்தானின் வேலை, ஒரு பாவம். ஆனால் அதை விட்டால் ஒரு ஏழை எப்படி வாழ முடியும்? பிச்சைக்கார முஹமது மருத்துவன் கூறியதை, அவர் எவ்வாறு தன் தாயின் பாசத்தையும் விட்டுவின் தெற்குப் பகுதியிலிருந்த நிலப்பகுதியின் நீர்ப்பாசனப் பண்ணையையும் இழந்தார் என்னும் துயரக் கதைகளையும் நினைத்துப் பார்த்த யூசுப் அந்த விலக்கில் எந்த இழப்பையும் உணரவில்லை. மீனவர்கள் தங்கள் சாகசக் கதைகளையும் கடலில் சந்திக்கும் இன்னல்களையும் கூறிக் கொண்டிருந்தனர். தெளிவான நீல வானிலிருந்து சீறும் புயலாக மாறுவேடமிட்டு இறங்கியும் இரவின் இருண்ட கடலிலிருந்து ஒளிரும் ராட்சதத் திருக்கை மீனின் வடிவிலும் எழும் பேய்களைப் பற்றியும் அமைதியான தொனியில் கூறிக் கொண்டிருந்தார்கள். மிகவும் வலிமை வாய்ந்த துணிச்சல் மிக்க பகைவர்களுக்கெதிரான தங்களது மறக்க முடியாத யுத்தங்களைப் பற்றி அவர்களுக்குள் பரிமாறி மகிழ்ந்தார்கள்.

பின்னர் உணவகத்துக்கு வெளியே நின்று அட்டை விளையாட்டுகளைப் பார்த்துக்கொண்டு உணவு வாங்கி வந்து திறந்த வெளியில் சாப்பிட்டுக் கொண்டிருந்தார்கள். சில நேரங்களில் பருவகால நிகழ்வுகளைக் குறிக்கும் அல்லது ஏதோ நல்ல அதிர்ஷ்டத்தைக் கொண்டாடும் வகையிலும் திறந்தவெளி நடனங்களும் கச்சேரிகளும் விடியும் வரை நடக்கும். நகரத்தில் மிகவும் சௌகர்யமாக உணர்ந்த யூசுப் அங்கு அடிக்கடிச் செல்ல விழைந்தான். ஆனால் கலீலுக்கு அது அவ்வளவு இலகுவாக இருக்கவில்லை என்று அறிந்துகொண்டான். கடையின் கல்லாவுக்குப் பின்னே வாடிக்கையாளர்களுடன் தனது கொச்சையான உச்சரிப்பில் கிண்டல் செய்து பேசும்போதுதான் அவன் மிக மகிழ்ச்சியடைந்தவனாக இருந்தான். அவர்களுடனான அவனது மகிழ்ச்சி அசலானது. அவர்கள் எத்தனை சந்தோஷத்துடன் கிண்டலும் கேலியும் செய்கிறார்களோ அதே அளவு மகிழ்ச்சியுடன் அதைக் கேட்டுச் சிரிப்பான். அவர்களுடைய தீராத வலியையும் துயரக் கதைகளையும் மிக அனுதாபத்துடன் அக்கறையாகக் கேட்பான். யூசுப்பிடம் என்னை ஒப்படைப்பது பற்றிப் பேசாமலிருந்திருந்தால்

உன்னுடைய பதட்ட இயல்பையும் குச்சியான உடலமைப்பையும் பொருட்படுத்தாது உன்னையே பரிசீலித்திருப்பேன் எனக் கலீலிடம் அஜூஸா மா கூறுவாள்.

ஒருநாள் மாலை நகரின் மையத்தில் நடக்கும் இந்தியக் குடும்பத்தின் திருமண விழாவைக் காணச் சென்றிருந்தார்கள். விருந்தாளியாக அல்ல, அங்கு காட்சிப் படுத்தப்பட்டிருக்கும் சீர்வரிசைகளையும் அன்பளிப்புகளையும் காணக் கூடியிருக்கும் கும்பலில் ஒருவராகச் சென்றிருந்தார்கள். விருந்தாளிகளின் ஆடம்பரமான ஜரிகைப் பட்டாடைகளையும் பொன்னாபரணங்களையும் கண்டு மலைத்து நின்றார்கள். ஆண்கள் அணிந்திருந்த பகட்டான டர்பனையும் பாராட்டினார்கள். புராதனக் காலத்தின் நறுமணம் காற்றை நிரப்பிக் கொண்டிருக்க, சாலையில் வீட்டின் முன் வைக்கப்பட்டிருந்த பித்தளைப் பானையிலிருந்து ஊதுவத்தியின் அடர் மணம் எழும்பிக் கொண்டிருந்தது. சாலையின் மையத்தில் மூடி வைக்கப்பட்டிருந்த சாக்கடையிலிருந்து வீசும் வாசத்தைத் தடுக்கும் பொருட்டு அந்த ஏற்பாடுகள் செய்யப்பட்டிருந்தன. மணப்பெண்ணின் ஊர்வலத்தில் முன்னே வந்து கொண்டிருந்த இரு ஆண்கள் பல மாடங்கள் கொண்ட வெங்காய வடிவிலான அரண்மனையைப் போன்ற பெரிய பச்சை வண்ண லாந்தரைச் சுமந்து வந்தார்கள். மணப்பெண்ணுக்குப் பக்கவாட்டில் இருபுறமும் அணிவகுத்து வந்த ஆண்கள் கோஷமிட்டுக் கொண்டும் தெருக்களில் வரிசையாக நிற்கும் மனிதர்கள் மீது பன்னீரைத் தெளித்தவாறும் வந்தார்கள். சில இளைஞர்கள் கொஞ்சம் வெட்கப்பட்டார்கள். அதை உணர்ந்து கொண்ட கூட்டம் அவர்களின் சங்கடத்தை அதிகரிக்கும் பொருட்டு கிண்டலும் வசவும் கலந்த வார்த்தைகளை உச்சரித்தபடி அவர்களை நோக்கிக் கத்தியது. மணமகள் மிகவும் இளமையாக, சிறு பெண்ணாகத் தெரிந்தாள். தலை முதல் கால் வரை தங்கத்தால் இழைத்த பட்டுத் துகிலால் முக்காடிட்டிருந்தாள். அவளது ஒவ்வொரு அசைவிலும் அவை மின்னிப் பளபளத்தன. அவளது மணிக்கட்டு மற்றும் கணுக்காலின் வளையல்கள் மங்கலாகத் தெரிய, பெரிய காதணிகள் முக்காடுக்குப் பின்னால் ஒளிரும் நிழல்கள் போல அசைந்தாடின. மணமகனின் வீட்டுக் குறுகிய வாயிலை நோக்கித் திரும்பிய போது லாந்தர் விளக்கின் பிரகாசமான வெளிச்சத்தில் அவளுடைய தாழ்ந்திருந்த முகத்தின் உருவம் இருளோவியம் போலத் தோன்றியது.

அதன்பின் தெருவிலுள்ள பார்வையாளர்களுக்கு அளிப்பதற்காக பெரிய தட்டுகளில் உணவுகள் கொண்டு வரப்பட்டன: சமோசா,

லட்டு, பாதாம் ஹல்வா. இரவு நீண்ட நேரம் இசை நிகழ்ச்சி நடந்தது. கம்பி, தாள வாத்தியங்கள் உடன் இழைய இனிமையான துல்லியமான குரலில் பாடல்கள் மிதந்து வந்தன. வீட்டிற்கு வெளியே இருந்த கூட்டத்தில் ஒருவருக்குக் கூட அந்த வார்த்தைகளின் அர்த்தம் புரியாத போதும் அவர்கள் நின்று கேட்டனர். இரவு நீள நீள பாடல்களில் சோகம் மேலும் கூடிக் கொண்டிருந்தது. இறுதியில் வெளியே இருந்த மனிதர்கள் பாடல்களின் சோகத்தைத் தாள முடியாமல் மௌனமாகக் கலைந்து சென்றார்கள்.

2

'கிஸானா ஜூரி' அழகான பையன், யூசுப்பின் பக்கத்தில் நின்று அவன் தாடையைக் கைகளில் ஏந்தியபடி கூறினான் முஹம்மது அப்தல்லா. அந்தக் கைகள் கரடுமுரடாகச் செதுக்கியது போல இருந்ததை உணர்ந்தான் யூசுப். முகத்தை விடுவித்துக் கொண்டு தலையை ஆட்டிய யூசுப் தன் கன்னங்கள் துடிப்பதை அறிந்தான். "நீ வருகிறாய்" காலையில் நீ தயாராக இருக்க வேண்டுமென்று செய்யிது கூறினார். நீ வந்து எங்களுடன் வியாபாரம் செய்ய வேண்டும். காட்டுமிராண்டிகளின் வழிமுறைகளுக்கும் நாகரீகமானவர்களின் வழிமுறைகளுக்குமிடையேயான வேறுபாட்டை நீ கற்றுக்கொள்ள வேண்டும். அழுக்கான கடைகளில் விளையாடுவதற்குப் பதிலாக நீ வளர்ந்து உலகம் என்பது எப்படியிருக்கும் எனக் கண்டறியும் நேரம் இது." அவன் பேசும்போது முகத்தில் ஒரு புன்னகை, முறையற்ற இளிப்பு விரிந்தபோது தனது துர்க்கனவுகளின் சந்துகளில் பாய்ந்து பிறாண்டிய நாய்களை நினைவு கூர்ந்தான் யூசுப்.

அனுதாபத்தை நாடி கலீலிடம் சென்றபோது அவன் வருத்தப்படவோ அல்லது யூசுப்பின் தலைவிதியை எண்ணிப் புலம்பவோ மறுத்து விட்டான். கலீல் சிரித்துக்கொண்டே விளையாட்டாகச் செய்யும் பாவனையில் அவன் கையில் குத்தினாலும் அது யூசுப்புக்கு வலித்தது. "நீ இங்கேயே தோட்டத்தில் உட்கார்ந்து விளையாடிக் கொண்டிருக்க நினைத்தாயா? பைத்தியக்கார மெஸீ ஹம்தானியைப் போல காஸிதா பாடிக்கொண்டிருக்கப் போகிறாயா? அங்கே நிறையத் தோட்டங்கள் உள்ளன. நீ செய்யிதிடமிருந்து ஒரு மண்வெட்டியைக் கடன் வாங்கிக்கொள்ளலாம். அந்தக் காட்டுமிராண்டிகளுடன் வியாபாரம் செய்ய அவர் டஜன் கணக்கில் அவற்றை எடுத்து வந்திருப்பார். அந்தக் காட்டு மிராண்டிகள்! அவர்களுக்கு மண்வெட்டிகள் மிகப் பிடிக்கும். ஏனென்று யாருக்குத் தெரியும்?

அவர்களுக்குச் சண்டையும் பிடிக்கும் என்று கேள்விப்பட்டேன். ஆனால் உனக்குத்தான் எல்லாமே தெரியும் இல்லையா? நீயும் அந்தக் காட்டுமிராண்டி நாட்டின் ஒரு பிரஜை அல்லவா? நீ ஆனந்தமாக இருப்பாய். அவர்களிடம் இதை மட்டும் சொல், நீ அவர்களின் இளவரசன் என்றும் மனைவி வேண்டி சொந்த நாட்டிற்கு வந்திருப்பதாகவும் சொல்.'' அன்றிரவு அவனைத் தவிர்த்த கலீல் கடை வேலைகளில் தன்னை மூழ்கடித்துக் கொண்டும் சுமைகூலிகளுடன் வம்படியாக உரையாடிக்கொண்டுமிருந்தான். அவர்கள் தங்கள் பாய்களில் படுத்துக்கொண்டிருக்கும் போது யூசுப்பைத் தவிர்க்கவே முடியாத சூழலில் அவன் எந்தக் கேள்வியைக் கேட்டாலும் அதை நகைச்சுவையாக மாற்றிக்கொண்டிருந்தான் கலீல். "அது மிக உற்சாகமானதாக இருக்கும்... அந்த விசித்திரமான காட்சிகளும், காட்டு விலங்குகளும்... அல்லது நீ பயணம் போய் விட்டால் அஜூஸா மாவை யாராவது திருடிவிடுவார்கள் என்று பயப்படுகிறாயா? கவலைப்படாதே என் ஸ்வாஹிலி சகோதரா, அவள் உன் வாழ்நாள் முழுவதும் உனக்கானவள்தான். உன்னுடைய குறியைப் பிடித்துக் கசக்குவதற்குக் காட்டுமிராண்டிக் கூட்டத்தில் யாரும் இருக்கமாட்டார்கள் என்று நினைத்துக் கிளம்புவதற்கு முன் நீ அழுது கொண்டிருந்தாய் என்று அவளிடம் சொல்லி விடுகிறேன். அவள் உனக்காகக் காத்திருப்பாள், நீ திரும்பி வந்தவுடன் உனக்குப் பாட்டு பாடுவதற்கு வந்துவிடுவாள். விரைவில் நீயொரு பணக்கார வணிகன் ஆகிவிடுவாய். செய்யிது போலப் பட்டாடையும் வாசனைத்திரவியமும் அணிந்து வயிறுக்குக் குறுக்கே பணப்பையையும் மணிக்கட்டில் ரோஸரி மணிகளைச் சுற்றிக் கொண்டும் இருப்பாய்'' என்றான் கலீல்.

"உனக்கு என்னவாயிற்று?'' எரிச்சலுடன் கேட்ட யூசுப்பின் குரல் சுய இரக்கத்திலும் வருத்தத்திலும் நடுங்கியது.

"நான் என்ன செய்ய வேண்டுமென்று விரும்புகிறாய்? அழ வேண்டுமா?'' சிரித்துக்கொண்டே கேட்டான் கலீல்.

"நான் நாளைக்கு இங்கிருந்து போய் விடுவேன், அந்த மனிதனுடனும் அவனுடைய கொள்ளைக்காரர்களுடனும் பயணிக்கப் போகிறேன்-''

யூசுப்பின் வாய் மீது கையை வைத்தான் கலீல். அவர்கள் கடையின் பின்பக்கத்தில் உறங்கிக்கொண்டிருந்தார்கள் ஏனென்றால் முன்பக்கத்திலுள்ள வாசல் தளத்தை முஹமது அப்தல்லாவும் அவனுடைய ஆட்களும் எடுத்துக் கொண்டார்கள். வெட்டவெளியின் ஓரத்திலிருந்த புதர்களையும் திறந்தவெளிக் கழிப்பறைகளாக மாற்றி

விட்டனர். கலீல் அவனுடைய உதடுகளுக்குக் குறுக்கே விரலை வைத்து உஷ் என்று மெல்ல எச்சரிக்கைக் குரல் விடுத்தான். யூசுப் மேலும் பேச முற்பட்டபோது அவன் வயிறில் ஒரு குத்து விட்டு வேதனையுடன் அரற்ற வைத்தான். இன்னதென்றே புரிந்து கொள்ளப்படாத ஏதோவொரு துரோகம் இழைத்ததற்காகக் குற்றம் சாட்டப்பட்டு நாடு கடத்தப்படுவதைப் போல உணர்ந்தான் யூசுப். அவனை அருகே இழுத்து நீண்ட அணைப்பில் இருத்தி வைத்துப் பின் விடுவித்த கலீல், "இது உன்னுடைய நல்லதுக்குத்தான்" என்றான்.

காலையில் சணல் பைகளால் மூடப்பட்டிருந்த பொதிகளனைத்தும் பழைய சரக்குந்தில் ஏற்றப்பட்டு அவர்களுடைய பயணத்தின் ஒரு பகுதியாக அவையும் நாட்டின் உட்பாகத்திற்குக் கிளம்பின. அணிவரிசை பின்னர் அவர்களுடன் இணைந்து கொள்ளும். பேக்கஸ் என்னும் பெயர் கொண்ட சரக்குந்து ஓட்டுநர் பாதி கிரேக்கன், பாதி இந்தியன். கருநிற நீள சிகையும் சீராக வெட்டப்பட்ட மீசையுடனும் இருந்தான். அவனுடைய அப்பா நகரத்தில் பாட்டிலும் ஐசும் தயாரிக்கும் சிறிய கம்பெனி வைத்திருப்பவர், சிலவேளைகளில் வணிகர்களுக்கு சரக்குந்தையும் மகனை ஓட்டுநராகவும் வாடகைக்கு அனுப்பி வைப்பார். ஓட்டுநரின் இடத்தில் கதவைத் திறந்து வைத்தபடி, அவனுடைய மெல்லிய உருண்டையான தேகம் வசதியாக இருக்கையில் புதைந்திருக்கும்படி அமர்ந்தான். புன்னகையற்ற முகத்துடன் மெல்லிய குரலில் அவனது வாய் இடையறாது ஆபாசப் பேச்சுகளைப் பொழிந்து கொண்டிருந்தது. இடையிடையே பீடி வலித்துக்கொண்டே சில காதல் பாடல்களையும் பாடினான். "ஏ ஆடுகளே, எனக்குக் கொஞ்சம் கருணை காட்டுங்கள், நாள்பூராவும் இங்கே அமர்ந்து உங்கள் புட்டங்களை வருடிக்கொண்டிருக்க எனக்கு விருப்பம்தான், ஆனால், எனக்கு சரக்குகளையும் எடுக்க வேண்டியிருக்கிறதே, அதனால் அதற்குக் கொஞ்சம் கவனம் கொடுத்து உங்கள் புழுக்கைகளை மோப்பம் பிடிப்பதை நிறுத்துங்கள் பாப்."

உண்மையை நினைக்குந்தோறும் உன் முகத்தைக் காண்கிறேன்
மற்றெல்லா முகங்களும் பொய்யன்றி வேறெதுவுமில்லை
மகிழ்ச்சியைக் கனவு காணும் போதெல்லாம் உன் வருடலை உணர்கிறேன்
அனைவரின் விழிகளிலும் பொறாமை எரிவதைக் காண்கிறேன்

வாவ், வாவ் ஜனாப்! யாராவது மஹாராஜா என்னுடைய பாடலைக் கேட்டால் அவருக்கு விருப்பமான இறைச்சித் துண்டை ஓரிரவுக்கு

எனக்குத் தந்து விடுவார். இந்த இடத்தில் விசித்திரமான வாசம் வீசுகிறது. அழுகிப்போன சேவல்களின் வாசத்தை என்னால் நிச்சயம் கண்டுபிடித்து விட முடியும், ஒருவேளை அந்த உணவைத்தான் அவர்கள் உனக்குத் தருகிறார்களோ. ஹே பாபா! இங்கே உனக்கு என்ன கொடுக்கிறார்கள்? உன்னுடைய முதுகில் வழியும் வியர்வையில் ஏகப்பட்ட பிசுபிசுப்பு. நீ போகுமிடத்தில் இருப்பவர்கள் கொழுப்பு நிறைந்த இறைச்சியை விரும்புபவர்கள், அதனால் எங்கே உன் உறுப்பை வைக்கிறாய் என்பதில் கவனமாய் இரு பாப். ஓ, தம்பி, அங்கே சொறிவதை நிறுத்து. உனக்காக மற்றவர்களைச் செய்ய விடு. எப்படியிருந்தாலும் அதனால் பலன் ஒன்றும் இல்லை. அது போன்ற புண்களுக்கு ஒரே ஒரு மருந்துதான் இருக்கிறது. வா, அந்தச் சுவருக்குப் பின்னால் நின்று எனக்குக் கொஞ்சம் அமுக்கிவிடு. உனக்கு ஐந்து அணா தருகிறேன். சுமைகூலிகள் ஓட்டுநரின் நாற்ற வாய்ப் பேச்சுகளுக்கு வெடித்துச் சிரித்தார்கள். அதுபோன்ற வார்த்தைகளை வணிகரின் முன்னால் பிரயோகிப்பது!அவன் தவறு செய்யும் போது அவனுடைய அம்மாவையும் அப்பாவையும் குறித்து எள்ளல் செய்து குத்திக் காட்டினார்கள், அவனுடைய குழந்தைகள் பற்றிய கடும் வசை மொழிகளையும் கூறினார்கள். பதிலுக்கு அவன் தனது விரைகளைக் கையில் பிடித்துக்கொண்டு "வா, வந்து என் குறியை உறிஞ்சு" என்பான். பின் மீண்டும் தொடங்குவான்.

பயணத்திற்காக எடுத்துச் செல்ல வேண்டிய மற்ற சரக்குகள் ரிக்வாமா என்னும் கைவண்டியில் வைக்கப்பட்டுச் சுமைகூலிகளால் ரயில் நிலையம் வரை இழுத்து வரப்படும். அந்த இறுதி நேரம் வரை அஜீஸ் மாமா தன் பக்கத்தில் மரியாதையாகக் கூனிக் குறுகி நடைபோடும் கலீலிடம் நிதானமாகப் பேசிக்கொண்டிருப்பார். அவரது கட்டளைகளை அவன் ஆமோதித்துக்கொண்டிருப்பான். சோம்பலாகக் கூட்டங் கூட்டமாக நின்று கொண்டிருக்கும் சுமைகூலிகள் உரையாடிக்கொண்டும் வாதாடிக்கொண்டும் சட்டென்று கைகொட்டி வெடித்துச் சிரித்துக்கொண்டுமிருப்பார்கள்.

"ஹயா, என்னை நாட்டுக்கு அழைத்துச் செல்" ஒருவழியாக நகர்வதற்கான சமிக்ஞையை அஜீஸ் மாமா கூறினார். மேளக்காரனும் கொம்பூதுபவனும் ஒரே சமயத்தில் முழங்கி, நெடுவரிசைக்கு முன்னே ஆர்வத்துடன் நடந்தார்கள். முஹமது அப்தல்லா அவருக்குப் பின் சில அடிகள் தள்ளி, அவனுடைய சவுக்கைக் கம்பீரமாகக் காற்றில் வட்டமாகச் சுழற்றியபடி தலையை நிமிர்த்திக் கொண்டு நடந்தான். வண்டியைத் தள்ளுவதற்கு ஒரு கை கொடுத்த

யூசுப் கவனமில்லாவிட்டால் கால்களை நசுக்கி விடக்கூடிய மரச் சக்கரங்களில் கண் வைத்துக் கொண்டே சுமைகூலிகளின் தாள லய கோஷங்களோடு இணைந்து கொண்டான். கடைசித் தருணத்தில் அஜீஸ் மாமா ஏதாவது வாய்ப்பு கொடுத்தால் அதை அப்படியே விழுங்கிக் கொள்பவன் போல அவர் கைகளில் கலீலின் அடிமைத்தனத்தைக் காண அவனுக்கு அவமானமாக இருந்தது. அவன் எப்போதுமே அப்படிச் செய்பவன்தான், ஆனால் அந்தக் காலை நேரத்தில் யூசுப் அதை மேலும் வெறுத்தான். ஸ்வாஹிலி என்று ஏதோ சொல்லி கலீல் கத்துவதைக் கேட்டான் யூசுப். ஆனால், திரும்பிப் பார்க்கவில்லை.

அஜீஸ் மாமா, குழுவின் பின்னால் வந்தார். தெருவில் நின்று கொண்டிருப்பவர்களிடையே அவருக்குத் தெரிந்த குறிப்பிட்ட பரிச்சயமான நபர்களுடன் விடைபெறல் சம்பிரதாயங்களைப் பரிமாறிக் கொண்டார்.

3

சுமைக்கூலிகளும் காவலர்களும் மூன்றாம் வகுப்புப் பெட்டியில் பயணம் செய்தனர். அது ஏதோ அவர்களுடைய சொந்த இடங்களைப் போல மரபெஞ்சுகளில் உடலைப் பரத்திக்கொண்டு கிடந்தார்கள். யூசுப்பும் உடனிருந்தான். அவர்களுடைய கூச்சலையும் அநாகரீகத்தையும் கண்டு பயந்துபோன மற்ற பயணிகள் வேறு பெட்டிகளுக்குச் சென்றோ அல்லது ஏதோ ஒரு மூலையிலோ முடங்கிக் கொண்டனர். ரயிலின் மற்றொரு பகுதியிலிருந்து அவர்களைப் பார்க்க வந்த அப்தல்லா அவர்களுடைய எரிச்சலான புலம்பல்களையும் அறியாமையையும் கண்டு ஏளனம் செய்தான். அந்தப் பெட்டி நெரிசலாகவும் இருண்டும் ஈரமண் மற்றும் மரப்புகை வாசத்தோடும் இருந்தது. யூசுப் தன் கண்களை மூடிக் கொண்டதும் அவனுடைய முதல் ரயில் பயணம் நினைவில் புரண்டது. இரு பகல்களும் ஒரு இரவுமாக நீண்ட பிரயாணத்தில் ரயில் அடிக்கடி நின்று அரிதாக வேகமெடுத்து நகர்ந்து கொண்டிருந்தது. நிலங்கள் முதலில் தென்னை மரங்களாலும் பழமரங்களாலும், சூழ்ந்திருக்க அதன் ஓரங்களிலுள்ள விளைநிலங்களினூடே சிறிய பண்ணைகளையும் பயிர்களையும் அவர்களால் பார்க்க முடிந்தது. ரயில் எப்போது நின்றாலும் காவலர்களும் சுமைகூலிகளும் என்ன நடக்கிறதென்று அறிந்துகொள்ள நடைமேடைக்கு ஓடி விடுவார்கள்... அவர்களில் சிலர் இந்தப் பாதையில் முன்பு வந்தவர்கள், ரயில் நிலையப்

சொர்க்கத்தின் பறவைகள் 77

பணியாளர்களையும் நடைமேடை விற்பனையாளர்களையும் ஏற்கெனவே அறிந்திருந்ததால் நேரத்தை வீணாக்காமல் மீண்டும் அந்தப் பரிச்சயத்தைப் புதுப்பித்துக் கொண்டார்கள். செய்திகளையும் அன்பளிப்புகளையும் அங்குள்ளவர்களுக்குக் கொடுத்தார்கள். அப்படி ஒரு நிறுத்தத்தில் அமைதி பெருகும் முன்பகல் சூட்டில் நீர் துள்ளிக் குதிக்கும் ஓசையைக் கேட்டான் யூசுப். மதிய நேர வேளையில் காவாவில் ரயில் நின்றபோது தெரிந்தவர்கள் யாராவது கண்ணில் பட்டுத் தன்னுடைய பெற்றோர்களுக்கு தர்மசங்கடத்தைக் கொடுத்து விடுவோமோ என்று பதட்டத்துடன் கூடிய மௌனத்தில் ரயில்பெட்டியின் தரையில் அமர்ந்திருந்தான். அதன்பின் அந்த நிலப்பரப்பு மாறி அவர்கள் பயணம் கிழக்கு நோக்கித் திரும்பியவுடன் வயல்களும் மரங்களும் அரிதாகக் காணப்பட்டன... புல்வெளிகள் ஆங்காங்கே அடர்ந்த மரச்செறிவுகளாக மாற்றம் கொண்டன.

சுமைகூலிகளும் காவலர்களும் ஒருவருக்கொருவர் முறைத்துக் கொண்டும் உறுமிக் கொண்டும் இருந்தார்கள். அவர்கள் சாப்பாட்டைப் பற்றியே பெரும்பாலும் விவாதித்துக் கொண்டிருந்தார்கள். அந்த வேளையில் அவர்களுக்குக் கிடைக்காத அற்புதமான உணவுப் பண்டங்களைப் பற்றியும், வெவ்வேறு பகுதிக்குரிய பதார்த்தங்களின் சிறப்பு குறித்தும் போட்டி வைத்துக் கொண்டுமிருந்தார்கள். அப்படியாக ஒருவருக்கொருவர் பசியையும் மோசமான நடத்தையையும் தூண்டி விட்டுக்கொண்ட பின் மற்ற விஷயங்களைப் பற்றி வாதிடத் தொடங்கினார்கள்: சொற்களின் உண்மையான அர்த்தங்கள், ஒரு பழம்பெரும் வணிகரின் மகள் பெற்ற வரதட்சணையின் மதிப்பு, ஒரு பிரபலமான கடல் கேப்டனின் துணிச்சல், ஐரோப்பியர்களின் பச்சைத் தோல் இவற்றைப் பற்றியெல்லாம் பேசினார்கள். வெறித்தனமாக அரைமணி நேரத்திற்கு வெவ்வேறு விலங்குகளின் விதைப்பைகளின் எடையைப் பற்றிப் பேசியவர்கள் அது குறித்து ஒருவருக்கொருவர் உடன்படவேயில்லை. எருது, சிங்கங்கள், கொரில்லாக்கள் போன்றவற்றிற்கு நிறைய ஆதரவாளர்கள் இருந்தார்கள். அதன்பின், மற்றவர்களால் ஆக்கிரமிக்கப்பட்ட தங்கள் படுக்கையின் இடத்துக்காக, வசவுகளுடனும் உறுமல்களுடனும் ஒருவருக்கொருவர் அடித்துக் கொண்டார்கள். மிகவும் உணர்ச்சி வசப்பட்ட போது, சிறுநீர் நாற்றத்தோடு கூடிய வியர்வை மற்றும் அழுகிப்போன புகையிலை நாற்றமும் கலந்த புளித்த வாசனையை அவர்கள் உடல் உமிழ்ந்தது. அதிக நேரமெடுக்காமல்

சண்டை தொடங்கியது. கைகளால் தன்னுடைய தலையை மறைத்துக் கொண்டு பெட்டியின் பக்கவாட்டில் உடலைச் சாய்த்துக் கொண்ட யூசுப் யாராவது அவனருகில் வந்தால் இயன்ற அளவு வலிமையுடன் அவர்களை எட்டி உதைத்தான். இரவின் ஆழத்தில் சிறு முனகல்களையும் சில அசைவுகளையும் கேட்டான். சற்று நேரம் கழித்து கிறக்கம் தரும் தடவல்களின் ஒலிகளையும் அதன்பின் மெல்லிய சிரிப்போசையையும் அடங்கி ஒலித்த கிளர்ச்சியின் கிசுகிசுப்புகளையும் கேட்டான்.

பகல் வெளிச்சத்தில் ஜன்னலுக்கு வெளியே நாட்டுப்புறப் பகுதிகளைத் தேடி அவற்றின் மாற்றங்களைக் குறித்துக் கொண்டான். அவர்களின் வலது புறம் தொலைவில் தெரிந்த மலைத்தொடர்கள் மேலும் உயர்ந்து அடர் பச்சையாகவும் இருண்டதாகவும் காணப்பட்டன. மலைகளுக்கு மேலே இருந்த காற்று அடர்த்தியாகவும் மங்கலாகவும் படர்ந்து நம்பிக்கையைச் சுரந்து கொண்டிருந்தது. சமவெளியின் வெக்கையான தரிசு நிலங்களின் ஊடாக ரயில் நகர்ந்த போது வெளிச்சம் பிரகாசமாக இருந்தது. சூரியன் மேலே எழும்ப எழும்ப புழுதி நிரம்பிய காற்று மேலும் அடர்த்தியானது. வெக்கையான வறண்ட சமவெளிகள் காய்ந்து போன புற்திட்டுகளால் மூடப்பட்டிருந்தன. மழைப்பொழிவுக்குப் பின் அவை திரண்ட சவானா புல்வெளிகளாக மாறிவிடும். கொத்துக் கொத்தாகச் சமவெளியெங்கும் புள்ளியிட்டிருந்த கணுக்கள் புடைத்த முள்மரங்கள் நிலத்தின் மேல் ஆங்காங்கே முளைத்திருந்த கரும்பாறைகளால் இருளடிக்கப்பட்டிருந்தன. எரியும் நிலத்திலிருந்து வெப்ப அலைகளும் ஆவியும் எழும்பி யூசுப்பின் வாயை நிரப்பி மூச்சுத் திணறச் செய்தது... நீண்ட நேரம் ரயில் நின்ற, பெயர் தெரியாத ஒரு நிலையத்தில் ஒற்றை ஜகரந்தா மரம் பூத்துக் குலுங்கிக்கொண்டிருந்தது. உதிர்ந்திருந்த வெளிர் ஊதா, அடர் ஊதா பூவிதழ்கள் பொன்னிறம் மிளிரும் தரை விரிப்பு போலப் படர்ந்திருந்தன. அந்த மரத்தின் பக்கவாட்டில் இரண்டு அறைகள் கொண்ட ரயில்வேயின் சரக்ககம் இருந்தது. அதன் கதவுகளில் துருவேறிய பெரும் பூட்டுகள் தொங்கிக்கொண்டிருந்தன. வெள்ளையடிக்கப்பட்ட அதன் சுவர்களில் செம்மண் சகதி தெறித்திருந்தது.

கலீலைப் பலமுறை நினைத்துப் பார்த்தான் யூசுப். அவர்களுடைய தோழமையின் நினைவுகளாலும் எதிர்பாராமல் நிகழ்ந்த பிணக்காலும் பிரிவாலும் சோகமடைந்தான். ஆனால் அவன் செல்வதைக் கலீல் ஏறக்குறைய மகிழ்ச்சியுடன் ஏற்றுக்கொண்டான் என்றே

தோன்றியது. காவாவையும் பெற்றோர்களையும் நினைத்துப் பார்த்த யூசுப் தான் வேறுவிதமாகச் செயல்பட்டிருக்க வேண்டுமோ என்று சிந்தித்தான்.

பின்மதியத்தில், பனிமூடிய பெரிய மலைத்தொடருக்கு அடிவாரத்திலிருந்த சிறுநகரில் ரயிலிலிருந்து இறங்கினார்கள். காற்று இதமாகவும் குளிர்ச்சியாகவும் இருந்தது. அளப்பரிய நீரில் பட்டு எதிரொலிக்கும் மென்மையுடன் அந்தி வெளிச்சம் பரவியது. இறங்கியதும் ரயில் நிலையத் தலைமை அதிகாரியான இந்தியரைப் பழைய நண்பனைச் சந்திப்பதுபோல வந்தனம் தெரிவித்தார்.

“மோஹன் சித்வா, ஹுஜாம்போ, வானா, வாங்கு! நீங்கள் நலமா? உங்கள் மனைவி, குழந்தைகள் அனைவரும் நலம் என்றே நம்புகிறேன். அல்ஹம்துலில்லாஹி ரபி உல் அலமின், இதை விட நமக்கு என்ன வேண்டும்?”

“கரீபு, வானா அஜீஸ், வருக வருக. உங்கள் வீட்டில் அனைவரும் நலமாக இருப்பார்கள் என நம்புகிறேன். என்ன செய்தி? வியாபாரம் எப்படிப் போகிறது?” கட்டுப்படுத்த முடியாத மகிழ்ச்சியுடனும் உற்சாகத்துடனும் அஜீஸ் மாமாவின் கைகளை அழுத்திக்கொண்டே கேட்டார் ரயில் நிலையத் தலைமை அதிகாரி.

“இறைவன் ஆசீர்வதித்த அனைத்துக்கும் அவருக்கு நன்றி கூறுகிறோம் என் நண்பனே” என்றார் அஜீஸ் மாமா. “ஆனால் என்னைப் பற்றிக் கவலைப்படாதீர்கள், இங்கே எல்லாம் எப்படிப் போகிறது என்று சொல்லுங்கள். உங்கள் காரியங்கள் அனைத்தும் செழிக்க என் பிரார்த்தனைகள்.”

வியாபாரம் பேசத் தொடங்கும் முன் ஒருவருக்கொருவர் சம்பிரதாய மரியாதைகளைப் போட்டி போட்டபடி வழங்கிக்கொண்டு சிரித்துப் பேசியவாறே இருவரும் தாழ்வான, கொட்டகை போன்றிருந்த அதிகாரியின் அலுவலகத்துக்குள் நுழைந்து மறைந்தனர். ஒரு பெரிய மஞ்சள் கொடி கட்டடத்தின் மீது பறந்துகொண்டிருந்தது. காற்றில் அலைந்தும் படபடத்தும் அதன் மீதிருந்த கோபமான சிறிய கருப்புப் பறவையை சினத்தில் வெறித்தனமாக்கியது போலத் தோன்றியது. சரக்குக் கட்டண வரியைக் குறைக்கும் பொருட்டு ரயில்வே அதிகாரிக்குத் தகுந்த கையூட்டு ஏற்பாடு செய்யத் தங்கள் செய்யிது உள்ளே சென்றிருப்பதை அறிந்த சுமைகூலிகள் தங்களுக்குள் புன்னகைத்தார்கள். சில நிமிடங்களில் அதிகாரியின் உதவியாளர் அக்கறையற்ற பாதசாரி போன்ற தோற்றத்துடன்

அங்கே வந்து சுவரில் சாய்ந்து நின்றார்... அவரும் ஒரு இந்தியர். குட்டையான மெலிந்த தோற்றத்துடன் இருந்தவர் யாருடைய பார்வையையும் நேர்கொள்ளாமலிருப்பதில் உறுதியாக இருந்தார்... அவருடைய செயலைக் கண்ட சுமைகூலிகள் ஒருவரையொருவர் பார்த்துக் கண்சிமிட்டிக் கொண்டு அவரைப் பற்றிக் கருத்துகள் சொல்லிக் கொண்டிருந்தார்கள். அதே வேளையில் முஹமது அப்தல்லா மற்றும் காவலாட்களின் கண்காணிப்பில் சரக்குகளை இறக்கி நடைமேடையில் குவித்தனர்.

“கவனமாகப் பாருங்கள், மானங்கெட்ட வாயாடிகளே” மிரட்டலாகச் சத்தம் போடும் இன்பத்திற்காகவே கத்திக் கொண்டும் அச்சுறுத்தும் வகையில் சவுக்கைக் காற்றில் சுழற்றிக் கொண்டுமிருந்தான் முஹமது அப்தல்லா தன்னைச் சுற்றியிருந்தவர்களைப் பார்த்து ஏளனம் செய்து கொண்டிருக்கையில் தன்னையுமறியாமல் கால்களை அகட்டி வைத்து கிக்கோய் துணிக்கும் மேலாகத் தனது உறுப்பை அமுக்கிக் கொண்டிருந்தான். “உங்களை எச்சரிக்கிறேன், திருட்டு வேண்டாம். யாரையாவது கண்டுபிடித்து விட்டால் அவனுடைய பின்பக்கத்தை வெட்டிக் கூறாக்கிவிடுவேன். அப்புறமாக உங்களுக்குத் தாலாட்டுப் பாடுகிறேன், இப்போது விழித்திருங்கள். நாம் காட்டுமிராண்டிகளின் நாட்டில் இருக்கிறோம். உங்களைப் போன்ற கோழைகளின் மண்ணால் செய்யப்பட்டவர்கள் அல்ல அவர்கள். எதை வேண்டுமானாலும் திருடுவார்கள். உங்கள் துணியை இறுகச் சுற்றிக் கட்டாத பட்சத்தில் உங்கள் ஆண்மையைக் கூடத் திருடிவிடுவார்கள். ஹயா!ஹயா! அவர்கள் நமக்காகக் காத்திருக்கிறார்கள்.”

அனைத்து ஏற்பாடுகளும் செய்யப்பட்டவுடன் அவரவருக்கு என்ன பணிக்கப்பட்டதோ அதைச் சுமந்துகொண்டு ஊர்வலமாக அணிவகுத்துச் சென்றார்கள். அந்தப் பயணக் கூட்டத்தின் முன்னோடியாக அவர்களுடைய செருக்கான தலைவன் பிரம்பைச் சுழற்றியபடி தன்னை வாய்பிளந்து ஆச்சரியத்துடன் பார்த்துக் கொண்டிருந்த பார்வையாளர்களை நோட்டமிட்டவாறே நடந்துசென்றான். அது ஒரு சிறிய, ஆளரவமற்றுக் காலியாகத் தோற்றமளிக்கும் நகரம். ஆனால் அது அமைந்திருந்த மலையடிவாரம் துயர நாடகங்களின் காட்சிகளைப் போன்றதொரு மறைபொருள் தன்மையையும் இருண்மையையும் அந்நகரத்திற்கு அளித்திருந்தது. காவி நிறமுடைய நேர்த்தியான உடல்வாகு கொண்ட அணிகலன்கள் அணிந்த இரு வீரர்கள் அவர்களைக் கடந்து சென்றார்கள். அவர்களின் சுழலும் வாளுக்கேற்றவாறு தோலாலான

காலணிகள் தாளகதியுடன் ஓசையெழுப்ப, அவர்கள் உடல்களை முன்னோக்கிச் சாய்த்து வேகமாகவும் விறைப்பாகவும் நடந்தார்கள். இடது, வலது புறம் திரும்பிப் பார்க்கவில்லை. ஏறத்தாழ ஒரு வகையான அர்ப்பணிப்பைப் போல அவர்கள் பார்வையில் உறுதியும் நோக்கமும் இருந்தன. அவர்களின் கேசம் இறுக்கமான ஜடையாகப் பின்னப்பட்டு பூமியைப் போன்ற செந்நிறச் சாயம் பூசப்பட்டிருந்தது. அவர்கள் அணிந்திருந்த மென்மையான தோல் ஷுக்கா[1]க்கள் தோள்பட்டை, இடுப்பு, முழங்கால்களைக் குறுக்காக மறைத்து அவர்களை மூடியிருந்தது... திரும்பி நின்று தனது ஊர்வலத்தை வெறுப்புடன் பார்வையிட்ட முஹமது அப்தல்லா தனது பிரம்பை முன்னே நடக்கும் வீரர்களை நோக்கிச் சுட்டிக் காட்டினார், "காட்டுமிராண்டிகள்" என்றான். "உங்கள் பத்துக்கு ஒருவர் ஈடு."

"கடவுள் இப்படிப்பட்ட உயிரினங்களையும் படைக்க வேண்டியிருக்கிறது பார்! அவர்கள் பாவத்திலிருந்து உருவானவர்கள் போல இருக்கிறார்கள்" என்று சுமைகூலிகளில் இளைஞனாகவும் எப்போதும் முதலில் பேசுபவனாகவும் இருப்பவன் கூறினான். "அவர்களைப் பார்த்தாலே தீயவர்கள் போல இல்லையா?"

"எப்படி இவ்வளவு சிவப்பாகத் தங்களை ஆக்கிக் கொள்கிறார்கள்?" இன்னொருவன் கேட்டான். "அவர்கள் அருந்தும் ரத்தம்தான் காரணம். அதுதான் நிஜம், அப்படித்தானே? அவர்கள் ரத்தத்தை அருந்துபவர்கள்."

"அவர்களுடைய ஈட்டிகளின் தகடைப் பாருங்கள்!"

"அதை எப்படிப் பயன்படுத்துவதென்றும் அவர்களுக்குத் தெரியும்" தலைவரின் காத்திரமான பார்வையைக் கவனத்தில் கொண்டு தணிந்த குரலில் கூறினான் ஒரு காவலாள். ஏதோ குச்சிகளில் கோணல் மாணலாகக் கட்டி வைத்திருக்கும் கத்திகள் போல் தோன்றலாம். ஆனால் அவை நிறைய சேதத்தை ஏற்படுத்தும். குறிப்பாக அவர்களுக்குக் கிடைக்கும் அனைத்துப் பயிற்சிகளையும் வைத்து, மற்றவர்களை வேட்டையாடுவதையும் தாக்குவதையும்தான் அவர்கள் எப்போதும் செய்கிறார்கள். ஒரு முழு நேர வீரனாவதற்கு அவர்கள் சிங்கத்தை வேட்டையாடிக் கொன்று பின் அதன் ஆண்குறியைச் சாப்பிட வேண்டும். ஆண்குறியைச் சாப்பிடும் ஒவ்வொரு முறையும் அவர்கள் புது மனைவியைத் திருமணம்

---

1 தோளையும் இடுப்பையும் சுற்றி அணியும் ஆண்களின் சுற்றாடை. ஆப்பிரிக்கப் பழங்குடியினரால் அணியப்படுவது.

செய்துகொள்வார்கள், எத்தனை குறிகளை உண்கிறார்களோ அத்தனை மாவீரனாக அவர்கள் மக்கள் மத்தியில் மதிக்கப்படுவான்."

"யால்லாஹ்! நீ எங்களை முட்டாளாக்குகிறாய்" கேட்டுக் கொண்டிருந்தவர்கள் கத்தியபடி அவனை ஏளனம் செய்து அவ்வளவு பெரிய கட்டுக் கதையை நம்ப மறுத்தார்கள்.

"அது உண்மைதான்" விடாமல் கூறினான் காவலாள். "நானே அவர்களைப் பார்த்திருக்கிறேன், இந்தப் பகுதியில் பயணம் செய்த யாரையாவது கேட்டுப் பாருங்கள். வல்லாஹி, நான் உண்மையைத்தான் சொல்கிறேன். அப்புறம் ஒவ்வொரு முறையும் ஒரு ஆணைக் கொல்லும் போது அவனுடைய ஒரு பகுதியை வெட்டி ஒரு தனிப் பையில் வைத்திருப்பார்கள்."

"எதற்காக?" இளம் வாயாடி சுமைகூலி கேட்டான்.

"ஒரு காட்டுமிராண்டியைப் பார்த்து எதற்காக என்று கேட்பாயா? கேட்ட இளைஞனின் பக்கம் திரும்பி அவனை முறைத்துப் பார்த்தபடி வெடுக்கென்று கேட்டான் முஹமது அப்தல்லா. "ஏனென்றால் அவன் ஒரு காட்டுமிராண்டி என்பதால், அது அப்படித்தான். அவன் அவனாக இருக்கிறான். நீ ஒரு பாம்பையோ சுறாவையோ பார்த்து அவை ஏன் தாக்குகின்றன என்று கேட்பாயா? அதேபோல்தான் காட்டுமிராண்டித்தனமும். அவன் அப்படித்தான். அப்புறம் நீ சரக்குகளை எடுத்துக்கொண்டு வேகமாக நடக்கவும் கொஞ்சமாகப் பேசவும் பழகு. சிணுங்கும் பொம்பளைக் கூட்டம் போல இருப்பதைத் தவிர நீ வேறு ஒன்றுமில்லை."

"அது அவர்கள் மதம் சார்ந்தது" சிறிது நேரத்திற்குப் பின் காவலாள் கூறினான்.

"இது மரியாதைக்குரியது அல்ல, இது மாதிரி வாழும் வாழ்க்கை முறை" இளைய சுமைகூலி கூறினான். அதற்காக முஹமது அப்தல்லாவிடமிருந்து நீண்ட அச்சுறுத்தும் முறைப்பை பெற்றான்.

"ஒரு நாகரீகமான மனிதன் எப்போதும் ஒரு காட்டுமிராண்டியைத் தோற்கடிக்க முடியும், அவன் ஆயிரம் சிங்கங்களின் குறிகளைச் சாப்பிட்டிருந்தாலும் கூட" கொமொரோவிலிருந்து வந்திருந்த மற்றொரு காவலாள் கூறினான். "அறிவாலும் தந்திரத்தாலும் அவனை வெல்ல முடியும்."

ஊர்வலம் அதன் இலக்கை அடைய நெடுநேரம் எடுக்கவில்லை. பாதையின் இறுதியில் அந்தச் சிறிய நகரத்திலிருந்து வெளியே செல்லும் பிரதான சாலைக்கு அருகிலிருந்தது கடை. கடைக்கு முன் வட்ட வடிவத் திறந்தவெளி பெருக்கிச் சுத்தமாக்கப்பட்டும் அதன் ஓரங்களில் கறிப்பலா மரங்கள் வட்டமாக நடப்பட்டிருந்தது. குள்ளமான பருமனான கடைக்காரர் பெரிய வெள்ளைச் சட்டையும் தொள தொளவென்ற காற்சட்டையும் அணிந்திருந்தார். அவருடைய மெல்லிய, சீராகக் கத்தரிக்கப்பட்ட மீசையில் அவருடைய தலைக் கேசத்தைப் போலவே நரை தெறித்திருந்தது. அவருடைய தோற்றமும் பேச்சுவழக்கும் கடலோரப் பகுதியைச் சேர்ந்தவர் என எடுத்துக் காட்டியது. இங்குமங்கும் சுறுசுறுப்பாக நடமாடிக்கொண்டே உறுதியான மற்றும் அதிகாரத் தோரணையில் கட்டளைகள் பிறப்பித்துக் கொண்டிருந்தார். அவர் கட்டளைகளைப் பரிந்துரைத்து மற்றவர்களுக்குக் கடத்த முயன்ற அப்தல்லாவை ஏறெடுத்தும் பார்க்கவில்லை.

4

மலையடிவாரத்தில் வீசும் காற்று கூர்மையாகவும், அங்குள்ள வெளிச்சம் யூசுப் இதுவரை பார்த்திராத ஊதா வண்ணம் கலந்ததாகவும் இருந்தது... அதிகாலையில் மலையுச்சிகள் மேகங்களால் மறைக்கப்பட்டிருக்கும் ஆனால் சூரியன் வலுபெற்றவுடன் மேகங்கள் மறைந்து போய் மலையுச்சிகள் பனிக்கட்டிகளாக உறைந்துவிடும். ஒருபுறம் சமவெளிகள் விரிந்து பரந்திருக்கும். மலைக்குப் பின்னே கால்நடைகளை மேய்த்துக்கொண்டும் அவர்களுடைய விலங்குகளின் ரத்தத்தை அருந்திக்கொண்டும் இருக்கும் அழுக்கான வீரர்கள் வாழ்ந்து கொண்டிருப்பதாக முன்பு அங்கு சென்று வந்தவர்கள் சொல்லக் கேட்டிருந்தான் யூசுப். போரைக் கௌரவமாகவும் அவர்களுடைய வன்முறை நிறைந்த வரலாற்றைப் பெருமையாகவும் கருதுகிறார்கள். அண்டை நிலத்திலிருந்து கவர்ந்து வரும் கால்நடைகளின் எண்ணிக்கையும் அவர்கள் வீட்டிலிருந்து அபகரித்து வரும் பெண்களின் எண்ணிக்கையையும் கொண்டே அவர்களது மகத்துவம் கணிக்கப்படுகிறது. சண்டையிடாத வேளைகளில் அவர்கள் தேகத்தையும் கேசத்தையும் விலைமகளிர் இல்ல அரசிகளின் அர்ப்பணிப்புடன் அலங்கரித்துக் கொள்வார்கள். மழை நனைக்கும் பூமியான மலைச்சரிவில் வசிக்கும் உழவர்கள் தங்கள் பாரம்பரியப்

பலியாடுகள் மற்றும் தங்களுடைய விளைச்சலை விற்பதற்காக வாரத்தில் பலமுறை நகரத்துக்கு வருவார்கள். தட்டையான பாதங்களும் முரட்டுத்தனமான தோற்றமுமுடைய அவர்கள் தங்கள் நிலத்திலிருந்து அதிகத் தொலைவு பயணம் செய்பவர்களைப் போலவே தெரியமாட்டார்கள்.

இரும்புக் கலப்பையைப் பயன்படுத்தவும் சக்கரத்தை எப்படி வடிவமைப்பதென்றும் ஒரு லூத்தரன் போதகர் அவர்களுக்குக் கற்றுக்கொடுத்தார். அவை அவருடைய கடவுளிடமிருந்து வந்த பரிசுப் பொருட்களென்றும், இங்குள்ளவர்களின் ஆன்மாவை இரட்சிப்பதற்காகக் கடவுளால் இந்த மலைக்கு அனுப்பப்பட்டவரென்றும் அவர்களிடம் கூறினார். வேலை என்பது கடவுளின் ஆணை, உயிரினங்கள் தங்களுடைய தீமைகளுக்குப் பிராயச்சித்தம் செய்ய அது அனுமதிக்கிறது என்று அறிவித்தார். பிரார்த்தனை நேரங்கள் போக அவருடைய தேவாலயம் பள்ளி போலச் செயல்பட்டு அங்கு தன் குழு மக்களுக்குப் படிக்கவும் எழுதவும் கற்றுக் கொடுத்தார். அவர் வலியுறுத்தியதால் அத்தனை பேரும் அப்படியொரு நடைமுறைத் தீர்வு தரும் பாதிரியார்களைக் கொண்ட கடவுள்களுக்குத் தங்கள் விசுவாசத்தை மாற்றிக்கொண்டார்கள். ஒன்றுக்கும் மேற்பட்ட மனைவி இருக்கக் கூடாதென்று தடை செய்தார். அவர் கொண்டு வந்த புதிய கடவுளிடம் அவர்கள் கொடுத்த சத்தியம் அவர்களுடைய தாய் தந்தையர்கள் வகுத்திருந்த வழிமுறைகளுக்குக் கடன்பட்டதை விட அதிகம் கட்டுப்பட்டது என்று வலியுறுத்தினார். அவர்களுக்குத் தோத்திரப் பாடல்களைக் கற்றுக்கொடுத்தார், கனிகளும் தேனும் நிறைந்திருக்கும் பசுமைப் பள்ளத்தாக்குகள், வனவிலங்குளாலும் பூதங்களாலும் சூழப்பட்ட காடுகள், மற்றும் பனியால் மூடப்பட்ட மலைப்பகுதிகளையும் உறைந்த ஏரிகளில் பனிச்சறுக்கு விளையாடும் மொத்த கிராம மக்களைப் பற்றிய கதைகளையும் அவர்களுக்குக் கூறினார். தலைமுறை தலைமுறையாகத் தங்களுடைய வேட்டை இரைகளாக இருந்து வந்த உழுகுடி மக்களை வெறுக்கக் கால்நடை மேய்ப்பர்களுக்குப் புதிய காரணம் கிடைத்துவிட்டது. விலங்குகளையும் பெண்களையும் போல அவர்கள் நிலத்தைத் தோண்டிக் கொண்டிருப்பவர்கள் மட்டுமல்ல, மலைப்பகுதியை நிறைத்து அசுத்தமாக்கும் தோற்கடிக்கப்பட்டவர்களின் துயர கீதத்தைப் பாடுபவர்களும் கூட.

போர் வீரர்கள் வாழும், குறைந்த மழை பெறும் பனி மூடிய மலையின் புழுதி நிறைந்த நிழல்பகுதியில் ஒரு பழம்பெரும்

ஐரோப்பியன் வாழ்ந்து வந்ததாகக் கதை... கணக்கிட முடியாத அளவு பெருஞ்செல்வந்தன் எனக் கூறப்பட்டது. விலங்குகளின் மொழியைக் கற்றுக்கொண்ட அவனால் அவற்றிடம் உரையாடவும் கட்டளையிடவும் இயலும். அவனது ராஜ்ஜியம் பெரும் நிலப்பரப்பை உள்ளடக்கியது. மேலும் அவன் குன்றின் மீது இரும்பு அரண்மனையில் வசித்து வந்தான். அந்த அரண்மனை ஒரு சக்தி வாய்ந்த காந்தமாகவும் இருந்தது. அதனால் எதிரிகள் அதன் கோட்டைச் சுவர்களை அணுகும் போதெல்லாம் அவர்களின் ஆயுதங்கள் உறையிலிருந்தும் கைகளிலிருந்தும் பறிக்கப்பட்டு அவர்களை நிராயுதபாணியாக்கியதால் கைப்பற்றப்பட்டனர். காட்டுமிராண்டிப் பழங்குடியினரின் தலைவர்கள் மீது ஐரோப்பியனுக்கு அதிகாரம் இருந்தது. இருப்பினும் அவர்களுடைய கொடூரம் மற்றும் வணங்காத தன்மையைப் போற்றினார். அவரைப் பொருத்தவரை அவர்கள் உன்னதமானவர்கள், நெஞ்சுரம் கொண்டவர்கள், கண்ணியமானவுர்கள் மற்றும் அழகானவர்கள். ஐரோப்பியனிடம் ஒரு மோதிரம் இருந்ததாகவும் அதன் உதவியுடன் அந்நிலத்தின் ஆன்மாவை எந்த நேரத்திலும் தன்னுடைய சேவைக்கு அவனால் வரவழைக்க முடியும் எனவும் சொல்லப்பட்டது. அவனுடைய வடக்குப் பிரதேசத்தில் மனித இறைச்சிக்காகத் தீராத ஏக்கம்கொண்ட சிங்கக் கூட்டங்கள் பதுங்கியிருந்தாலும் அவை அழைத்தாலொழிய ஐரோப்பியனை நெருங்கி வருவதில்லை.

பயணியர் கூடியிருந்த கடை மற்றும் இந்தக் கதைகளையெல்லாம் கேட்பதற்காக யூசுப் அமர்ந்திருந்த கறிப்பலா மரத்தடி ஆகியவற்றின் உரிமையாளரின் பெயர் ஹமீது சுலைமான். மொம்பாஸாவின் வடக்கே கிலிஃபி என்னும் சிறுநகரிலிருந்து வந்தவர். அது விட்டு நகரிலிருந்து அதிகத் தொலைவற்ற தெற்குப் பகுதி என்பதை யூசுப் அறிவான் ஏனென்றால் ஒருமுறை முஹமது மருத்துவன் கிலிஃபியின் ஆழமான கால்வாயைக் கடக்கும் போது தான் ஏறத்தாழ மூழ்கிவிட்டதாகக் கூறியுள்ளான். அப்படி இறந்திருந்தால் கூடப் பரவாயில்லை, இந்த மானங்கெட்ட போதையின் அடிமைத் தளையிலிருந்து விடுதலை கிடைத்திருக்கும் என்பான். அதைத் தன்னுடைய உடைந்த பற்களைக் காட்டியபடி மன்னிப்பு தொனியில் இளித்துக்கொண்டே கூறினான்.

நல்ல குணமுடைய இனிமையான சுபாவமுடைய ஹமீது சுலைமான் தன் உறவினரைப் போலவே யூசுப்பை நடத்தினார். கிளம்பும் முன் அவரிடம் ஏதோ சொல்லிச் சென்றார் அஜீஸ் மாமா. அவர் பேசுவதைப் பார்த்த யூசுப் அப்போது அவர் தன்

பக்கமாகத் திரும்பியதையும் கவனித்தான். வேறெந்த விளக்கங்களும் இல்லை, வெறுமனே தலையில் ஒரு தட்டல் மற்றும் ஹமீதுடன் தங்கியிருக்க அறிவுறுத்தல். அவ்வளவுதான். அவர்கள் கிளம்பிச் செல்வதைக் கலவையான உணர்வுகளுடன் பார்த்தான் யூசுப். முஹமது அப்தல்லாவின் அச்சுறுத்தலிலிருந்து விடுபட்ட நிம்மதி, ஆனால் ஆழமான உட்பகுதியிலுள்ள ஏரிகளை நோக்கிச் செல்லும் பயணம் அவனை உற்சாகப்படுத்தத் தொடங்கியது. மேலும் வியக்கத்தக்க வகையில் ஒதுக்கப்பட்ட மக்களான சுமைகூலிகளின் உடனிருத்தலில் இலகுவாக உணர்ந்தும் அவர்களுடைய கணக்கற்ற கதைகளையும் அநாகரீகமான நகைச்சுவைத் துணுக்குகளையும் கேட்பதில் ஆர்வம் கொண்டான்.

ஹமீதின் மனைவி மைமூனாவும் கடலோரப் பகுதியைச் சேர்ந்தவர், மொம்பாஸாவிலிருந்து மேலும் தொலைவிலுள்ள லாமு தீவைச் சேர்ந்தவர். அவருடைய பேச்சு வழக்கு வேறுபட்டதாக இருந்தது, ஆனால் லாமுவில் பேசப்படும் ஸ்வாஹிலிதான் மற்றெந்தக் கடலோரப் பகுதியினதைவிடவும் தூய்மையானது என்று ஆணித்தரமாகக் கூறினார். -ஸ்வாஹிலி-அஸ்லி யாரை வேண்டுமானாலும் கேட்டுப் பார். லாமு உச்சரிப்பு கூட அவளது பார்வையில் சற்றே குறையுள்ளதாக இருந்தது. அவளது கணவனைப் போலவே அவளும் பருமனாக, இனிமையாக இருந்தாள். செவி மடுக்கும் தூரத்தில் யாராவது இருந்தால் அவளால் அமைதியாகவே இருக்க முடியாது போலிருந்தது. யூசுப்பிடம் கேட்பதற்காகப் பல கேள்விகள் அவளிடம் இருந்தன. அவன் எங்கு பிறந்தான்? அவனுடைய அம்மாவும் அப்பாவும் எங்கு பிறந்தார்கள்? அவனுடைய மற்ற உறவினர்கள் எங்கு வசிக்கிறார்கள்? கடைசியாக அவன் அவர்களை எப்போது பார்த்தான்? அல்லது மற்ற உறவினர்களையும் பார்த்தானா? அந்த விஷயங்களெல்லாம் எவ்வளவு முக்கியமானவை என்று அவனுக்கு யாரும் கற்றுத் தரவில்லையா? அவனுக்குத் திருமணம் நிச்சயமாகிவிட்டதா? இன்னும் ஏன் இல்லை? எப்போது திருமணம் செய்துகொள்ளத் திட்டம்? அவன் நீண்ட நாட்கள் தள்ளிப்போட்டால் அவனிடம் ஏதோ குறையிருப்பதாக மக்கள் நினைத்துக்கொள்வார்கள் என்பது அவனுக்குத் தெரியாதா? தோற்றம் கண்களை ஏமாற்றும் என்ற போதிலும் அவள் கண்களுக்கு அவன் திருமணத்திற்கேற்ற வயதுடையவனாகத்தான் தெரிகிறான். அவனுக்கு என்ன வயதாகிறது? தன்னால் இயன்றவரை அந்தக் கேள்விகளைத் தவிர்க்க என்ன செய்ய முடியுமோ அதைச் செய்தான். அவன் இதுவரை

நேர்கொள்ளாத கேள்விகளுக்கெல்லாம் தோளைக் குலுக்கித் தோல்வியில் தலைகுனிந்தும் அல்லது அவமானத்தில் பார்வையைத் தாழ்த்திக் கொள்வதும்தான் அவனால் செய்ய முடிந்தது அவனது மழுப்பல்களை நம்பமுடியாமல் முணுமுணுத்துக் கொண்டாள் மைமூனா. ஆனால் அவள் கண்களில் தெரிந்த பார்வை கூடிய சீக்கிரம் அவன் தக்க பதில்களோடு வருவான் எனக் கட்டியம் கூறியது.

முந்தைய கடையில் என்ன பணிகள் இருந்தனவோ அவையேதான் இந்தக் கடையிலும் இருந்தன. இங்கு வியாபாரம் அவ்வளவு செழிப்பாக இல்லாததால் செய்ய வேண்டிய வேலைகளும் குறைவாகவே இருந்தன. கடை வேலைகளோடு கூடுதலாக முன்னால் இருக்கும் வெட்டவெளியைக் காலையிலும் மாலையிலும் கூட்டிப் பெருக்க வேண்டும். மரத்திலிருந்து விழுந்த கறிப்பலாக்களைச் சேகரித்து ஒரு கூடையில் குவித்து வைப்பான். அந்தக் கூடையைப் பெற்றுக்கொள்ள சந்தையிலிருந்து ஒரு முதியவர் தினமும் வருவார். சிதைந்த பழங்களை கொல்லைப்பக்கமாகத் தூக்கி எறிந்துவிடுவான். அவர்கள் ஒருபோதும் அந்தப் பழங்களைச் சாப்பிட்டதில்லை.

“நாம் இன்னும் அந்தளவுக்கு ஏழைகளாக இல்லை, கடவுளுக்கு நன்றி” என்றார் மைமூனா.

உட்பகுதிகளிலிருந்து வரும் பயணியர் முகாமுக்கு இதுதான் இடைத்தங்கல் தலமாக இருந்தது என்று விளக்கினார் ஹமீது. அவர்கள் இங்கு வந்து தங்களுக்கான வேலையை அமைத்துக் கொண்டதற்கும் முன்பாக இந்நகரம் வளமாக இருந்த காலம் அது. காடுமலைகளிலெல்லாம் நடந்து களைத்து எதை வேண்டுமானாலும் சாப்பிடக் கூடிய நிலையிலிருக்கும் அடிமைகளுக்கும் சுமைகூலிகளுக்கும் உணவாக இந்தக் கறிப்பலாக்கள் இருந்தன. கறிப்பலாவைப் பற்றி அவர் தாழ்வாக எதுவும் நினைக்கவில்லை. அதை வீட்டில் தேங்காய் பாலில் சமைத்து அதனுடன் பொறித்த மத்தி மீனோடும் உண்பார்கள். கறிப்பலாவுக்குப் பதிலாக இப்போது அவர்கள் உண்ணும் உணவு எந்த வகையில் நல்ல உணவென்று இறைவனுக்குத்தான் வெளிச்சம்., இருப்பினும் அதை வெறுக்க அது மட்டுமே காரணமென்று யூசுப் நினைக்கவில்லை. கறிப்பலா என்பது அவர்களுக்கு அடிமைத்தனத்தை நினைவூட்டுகிறது, குறிப்பாக அந்தப் பிரதேசத்தில்...

வீட்டில் யூசுப்புக்காகச் சிறிய அறை ஒதுக்கப்பட்டது. குடும்பத்தோடு சேர்ந்து உணவருந்த அவன் அழைக்கப்பட்டான்.

இரவு முழுவதும் வீட்டில் விளக்குகள் எரிந்துகொண்டே இருந்தன, இருட்டத் துவங்கியதுமே கதவுகள் அடைக்கப்பட்டு ஜன்னல்களும் மூடப்பட்டன. விலங்குகளும் திருடர்களும் வந்து விடாமலிருக்கவே இந்த ஏற்பாடு என்று அவனிடம் கூறினார்கள். வீட்டின் இறவானத்தின் கீழே இருந்த பெட்டியில் வசித்து வந்த புறாக்களுக்குத் தீனி போட்டார் ஹமீது. சில இரவுகளில் நிலவும் அசௌகர்யமான அமைதியை அவற்றின் சிறகுகளின் படபடப்பு கலைத்துவிடும். காலையில் சில உதிர்ந்த சில சிறகுகளும் ரத்தச் சொட்டுகளும் முற்றத்தில் கிடைக்கும்... அங்குள்ள புறாக்கள் அனைத்துமே வெண்ணிறமானவை மற்றும் அகலமான வால் சிறகுகளைக் கொண்டவை. வித்தியாசமாகத் தோற்றமளிக்கும் எந்த இளம் பறவைகளையும் ஹமீது அழித்துவிடுவார். அவர் பறவைகளைப் பற்றியும் சிறை பிடிக்கப்பட்ட பறவைகளின் பழக்க வழக்கங்களைப் பற்றியும் மகிழ்ச்சியாகப் பேசினார். தனது புறாக்களை சொர்க்கத்தின் பறவைகள் என்று அழைத்தார். பாதுகாப்பை விடத் தங்கள் அழகைக் காட்டுவதுதான் முக்கியம் என்பது போல அவை கூரை மீதும் முற்றத்திலும் துடுக்கான பகட்டுடனும் ஆணவத்துடனும் தத்தித் தத்தி நடந்தன. ஆனால் மற்ற சமயங்களில் அவற்றின் கண்களில் சுய எள்ளலின் கீற்று ஒளிர்வதைக் கண்டான் யூசுப்.

சில சமயங்களில் யூசுப் சொல்வதைக் கேட்டு கணவனும் மனைவியும் தங்களுக்குள் பார்வையைப் பரிமாறிக் கொள்கையில் அவனைக் காட்டிலும் அவர்களுக்குத் தன்னைப் பற்றித் தெரிந்திருக்கும் போல அவனை நினைக்க வைக்கும். அஜீஸ் மாமா அவர்களிடம் எவ்வளவு சொல்லி வைத்திருப்பார் என்று யோசித்தான். அவனிடம் கூறாவிட்டாலும் கூட அவனுடைய நடத்தையில் ஏதோ ஒரு வித்தியாசம் இருப்பதாக முதலில் நினைத்தார்கள். ஆனால் அது என்னவென்று கூறவில்லை. அவன் நோக்கங்களைச் சந்தேகப்படுவதுபோல அவன் சொல்வதையெல்லாம் கேட்டு ஐயத்துடனேயே அவனை நடத்தினார்கள். அந்த நகரத்தை அடைவதற்காகக் பயணித்து வந்த வறண்ட நிலத்தைப் பற்றி விவரித்தபோது எரிச்சலடைந்தார்கள். தான் ஏதோ இங்கிதமில்லாத அல்லது கடினமான செயலைச் செய்துவிட்டது போலவும் தவிர்க்க முடியாத கட்டுப்பாட்டுக்குள் வாழும் அவர்கள் வாழ்வை அவதானித்துவிட்டது போலவும் உணர்ந்தான்.

“அது ஏன் உன்னை ஆச்சர்யப்படுத்தியது? இந்தப் பிரதேசத்தில் எல்லாமே வறண்ட நிலங்கள்தான். ஒருவேளை நீ பசுமை படர்ந்த

மேற்பரப்பையும் சில நீரோடைகளையும் எதிர்பார்த்திருப்பாய். ம்ம், அப்படியில்லை இது," என்றார் ஹமீது. "இங்கே மலைகளுக்கு அருகிலிருப்பதால் குறைந்த பட்சம் குளிர்ச்சியாக இருக்கிறது, மலைச் சரிவில் பெய்வது போல இல்லாவிட்டாலும் எங்களுக்குக் கொஞ்சம் மழையும் கிடைக்கிறது. ஆனால் இப்படித்தான் இருக்கும்."

"ஆமாம்" என்றான் யூசுப்.

"நீ என்ன எதிர்பார்த்தாய் என்று எனக்குத் தெரியவில்லை" யூசுப்பிடம் முகத்தைச் சுளித்துக் கொண்டே ஹமீது தொடர்ந்தார் இது போன்ற மேடான பகுதிகளில். மழைக்குப் பிறகான சில வாரங்கள் தவிர பிற இடங்கள் அனைத்தும் அப்படித்தான் இருக்கும். ஆனால் மழைக்குப் பிறகு நீ அந்த வறண்ட சமவெளிகளைக் காண வேண்டும். ஆம், அப்போது நீ பார்க்க வேண்டும்."

"ஆமாம்" என்றான் யூசுப்.

"ஆமாம் என்ன?" எரிச்சலுடன் கூறினார் மைமூனா. "ஆமாம் கழுதைப் புலியா? ஆமாம் விலங்கா? அவரை மாமா என்று அழை."

"ஆனால் கடலோரத்தில் பசுமையாக இருந்தது. "சற்று நேரம் கழித்து யூசுப் கூறினான். "நாங்கள் குடியிருந்த வீட்டில் அழகான தோட்டம் இருந்தது. அதைச் சுற்றிலும் மதில் இருந்தது. பனை மற்றும் ஆரஞ்சு மரங்கள், மாதுளை கூட இருந்தது. குளம் மற்றும் அதைச் சுற்றி நீர்த்தடங்கள், வாய்க்கால்கள், நறுமணம் வீசும் மலர்ப்புதர்கள் எல்லாம் இருந்தன."

"அஹ் ஹா, இந்த வியாபாரிகளுடன், இந்தப் பிரபுக்களுடன் நம்மால் போட்டி போட முடியாது" மைமூனாவில் குரல் உயர்ந்தது. "நாங்கள் ஏழைக் கடைக்காரர்கள் மட்டுமே, நீங்களெல்லாம் அதிர்ஷ்டசாலிகள், ஆனால் இந்த வாழ்க்கைதான் இறைவன் எங்களுக்காகத் தேர்ந்தெடுத்தது. அவருடைய கட்டளைப்படி நாங்கள் மிருகங்கள் போல இங்கு வாழ்கிறோம். அவர் உங்களுக்கு சொர்க்கத்தின் தோட்டத்தை வழங்கியுள்ளார். அதே வேளையில் எங்களுக்குப் பாம்புகளும் விலங்குகளும் சூழக் கிடக்கும் காட்டுச் செடிகளையும் புதர்களையும் கொடுத்துள்ளார். அதனால், இப்போது நாங்கள் என்ன செய்ய வேண்டுமென்று விரும்புகிறாய்? இறை நிந்தனை? எங்களை அநியாயமாக நடத்தியதாகப் புகாரளிக்க வேண்டுமா?"

“அவன் மனம் வீட்டைத் தேடுகிறது போல” புன்னகைத்துக் கொண்டே சமாதானமாகப் பேசினார் ஹமீது. ஆனால் மைமூனா சமாதானமாகவில்லை. வாய்க்குள் ஏதோ முணுமுணுத்துக் கொண்டே இன்னும் கொஞ்சம் சொல்லியிருக்க வேண்டும் என்ற பாவனையில் கோபமாகப் பார்த்தாள்.

“சரி, எல்லாவற்றிற்கும் ஒரு விலை இருக்கிறது. அதைக் கூடிய விரைவில் கற்றுக்கொள்வான் என நம்புகிறேன்” என்றாள்.

யூசுப் தங்களுடைய தோட்டத்துடன் இந்த இடத்தை ஒப்பிட வேண்டும் என்று நினைக்கவில்லை. ஆனால் அமைதியாக இருந்தான். மெஸீ ஹம்தானி உருவாக்கிய நிழலுக்கும் பூக்களுக்கும் கனிகள் தொங்கும் மரங்களுக்கும் குளங்களுக்கும் பதிலாக இங்கே அவர்கள் கொல்லையைத் தாண்டி குப்பையாக மட்டுமே பயன்படும் முட்புதர்கள் மட்டுமே இருந்தன. ரகசிய உயிரிகளால் பீடிக்கப்பட்ட அந்த இடத்திலிருந்து அழுகிய துர்நாற்றமும் கொள்ளை நோயை உருவாக்கும் நச்சுப்புகைகளுமே எழும். அவனுடைய முதல் நாளிலேயே பாம்புகள் இருக்கும் காரணத்தால் அங்கே கவனமாகச் செல்ல வேண்டுமென்று எச்சரிக்கப்பட்டான். அவன் அந்த எச்சரிக்கையை ஒரு முன்னறிவிப்பாகவே எண்ணினான். அவன் ஏதாவது சொல்ல வேண்டும், விளக்க வேண்டும் என்று எதிர்பார்த்துக் காத்திருந்தார்கள் அவர்கள். ஆனால் சொல்ல எதுவும் வராமல், சொன்னால் குற்றமாகிவிடுமோ என்று வாயைப் பொத்தி அமர்ந்திருந்தான்.

“மதிய வேளைகளில் நான் தோட்டத்தில் வேலை செய்வேன்” என்று ஒரு வழியாக வாய் திறந்தான்.

அவர்கள் சிரித்து விட்டார்கள். கையை நீட்டி அவனது முகத்தைத் தொட்டு வருடினாள் மைமூனா. “உன்னைப் போன்ற அழகான பையன் மீது யாருக்குக் கோபம் வரும்? என்னுடைய இந்தக் குண்டான கணவனைக் கழற்றி விட்டுவிட்டு உன்னைத் திருமணம் செய்துகொள்ள நினைக்கிறேன். ஆனால் அதுவரை, ஒருவேளை நீ எங்களுக்கு ஒரு தோட்டத்தை உருவாக்கலாம்.” ஹமீதுடன் ஒரு துரித பார்வையைப் பரிமாறிக் கொண்டாள். “அவன் இங்கு இருக்கும் போது நாம் சில வேலைகளைச் செய்ய வைக்கலாம்.”

“இங்கே ஆரஞ்சு மரங்கள் விளையுமா?” என்று வினவினான் யூசுப். அவனுடைய பதிலைப் பகடியாக எடுத்துக்கொண்டு மீண்டும் சிரித்தார்கள்.

“எங்களுக்காக நீரூற்றுகளையும் கோடை மாளிகைகளையும் நீ கட்டலாம்... தோட்டம் முழுவதும் அனைத்து வகையான சிறைபிடிக்கப்பட்டப் பறவைகளால் நிறைந்திருக்கும்” என்ற மைமூனா தனது வேடிக்கையான தொனியில் மேலும் தொடர்ந்தாள் “பாடும் பறவைகள்தான் இருக்கும்! ஹமீதுக்குப் பிடித்த அனத்தும் புறாக்கள் வேண்டாம். புராதனத் தோட்டங்களில் இருப்பதைப் போல மரங்களில் கண்ணாடிகளைக் கட்டித் தொங்கவிடுவாய் என்று நம்புகிறேன், அதன் ஒளியைப் பிடிக்கவும், பறவைகள் அதில் தங்கள் அழகிய பிம்பத்தைக் கண்டு மயங்கி விழுவதைப் பார்க்கவும் எங்களுக்கும் ஒரு தோட்டத்தை உருவாக்கு.”

“அவள் ஒரு கவிதாயினி” மனைவியைப் பாராட்டியபடி கூறினான் ஹமீது. “அவளுடைய குடும்பத்திலுள்ள எல்லாப் பெண்களுமேதான். ஆண்கள் எல்லோரும் மந்தமானவர்கள், ஆனால் திறமையான வியாபாரிகள்.”

“உனது பொய்களுக்காக இறைவன் உன்னை மன்னிக்கட்டும்.” நீயே பார்க்கிறாய் அல்லவா, அவர்தான் நிறையக் கதைகள் வைத்திருப்பவர்” ஹமீதை நோக்கிக் கைகாட்டிப் புன்னகையுடன் கூறினாள். “அவர் தொடங்கும் வரை காத்திரு, பின் அவர் முடிக்கும் வரை சாப்பாடு தூக்கம் எல்லாம் மறந்துவிடுவாய். ரமதான் வரும்வரை காத்திரு. இரவு முழுவதும் உன்னை விழிக்க வைத்திருப்பார். அவர் ஒரு கோமாளி, சந்தேகமேயில்லை.”

அடுத்த நாள் கையில் ஒரு வெட்டரிவாளை எடுத்துக் கொண்டு கை எட்டும் தூரத்திலுள்ள கிளைகளை எல்லாம் மூர்க்கமாக வெட்டித் தள்ளிக்கொண்டே புதர்க்காடுகளின் விளிம்புவரை ஹமீது சென்றார். உரத்த குரலில் யூசுப்பை அழைத்து வெட்டிய கிளைகளைச் சேகரித்துத் தீ எரிப்பதற்காக சேர்த்துக் கட்டக் கூறினார். “உனக்குத்தானே தோட்டம் வேண்டும்” என்று நகைச்சுவையுடன் குறிப்பிட்டார். “சரி, நான் உனக்காகப் புதரை அழிக்கிறேன், நீ எங்களுக்காகத் தோட்டம் போடு. உன்னுடைய கடின உழைப்பை அதில் செலுத்து பையனே, அந்த முள்மரம் தெரிகிற வரை உள்ள புதர்களை அழிப்போம்.” ஹமீதின் முரட்டுத்தனமான வீச்சுகள் ஆக்ரோஷமான கூச்சலோடும் ஆரவாரமான பாடல்களோடும் வெளிப்பட்டன. அது பாம்புகளைப் பயமுறுத்துவதற்காக என்று கூறினான். ஆனால் விரைவில் அவருடைய மனவெழுச்சி தணிந்தது. மேலும் அவரை ஊக்குவிக்கும் பொருட்டு மைமூனா எழுப்பிய உற்சாகக் கூவலும் கிண்டலும் அவரது வேலையை எரிச்சலுடன்

இடை நிறுத்தியது. "எல்லாவற்றையும் பெண்கள் கையில் விட்டு விட்டால் நாம் எங்கே இருப்போம் என்று நினைக்கிறாய்? இப்போதும் குகைகளில்தான் வாழ்ந்து கொண்டிருப்போம் என்று நினைக்கிறேன்" என்றார். அவர் முகத்திலிருந்து வியர்வை கொப்பளித்து வழிந்தோடியது. ஒரு மணி நேரம் அல்லது அதற்குக் கொஞ்சம் கூடுதலோ ஆனவுடன் அவருடைய அறைகூவல்கள் அனத்தல்களாக மாறி மிகப் பலவீனமாகப் புதர்களை வெட்டினார். சீராக மூச்சு விடுவதற்காக அடிக்கடி நிறுத்திக் கீழே விழுந்திருந்த கிளைகளை எப்படி ஒழுங்கமைப்பது என்று யூசுப்புக்கு அறிவுறுத்தச் சிறிது நேரம் எடுத்துக்கொண்டார். யூசுப்பின் குழப்பமான செயல்களைப் பார்த்துக் கடிந்து கொண்டவர் அவன் உள்ளங்கையில் குத்திய கூர்மையான துரும்புக்கு அவன் முகஞ்சுளிப்பதைக் கண்டு முறைத்தார். இறுதியாக நம்பிக்கையிழந்த ஒரு ஓலத்துடன் வெட்டரிவாளைத் தரையில் எறிந்தார். "இந்தக் காடுகளுக்காக நான் என்னைக் கொல்லப் போவதில்லை", மனைவியைக் கடந்து செல்லும் போது அறிவித்தார். "குறைந்தபட்சம் நீ எங்களுக்காக ஒரு குவளைத் தண்ணீர் எடுத்து வந்திருக்கலாம்."

"இது காடல்ல, ஒரு சில புதர்கள் மட்டுமே நோஞ்சான் கிழவனே" சிரித்துக் கொண்டும் கைகளைக் கொட்டிக் கொண்டும் அவன் அங்கிருந்து நகர்கையில் கிண்டல் செய்தாள். "நீ அவ்வளவுதான் ஹமீது சுலைமான். அப்படியே நான் எனக்கொரு புதிய கணவனைக் கண்டுபிடித்துவிட்டேன்."

"என்னைப் பற்றி அப்புறமாகத் தெரியும்" ஹமீது உரத்துக் கூறினான்.

கிண்டலாக நாக்கில் ஒலியெழுப்பினாள் மைமூனா. யூசுப் வெட்டரிவாளைக் கையில் எடுத்த போது, "குழந்தைகளைப் பயமுறுத்தாதே சாஹப். அந்தப் பயங்கரமான ஆயுதத்தை அப்படியே கீழே வைத்து விடு" என்று கூவினாள். "உன்னுடைய ரத்தம் எங்கள் தலை மீது விழ வேண்டாம், உன்னுடைய உறவினர்கள் யாரும் வந்திறங்காமலேயே போதுமான அளவுக்குக் கஷ்டப்படுகிறோம். இந்தப் புதர்களுக்கும் பாம்புகளுக்கும் நீ பழகிக்கொள்ள வேண்டும். உன்னுடைய மாமா உனக்காகத் திரும்பி வரும் வரை சொர்க்கத்தின் தோட்டத்தைப் பற்றிக் கனவு மட்டும் கண்டுகொண்டே இரு. இப்போது மாமாவுக்குக் குடிக்கத் தண்ணீரை எடுத்துக்கொண்டு போ."

5

அவனுடைய சேவை இருவருக்குமே தேவையாக இருந்தது. அவசியம் ஏற்படும் போதெல்லாம் உரக்கக் கூவி அழைத்தார்கள். அவன் மெதுவாக வந்தால் எரிச்சலூட்டும் வார்த்தைகளாலும் சினம் தெறிக்கும் பார்வையாலும் எதிர்கொண்டார்கள். கிணற்றிலிருந்து நீர் இறைத்து வா. விறகுகளை வெட்டி வை. முற்றத்தைப் பெருக்கு. கடையிலிருந்து சற்று விடுபட்டால் சந்தைக்குச் சென்று காய்கறிகளும் இறைச்சியும் வாங்கி வந்தான். நகரத்துக்கு அனுப்பி வைக்கப்பட்டால் அங்கு அவன் தனக்கான நேரத்தை எடுத்துக் கொண்டு வெட்ட வெளிகளில் திரிந்து உழவர்களும் கால்நடை மேய்ப்பர்களும் நடந்து செல்வதை வேடிக்கை பார்த்தபடி இருப்பான். மாடுகள் அரற்றிக்கொண்டே சாலைகளில் திரிந்தவாறு கூடை கூடையாகச் சாணமிட்டன. அதனுடன் அவ்வப்போது தங்கள் ஈரமான வாலைச் சுழற்றி சாணத்துளிகளைக் காற்றில் இறைத்தன. மேய்ப்பர்கள் அவற்றை நோக்கி உஸ்ஸென்றும் டகடகவென்றும் ஒலி எழுப்பிக் கொண்டே சில சமயங்களில் குதித்தோடி அந்த விலங்குகளை வரிசையில் வரும்படி கையிலுள்ள குச்சியின் நுனியால் நிமிண்டினர். எங்கே சென்றாலும் அனைவரின் பார்வையையும் ஈர்க்கும் வண்ணம் நடந்து செல்லும் செந்நிற வண்ணம் பூசிய வீரர்களை அடிக்கடி பார்த்தான் யூசுப். சில வேளைகளில் தோள்களில் நுகத்தடி பூட்டி அதில் காய்கறிப் பைகளைச் சுமந்து சென்று இந்திய, கிரேக்க வணிகர்களின் வீட்டுக்கு விநியோகம் செய்தான். அப்போதெல்லாம் அஜீஸ் மாமாவின் வீட்டுக்கு வரும் முதிய தளர்ந்த காய்கறிக்காரரைப் பற்றி நினைவில் கொள்ளாதிருக்க முயற்சி செய்தான். தங்களுடைய மர்மமான வியாபாரத்தை நடத்துவதற்காக சரக்குந்திலும் மாட்டு வண்டியிலும் வந்திறங்கினார்கள் ஐரோப்பிய உழவர்கள். அவர்கள் யாரையுமே பார்க்காமல் வெறுப்பு நிறைந்த பார்வையுடன் நடை போட்டார்கள். அவன் வீட்டிற்குத் திரும்பிய உடனே கடைகளிலிருந்து ஏதாவது பொருள் எடுத்து வர அனுப்பப்படலாம் அல்லது குழந்தைகளில் ஒன்றைக் கழிவறைக்கு இட்டுச் செல்லப் பணிக்கப்படலாம். அவர்களுக்கு மூன்று குழந்தைகள். மூத்த பெண் வளரிளம் பருவத்தில் இருக்கிறாள், அவள்தான் மற்ற குழந்தைகளைப் பராமரிக்க வேண்டும். ஆனால் அவளோ அதை ஒழுங்காகச் செய்ய முடியாத அளவுக்குத் தன் வாழ்வில் மூழ்கியுள்ளாள். வீட்டுக்கும் முற்றத்துக்கும் ஓடி ஆடியபடியும், கதவுகளைத் தட்டிக் கொண்டும் தனக்குத் தானே புன்னகைத்துக் கொண்டுமிருக்கிறாள். சின்னக்

குழந்தைகளைக் கூட்டிச் செல்வதற்காக யூசுப் தேவைப்படுவான். அவர்கள் துறுதுறுவென்றும் சத்தம் போட்டுக் கொண்டுமிருப்பதால், அடக்குவதற்காகக் கத்த வேண்டும். அவர்களுடன் இருக்கும் போது தன்னுடன் கலீல் எப்படி இருந்தான் என்பதை நினைத்துக் கொள்வான். பொறுமையாக இருக்க முயற்சி செய்து அதில் தோல்வியையே தழுவுவான்.

கலீலைப் பற்றியும் அவர்கள் சேர்ந்து செய்து வந்த பணிகளைப் பற்றி-அவர்களிருவருமே தனித்துக் கடையை நடத்தியது-அப்படிச் சொன்னாலாவது எடுபிடி வேலைகளுக்கும் கடைகளுக்கும் மண்டிகளுக்குமிடையே ஓடுவதைத் தவிர்த்து வேறு ஏதாவது பணியிலமர்த்துவார் என்னும் நம்பிக்கையில் கூறினான். ஆனால் ஹமீது புன்னகையை மட்டுமே பதிலாக அளித்தார். அனைவரையும் கடையில் ஈடுபடுத்தும் அளவுக்கு வியாபாரம் இல்லையென்று கூறினார். வருமானத்தை விடு, பயணிகளிடமும், உட்பகுதியில் செய்யும் வணிகத்தையும் தவிர அவர்கள் வாழ்வாதாரத்திற்கே ஒன்றுமில்லை, "நீ போதுமான அளவு வேலை செய்யவில்லையா என்ன? அந்த வணிகரைப் பற்றி, அதுதான் உன் மாமா அஜீஸ் பற்றிச் சொல்லேன், அவர் நல்ல முதலாளியா? அவர் நல்லவர், செல்வந்தர் இல்லையா? அவருடைய பெயர் அவருக்குக் கச்சிதமாகப் பொருந்துகிறது. அவரைப் பற்றிப் பல கதைகள் உனக்குச் சொல்ல முடியும், பிரமிக்க வைக்கும் கதைகள். ஒருநாள் நான் அவர் வீட்டுக்குச் செல்ல வேண்டும். நீ கூறிய தோட்டத்தை எல்லாம் கணக்கிலெடுத்துப் பார்த்தால் அது ஒரு பெரிய அரண்மனை போல இருக்க வேண்டும்... அவர் விருந்துகளும் கொண்டாட்டங்களும் ஏற்பாடு செய்வாரா? செல்லமாக வளர்க்கப்பட்டுக் கெட்டுப் போன குட்டி இளவரசர்கள் போல நீயும் கலீலும் குட்டி இளவரசர்கள் போல இருந்திருப்பீர்கள்."

வீட்டில் மூன்று சரக்கு அறைகள் இருந்தன ஆனால் அவற்றில் ஒரு அறைக்குள் யூசுப்பை அனுப்பியதேயில்லை, அது மட்டும் எப்போதும் பூட்டப்பட்டிருக்கும். சில வேளைகளில் கதவுக்கு வெளியே அவன் திரிந்து கொண்டிருக்கும் போது அவனால் ஒரு விலங்கின் தோல் வாசத்தையும் குளம்பின் வாசத்தையும் கண்டுபிடிக்க முடிந்தது. கடத்தல், மெகெண்டோ... அவன் நினைவு கூர்ந்தான். மிகப் பெரும் பணம். நாறவாய் சரக்குந்து ஓட்டுநர் ஒருவன் - அவன் அப்படியே கழிவறையிலிருந்து ஊர்ந்து வந்த உயிரி போல இருந்தான் சரக்கு மூட்டைகளை இறக்கி வைக்க வந்தது பற்றி ஹமீது குறிப்பிட்டான் - அந்த அறையில்

ஒளித்து வைக்கப்பட்டிருந்த ரகசியச் சரக்குகள் தங்களுடன் ரயிலில் கொண்டு வர முடியாததென்று யூசுப் யூகித்தான். வீட்டின் பின்பக்கம் மதில்களால் மறைக்கப்பட்டிருந்த கொல்லையின் எல்லைக்குள் கடைகள் அமைந்திருந்தன. கொல்லையின் மறுபுறமாக ஆனால் மதில் சுவருக்கு உட்பக்கமாகவே சில வெளி அறைகள், சமையலறை, கழிப்பறை போன்றவை அமைந்திருந்தன. அவனுடைய அறையும் வீட்டின் மூலையிலேயேதான் இருந்தது, ஓர் இரவில் தடைசெய்யப்பட்ட சரக்கு அறைக்குள் ஹமீதின் சத்தத்தைக் கேட்டான் யூசுப். முதலில் அது கொள்ளைக்காரனோ அல்லது அதைவிட மோசமான ஒன்றோ என நினைத்தவன் பின் ஹமீதின் குரலைக் கேட்டான். ஓசையின்றிப் படுக்கையறைக் கதவைத் திறந்து வெளியே பார்க்க வந்தான். மிக இருட்டாக இருந்தது. தன்னுடைய அறையைத் திறந்து வெளியே வந்தபோது ரகசிய இடத்தின் கதவுக்குக் கீழே வெளிச்சக் கீற்றைப் பார்த்தான். ஹமீதின் முணுமுணுப்புக் குரல் தெளிவாகக் காதில் விழுந்து அவனை அங்கேயே நிற்க வைத்தது. அவருடைய குரல் கவலையும் இறைஞ்சுதலுமாக உயர்ந்தும் தாழ்ந்தும் தொனித்தது. திக்கித் தடுமாறும் அந்தக் குரலில் இன்னதென்று விளங்காத விசித்திரமான துயரமும் அச்சமும் ததும்பின. தனது பாயில் அப்படியே படுத்திருந்திருக்க வேண்டும், எதையுமே கேட்காமலிருந்திருக்கலாம் என்று நினைத்துக்கொண்டான். எவ்வளவு அமைதியாகத் திறந்தானோ அதே அமைதியுடன் தனது அறையின் தாழ்ப்பாளைப் பூட்டிவிட்டு படுக்கச் சென்றுவிட்டான். காலையில் எதுவுமே பேசாமல் இருந்த போதும் ஓரக்கண்ணால் தன் மீது படிந்த பார்வையைப் பலமுறை கண்டான் யூசுப்.

பல வணிகர்கள் நகரத்தின் வழியாகச் சென்றார்கள். அவர்கள் கடற்புரத்தைச் சேர்ந்தவர்களாகவோ அல்லது அரபிகளாகவோ அல்லது சோமாலிய மக்களாகவோ இருந்தால் ஹமீதின் வீட்டில் ஓரிரு நாட்கள் தங்கித் தங்களுடைய வேலைகளை முடித்துக் கொண்டும் ஓய்வெடுத்தும் கொண்டார்கள். வெட்டவெளியில் உள்ள கறிப்பலா மரத்தினடியில் தூங்கி, அந்த வீட்டினர் தரும் உணவைப் பங்கிட்டுக் கொண்டு அதற்குப் பிரதியுபகாரமாகச் சிறிய பரிசுகளையும் மரியாதைகளையும் வழங்கினர். மீண்டும் பயணத்தைத் துவங்கும்முன் தங்களுடைய வணிகப் பொருட்களின் ஒரு பகுதியை வியாபாரம் செய்தனர். செய்திகளையும் பயணத்தின் நம்பமுடியாத துணிச்சல் மிக்க கதைகளையும் பயணிகள் தங்களுடன் கொண்டு வந்தனர். நகரத்திலிருந்து ஒரு சிலர் அவர்களுடன்

தங்கள் நேரத்தைப் பங்குபோட்டுக் கொண்டு அவர்களுடைய கதைகளைக் கேட்க வந்திருந்தனர். அவர்களுள் ஹமீதுவின் நண்பனான இந்திய மெக்கானிக்கும் ஒருவன். அந்த இந்திய மெக்கானிக் எப்போதும் வெளிர் நீல வண்ண டர்பனைக் கட்டிக் கொண்டு இரைச்சலிடும் ஒரு வேனில் ஹமீதின் இருப்பிடத்துக்கு வருவான். சில சமயங்களில் அது வணிகர்களிடையே அதிர்ச்சியை ஏற்படுத்தும். அவன் அரிதாகவே பேசுவான் என்றாலும் சில வேளைகளில் தவறான இடங்களில் இளித்துக் கொண்டிருப்பதையும் மற்றவர்கள் எரிச்சலுடன் குழப்பமான பார்வையால் அவனை நோக்குவதையும் பார்த்திருக்கிறான் யூசுப். பின்னிரவில், சுற்றிலும் விளக்கெரிந்து கொண்டிருக்க, வீட்டின் முன்னிருந்த வெட்ட வெளியில், மலையிலிருந்து இறங்கிய சிலுசிலுப்பால் சற்றே நடுங்கியபடி அமர்ந்துகொண்டு முன்னர் சில இரவுகளில் மனிதர்களும் விலங்குகளும் விரோதத்துடன் அவர்களுடைய முகாம்களை வட்டமிட்டிருந்ததைப் பற்றிப் பேசிக் கொண்டிருந்தனர். அவர்கள் தைரியத்தை இழந்திருந்தாலோ, ஆயுதங்களோடு இல்லாமலிருந்தாலோ, கடவுள் அவர்களை மேலிருந்து கண்காணிக்காமல் இருந்திருந்தாலோ அவர்களுடைய எலும்புகள் பருந்துகளும் புழுக்களும் பொறுக்கி உண்ணும் உணவாக அந்தத் தூசியான நியிக்கா பள்ளத்தாக்கில் கிடந்திருக்கும்.

அவர்கள் எங்கு சென்றாலும் அவர்களுக்கு முன்பாக ஐரோப்பியர்கள் அங்கு சென்று அதிகாரிகளையும் போர் வீரர்களையும் நிறுத்தி விடுவார்கள். மக்களிடம் சென்று உங்களை அடிமைகளாக்க நினைக்கும் எதிரிகளிடமிருந்து காப்பாற்ற வந்திருக்கிறோம் என்று கூறிக் கொண்டிருக்கிறார்கள். அவர்கள் பேசுவதைக் கேட்டால் அடிமைகளை விட்டால் வேறு வர்த்தகமே இல்லையென்பதைப் போலத் தோன்றும். ஐரோப்பியர்களைப் பற்றி மிகுந்த வியப்புடனும் அவர்களுடைய இரக்கமற்ற கொடுமையான குணத்தையும் பற்றி பிரமிப்புடனும் பேசினார்கள். ஒரு குன்றிமணி கூடக் கொடுக்காமல் சிறந்த நிலங்களைக் கையகப்படுத்திக் கொள்வதையும், ஏதோ ஒரு தந்திரத்தால் மக்களைத் தங்களுக்காகப் பணி புரிய வைப்பதும், எவ்வளவு கடினமான அழுகிப் போன உணவானாலும் கிடைத்ததை எல்லாம் உண்பதைப் பற்றியும் பேசினார்கள். பல்கிப் பெருகும் வெட்டுக்கிளிகளின் கூட்டங்கள் போல அவர்களுடைய பசிக்கு அளவே இல்லை, இதற்கு வரி, அதற்கு வரி, கட்டாதவர்களுக்குச் சிறைத் தண்டனை அல்லது கசையடி, அல்லது தூக்கு எனத் தண்டனை அளித்தார்கள். முதலில் அவர்கள் தேவாலயங்கள்

கட்டினார்கள் அதன்பின் சிறைக்கூடமும் வர்த்தகக் கூடமும் கட்டினார்கள். அப்போதுதான் தங்கள் நேரடிப் பார்வையில் வியாபாரத்தைக் கண்காணித்து அதன்பின் வரி விதிக்கலாம். அவர்கள் வாழ்வதற்கு வீடு கட்டும் முன் இவற்றையெல்லாம் கட்டிவிடுவார்கள். இப்படி எங்காவது கேள்விப்பட்டிருக்கிறீர்களா? அவர்கள் உலோகத்தாலான ஆடையை அணிந்திருப்பார்கள் ஆனாலும் உடலில் அரிப்போ உறுத்தலோ இருக்காது, தூக்கமும் தண்ணீரும் இல்லாமல் நாள் கணக்கில் அவர்களால் இருக்க முடியும். அவர்களுடைய எச்சில் கூட நஞ்சாக இருக்கும். வல்லாஹி, சத்தியமாகச் சொல்கிறேன், அது உடல் மீது பட்டால் சதை எரிந்துவிடும். அவர்களில் ஒருவரைக் கொல்ல வேண்டுமென்றால் இடது அக்குள் கீழே கத்தியால் குத்தினால்தான் முடியும் வேறு எதனாலும் முடியாது, ஆனால் அவர்கள் பாதுகாப்பான ஆடை அணிந்திருப்பதால் அதுவும் சாத்தியமில்லை.

ஒரு ஐரோப்பியன் இறந்து கீழே விழுந்ததும் இன்னொருவன் வந்து அவனுக்கு மூச்சை வரவழைத்ததைப் பார்த்ததாக வணிகர்களில் ஒருவன் சத்தியமே செய்து கூறினான். பாம்புகள் அப்படிச் செய்வதை அவன் பார்த்திருக்கிறான். பாம்புகளின் எச்சிலும் நஞ்சுதான் என்றான். ஒரு ஐரோப்பியனின் உடல் அழிந்து சிதைந்து அழுகிப் போகாமலிருக்கும் வரை இன்னொரு ஐரோப்பியன் அதற்குள் மூச்சைப் பொருத்தி உயிர்ப்பித்து விட முடியும். ஒரு இறந்த ஐரோப்பியனின் உடலைத் தான் பார்க்க நேர்ந்தால் அதைத் தொடவோ அதிலிருந்து ஏதாவதை எடுக்கவோ மாட்டான் ஏனென்றால் அவன் மீண்டெழுந்து குற்றம் சுமத்திவிடக் கூடும்.

"வாய்க்கு வந்ததை உளறாதே" சிரித்துக்கொண்டே கூறினார் ஹமீது. "இறைவனால் மட்டுமே உயிரைத் தர முடியும்."

"நான் என் கண்ணால் பார்த்தேன், நான் சொல்வது பொய்யென்றால் அல்லாஹ் என் கண்களைக் குருடாக்கட்டும்" தன்னைச் சுற்றிலும் சிரித்துக் கொண்டிருக்கும் முகங்களைப் பார்த்தபடி கூறினான் வணிகன்.

"ஒரு ஐரோப்பியன் இறந்து கிடந்தபோது மற்றொருவன் வந்து அவன் வாயில் ஊதியதும் இறந்தவன் உடலைக் குலுக்கி விழித்து விட்டான்."

"உயிரைத் திருப்பித் தர முடியுமென்றால் அவன் இறைவனாகத்தான் இருக்க முடியும்" ஹமீது கூறினார்.

"இறைவன் என்னை மன்னிப்பாராக" சினத்தில் உடல் நடுங்கக் கூறினான் வியாபாரி. "நீ ஏன் அப்படிச் சொல்கிறாய்? நான் அந்த அர்த்தத்தில் எதுவும் கூறவில்லை."

"அவன் ஒரு அறியாப் பயல். அவன் ஊரைச் சேர்ந்தவர்கள் மிகுந்த மூட நம்பிக்கையுள்ளவர்கள். தீவிர சமயச் சார்பு சில சமயங்களில் அப்படி மாற்றிவிடுகிறது. அவன் என்ன சொல்ல முயல்கிறான்? உண்மையிலேயே ஐரோப்பியன்கள் அனைவரும் மாறுவேடமிட்டப் பாம்புகளா?"

சில பயணிகள் அஜீஸ் மாமாவின் பயணக் கூட்டத்தைச் சந்திக்க நேர்ந்து அதைப் பற்றிய விவரங்களை அவனுக்குக் கூறுவார்கள். மேற்குப்பக்கம் நதிகள் பாயும் உயரமான பகுதிகளில், மருங்கு மலைகளுக்கு அப்பாலுள்ள ஏரிகளின் மறுபக்கத்தில் இருப்பதாக அறியப்பட்டார். மன்யேமா மக்களுடன் வர்த்தகம் புரிவதாகவும் நல்ல வியாபாரம் செய்கிறார் என்றும் விவரங்கள் கிட்டின. அது அபாயம் மிகுந்த நாடு, ஆனால் வர்த்தகம் சாத்தியமாக உள்ளது: ரப்பர், தந்தங்கள், இறைவனின் கருணையிருந்தால் கொஞ்சம் தங்கம் கூடக் கிடைக்கும். அவருக்கு வியாபாரச் சரக்குகளை விற்றவர்களுக்கு அவர் சார்பாகத் தொகையை அளிக்க வேண்டுமென்று அஜீஸ் மாமாவிடமிருந்தே நேரடியாகத் தகவல் வந்தது. ஒருமுறை சொந்த ஊருக்குத் திரும்பிச் செல்லும் வணிகரின் மூலம் ரப்பர் சரக்கு வந்து சேர்ந்தது. அடிக்கடி அவரிடமிருந்து செய்திகள் வர வர அதன் நேர்மறை விளைவாக அதைக் கொண்டு வரும் பயணிகளிடம் ஹமீதை மிகவும் ஈகையுள்ளவராக்கியது.

6

விரதங்களும் தொழுகையும் தீவிர அரசாட்சி புரியும் ஷாபான் மாதத்தில் ரமதானின் வருகைக்கு முன் மலைச்சரிவிலிருக்கும் கிராமங்களுக்கும் குடியிருப்புகளுக்கும் செல்ல முடிவெடுத்தார் ஹமீது. வருடத்திற்கொரு முறை இப்படிச் செல்வது அவர் எதிர்பார்க்குமொரு பயணம், ஆனால் இதுவும் தொழில் செய்யும் முறை என்று தனக்குத்தானே வலியுறுத்திக் கொள்வார். வாடிக்கையாளர்கள் அவரைத் தேடி வராத பொழுது அவர்களைத் தேடிச் செல்லும் பயணம். தன்னுடன் வருமாறு யூசுப்பை அழைத்தார். நகரத்திலிருந்து மாலை வேளைகளில் பயணிகள் சொல்லும் கதைகளைக் கேட்க நகரத்திலிருந்து வரும் சீக்கிய

மெக்கானிக்கிடமிருந்து ஒரு சரக்குந்தை வாடகைக்கு எடுத்துக் கொண்டார்கள். வண்டியைத் தானே ஓட்டிச் சென்ற சீக்கியரின் பெயர் ஹர்பன்ஸ் சிங். ஆனால் அனைவரும் அவரை காலாசிங்கா என்றே அழைத்தார்கள். அடிக்கடி பழுதாகி, ஒவ்வொரு மைலுக்கும் டயர்கள் சேதமாகும் வரை எல்லாம் நன்றாகவே இருந்தது. இந்த இடையூறுகளுக்கெல்லாம் சற்றும் அசராத காலாசிங்கா கரடுமுரடான சாலையையும் செங்குத்தான பாதையையும் குற்றம் சாட்டினான். வண்டியின் பழுதுகளைச் சரி செய்த ஹமீதின் கிண்டல்களைச் சாதுர்யமாகக் கையாண்டு திருப்பிப் பதிலளித்தவன் மீண்டும் எதிர்கொள்ளுமளவு பதில்களைச் சேமித்து வைத்திருந்தான். அவர்கள் ஒருவரையொருவர் நன்கு அறிந்தவர்கள். பொருட்களை வினியோகிக்கப் பலமுறை காலாசிங்காவின் இடத்திற்குச் சென்றிருக்கிறார் ஹமீது. உற்சாகமாகவும் களிப்புடனும் ஒருவருக்கொருவர் சீண்டிக் கொண்டும் பகடி செய்து கொண்டுமிருந்தனர். இருவருமே குள்ளமாகவும் குண்டாகவும் ஏதோ ஒரு வகையில் ஒரே சாயலில் இருந்தார்கள். ஆனால் பேசும்போது சிரித்துக்கொண்டும் பல்லைக் காட்டிக் கொண்டுமிருப்பார் ஹமீது, காலாசிங்கா அரிய சூழ்நிலையிலும் கூட உணர்வற்ற முகத்துடன் இருப்பான்.

"நீ கஞ்சனாக மட்டும் இல்லாதிருந்தால் புதிய வண்டி வாங்கி உன்னுடைய வாடிக்கையாளர்களை இந்தச் சிரமங்களிலிருந்து காப்பாற்றி இருப்பாய்" காலாசிங்கா பழுதடைந்த மோட்டாரைச் சரி செய்வதில் போராடிக்கொண்டிருக்கையில் வசதியாக ஒரு பாறையின் மீது அமர்ந்தபடியே கூறினார் ஹமீது. "எங்களிடமிருந்து கொள்ளையடித்த பணத்தையெல்லாம் வைத்து என்ன செய்யப் போகிறாய்? பாம்பேக்கு அனுப்பிவிட்டாயா?"

"மோசமான நகைச்சுவையெல்லாம் பண்ணாதீங்க சகோதரனே. யாராவது வந்து என்னைக் கொல்ல வேண்டுமென்று விரும்புகிறீர்கள். என்ன பணம்? அப்புறம் நான் பாம்பேயைச் சேர்ந்தவனல்ல, அது உங்களுக்குத் தெரியும். அது நாசமாப் போன பனியாக்களின் நாடு. இந்தக் குஜராத்திக் கழிசடைகள், அவர்களிடம்தான் பணம் கொட்டிக் கிடக்கு. அவங்களோட சகோதரர்கள்தான் ரத்த உறிஞ்சிகளான போராக்கள். அவர்கள் எப்படிப் பணம் பண்ணுகிறார்கள் தெரியுமா? வட்டிக்குப் பணம் கொடுத்து ஏமாற்றுகிறார்கள். கஷ்டப்படும் வணிகர்களுக்குக் கந்து வட்டியில் பணம் கொடுத்துவிட்டு சின்ன வாய்ப்பு கிடைத்தாலும் கூடக் கடனை முன்பே கொடுத்துவிடச் சொல்வார்கள். இதுதான் அவங்களோட சிறப்பே. கழிசடைகள்!

அதனால் உங்களைக் கெஞ்சிக் கேட்டுக் கொள்கிறேன், அந்த மாதிரி புழுக்களோடு ஒப்பிடாதீர்கள். கொஞ்சம் மரியாதையாக நடத்துங்கள்.''

“ஆனால், நீங்கள் எல்லோரும் ஒன்றுதானே? என்று கேட்டார் ஹமீது. நீங்கள் எல்லோரும் இந்தியர்கள், எல்லோரும் பனியாக்கள், ஏமாற்றுக்காரர்கள், பொய்யர்கள்...''

காலாசிங்கா சோகமாகிவிட்டான். “நீங்கள் பல வருடப் பரிச்சயமில்லாதிருந்தால் இதற்காக உங்களை அடித்திருப்பேன் சகோதரனே, நீங்கள் எனக்கு எரிச்சலூட்டப் பார்க்கிறீர்கள்,. ஆனாலும் நான் கோபத்தைக் கட்டுப்படுத்திக் கொள்கிறேன். நான் கண்ணியமற்ற முறையில் நடந்து கொள்வதைப் பார்க்கும் மகிழ்ச்சியை உங்களுக்கு அளிக்கமாட்டேன். அதற்காக என்னை ரொம்பவும் சோதிக்காதீர் நண்பரே. அவமதிப்பை அமைதியாக ஏற்றுக்கொள்வது ஒரு சிங்குக்குக் கடினம்'' என்றான் காலாசிங்கா.

“அதனால்? உன்னை யார் அமைதியாக இருக்கச் சொல்வது? காலாசிங்குகள் தங்கள் புட்டத்திற்குக் கீழே தொங்கும் அளவுக்கு நீளமான கூந்தல் வளர்ப்பார்கள் என்று கேள்விப்பட்டேன். ஒரு காலாசிங்கா தன்னைக் கடுப்பேற்றிய ஒரு மனிதனைக் கூந்தலை அறுத்துக் கட்டி வைத்ததாகவும் கேள்விப்பட்டேன்.''

“நண்பனே, நான் பொறுமை மிகுந்தவன். ஆனால் உங்களை எச்சரிக்கிறேன். என்னுடைய கோபம் எகிறிவிட்டால் ரத்தத்தைத் தவிர வேறெதுவும் திருப்திப்படுத்தாது'' சற்றே துயரம் தோய்ந்த குரலில் கூறினான் காலாசிங்கா. யூசுப்பை ஓரக்கண்ணால் பார்த்தபடி தலையை அப்படியும் இப்படியும் ஆட்டிக்கொண்டு விட்டுவிட வேண்டினான். “நான் என்னுடைய பொறுமையை இழந்தால் என்னாவேன் என்று தெரியுமா? என்று யூசுப்பைக் கேட்டான். கர்ஜிக்கும் காட்டுச் சிங்கமாகிவிடுவேன்.''

ஹமீது மகிழ்ச்சி பொங்கச் சிரித்தார். “சிறுவனைப் பயமுறுத்தாதே சடைமுடி வெறும்பயலே, உங்களைப் போன்ற பனியாக்களெல்லாம் பொய்யர்களைத் தவிர வேறு யாருமில்லை. கர்ஜிக்கும் சிங்கம்! சரி சரி, அந்த ஸ்பானரைக் கீழே போடு. ஒரு நகைச்சுவையின் பொருட்டு என் குழந்தைகள் அனாதையாவதை நான் விரும்பவில்லை. ஆனால் நேர்மையாகப் பேசு... நாம் நெடுநாள் நண்பர்கள். நமக்குள் ரகசியங்கள் இல்லை. நீ ஒரு பெண்ணுக்குத்தானே எல்லாவற்றையும் கொடுத்துவிட்டாய். அப்படித்தானே? அதாவது நீ

செலவே செய்வதில்லை. கொஞ்ச நஞ்சம் உடைந்த கார்களே உன் வீட்டுச் சாமான்கள். பராமரிக்க வேண்டிய ஆட்களும் இல்லை. உன்னைப் பற்றிய எல்லாமே வறுமை பீடித்தது. மலிவான சாராயம் அல்லது உன்னுடைய பணிமனையில் நீயே தயாரிக்கும் அந்த விஷத்தைத் தவிர எதுவும் குடிப்பதில்லை. நீ சூதாடுவதுமில்லை. ஆக, ஒரு பெண்ணாகத்தான் இருக்க முடியும்."

"பெண்! எனக்குப் பெண் சகவாசம் இல்லை."

வெடித்துச் சிரித்தார் ஹமீது. பெண்களைக் காலாசிங்கா எப்படிப் பயன்படுத்திக் கொள்கிறான் என்பதைப் பற்றிய கதைகள் பரவலாக உண்டு. அதைக் காலாசிங்காவே கூறியிருந்தாலும் மற்றவர்களால் ஊதிப் பெரிதாக்கப் பட்டவை. அந்தக் கதைகளில் காலாசிங்கா மிக மெதுவாகவே எழுச்சி பெறுவான் மற்றும் பெண்களை கவனச் சிதறலுக்கு ஆளாக்குவான் ஆனால் ஒருமுறை எழுச்சி பெற்று விட்டால் பின்வாங்கவே மாட்டானென்றும் கூறப்படுகின்றன.

"உனக்கு ஏதாவது தெரிய வேண்டுமென்றால் கேள் கழுதையே, குடும்ப நிலத்தைப் பராமரிக்க நான் பஞ்சாபிலுள்ள சகோதரர்களுக்குக் கொஞ்சம் அனுப்புகிறேன். அதுதான் நீ பேச வந்தது. உன் பணத்தை வைத்துக்கொண்டு என்ன செய்கிறாய்? அது என் சொந்த விஷயம். தன் பேச்சுக்கு வலு சேர்க்குமாறு வண்டியின் பானட்டைக் கையால் தட்டினான். உல்லாசமாகச் சிரித்த ஹமீது ஏதோ கூற வாயெடுத்தார் ஆனால் காலாசிங்கா வண்டிக்குள் ஏறி இயந்திரத்தை முடுக்கினான்.

மாலை வேளையில் மலையடிவாரத்தின் உயரமான பகுதியில் இருக்கும் சிறிய குடியிருப்பின் அருகில் பயணத்தை இடை நிறுத்தினார்கள். அடுத்த நாள் அங்கிருந்து வாகனத்தைச் செலுத்தும் முன் அங்கு வியாபாரம் செய்வார்கள். துள்ளியோடும் மலையோடையின் கரை மீதிருந்த அத்தி மரத்தினடியில் வாகனத்தை நிறுத்தினான் காலாசிங்கா. கரையில் முழங்கால் உயரத்திற்குப் பசுமையான புற்கள் வளர்ந்திருந்தன. யூசுப் மேலாடையை அவிழ்த்துவிட்டு ஆற்றில் குதித்தான். குளிர்ச்சியான நீர் உடலில் பட்டதும் அலறியவன் சில நிமிடங்கள் அப்படியே பொறுமை காத்தான். விரைவில் தனது உடல் மரத்துப் போய்க்கொண்டிருப்பதை உணர்ந்தான். பனி மூடிய மலையுச்சியிலிருந்து உருகி வரும் நீர்தான் அந்த ஓடைக்கு ஊற்றாக இருக்கிறதென்று காலாசிங்கா கூறினான். அங்கே மரங்களும் புற்களும் அடர்ந்து நிலம் முழுவதும் பசுமையையும் செழிப்பையும் வேய்ந்திருந்தது. மலையோரம் அந்தியில் தங்குவதற்காக முகாமிட்ட போது பறவைகளின் கீதமும்

ஓடும் நீரின் சலசலப்பும் காற்றில் நிறைந்திருந்தன. ஓடையில் சிதறிக் கிடக்கும் பெரிய பாறைத் திட்டுகளின் மீது கால் வைத்து நதியோரமாகச் சிறிது தொலைவு நடந்தான் யூசுப். மறுகரையில் திறந்தவெளிக்கப்பால் அடர்ந்த வாழை மரக் குறுங்காட்டைக் கண்டான். விரைவில் அருவியொன்றின் அருகே வந்தவன் அதைப் பார்ப்பதற்காக நின்றான். அந்த இடத்தில் ஏதோ ஒரு ரகசியமும் மாயமும் விரவியிருந்தாலும் அதன் ஆன்மா கனிவாகவும் ஒத்திசைவாகவும் இருந்தன. பிரம்மாண்டமான பசுந்தாவரக் கொடிகளும் மூங்கில்களும் நீரை நோக்கிச் சாய்ந்திருந்தன. அருவியின் நீர்த்தூவலினூடாக அதன் பின்னிருக்கும் பாறையைச் சூழ்ந்திருக்கும் ஆழமான இருள் ஒரு குகை இருப்பதற்கான அச்சாரம் அளித்தது. பொக்கிஷங்களும், கொடிய திருடர்களிடமிருந்தும் தப்பித் தஞ்சமடைந்திருக்கும் துர்பாக்கிய இளவரசர்களும் ஒளிந்திருக்கும் குகை... அவன் நீரைத் தீண்டிய போது அவனது ஆடைகள் முழுவதும் ஈரமாகி உள்ளாடைகள் வரை நனைந்து விட்டன. ஆனால் அந்த நீர்த்தூவலினடியில் நின்று அது தன்னை முற்றிலும் மூடுவதை மகிழ்வுடன் உணர்ந்தான். அவன் மிகக் கவனமாக அவதானித்திருந்தால், வெகு நிச்சயமாக, அருவியின் கர்ஜனைக்குப் பின்னிருந்து மெல்லிய நாதமொன்று ராகத்துடன் உயர்ந்தும் தாழ்ந்தும் ரீங்கரிப்பதை, நதியின் கடவுள் சுவாசித்துக் கொண்டிருப்பதைக் கேட்டிருக்க முடியும். நீண்ட நேரம் அமைதியாக அங்கு நின்றிருந்தான். இறுதியில் வெளிச்சம் மிக வேகமாகத் தாழ்கையில் வவ்வாலின் நிழலும் இரவுப் பட்சிகளும் தூய வானின் குறுக்காக ஓடிக்கொண்டிருக்கையில் தொலைவிலிருந்து ஹமீது தன்னை அழைப்பதைக் கண்டான்.

பாறைகளைத் தாண்டிக் குதித்தும், ஓடை நீரைத் தெறித்துக் கொண்டும் ஹமீதிடம் அருவியின் அழகைப் பற்றிக் கூற வேகமாக ஓடினான் யூசுப். ஹமீதை அவன் அடைந்தபோது மூச்சு வாங்க நின்ற யூசுப்பால் அவர் முன்னால் நின்று வேகமாக சுவாசிக்கவும் சிரிக்கவுமே முடிந்தது.

"நீ நனைந்திருக்கிறாய். சிரித்துக் கொண்டே யூசுப்பின் பின்பக்கம் தட்டினார். வா, வந்து சாப்பிடு. அதிகம் இருட்டும் முன்பு போய் ஓய்வெடு. இங்கே மலை மேல் இரவானால் அதிகம் குளிரும்."

"அந்த அருவி!" மூச்சு வாங்கிக்கொண்டே மனதிலிருப்பதைக் கொட்டினான் யூசுப். "அது மிக அழகாக இருக்கிறது."

"எனக்குத் தெரியும்" என்றார் ஹமீது.

சொர்க்கத்தின் பறவைகள் ✺ 103

அவர்களுக்கு முன்னாலிருந்த அடர்ந்த புதரின் நிழலிலிருந்து ஒரு மனிதன் வெளிப்பட்டான். கழுத்தை மூடியிருக்கும், தோள்பட்டையில் தோலட்டைகள் வைத்துத் தைக்கப்பட்ட கருநீல வண்ண மேலங்கியையும் காக்கி முழங்கால் காற்சட்டையையும் அணிந்திருந்தான். இது ஐரோப்பியர்களிடம் பணிபுரிபவர்களின் சீருடை. அவர்கள் அவனை நெருங்கிச் செல்கையில் காலின் பின்னாலிருந்து ஒரு லத்தியை உருவினான். ஆயுதத்தோடுதான் இருக்கிறானென்று அவர்களுக்கு அறிய வைக்கிறான். அவனை முகரும் அளவு அவர்கள் நெருங்கிய பின் அந்த மனிதனின் இரு கன்னங்களின் குறுக்காக, கண்களுக்குக் கீழிருந்து இதழோரம் வரை தழும்பின் மெல்லிய கோடுகள் ஓடுவதைக் கவனித்தான் யூசுப். அவனுடைய ஆடைகள் கந்தலாகவும் அதில் விலங்குக் கழிவின் வாசமும் புகை வாசமும் குடிகொண்டிருந்தன. அவனுடைய விழிகளின் பளபளப்பு வெறுப்பை உமிழ்ந்து கொடூரமாகக் காட்சியளித்தன.

அவனுக்கு வந்தனம் கூறும் பொருட்டு ஹமீது கைகளை உயர்த்தி, "ஸலாம் அலைக்கும்" என்றார். அந்த மனிதன் உறுமிக்கொண்டே பதிலுக்குத் தன் லத்தியை உயர்த்தினான். "என்ன வேண்டும் உனக்கு? இங்கிருந்து போ."

"நாங்கள் இங்கு முகாமிட்டிருக்கிறோம்," ஹமீது கூறும்போது அவர் அச்சமடைந்திருப்பதை யூசுப்பால் காண முடிந்தது "ஒரு பிரச்சினையுமில்லை சகோதரனே. இந்தச் சிறுவன் அருவியைக் காணச் சென்றிருந்தான். நாங்கள் இப்போது. முகாமுக்குத் திரும்பிக் கொண்டிருக்கிறோம்."

"நீங்கள் இங்கு எதற்காக வந்திருக்கிறீர்கள்? நீங்கள் இங்கு வருவதை வானா விரும்பவில்லை, முகாமிடவும் வேண்டாம், அருவியைப் பார்க்கவும் வேண்டாம், நீங்கள் இங்கிருப்பதே அவருக்குப் பிடிக்கவில்லை" அவர்களை வெறுப்புடன் உறுத்துக் கொண்டே நேரிடையாகக் கூறினான் அந்த மனிதன்.

"வானா?" ஹமீது வினவினார்.

யூசுப் நடந்து வந்த திசையை நோக்கித் தனது லத்தியை நீட்டிக் காட்டினான் அந்த மனிதன். ஒரு தாழ்ந்த கட்டடத்தின் வடிவத்தை அவர்களால் பார்க்க முடிந்தது. பார்த்துக் கொண்டிருக்கும்போது அதன் ஒரு ஜன்னல் வெளிச்சத்தில் ஒளிர்ந்தது. தன்னுடைய பளபளக்கும் விழிகளை அவர்கள் மீதே பதித்திருந்தவன் அவர்கள்

நகர்வதற்காகக் காத்திருந்தான். அவனுடைய விழிகளில் எதையோ இழந்துவிட்டதைப் போன்றதொரு துயரத்தின் சாயல் தெரிவதாக யூசுப் எண்ணினான்.

“நாங்கள் கீழே தொலைவில்தானே முகாமிட்டிருக்கிறோம்” ஹமீது எதிர்த்தார். “நாம் சுவாசிக்கும் காற்று கூட வேறாக இருக்கும்.”

“வானாவுக்கு உங்களைப் பிடிக்கவில்லை. வெளியேறுங்கள்” மீண்டும் ஆக்ரோஷமாகக் கூறினான் அந்த மனிதன்.

“இதோ பாருங்கள் நண்பா” தனது வழக்கமான வியாபாரத் தந்திர முறைக்கு இறங்கினார் ஹமீது. “உங்கள் வானாவுக்கு எந்த விதத்திலும் தொல்லை தர மாட்டோம். வந்து எங்களுடன் ஒரு கோப்பைத் தேநீர் அருந்திக்கொண்டு நீயே பார்த்துக்கொள்.”

சட்டென அந்த மனிதன் ஆத்திரத்துடன் நீண்ட வார்த்தைகளை தொடர்ச்சியாகப் பொழிந்தான். அந்த மொழியை யூசுப்பால் புரிந்துகொள்ள முடியவில்லை. பின் அப்படியே திரும்பி நடந்து சென்று இருட்டில் மறைந்தான். ஒரு கணம் அவனையே பார்த்துக் கொண்டிருந்தார்கள் பின் தோளைக் குலுக்கிக்கொண்ட ஹமீது கூறினார். “நாம் போகலாம், இந்த உலகமே தனக்குச் சொந்தம் என வானா நினைத்துக் கொண்டிருப்பார் போல” அவர்கள் முகாமுக்குத் திரும்பிய போது காலாசிங்கா அரிசி சாதமும், குவளை நிறையத் தேநீரும் தயார் செய்து வைத்திருந்ததைக் கண்டார்கள். பேரீச்சம் பழப் பொட்டலத்தைத் திறந்த ஹமீது அதனுடன் தணப்பில் சுட்டெடுத்த உலர் மீன் பட்டைகளைப் பகிர்ந்துகொடுத்தார். லத்தியுடனிருந்த மனிதனைப் பற்றிக் காலாசிங்காவிடம் கூறினார்கள்...

“முஸுங்கு அங்கு வாழ்கிறார்” என்ற காலாசிங்கா கொஞ்சம் கூட லஜ்ஜையில்லாமல் திவ்யமாக, சத்தமாக வாயுவைப் பிரிய விட்டான். “அரசாங்கத்திற்காக வேலை செய்யும் தெற்கிலிருந்து வந்த ஐரோப்பியன்.” அவனுடைய ஜெனரேட்டரை சரி செய்து கொடுத்தேன். “அது பெரிய இரைச்சல் போடும் பழைய சனியன். புதிதாக ஒன்றை ஏற்பாடு செய்து தருகிறேன்” என்றேன். ஆனால் அது அவனுக்குப் பிடிக்கவில்லை. முகமெல்லாம் சிவக்க, நான் லஞ்சம் வாங்க நினைக்கிறேன் என்று கத்தினான். “ஏதோ கொஞ்சம் தரகுப் பணமாக இருந்திருக்கலாம்... அதிலென்ன தவறு? இதுதான் நடைமுறை வழக்கம். ஆனால் அவன் என்னை அழுக்குப் பிடித்த கூலி, திருட்டுத் தேவிடியாப் பையன் என்றெல்லாம் வசைகள்

பாடினான். அப்புறம் அவனுடைய நாய்களும் இணைந்துகொண்டன. லொள், லொள்! நிறைய நாய்கள், நீண்ட சடைமுடியுடன் பெரிய பற்கள் கொண்ட நாய்கள்."

"நாய்கள்" அமைதியாகக் கூறினார் ஹமீது. அவர் என்ன அர்த்தத்தில் கூறினார் என்று யூசுப்புக்குக் கச்சிதமாகப் புரிந்தது.

"ஆமாம், நாய்கள்!" எழுந்து நின்று கைகளை விரித்தபடி உறுமிக்கொண்டே கூறினான் காலாசிங்கா. "மஞ்சள் கண்களும் வெள்ளிச் சடைத்தோலும். முஸ்லிம்களை வேட்டையாடப் பயிற்சி பெற்றவை. அவற்றின் கோபமான குலைப்பைப் புரிந்து கொண்டால் அது அல்லாவாலாவின் இறைச்சி வேண்டும் என்று சொல்வது தெரியும். முஸ்லிம் மனிதனின் இறைச்சியைக் கொண்டு வா."

தன்னுடைய நகைச்சுவைக்கு மகிழ்ந்து தொடையைத் தட்டிக் கொண்டு கொக்கரித்தான். அவனை பைத்தியக்காரத் துரோகி, திருட்டுத் தேவிடியாப் பையன், மயிராண்டி என்றெல்லாம் ஏசினார் ஹமீது... ஆனால் காலாசிங்கா அதனாலெல்லாம் பின்வாங்கவில்லை. நிமிடத்திற்கொரு முறை குலைத்தும் உறுமியும் அதன்பின் ஏதோ இதுவரை இப்படியொரு வேடிக்கையான விஷயத்தைக் கேட்டதே இல்லை என்பது போல,வும் சிரித்துக் கொண்டுமிருந்தான்.

"சத்தம் போடுவதை நிறுத்து அழுக்குப் பிடித்த கூலியே. நீ விதியை வலிய இழுக்கிறாய், அதன்பின் அந்த ஐரோப்பிய நாய்கள் நம் மீது பாய்ந்துவிடும்... இரண்டு காலுடையவையும்தான். நிறுத்துடா மயிராண்டி பனியா!" ஹமீது எரிச்சலுடன் கூறிய பின்னும் காலாசிங்கா விடுவதாக இல்லை.

"பனியன்! என்னை பனியா என்று அழைக்காதே, உன்னை எச்சரிக்கிறேன்!" என்று கூறிய காலாசிங்கா இங்குமங்கும் சுற்றிப் பார்த்து ஏதோவொரு ஆயுதத்தையோ குச்சியையோ தேடியவன் கொதிக்கும் தேநீரைப் பார்த்துக்கூடக் கொஞ்சம் தூண்டப்பட்டான். "முஸ்லீம்களெல்லாம் நாயைப் பார்த்துப் பயப்படுவது என் குற்றமா? என்னுடைய வம்சத்தை வசை பாட இது ஒரு காரணமா? ஒவ்வொரு முறையும் நீ இந்த வார்த்தையைக் கூறும் போது அது என் குடும்பத்துக்கே இழுக்கு. இதுதான் கடைசி முறை!"

ஒருவழியாக அமைதியை மீட்டெடுத்த பின் உறங்குவதற்குத் தயாரானார்கள். தன்னுடைய வாகனத்துக்கு அருகில் காலாசிங்கா

பாயை விரிக்க அவனுக்கடுத்து நெருக்கமாகப் படுத்தார் ஹமீது. காலாசிங்காவின் வாயு நாற்றம் எட்டாத தொலைவுக்கும் அதே வேளை அவர்கள் உரையாடல் காதில் விழுமளவு அருகாமையிலும் சில அடிகள் தள்ளி வானத்தைப் பார்க்கக் கூடிய இடத்தில் படுத்திருந்தான் யூசுப். களைப்பின் பெருமூச்சிலும் திருப்தியின் முனகலோடும் அவர்கள் ஓய்ந்த போது யூசுப் அந்த சிநேகமான அமைதியில் உறங்கத் தொடங்கினான்.

“சொர்க்கம் என்பது இப்படித்தான் இருக்கும் என்று நினைப்பது எவ்வளவு ஆனந்தமாக உள்ளது?” நீரின் சலசலப்பு எங்கும் நிறைந்திருந்த இரவின் ஆழத்தில் மெல்லிய குரலில் வினவினார் ஹமீது. நாம் அழகென்று கற்பனை செய்து வைத்திருப்பவற்றைக் காட்டிலும் மிக அழகானது அருவி. உன்னால் கற்பனை செய்ய முடியுமென்றால் இதைக் காட்டிலும் அழகானது யூசுப். இந்த பூமியின் நீரெல்லாம் எங்கிருந்து உற்பத்தியாகிறதென்று உனக்குத் தெரியுமா? சொர்க்கத்தின் நான்கு நதிகள். அவை கிழக்கு, மேற்கு, வடக்கு, தெற்கு என நாற்திசைகளிலும் ஓடிக் கடவுளின் தோட்டத்தை நான்கு பாகங்களாகப் பிரிக்கின்றன. அங்கே எல்லா இடங்களிலும் நீர் இருக்கிறது. அங்குள்ள மாடங்களின் கீழ், பழத்தோட்டங்களில், திறந்த வெளிகளில், மரங்கள் சூழ்ந்த நிழற்பாதைகளின் ஓரங்களில் எல்லாம் பாய்ந்தோடுகிறது.

“இந்தத் தோட்டம் எங்குள்ளது? “இந்தியாவிலா? நீரருவியுடன் கூடிய பல தோட்டங்களை நான் இந்தியாவில் பார்த்திருக்கிறேன். இதுதான் உன் சொர்க்கமா? இங்குதான் ஆகா கான் வாழ்கிறாரா?” என்று வினவினான் காலாசிங்கா.

காலாசிங்காவைப் பொருட்படுத்தாமல் யூசுப்பின் பக்கம் தலையைத் திரும்பி அவனிடம் மட்டுமே உரையாடுவது போல் “கடவுள் ஏழு சொர்க்கங்களைப் படைத்திருக்கிறார்” என்றார். அவருடைய குரல் மெல்ல மெல்ல மென்மையாகிக் கொண்டிருந்தது. “சொர்க்கம் என்பது ஏழாவது நிலை, அதுவே ஏழு நிலைகளாகப் பிரிக்கப்பட்டுள்ளது. மிக உயர்வானது ஜன்னத் அல் அடன், ஈடன் தோட்டம். அங்கே மயிர் வளர்க்கும் பாவிகளுக்கு அனுமதியில்லை, அவர்கள் ஆயிரம் காட்டுச் சிங்கங்களைப் போல கர்ஜனை செய்தாலும் அனுமதியில்லை.”

“இது போல ஏழு, எட்டு நிலைகளைக் கொண்ட சொர்க்கம் இந்தியாவில் உள்ளது” என்றான் காலாசிங்கா. “முகலாயக் காட்டுமிராண்டிகளால் கட்டப்பட்டது.” அதன் மாடியில் அவர்கள்

கூட்டுப் புணர்ச்சி கொள்வார்கள். தோட்டங்களில் விலங்குகளை வைத்திருப்பார்கள், அப்போதுதான் நினைத்த பொழுதெல்லாம் போய் வேட்டையாடிக் கொள்ளலாம். சொர்க்கம் என்பது இப்படித்தான் இருக்கும் போல, உங்கள் சொர்க்கம் இந்தியாவில் உள்ளது. இந்தியா மிகவும் ஆன்மீகமான நாடு."

"இறைவன் என்ன பைத்தியக்காரரா? என்றார் ஹமீது. இந்தியாவில் சொர்க்கத்தை வைப்பதற்கு!"

"ஆமாம், அதைவிட நல்ல இடம் இறைவனுக்குக் கிடைக்கவில்லை போல" என்றான் காலாசிங்கா. அசலான தோட்டங்கள் இன்றும் இருக்கின்றன என்று கேள்விப்பட்டேன். இங்கே பூமியில்தான்."

"நாத்திகனே! எந்தச் சிறுபிள்ளைத்தனமான கதையையும் கேட்டு விடுவாய்" என்றார் ஹமீது.

"அதை நான் ஒரு புத்தகத்தில் படித்தேன். ஆன்மீகப் புத்தகம். உனக்குப் படிக்கத் தெரியுமா? தூக்கான்வாலா², முஸ்லீம் நாயே?"

ஹமீது சிரித்தார். நபி நுஹ்³ காலத்தில் கடவுள் பூமிக்கு வெள்ளத்தை அனுப்பிய போது இந்தத் தோட்டம் மட்டும் நீர் எட்ட முடியாத இடத்தில் இருந்ததாகவும் எந்தச் சேதமடையாமலும் இருந்ததாகவும் சொல்லக் கேள்விப்பட்டேன். அதனால் அசலான தோட்டம் இன்றும் இருக்கிறது, ஆனால் இடி முழக்கமிடும் நீராலும் நெருப்பின் கதவுகளாலும் மனிதர்களுக்கு மூடப்பட்டிருக்கிறது.

"அந்தத் தோட்டம் இன்றும் பூமியில் இருக்கிறது என்பது உண்மையாக இருந்தால் எப்படி இருக்குமென்று நினைத்துப் பார்" நீண்ட அமைதிக்குப் பின் காலாசிங்கா கூறினான். முழக்கமிடும் நீரும் நெருப்பின் கதவுகளும் ஒரு அதிகாரத்தைக் குறிக்கும் நுட்பமான விவரங்கள். குடும்பக் கோவிலில் பக்திப் பூர்வமான சீக்கியக் குடும்பத்தில் வளர்ந்தவன் காலாசிங்கா. அவர்கள் குடும்பச் சந்நிதானத்தில் குரு மகானின் புத்தகம் பெருமைக்குரிய இடத்தில் வைத்துப் போற்றப்படுகிறது. ஆனால் அவனுடைய அப்பா மிகவும் சகிப்புத்தன்மை உடையவர். கணபதி வெண்கலச் சிலையையும் மீட்பர் இயேசு கிறிஸ்துவின் சிறிய ஓவியத்தையும் குர்ஆனின் குறும்பதிப்பையும் சந்நிதானத்தின் பின்னால் வைத்துக்

---

2 கடை உரிமையாளன்.
3 அல்லாஹ்வின் கட்டளைப்படி தனது கப்பலில் உயிரினங்கள் ஒவ்வொன்றிலிருந்தும் ஆண் பெண் என இணைகளை ஏற்றுக் கொண்டவர் நூஹ் நபி. அதன்பின் ஏற்பட்ட வெள்ளத்திலிருந்து அவர்களைக் காப்பாற்றினார் என்பது குர்ஆன் கதைகளில் ஒன்று.

கொள்ள அனுமதித்திருந்தார். முழக்கமிடும் நீர் மற்றும் நெருப்பின் கதவுகளைப் பற்றிய விவரங்களின் வலிமையை அறிந்தவன் காலாசிங்கா.

"நல்லது, சிலர் அந்தத் தோட்டம் இன்றும் பூமியில் உள்ளது என்று நம்புகிறார்கள், ஆனால் எனக்கு நம்பிக்கையில்லை. அப்படியே அது இருந்தாலும் உள்ளே செல்ல யாருக்கும் அனுமதி கிட்டாது, அதுவும் பனியாவுக்குக் கிடையவே கிடையாது" என்று உறுதியான குரலில் கூறினார் ஹமீது.

7

நல்ல வியாபாரம் நடக்கும் என்று நம்பிக்கையளித்த ஒவ்வொரு குடியிருப்பிலும் கிராமத்திலும் இடை நிறுத்திப் பயணம் செய்த நான்கு நாட்களுக்குப் பிறகு மலைக்குப் பாதி வழியிலுள்ள அல்மராக் என்ற அரசு நிலையத்தை அடைந்தார்கள். வாகனம் அடிக்கடிப் பழுதாகி நின்றுவிட்டதால் அவர்கள் திட்டமிட்டதை விடப் பயணம் நீண்டதாகிவிட்டது. கடைசியாக அதற்கான காரணங்களைக் காலாசிங்கா அள்ளிவிட்டாலும் அவனை எள்ளல் செய்யக் கூட இயலாத அளவு ஹமீது களைத்துவிட்டார். "ஹயா ஹயா, இளிப்பதை நிறுத்து, எங்களைக் கொண்டு போய் சேர்த்து விடு" என்றார். அல்மராக் அவர்கள் பயணத்தின் இறுதி இலக்கு. அங்கே இரண்டு நாட்கள் தங்கிவிட்டுத் திரும்பிச் செல்ல வேண்டும். ஒரு காலத்தில் உடலின் மீதும் கேசத்தின் மீதும் காவி வண்ணம் அடித்துக்கொண்டிருக்கும் கால்நடை மேய்ப்பர்களின் மிகப் பெரும் குடியிருப்பாக அவ்விடம் இருந்தது. அதனால்தான் அங்கு ஒரு விவசாய நிலையம் அமைக்கப்பட்டது. அந்த நிலையப் மற்ற நாடோடி வீரர்களைத் தங்களுடைய ரத்தத்தின் மீதுள்ள காதலைத் துறந்து பால் பண்ணை வைத்திருக்கும் விவசாயிகளாக மாற உதாரணமாக இருக்கும் என நம்பப்பட்டது. அப்படி எதுவுமே நடக்கவில்லை. உலகத்தின் இந்த மூலையை மாற்ற அரசு அதிகாரங்களுடன் வந்த அதிகாரிகளின் பொறுமையின்மையும்கூட ஒரு காரணமாக இருக்கலாம். எப்படி இருந்தபோதும் விவசாயத்தை நிலையம் அது பாட்டுக்கு விட்டு வந்ததில் மக்கள் மகிழ்ச்சியாக இருந்தார்கள். அவர்களுடைய குடியிருப்பைச் சற்றுத் தொலைவில் அமைத்துவிட்டு அல்மராக்குக்கு வியாபாரம் செய்ய வந்தார்கள்.

ஹமீது வழக்கமாக ஸான்ஸிபாரைச் சேர்ந்த ஹுஸேன் என்பவருடன்தான் தங்குவார். அவர் தான் வாழத் தேவையான அளவு வருமானம் வரக்கூடிய கடை ஒன்றை வைத்திருந்தார். கடையினுள்ளே கையால் இயக்கக்கூடிய தையல் இயந்திரம் ஒன்று இருந்தது. அதில் வாடிக்கையாளர்களுக்குச் சுற்றாடையும் ஷுக்கா குறுக்காடையும் தைத்துத் தருவார். சுவரை ஒட்டியுள்ள மேடையில் சர்க்கரைப் பைகளும், தேநீர்ப் பெட்டிகளும் மற்ற வியாபாரப் பொருள்களும் இருந்தன. ஹுஸேன் ஒல்லியான உயரமான, கடினத்துக்குப் பழக்கப்பட்ட மனிதர், அவருடைய கடையைப் போலவே மெலிந்து காணப்பட்டார். அவர் அங்கே தனியாக வாழ்ந்து வருவதால் அவர்கள் வந்ததும் சரக்கு அறையில் இடம் ஏற்பாடு செய்து கொடுத்துவிட்டுச் சிறு உரையாடலை எதிர்பார்த்திருந்தார். மாலையில் கடையில் அமர்ந்தபடி ஹுஸேன் ஸான்ஸிபாரைப் பற்றிப் பேசுவதைக் கேட்டுக் கொண்டிருந்தார்கள்... சற்று நேரம் கழித்து அவர் திருப்தியானவுடன் வியாபாரம் குறித்துப் பேசினார்கள். அதன்பின் வெளிச்சம் மலைக்குள் இறங்கி மூழ்குவதை அமைதியாகப் பார்த்துக் கொண்டிருந்தார்கள்.

"இங்கு மலையின் மேல் வெளிச்சம் எப்படிப் பச்சையாக இருக்கிறது என்பதைக் கவனித்தீர்களா?" நீண்ட நேரம் கழித்து ஹுஸேன் கேட்டார். "காலாசிங்காவைக் கேட்பதில் பயனேதுமில்லை. எதன் மீதாவது கிரீஸ் ஒட்டிக்கொண்டிருக்க வேண்டும் அல்லது அது சத்தம் போட வேண்டும், அதைத் தவிர அவன் எதையும் பார்க்கமாட்டான். உங்களுடைய தற்போதைய திட்டம் என்ன நண்பா? கடந்த முறை இங்கு வந்தபோது நீ பேருந்து வாங்கப் போவதாகவும் மலைக் கிராமங்களுக்குப் புதிய பாதைகளைத் திறப்பதாகவும் கூறினாய். அந்தப் பிரகாசமான சிந்தனைக்கு என்ன ஆனது? தோளைக் குலுக்கிய காலாசிங்கா பதிலளிக்கவில்லை, திரும்பிப் பார்க்கவுமில்லை. தன்னுடன் எடுத்து வந்திருந்த வீட்டில் காய்ச்சிய மதுவை ஒரு தகரக் குவளையிலிட்டு உறிஞ்சினான். அவர்கள் முன் அவன் எப்போதாவதுதான் குடிப்பான் ஆனால் கண் முன்னால் யாரும் இல்லை என்று எண்ணிப் பெரிய கண்ணாடிப் போத்தலிலிருந்து அவசரமாக மிடறுகளை விழுங்குவதை யூசுப் பார்த்திருக்கிறான்.

"ஆனால் பார் இளைஞனே யூசுப்,! நீ இந்த வெளிச்சத்தைப் பார்த்திருக்கிறாயா?" என்று வினவினார். "யூசுப், ஒருநாள் உன்னுடைய அழகான தோற்றத்தால் இளம்பெண்களைப் பைத்தியமாக்கப் போகிறாய் நீ, என்னுடன் உங்குஜாவுக்கு

வந்துவிடு. நான் என்னுடைய பெண்ணைத் திருமணம் செய்து வைக்கிறேன். நீ அந்த வெளிச்சத்தைப் பார்த்தாயா?"

"ஆமாம்" என்றான் யூசுப். மலை மீது வாகனத்தில் செல்கையில் நிறம் மாறுவதைக் கண்டான், மேலும் ஸான்ஸிபாரைப் பற்றிப் பேச எவ்வளவு மகிழ்ச்சியாக உணர்ந்தானோ அதே அளவு மகிழ்ச்சி இதைப் பற்றிப் பேசும்போதும் அவனிடம் ஏற்பட்டது. சட்டென்று ஹுஸேன் ஸான்ஸிபாரைப் பற்றிப் பேசுவதைக் கேட்டவன் ஒரு நாள் தானே அங்கு சென்று அந்த அழகிய இடத்தைப் பார்க்க வேண்டுமென்று உறுதி பூண்டான்.

"உன் பெண்ணைத் தருகிறேனென்று வாக்குக் கொடுத்து விட்டாயல்லவா, இப்போ நீ சொல்லும் எல்லாவற்றிற்கும் ஆமாம் போடுவான் பார் என்று சிரித்துக்கொண்டே கூறினார் ஹமீது. "ஆனால் இப்போது அதிகத் தாமதமாகிவிட்டது. நாங்கள் ஏற்கெனவே என்னுடைய மூத்த மகளுக்கு அவனை நிச்சயம் செய்திருக்கிறோம். நான் சொல்லவில்லையா ஹுஸேன்?"

"நீ ரொம்ப அசிங்கமாகப் பேசுகிறாய், அவளுக்குப் பத்து வயதுதான் ஆகிறது" என்றார் ஹுஸேன்.

"பதினொன்று, திருமணத்திற்கேற்ற நல்ல வயது."

தன்னை அவர்கள் கேலி செய்கிறார்களென்று யூசுப்புக்குப் புரிந்தாலும் அந்த உரையாடல் அவனுக்குச் சங்கடத்தை அளித்தது. "அது ஏன் பச்சையாக இருக்கிறது? அந்த வெளிச்சம்."

"மலையின் காரணமாகத்தான்" என்றார் ஹுஸேன். உன்னுடைய பயணத்தில் நீண்ட தொலைவு பயணித்து ஏரிகளிருக்கும் பகுதிக்குச் சென்றுவிட்டால் இந்த உலகம் மலைகளால் சுற்றி வளைக்கப்பட்டிருப்பதை நீ காண்பாய்... அந்த மலைகள்தான் வானத்துக்குப் பச்சை நிறத்தை அளிக்கிறது. ஏரியின் மறுபுறத்தில் உள்ள மலைகள்தான் நமக்குத் தெரிந்த உலகத்தின் விளிம்பு. அவற்றிற்கு அப்பால் கொள்ளை நோய்த் தொற்றுகளின் நிறம்தான் காற்றில் உள்ளது. அங்கு வாழும் உயிரினங்களைப் பற்றி இறைவன் மட்டுமே அறிவார்... கிழக்கிலும் வடக்கிலும் தொலைதூரக் கிழக்கிலுள்ள சீனா வரையிலும் வடக்கே காக்-மேகோக்கின் அரண்கள் வரை நமக்குத் தெரியும். ஆனால் மேற்கு என்பது ஜின்களும் அரக்கர்களும் வாழும் நிலம். இருண்ட ஜின்கள் மற்றும் காட்டுமிராண்டிகளின் தேசத்திற்கு மற்றொரு யூசுப்பை கடவுள்

அனுப்பி வைத்தார். ஒருவேளை உன்னையும் கடவுள் அனுப்பி வைப்பார்."

"நீங்கள் ஏரிப் பகுதிகளுக்குச் சென்றிருக்கிறீர்களா?" யூசுப் கேட்டான்.

"இல்லை" என்றார் ஹுஸேன்.

"ஆனால், இவர் மற்ற எல்லா இடங்களிலும் இருந்திருக்கிறார். நிச்சயமாக வீட்டில் இருக்க மட்டும் இவருக்குப் பிடிப்பதில்லை" என்றார் ஹமீது.

"எந்த யூசுப்? காலாசிங்கா கேட்டான். ஹுஸேன் வெளிச்சத்தைப் பற்றிய விவரங்களையும், ஏரிகளையும், தேவதைக் கதைகளின் நேரத்திலும் அவன் வாய்க்குள் சிரித்துக்கொண்டும் முகத்தைக் கோணிக் கொண்டுமிருந்தான். ஆனால், அவனால் தீர்க்கதரிசி, ஜின்கள் பற்றிய கதைகளின் மீதுள்ள ஆர்வத்தைக் கட்டுப்படுத்தவே முடியாது என்பதும் அவர்களுக்குத் தெரியும்.

"எகிப்தைப் பஞ்சத்திலிருந்து காப்பாற்றிய தீர்க்கதரிசி யூசுப். உனக்குத் தெரியாதா என்ன?" என்றார் ஹுஸேன்.

"மேற்குப் பகுதியின் இருளுக்கு அப்பால் என்ன இருக்கிறது?" என்று யூசுப் கேட்டதும் காலாசிங்கா எரிச்சலுடன் கொக்கரித்தான். எகிப்தின் வறட்சி பற்றிய கதை வரும் என்ற நம்பிக்கையுடன் அவன் இருந்தான். அவனுக்கு அது தெரிந்திருந்த போதும் மீண்டும் கேட்க விரும்பினான்.

"எந்த அளவுக்குக் கடும் பாழ்வெளியாக இருக்குமென்று யாருக்குமே தெரியாது. ஆனால் ஐநூறு ஆண்டுகள் நடைப்பயணத்துக்கு ஈடானது என்று கேள்விப்பட்டேன். வாழ்க்கையின் ஊற்று அந்த பாழ்வெளியில்தான் இருக்கிறது. தீவு அளவுக்குப் பெரியதாக உள்ள பேய்களும் பாம்புகளும் அதைப் பாதுகாத்துக்கொண்டிருக்கின்றன" என்றார் ஹுஸேன்.

"அங்கு நரகமும் இருக்கிறதா?" தனது வழக்கமான எள்ளலுக்குத் திரும்பிய காலாசிங்கா கேட்டான். "உங்கள் இறைவன் உங்களுக்கு அளிப்பதாக வாக்குக் கொடுத்திருந்த சித்திரவதை அறைகள் எல்லாமே இருக்கின்றனவா?"

"உனக்குத் தெரிந்திருக்க வேண்டும். அங்குதானே நீ போகப் போகிறாய்" என்றார் ஹமீது.

“நான் குர்ஆனை மொழிபெயர்க்கப் போகிறேன்” திடீரென்று காலாசிங்கா கூறினான். மற்றவர்கள் சிரிப்பதை நிறுத்தியவுடன் தொடர்ந்தான் “ஸ்வாஹிலி மொழியில்.”

“அரபி வாசிப்பது இருக்கட்டும், உன்னால் ஸ்வாஹிலியில் கூடப் பேச முடியாது.”

“நான் ஆங்கில மொழிபெயர்ப்பிலிருந்து மொழிபெயர்ப்பேன்” என்று கூறிய காலாசிங்கா இறுக்கமாக இருந்தான்.

“அதை ஏன் செய்ய நினைக்கிறாய்?” என்று கேட்டார் ஹுஸேன். “இதைவிட வெட்டி வேலையை இதுவரை நீ சொல்லிக் கேட்டதாக எனக்கு நினைவில்லை.”

“முட்டாள் பூர்வகுடிகளாகிய நீங்கள் வணங்கும் இறைவனைப் பற்றிப் புரிய வைப்பதற்குத்தான்” என்றான் காலாசிங்கா. “அது என் அறப்போராக இருக்கப் போகிறது. அரபியில் அது என்ன சொல்கிறதென்று உங்களால் புரிந்துகொள்ள முடியுமா? ஏதோ கொஞ்சம் பேருக்குத் தெரியலாம். ஆனால் பெரும்பாலான உங்கள் முட்டாள் பூர்வகுடிச் சகோதரர்களுக்குத் தெரியாது. அதுதான் உங்கள் அனைவரையுமே முட்டாள் பூர்வகுடிகளாக்குகிறது. ம்ம், உனக்குப் புரிந்திருந்தால் உன்னுடைய அல்லாஹ் எவ்வளவு சகிப்புத் தன்மையற்றவர் என்று உனக்குத் தெரிந்திருக்கும். அவரை வணங்குவதற்குப் பதிலாக வேறு ஏதாவது நல்ல வேலையைப் பார்க்கக் கிளம்பியிருப்பாய்.”

“வல்லாஹி!” வேடிக்கையெல்லாம் விட்டொழித்துவிட்டுக் கூறினார் ஹமீது. “உன்னைப் போன்ற ஒரு ஆள் அவரைப் பற்றி இப்படி மன்னிக்க முடியாத வகையில் பேசுவது சரியில்லை... யாராவது இந்த மயிராண்டி நாய்க்கு நல்ல பாடம் புகட்டக் கூடும். அடுத்த முறை கடையில் நாங்கள் பேசுவதை ஒட்டுக் கேட்டால் அந்த முட்டாள் பூர்வகுடிகளிடமே நீ என்ன சொன்னாய் என்று கூறி விடுவேன். அவர்கள் உன் மயிருக்குத் தீ மூட்டி விடுவார்கள் என்று நினைக்கிறேன்.”

“அப்போதும் நான் குர்ஆனை மொழிபெயர்ப்பேன்” காலாசிங்கா உறுதியாகக் கூறினான். “ஏனென்றால் நான் எனது சக மனிதர்கள் மீது அக்கறை கொண்டுள்ளேன், அவர்கள் அப்பாவியான அல்லாஹ்-வாலாவாக இருந்த போதிலும் கூட. வளர்ந்த மனிதர்களுக்கான மதமா இது? இறைவன் என்றால் என்னவென்று எனக்குத் தெரியாமலிருக்கலாம், அவருடைய ஆயிரம் பெயர்களையும் லட்சம்

சத்தியங்களையும் தெரியாது, ஆனால் நீங்கள் பிரார்த்திக்கும் இந்த முரடன் போல இருக்க மாட்டார்."

அந்த நேரத்தில் மாவும் உப்பும் வாங்கக் கடைக்கு ஒரு பெண் வந்தாள். இடுப்பைச் சுற்றி ஒரு ஆடையும் கழுத்தைச் சுற்றித் தோளில் மணிகளாலான வட்ட வடிவ அணிகலனையும் அணிந்திருந்தாள். அவளுடைய மார்பு மூடப்படாமல் முலைகள் வெளியே தெரிந்தன. காலாசிங்கா அவளருகில் நின்றுகொண்டு இச்சையுடன் முனகியதும் தாபத்தில் துடித்துப் பெருமூச்செறிந்ததையும் அவள் கவனிக்கவேயில்லை. ஹுஸேன் அவளுடைய தாய் மொழியில் அவளிடம் பேசினார். அதற்குச் சைகைகளால் விளக்கமளித்து மகிழ்ச்சியுடன் சிரித்துப் பேசி உற்சாகத் துள்ளலுடனும் நீண்ட பதிலை அளித்தாள். ஹுஸேனும் மூக்கால் செறுமிக் காற்றை வெளிப்படுத்திக் கிசுகிசுவென்ற சப்தத்துடன் அவளுடன் சேர்ந்து சிரித்தார். அவள் அங்கிருந்து அகன்ற பின்னும் காலாசிங்கா தான் களைத்துச் சோர்ந்து போகும் அளவு எவ்வாறு அவளைப் புணர்ந்து கொண்டே இருப்பானென்ற காமத்தின் கீதத்தைத் தொடர்ந்து பாடிக் கொண்டிருந்தான். "ஓ, இந்தக் காட்டுமிராண்டிப் பெண்கள், மாட்டுச் சாண வாசத்தை உணர்ந்தாயா? அந்த முலைகளைப் பார்த்தாயா? என்னைக் காயப்படுத்துமளவுக்கு உருண்டையானவை!"

"அவள் தாய்ப்பால் கொடுத்துக் கொண்டிருக்கிறாள். அதைப் பற்றி, அவளுடைய பிறந்த குழந்தையைப் பற்றித்தான் அவள் பேசிக் கொண்டிருந்தாள்" என்றார் ஹுஸேன். "எங்களுடைய இறைவனின் சகிப்புத்தன்மையைப் பற்றி அவரைச் சகித்துக் கொள்ளும் எங்கள் முட்டாள்தனத்தைப் பற்றி நீ கேலி பேசுகிறாய், அதற்குப் பின் மக்களைக் காட்டுமிராண்டிகள் என்று அழைக்கிறாய்."

அந்தக் கடிந்துரையைக் காலாசிங்கா பொருட்படுத்தவேயில்லை. ஹமீதின் தூண்டுதலால் தன்னுடைய பாலியல் சாகசக் கதைகளைக் கூற ஆரம்பித்துவிட்டான். அந்தக் கேலிக்கூத்தில்தான் தனிக்கவனம் செலுத்தினான். அழகான பெண்ணொருத்தியிடம் தன் பங்குக்குப் பல சூசகமான தந்திரங்கள் செய்தபின் அவள் அவனைத் தன் வீட்டிற்கு அழைத்துச் செல்ல ஒப்புக் கொண்டாள், ஆனால் அவள் ஒரு ஆணென்பது பின்னர் தெரிய வந்தது, தரகர் என்று நினைத்து ஒரு பெண்ணிடம் பேச்சுவார்த்தை நடத்திய பின் அவள்தான் விபச்சாரியே எனத் தெரிந்துகொண்டது, திருமணமான பெண்ணொருத்தியிடம் கள்ள உறவில் இருந்தபோது ஒருமுறை அந்தச் சோரம் போனவளின் கணவன் எதிர்பாராதவிதமாக வந்து கையும் களவுமாகப் பிடித்த

போது அதன் விளைவாக ஏறத்தாழ உடலின் முக்கியமானதொரு உறுப்பை இழக்கவிருந்தது போன்ற கதைகளையெல்லாம் விவரிக்கையில் குரலை மென்மையாக்கி, உடலைத் தளர்த்தி, கைகால்களை வளைத்து அனைத்துக் கதாபாத்திரங்களையும் அவன் ஒருவனே நடித்துக்காட்டினான். இடையே அவன் அவனாகவே இருந்தபோது தாடியை முறுக்கித் தலைப்பாகையை நேராக்கிச் செயல் மட்டுமே குறிக்கோளாகக் கொண்டு சீறிப்பாயும் சீமானாக மாறினான். ஊவென்று சப்தமிட்டுக் கெக்கலித்துச் சிரித்த ஹமீது சிரிப்பு நின்றவுடன் நெஞ்சைப் பிடித்துக்கொண்டு மூச்சு வாங்கி நின்றார். அவரால் தாக்குப் பிடிக்க முடியாத காட்சிகளையெல்லாம் மீண்டும் மீண்டும் கூறிக் காலாசிங்கா விடாமல் அவரைத் தொல்லை செய்துகொண்டிருந்தான். அதையெல்லாம் பார்த்த யூசுப் குற்ற உணர்ச்சியுடன் சிரித்தான் ஏனென்றால் இந்த அருவருப்பான பேச்சுகளை ஹுஸேன் ஏற்கவில்லை, ஆனால் ஹமீது இந்த நகைச்சுவைக்குச் சிரித்துச் சிரித்து வலியால் நெளிவது கொஞ்சம் அதிகமென்றே அவனுக்குத் தோன்றியது.

பின்னர் பின்னிரவின் ஆழ்ந்த நேரத்தில் அவர்களுடைய உரையாடல் மென்மையாகவும் அதிகம் தளர்ந்தும் அடிக்கடி இடையூறு செய்யும் நீண்ட கொட்டாவிகளுடனும் தொடர்ந்தது.

“நமது எதிர்காலத்தை நினைத்து அச்சமடைகிறேன்” என்று ஹுஸேன் அமைதியாகக் கூறிய போது களைத்துப் போன பெருமூச்சுடன் அதை ஆமோதித்தார் ஹமீது. “எல்லாமே குழப்பத்தில் இருக்கிறது. இந்த ஐரோப்பியர்கள் மிக உறுதியானவர்கள், அதுவும் நிலத்தின் வளத்துக்காகப் போராடும்போது நம் அனைவரையும் நசுக்கி விடுவார்கள். அவர்கள் நமக்கு ஏதோ நன்மை செய்ய வந்தவர்கள் என்று நினைத்தால் நீ ஒரு முட்டாள். அவர்கள் வியாபாரத்தைப் பிடிக்க மட்டுமல்ல, இந்த நிலத்தையே பிடிக்க நினைக்கிறார்கள். அதிலிருக்கும் அனைத்தையும், நாம் உட்பட...”

“இந்தியாவில் நூற்றாண்டுகளாக ஆட்சி செய்கிறார்கள், இங்கே நீங்கள் நாகரீகம் அடையவில்லை, அங்கு மாதிரி இங்கு எப்படிச் செய்ய முடியும்?” தென்னாப்பிரிக்காவில் கூட அந்த மக்கள் அனைவரையும் கொன்றபோது அது நிலத்தை எடுத்துக் கொண்டதற்கும் கிடைத்த தங்கத்திற்கும் வைரத்துக்கும் ஈடானதாக இருந்தது. இங்கே என்ன உள்ளது? அவர்கள் வாதாடிச் சண்டையிடுவார்கள், பின் அதையும் இதையும் திருடுவார்கள், ஏதோ இங்குமங்குமாகச் சின்னச் சின்ன போர் புரிவார்கள், பின்

களைத்துப் போனதும் அவர்கள் நாட்டிற்குச் சென்று விடுவார்கள்" என்றான் காலாசிங்கா.

"நீ கனவு காண்கிறாய் நண்பனே, ஏற்கெனவே மலைப்பகுதியின் வளமான நிலத்தை அவர்கள் தங்களுக்குள் எப்படிப் பிரித்துக் கொண்டார்கள் பார். இந்த மலையின் வடக்குப் பகுதியிலிருந்த உக்கிரமான மனிதர்களைக் கூட விரட்டியடித்துவிட்டு அவர்கள் நிலத்தை எடுத்துக் கொண்டார்கள். அவர்களை எந்தக் கஷ்டமுமில்லாமல் ஏதோ சிறு பிள்ளைகளை விரட்டுவதுபோலத் துரத்திய பின் அவர்களுடைய சில தலைவர்களை நெருப்பிலிட்டுக் கொளுத்திவிட்டார்கள். அது உனக்குத் தெரியாதா? அவர்களுக்கு வேலைக்காரர்களாக இருப்பவர்களை மட்டும்தான் அங்கு தங்க அனுமதித்தார்கள். அவர்களுடைய ஆயுதங்களுடன் ஏதோ ஓரிரண்டு சில்லறைச் சண்டை, அப்புறம் கையகப்படுத்தும் விவகாரம் முடிந்துவிடும். இவையெல்லாம் அவர்கள் இங்கே சும்மா வந்து செல்ல என்றா தெரிகிறது? அவர்கள் ஒரு முடிவுடன்தான் இருக்கிறார்கள். அவர்களுக்கு மொத்த உலகமும் தேவை" என்று கூறி முடித்தார் ஹுஸேன்.

"அவர்கள் யாரென்று முதலில் அறிந்து கொள்ளுங்கள். இந்தப் பாம்புக் கதைகளையும் உலோகத்தை விழுங்கும் மனிதர்கள் என்ற கதைகளைத் தவிர அவர்களைப் பற்றி வேறென்ன தெரியும் உங்களுக்கு? அவர்களுடைய மொழி தெரியுமா? வரலாறு தெரியுமா? பின் அவர்களுடன் எப்படி ஈடு கொடுக்கக் கற்றுக் கொள்வது?" என்றான் காலாசிங்கா. "புலம்பிக் கொண்டும் முணுமுணுத்துக் கொண்டும் இருப்பதால் என்ன பயன்? இப்படியே இருக்க வேண்டியதுதான். அவர்கள் நமது பகைவர்கள். அப்போதும் நாம் இப்படியேதான் இருக்கிறோம். அவர்கள் பார்வையில் நாம் விலங்குகள், அவர்களுடைய இந்த முட்டாள்தனமான எண்ணத்தை நம்மால் நீண்டகாலமாகத் தடுக்க முடியவில்லை. அவர்கள் ஏன் அவ்வளவு வலிமையானவர்களாக இருக்கிறார்கள் என்று நினைக்கிறாய்? நூற்றாண்டுகளாக இந்த உலகத்தை அடக்கியாண்டு கொண்டிருக்கிறார்கள். உன்னுடைய புலம்பல் அவர்களை நிறுத்தப் போவதில்லை" என்றான் காலாசிங்கா.

"அவர்களைத் தடுத்து நிறுத்தக் கூடிய எதையும் நம்மால் கற்றுக் கொள்ள முடியாது" உணர்ச்சியற்ற குரலில் கூறினார் ஹுஸேன்.

"நீங்கள் அவர்களைப் பார்த்துப் பயப்படுகிறீர்கள்" மென்மையாகக் கூறினான் காலாசிங்கா.

"நான் பயப்படுகிறேன், நீ சொல்வது சரிதான்... அவர்களைப் பார்த்து மட்டுமல்ல என்றாலும் கூட... நாம் எல்லாவற்றையும் இழக்கப் போகிறோம், நாம் வாழும் முறையைக் கூட, "இந்த இளைஞர்கள் இதைவிட மேலும் இழக்கப் போகிறார்கள். ஒருநாள் நமக்குத் தெரிந்த எல்லாவற்றின் மீதும் அவர்களை உமிழ வைத்து விட்டு உலகத்தைப் பற்றி அவர்கள் கூறும் கதைகளையும் விதிகளையும் புனிதமான வார்த்தை என்று நம்மைப் பாட வைக்கப் போகிறார்கள். நம்மைப் பற்றி எழுத வேண்டுமென்றால் என்ன சொல்வார்கள்? நாங்கள் அவர்களை அடிமையாக்கினோம்" என்று கூறினார் ஹுஸேன்.

"அப்போ அவர்களுக்கு ஈடு கொடுக்கக் கற்றுக் கொள்ளுங்கள்" என்று கத்தினான் காலாசிங்கா. "நம் முன்னிருக்கும் ஆபத்துகள் பற்றி நீங்கள் கூறுவது உண்மையென்றால் ஏன் இந்த மலையில் உட்கார்ந்து அதைப் பற்றிப் பேசிக் கொண்டிருக்கிறீர்கள்?"

"வேறு எங்கு போய் பேசுவது?" காலாசிங்காவின் ஆத்திரத்தைக் கண்டு புன்னகைத்தபடி கேட்டார் ஹுஸேன். "ஸான்ஸிபாருக்கா? அங்கே அடிமைகளே அடிமைத்தனத்துக்குச் சாதகமாகப் பேசுகிறார்கள்."

"ஏன் இப்படியொரு நம்பிக்கையற்ற பேச்சு? ஹமீது மறுத்துப் பேசினார். இங்கு நாம் வாழும் வாழ்க்கையில் மட்டும் அப்படியென்ன அற்புதம் இருக்கிறது? இது போன்ற அச்சுறுத்தும் யூகங்களைக் காட்டிலும் நம்மை ஒடுக்கப் போதுமானவை இங்கு இல்லையா என்ன? எல்லாவற்றையும் இறைவனின் கையில் விட்டு விடுவோம். ஒருவேளை நிலைமை மாறக்கூடும். அப்போதும் சூரியன் கிழக்கில் உதித்து மேற்கில் மறைந்துகொண்டிருக்கும். நாம் இந்த இருண்மையான பேச்சுகளை நிறுத்திக்கொள்ளலாம்.

மற்றுமொரு நீண்ட மௌனத்திற்குப் பிறகு ஹுஸேன் கேட்டார். "ஹமீது, உன்னுடைய ஏமாற்றுக்கார பங்குதாரர் இப்போது எதில் முனைப்பாக இருக்கிறார்? எந்த முட்டாள்தனமான வேலையில் உன்னை ஈடுபடுத்தியிருக்கிறார்?"

"யார்?" என எச்சரிக்கையுடன் வினவினார் ஹமீது. "இப்போது எந்த விஷயத்தைப் பற்றிப் பேசுகிறீர்கள்?"

"யார்! இந்த நாட்களில் அந்த ஒருவர் யாரென்பதை நீ அறிவாய்... உன்னுடைய பங்குதாரர்தான்! அப்படித்தானே நீ கடந்த முறை சொன்னாய்? நேரம் வரும்போது அந்த மனிதன் உன்னை

முழுமையாகத் துடைத்துப் போட்டு உன்னுடைய சட்டையைத் தைக்க ஊசி நூலைக் கூட விடாமல் எடுத்துச் சென்றுவிடுவான்" என்று ஹுஸேன் வெறுப்புடன் கூறினார். "அவர் உன்னை செல்வந்தராக்குவார் என்கிறாய். அதில் சில நெருக்கடிகளே இல்லை என்கிறார் அவர்... சரி, அதில் சந்தேகமெல்லாம் இல்லை. விருப்பமிருந்தால் உன்னுடைய பட்டு மேலங்கிகளைக் கூடத் தைக்கக் கூடச் சொல்லி விடலாம்... அதன்பின் வரும் நாளொன்றில் அந்த நெருக்கடி ஏற்படக்கூடும், அப்போது உன்னால் மேலெழுந்து வரவே முடியாது. துர்பாக்கியம், அதுதான் வியாபாரம். ஏற்கெனவே எத்தனை பேரை அந்த ஆள் இப்படிச் சீரழித்திருக்கிறான்? உன் வருவாயை விட அதிகமாக உன்னைக் கடன் வாங்க வைப்பான். உன்னால் திருப்பிச் செலுத்த முடியாத போது உன்னுடைய அனைத்தையும் அவன் எடுத்துக் கொள்வான். அதுதான் அவன் வழி, நான் என்ன சொல்கிறேனென்று உனக்கு நன்றாக விளங்கும்."

"உங்களுக்கு இன்று என்னவாயிற்று?" என்றார் ஹமீது. "இந்தப் பச்சை ஒளியோடு மலையின் மீது வாழ்வதால் வந்த வினை" ஹமீது அசௌகரியமாக உணர்வதையும் கோபமடைவதையும் யூசுப்பால் அறிய முடிந்தது. மிகவும் துயரத்துடனும் விட்டேத்தியாகவும் தோன்றியவர் யூசுப் இருக்கும் பக்கம் ஒருமுறை பார்வையைச் செலுத்தினார்.

"அவரைப் பற்றி, அதுதான் உன் பங்குதாரரர், அவரைப் பற்றி என்ன கேள்விப்பட்டேன் தெரியுமா?" தொடர்ந்தார் ஹுஸேன். "அவருடைய பங்குதாரர்கள் பணத்தைத் திருப்பிச் செலுத்த முடியாது போனால் அவர்களுடைய மகள்களையும் மகன்களையும் பிணையாக எடுத்துக் கொள்வார். இது அடிமைகள் காலகட்டத்தைப் போன்றது. கண்ணியமான மனிதர்கள் நடந்துகொள்ளும் முறையல்ல இது."

"போதும் ஹுஸேன்" என்று சினத்துடன் கூறிய ஹமீது யூசுப்பைப் பார்க்க முற்படுவது போலப் பாதி திரும்பி நின்றான். தானும் ஏதோ சொல்ல முற்படுவது போல காலாசிங்காவும் தெரிய சட்டெனக் கையசைத்து அவனையும் தடுத்தார் ஹமீது. "நான் என்ன முட்டாள்தனமான தவறுகளைச் செய்கிறேனோ அதைச் செய்ய விடுங்கள். நீங்கள் செய்வது... நாம் செய்வது... மேலானது என்று நீங்கள் நினைக்கிறீர்களா? நாம் உழைக்கிறோம், எல்லாவற்றையும் ஆபத்திற்குப் பணயம் வைக்கிறோம், நமது மக்களிடமிருந்து பிரிந்து

தொலைவில் வாழ்கிறோம்... ஆனாலும் நாம் எலிகளைப் போல ஏழைகளாகவும் பயந்தவர்களாகவும்தான் இருக்கிறோம்."

"இறைவன் என்ன சொல்கிறாரென்றால்---" குர்ஆனிலிருந்து ஒரு மேற்கோளை எடுத்துச் சொல்ல ஆயத்தமானார் ஹுஸேன்.

"என்னிடம் சொல்ல வேண்டாம்!" அவரை மென்மையாக ஏறத்தாழக் கெஞ்சலாக இடைமறித்தார் ஹமீது.

"வரும் நாட்களில் அவர் பிடிபட்டு விடுவார்" என்று வலியுறுத்தினார் ஹுஸேன். "கடத்தல் தொழிலும் நேர்மையற்ற வணிகமும் முடிவில் நன்மையைத் தராது. நீயும் அதில் வசமாகச் சிக்கிக் கொண்டுள்ளாய்."

"உன் சகோதரன் சொல்வதைக் கேள்" என்று ஹமீதிடம் காலாசிங்கா கூறினான். "நாம் செல்வந்தர்களாக இல்லாமலிருக்கலாம் ஆனால் குறைந்த பட்சம் சட்டத்திற்குட்பட்டும் ஒருவருக்கொருவர் மரியாதை செலுத்திக் கொண்டும் வாழ்கிறோம்."

ஹமீது சிரித்தார். "அது சரி, எவ்வளவு உன்னதமான தத்துவவாதிகள் நாம்! எப்போது நீ சட்டத்தைக் கண்டு பிடித்தாய், பொய் பேசும் பொறுக்கிப் பயலே? யாருடைய சட்டத்தைப் பற்றி நீ பேசுகிறாய்? எளிய பணிக்காகக் கூட எங்களிடம் எவ்வளவு கூலி வாங்குகிறாய்... அதை சட்டத்திற்குட்பட்டு வாழ்வது என்கிறாயா?" தன்னுடைய பாவனை மற்றும் தொனியின் மூலமாகப் பதட்டமான கணங்கள் கடந்துவிட்டதெனவும் அந்த உரையாடல் நகைச்சுவைக்கு மாற வேண்டுமென அவர் விரும்புவதையும் குறிப்பிட முயற்சி செய்தார். "எப்படியோ, இங்கிருக்கும் இளைஞனுக்கு மோசமான உணர்வைத் தர வேண்டாம் நாம்."

அப்போது யூசுப்புக்குப் பதினாறு வயது பூர்த்தியாகியிருந்தது, இளைஞன் என்ற சொல் அவனை ஒரு உயர்ந்த மனிதனாகவும் அதைவிட ஒரு தத்துவவாதியாகக் குறிப்பிட்டது போலவும் அவனது காதுகளில் அற்புதமாக ஒலித்தது. தன்னுடைய ஆனந்தம் நடத்தையில் தெளிவாகத் தெரியுமளவு கொஞ்சம் கோமாளி போல நடந்துகொண்டான். அவனுடைய முட்டாள்தனத்தைக் கண்டு மூன்று ஆண்களும் சிரித்தார்கள். தனக்குக் கடன் கொடுத்தவரைத் திருப்திப்படுத்தும் பொருட்டு மகனையே பிணையாக்க நிர்ப்பந்திக்கப்பட்ட மனிதனின் விஷயத்திலிருந்து உரையாடல் மிகக் கவனமாக நகர்ந்துவிட்டது. ஆனால் ஹமீதைப் பற்றி ஹுஸேன் கூறியதில் ஓரளவாவது தான் புரிந்துகொண்டோம்

என்று யூசுப் நினைத்துக்கொண்டான். எப்படியாவது செல்வந்தனாக வேண்டுமென்ற தாகத்துடன் அவர் எடுக்கும் ஆயத்தங்கள், அஜீஸ் மாமாவின் பயணம் குறித்த பயம் கலந்த பதட்டம், தன் மீதே விசுவாசமில்லாத பேச்சுகள், தோல்வியின் எதிர்பார்ப்பு. தடை செய்யப்பட்ட சரக்கு அறையிலிருந்து எழுந்த முணுமுணுப்புகள், அங்கு வைக்கப்பட்டிருந்த சட்டத்துக்குப் புறம்பான கடத்தல் பொருட்களிலிருந்து எழுந்த வாசம் ஆகியவற்றை யூசுப் நினைவு கூர்ந்தான். ஹமீதின் வேண்டுகோள்கள்தான் பிரார்த்தனை.

8

அவர்கள் நகரத்திற்குத் திரும்பிய சில நாட்களுக்குப் பிறகு அஜீஸ் மாமா பயணம் முடிந்து அங்கு வந்தடைந்தார். வழக்கம் போல அவரது ஊர்வலம் மேளதாளங்களுடன் கொம்பூதி வர, அதன் பின்னே முஹமது அப்தல்லா வந்தான். கதிரவன் மயங்கும் கனிவான அந்தி வேளையில், காற்றிலும் தளிர்களிலும் தோய்ந்த ஈரம் மீண்டும் உதயமாகும் மணித்துளிகளின் போது வந்தார்கள். நடந்துகொண்டிருந்த சாலையோரத்தின் அமைதியான பாதையில் சூழ்ந்திருக்கும் காற்றில் ஏற்பட்ட சஞ்சலம், மேளம், கொம்பு ஆகியவற்றின் முழக்கம், புழுதி மேகம் இவற்றோடு அவர்கள் வருவதையும் அவன்தான் முதலில் பார்த்தான். அலுத்துக் களைத்த பயணிகளின் அணிவகுப்பைக் காணக் காத்திருக்கவே விரும்பினான், ஆனால் ஓடிப் போய் வீட்டிலுள்ளோருக்குச் செய்தியைக் கூற வேண்டுமென்று அவனுக்குத் தோன்றியது.

பல நாள் உணவுப் பற்றாக்குறையும் ஆபத்துகளும் நிரம்பிய கடினமான பயணமாக அமைந்ததென்று கூறினார்கள். பல மோசமான தருணங்கள் இருந்த போதும் சண்டை ஏதும் நிகழவில்லை. ஒருவர் சிங்கத்தால் தாக்கப்பட்டும் மற்றொருவர் பாம்புக்கடியாலும் மிக மோசமாகக் காயம்பட்டிருந்தார்கள். ஏரிக்கரையின் அருகிலுள்ள சிறு நகரத்தில் வாழும் குடும்பத்திற்கு அஜீஸ் மாமா பெரும் தொகையைக் கொடுத்து அவர்களிருவரையும் கவனமாகப் பார்த்துக் கொள்ளக் கூறிவிட்டு வந்திருக்கிறார்கள். அவர்களுடன் முன்பு எந்த வணிகமும் செய்யாதிருந்த போதும் இருவரையும் நன்கு கவனித்துக் கொள்வார்கள் என்று அவர் நம்புவதாகத் தெரிவித்தார் அஜீஸ் மாமா. அநேகச் சுமைகூலிகளும் காவலாட்களும் ஏதேனும் ஒரு சமயத்தில் நோயால் பீடிக்கப்பட்டார்கள், ஆனால் இறைவனின் கருணையால் வழக்கத்திற்கு மாறானதும் தீவிரமானதுமல்ல,

உள்நாட்டுப் பயணத்தில் நிகழும் இயல்பான ஒன்று. ஒருநாள் இரவு நேரத்தில் முஹமது அப்தல்லா சாக்கடைப் பள்ளத்தில் விழுந்து தோள்பட்டையில் மோசமாக அடிபட்டுவிட்டது. அவர் தேறி வருகிறார். மறைக்க முயற்சி செய்தாலும் இப்போதும் வலியில் இருக்கிறார் என்று அஜீஸ் மாமா தெரிவித்தார். கடற்புரத்திலிருந்து நீண்ட தொலைவு உள்ளே வந்துவிட்டோம் என்பதைக் கணந்தோறும் அவர்கள் அறிந்திருந்தாலும் அத்தனை இன்னல்களுக்கப்பாலும் வியாபாரம் நன்றாகவே இருந்தது. அஜீஸ் மாமா எப்போதும் போல சாந்தமாக இருந்தார், ஏதேனும் குறிப்பிட வேண்டுமென்றால் வழக்கத்தை விட மெலிந்தும் ஆரோக்கியமாகவும் இருந்தார். குளித்து, உடை மாற்றி, வாசனைத் திரவியம் அணிந்துகொண்ட பின் பார்க்கையில் பல மாதங்களாக அவர் சாலைப் பயணத்திலிருந்தார் என்பதை நம்புவது கடினமாக இருந்தது.

"ஆறு பாயும் உயரமான பகுதிகளில் வணிகம் நன்றாக இருந்தது" என்றார் அஜீஸ் மாமா. "நாங்கள் ஆற்றுப் பக்கத்தில் உண்மையாகவே அதிக நேரம் செலவழிக்கவில்லை. அடுத்த வருடம் மருங்கு பகுதி வணிகர்களால் மொய்க்கப்படும் முன் நாம் போய்விடலாம். அந்த ஐரோப்பியன்கள், பெல்ஜியம் நாட்டுக்காரர்கள் அதை விரைவில் பிடித்துவிடுவார்கள். ஏரிக்கு அருகில் நெருங்கி வந்து கொண்டே இருக்கிறார்கள் என்று கேள்விப்பட்டேன். வணிகத்தைப் பற்றி எந்த அறிவுமே இல்லாத பொறாமை பிடித்த உதவாக்கரை வறியவர்கள். அவர்களைப் பற்றிக் கேள்விப்பட்டிருக்கிறேன். ஜெர்மானியர்களும் ஆங்கிலேயர்களும் இவர்களை விடப் பரவாயில்லை, ஆனால் அவர்கள் எல்லோருமே வஞ்சகமான வணிகர்களென்று இறைவனுக்குத் தெரியும். இந்த முறை மதிப்பு மிக்க பொருட்களை நாம் கொண்டு வந்திருக்கிறோம்."

இவையெல்லாமே ஹமீதின் காதுகளில் சங்கீதம் போல ஒலித்தது. அஜீஸ் மாமாவுடனான தொடர்பை மேலும் உறுதிப்படுத்திக் கொள்ளும் ஆசையில் அரபி வார்த்தைகள் கலந்த வழக்கில் உரையாடினான். முகமெல்லாம் சிரிப்பாகவும் பாராட்டுதல்களின் ஆச்சரிய முணுமுணுப்புகளுடனும் பொருட்களின் சேமிப்புக் குவியலை மேற்பார்வையிட்டான். மலிவான விலையில் அஜீஸ் மாமா வாங்கியிருந்த மக்காச்சோள மூட்டைகள் ஹமீது வசம் ஒப்படைக்கப்பட்டன. ஆனால் கோந்து, தங்கம் போன்ற பொருட்கள் கடற்புரத்துக்கு ரயிலில் பயணிக்க வேண்டும். முன்பே வந்திறங்கியிருந்த ரப்பர், நகரத்திலிருந்த ஒரு கிரேக்க வணிகருக்கு ஏற்கெனவே விற்கப்பட்டுவிட்டது. மாலையில் கடையிலுள்ள

பொருட்களைப் பார்வையிடுவதற்கு அஜீஸ் மாமாவை அழைத்துச் சென்றார் ஹமீது. அதன்பின் புத்தகங்களை வைத்துக்கொண்டு மெல்லிய குரலில் ஏதோ பேசிக்கொண்டே தங்கள் லாபங்களைக் கணக்குப்பார்த்துக் கொண்டிருந்தார்கள்.

அஜீஸ் மாமா நீண்ட நாட்கள் தங்கவில்லை. ரமதான் துவங்கும் முன்பே கடற்புரத்துக்குத் திரும்பிச் சென்று விரதமிருப்பதும் ஓய்வெடுப்பதும்தான் அவரது நோக்கம். மாத இறுதிக்குள் பொருட்களை விற்று விட்டால் சுமைகூலிகளுக்குச் சேர வேண்டிய பணத்தைக் கொடுப்பதற்கும் புது வருடத்திய மற்றும் ஈத் பண்டிகைக்கான செலவுக்கும் அது அவருக்குப் பயன்படும். பழைய நிலைக்கு இன்னும் திரும்பியிராத முஹமது அப்தல்லாவோடு கிளம்பிச் செல்லும் நாளன்று ரயில் நிலையத்தை நோக்கி ஊர்வலம் புறப்பட்டது. அவர்களுடன் செல்ல யூசுப் அழைக்கப்படவில்லை. அங்கிருந்து செல்லும் நேரத்துக்குச் சற்று முன்பாக யூசுப்பை அழைத்த அஜீஸ் மாமா அவன் கைநிறைய பணத்தைக் கொடுத்தார்.

"உனக்கு ஏதாவது தேவைப்பட்டால் இதை வைத்துக் கொள், அடுத்த வருட வாக்கில் நான் வருவேன். நீ நல்ல முறையில் முன்னேறியிருக்கிறாய்" என்றார்.

அகநாட்டுப் பயணம்

1

அஜீஸ் மாமாவின் வருகைக்குப் பின் மகிழ்ச்சியாக இருந்தார் ஹமீது. பயணத்தின் கதைகள் பரவசப்படுத்தியும், தொடுவானத்துக்கு அப்பாலுள்ள அச்சுறுத்தும் மகா உலகத்தோடு அவர்களனைவரையும் தொடர்புகொள்ளவும் வைத்தது. கணக்குப் புத்தகத்து லாபத்தின் எண்ணிக்கையும் அவரை உற்சாகமடைய வைத்தது. ஹமீதின் கடையில் விட்டுச் சென்ற வணிகப் பொருட்கள் வியாபாரத்துக்கு வந்து அவர் பெரும் செல்வத்தை அடையும் வாய்ப்பை ஏற்படுத்தின. ரகசிய அறைக்குள் சென்று தனது வெற்றியின் பெருமிதத்தைக் கொண்டாட இரவு வரையெல்லாம் காத்திருப்பதில்லை ஹமீது. சில வேளைகளில் கதவைப் போட்டது போட்டபடியே திறந்து சென்றுவிட வெட்டவெளியெங்கும் மிருகங்களின் தாளமுடியாத தோல் நாற்றம் வீசிக் கொண்டிருக்கும். சணல் மூட்டைகளும் வைக்கோல் மூட்டைகளும் அடுக்கப்பட்டிருக்கும், அதில் சில அஜீஸ் மாமாவின் பயணத்திலிருந்து பெறப்பட்ட மக்காச்சோளம் எனவும் மற்றும் சில பொதிகள் நாறவாய் சைத்தானால் சரக்குந்தில் எடுத்து வரப்பட்டவை எனவும் அடையாளம் கண்டுகொண்டான் யூசுப். அந்தக் கள்ளப் பொருட்களின் முன் நடை போட்டுக்கொண்டு பொதிகளை எண்ணியபடி தனக்குள் ஏதோ பேசிக் கொண்டார் ஹமீது. திறந்த கதவின் முன் யூசுப் நிற்பதைப் பார்த்தவரின் முகத்தில் சட்டென அச்சத்தின் அலையோடியது. அதைத் தொடர்ந்து

நிம்மதியும் சந்தேகப் பார்வையும் படர்ந்தன. முகச்சுளிப்புடன் தனக்குள் எதையோ ஆழ்ந்து சிந்திப்பவர் போல அர்த்தமற்ற பார்வை பார்த்தவர் பின் தந்திரமான வகையில் சிரித்துக் கொண்டே வெளியே வந்தார்.

“இங்கே உனக்கு என்ன வேண்டும்? உனக்கு வேறு வேலை இல்லையா? முன்வாசலைச் சுத்தம் செய்துவிட்டாயா? கறிப்பலாவை சேகரித்து எடுத்து வந்துவிட்டாயா? அதெல்லாம் முடிந்துவிட்டால் நகரத்திற்குச் சென்று எனக்கு ஏதோ வாங்கி வரும் வேலை உள்ளது. என்னை இப்படிக் கண்காணிக்க யார் சொன்னது? இந்தப் பைகளில் என்ன இருக்கிறதென்று உனக்குத் தெரிய வேண்டும். அப்படித்தானே? இதைப் பற்றியெல்லாம் ஒருநாள் தெரிந்து கொள்வாய்” என்று உற்சாகமாகச் சொன்னவர் அதேநேரம் அந்தக் கடையின் கதவைப் பூட்டிக் கொண்டிருந்தார். “இது ஒரு நல்ல பயணம், இறைவனுக்கு நன்றி. எல்லோருக்கும் கொஞ்சம் அதிர்ஷடம் இருக்கு. உனக்கு ஏதாவது வேண்டுமா? ஏன் இப்படிச் சுற்று முற்றும் பார்க்கிறாய்?”

“நான்---” என யூசுப் ஆரம்பித்தான், ஆனால் அவனை அப்படியே விட்டு விட்டு முன்னால் நடந்த ஹமீது, யூசுப்பும் தன் பின்னால் வர வேண்டுமென்று எதிர்பார்த்தார்.

“சரி, நீ எதையும் தேடி வரவில்லை, அப்படித்தானே? இப்போது ஹுஸேன் என்ன சொல்வாரென்று கேட்க விரும்புகிறேன். மலைப்பகுதியில் கைக்கும் வாய்க்கும் எட்டாமல் போகும் ஒரு வாழ்க்கையை அவர் தேர்ந்தெடுத்துக்கொண்டார் என்பதற்காக யாராவது தங்களுக்கென்று எதையோ அடைய முயற்சி செய்வதெல்லாம் பாவமென்று எண்ணுகிறார். ஹே, நீயும் அங்கிருந்தாய்! நான் பெரும் பணம் ஈட்ட வேண்டுமென்று நினைக்கவில்லை, ஆனால் இந்த இடத்தில் வாழ்ந்துகொண்டு வியாபாரம் செய்கையில் நான் கொஞ்சம் சம்பாதிக்கலாம். அவர் ஒரு நலிந்த, கனவுலகவாசி போல் வாழ விரும்பினால் அது அவர் பாடு. அவர் சொன்னதைக் கேட்டாயா, பெரிய லட்சியவாதி, நீயும் கேட்டாய்தானே?”

“ஆமாம்” ஹமீதின் ஆக்ரோஷத்தால் அசௌகரியமாக உணர்ந்தான் யூசுப். அந்த மூட்டைகளில் என்ன இருக்கிறதென்று வியந்தான். ஆனால், அவனுக்குத் தெரியுமென்று ஹமீது நினைத்துக் கொண்டிருக்கிறார் என்று உணர்ந்ததால் யூசுப் கேட்கத் தயங்கினான். அதில் மதிப்புமிக்க ஏதோவொன்று இருப்பதாகவும் ஹமீது தன்

கடையிலிருந்து அதை விலக்கி வைத்திருப்பதாகவும் அவன் யூகித்தான்.

“குடும்பத்திற்கு ஒரு மேன்மையான வாழ்க்கையை உருவாக்கித் தருவதில் என்ன பாவம் இருக்கிறது? அல்லது அவர்கள் தங்கள் சொந்த மக்களிடையே வாழ்வதைச் சாத்தியமாக்குவது பாவமா? ஹுஸேனின்பால் எழுந்த வெறுப்பால் அவர் குரல் ஓங்கியது. அதிலென்ன தவறு? நான் உன்னைக் கேட்கிறேன். நான் விரும்புவதெல்லாம் என் குடும்பத்துக்கு ஒரு சிறிய வீட்டைக் கட்டுவதும் என்னுடைய குழந்தைகளுக்கு நல்ல கணவன்மார்கள் மற்றும் மனைவிகளைக் கண்டுபிடிப்பதும், நாகரீகமான மக்களுக்கு மத்தியில் மசூதிக்குச் செல்வதும்தான். அதிகம் கேட்கிறேன் என்று தோன்றாத பட்சத்தில் மாலை நேரங்களில் என் நண்பர்களுடனும் அண்டை வீட்டாருடனும் அமர்ந்து நட்பான உரையாடலுடன் ஒரு கோப்பைத் தேநீர் அருந்த விரும்புகிறேன். அவ்வளவுதான்! யாரையாவது கொல்ல வேண்டுமென்று கேட்கிறேனா? அல்லது யாரையாவது அடிமையாக்க விரும்புகிறேனா? அல்லது அப்பாவிகளிடம் கொள்ளையடிக்கவா? நானொரு சிறு கடைக்காரன், வாழ்விற்காக ஏதோ செய்கிறேன். அதை இறைவன் அறிவார். இப்போதெல்லாம் ஐரோப்பியர்களைப் பற்றிப் பேச ஆரம்பித்துவிட்டார்... அவர்கள் எப்படி எல்லோரையும் அப்புறப்படுத்துகிறார்கள். கருணையின் சிறு கீற்றுக்கூட இல்லாமல் அவர்கள் எப்படிக் கொலையாளிகளாகப் பிறக்கிறார்கள்? நாம் நம்பும் அனைத்தையும் எப்படிச் சிதைக்கிறார்கள், அவர்களைப் பேசிக் களைத்து விட்டால் என்னுடைய தொழிலைப் பற்றிப் பேசுகிறார். அவரைப் பற்றியும் என்னால் சில விஷயங்களைக் கூற முடியும், ஆனால் நான் என் வாழ்க்கையை அமைதியாகக் கழிக்க விரும்புகிறேன். காட்டுமிராண்டிகளுக்கிடையே பேய்பிடித்தவர் போல வாழ்ந்துகொண்டிருப்பது நமது தத்துவவாதி ஹுஸேனுக்குப் போதாதா, அவர் தன் வாழ்க்கையில் பிடித்ததைச் செய்யக் கூடாதென்று யார் அவருக்குக் கூறினார்கள்? ஆனால், என்ன சொன்னாலும் சொற்பொழிவுகளை நிகழ்த்தவும் குர்ஆனிலிருந்து அத்தியாயங்களையும் மேற்கோள் காட்டவும் ஆரம்பித்துவிடுவார். இறைவன் இதை நமக்குக் கூறுகிறார்! நீங்கள் கேளுங்கள்!”

தான் கூறிய வார்த்தைகளை நினைத்துப் பார்த்த ஹமீது தன் மீதே சினங்கொண்டு மூச்சு வாங்கினார். அஸ்தக்ஃபிருல்லாஹ், இறைவா என்னை மன்னித்துவிடு” என்று முணுமுணுத்தவர் புனித நூலைப் பற்றி அவமானமாகப் பேசிவிட்டோமோ என்றெண்ணி

நடுங்கினார். "புத்தகத்திலிருந்து மேற்கோள் காட்டுவதில் எந்தத் தீங்கும் இருப்பதாக நான் கூறவில்லை. ஆனால் அவர் பக்தியின் காரணமாக அல்ல, வன்மத்தினால்தான் அப்படிச் செய்கிறார். ஓ, இல்லையில்லை, இறைவனின் வார்த்தைகளில் ஏதேனும் பாதிப்பிருக்கலாம் என்று நான் கூறவில்லை. அந்தக் கிறுக்கன் காலாசிங்கா குர்ஆனை மொழிபெயர்க்கிறான்! அந்த வீட்டில் தயாரித்த மதுதான் அங்கே பேசிக்கொண்டிருந்தது. அவன் ஒரு புற ஜாதிக்காரன், பைத்தியக்காரன் என்பதை இறைவன் உணர்ந்து அவன் மீது கருணை காட்டுவாறென்று நம்புகிறேன். "அந்த நாளின் நினைவில் ஹமீது மகிழ்ச்சியாகச் சிரித்தார்.

"குர்ஆன் நமது மதம், ஒரு நல்ல ஒழுக்கமான வாழ்க்கைக்கான அனைத்து ஞானமும் அதிலுள்ளது என்ற ஹமீது மேலே எதையோ எதிர்பார்ப்பவர் போல அண்ணாந்து பார்த்தார்... யூசுப்பும் மேலே பார்த்தான், ஆனால் எரிச்சலாக உஸ்ஸ்... என்று அடக்கி அவனுடைய கவனத்தைக் கோரினார். "ஆனால் அதற்காக நாம் மற்றவர்களை அவமானப்படுத்த அதைப் பயன்படுத்தலாமென்று அர்த்தமில்லை. அது நமது வழிகாட்டலுக்கும் கற்றலுக்கும் ஆதாரமாக இருக்க வேண்டும். உன்னால் இயன்ற போதெல்லாம், குறிப்பாக ரமதான் தொடங்கியிருக்கும் இந்த நேரத்தில் அதை நீ வாசிக்க வேண்டும். மற்ற நேரங்களை விட இந்தப் புனித மாதத்தில் நீ செய்யும் நல்ல செயல்கள் உனக்குக் கிட்டும் ஆசீர்வாதத்தை இரட்டிப்பாக்குகிறது. மிராஜ்[1] இரவில் சர்வ வல்லமை படைத்தவரே தீர்க்கதரிசிக்கு இதைக் கூறியிருக்கிறார். அந்த இரவில் இறகுகளைக் கொண்ட குதிரையான புராக்[2] மீது நமது தீர்க்கதரிசி நபிகள் மக்காவிலிருந்து ஜெருசெலத்துக்குக் கொண்டு செல்லப்பட்டார். பின் அங்கிருந்து இஸ்லாத்தின் சட்டங்களை ஆணையிட்ட சர்வ வல்லமை படைத்தவர் முன் அழைத்துச் செல்லப்பட்டார். ரமதான் என்பது விரதத்திற்கும் வழிபாட்டிற்கும், சுய கட்டுப்பாட்டிற்கும் பிராயச்சித்தத்திற்குமான மாதமாகக் கட்டளையிடப்பட்டது. நமது இருப்பின் இன்பத்திற்கு அத்தியாவசியத் தேவைகளான, உணவு, நீர் மற்றும் சிற்றின்பம் போன்றவற்றைச் சுய மறுப்பு செய்வதன்றி இறைவனின் முன் நம்மைச் சமர்ப்பிப்பதை வேறு எந்த வழியில் வெளிப்படுத்துவது? தன்னுடைய எதையுமே

---

[1] மிராஜ் பயணம் என்பது இஸ்லாமிய இறைத்தூதர் கி.பி.621இல் ஒரே இரவில் நிகழ்த்திய இரவுப் பயணம் ஆகும். அதன் முடிவில் அவர் விண்ணுலகு சென்று இறையுடன் ஐக்கியமானார் என்பதாகக் குர்ஆனில் குறிப்பிடப்படுகிறது.

[2] கழுதையை விடப் பெரியதும் குதிரையை விடச் சிறியதுமான வாகனம். அதன்மீது ஏறி நபிகளார் பயணம் செய்ததாகவும் குர்ஆனில் குறிப்பிடப்படுகிறது.

விட்டுக் கொடுக்காத காட்டு மிராண்டிகளிடமிருந்தும் புறச்சமயச் சார்புடையவர்களிடமிருந்தும் இதுதான் நம்மை வேறுபடுத்துகிறது. மேலும் இந்த மாதத்தில் குர்ஆனை நீ வாசித்தால் அந்த வார்த்தைகளைப் படைத்தவரை நேராக அடைந்து மகத்தான ஆசீர்வாதத்தை உனக்கு வழங்குகிறது. ரமதான் காலங்களில் இதற்காக ஒவ்வொரு நாளும் ஒரு மணி நேரம் நீ தனியாக ஒதுக்க வேண்டும்."

"ஆமாம்" என்று யூசுப் பின்வாங்கினான். தனது பிரசங்கத்தின் முடிவில் மிகுந்த நம்பிக்கையுடையவராகத் தெரிய ஆரம்பித்த ஹமீது தன்னுடைய இந்தத் திடீர் பக்தியின் வெடிப்பில் யூசுப்பும் உடந்தையாக இருக்க வேண்டுமென்று கோரினார். பிரசங்கி தனது முழு வீச்சை அடையும் முன் அங்கிருந்து நகர நினைத்தான் யூசுப், ஆனால் அவனுக்கு வேகம் போதவில்லை.

"இப்போது யோசித்துப் பார்த்தால், நீ அடிக்கடி படிப்பதை நான் பார்த்ததாக நினைவில்லை", கண்டிப்பான மற்றும் சந்தேகமான பார்வையில் அவனைப் பார்த்தார் ஹமீது. "இது ஒன்றும் ஏமாற்றித் திரியும் விளையாட்டல்ல, நீ நரகத்துக்குப் போக விரும்புகிறாயா என்ன? உன்னுடைய மதியத் தொழுகை முடிந்ததும் நாம் இருவரும் சேர்ந்து படிக்கப் போகிறோம்."

மதிய நேரம் வந்தபோது யூசுப் பசியாலும் களைப்பாலும் சோர்வடைந்துவிட்டான். விரதத்தின் முதல் மூன்று நாட்கள் மிக மோசமாக இருந்தது. அவனை விட்டுவிட்டால் நாளின் பெரும்பகுதி மரநிழலில் அமைதியாகப் படுத்துக்கொள்வான். ஆரம்பச் சில நாட்களுக்குப் பிறகு அவனுடைய உடல் உணவும் நீருமற்ற முடிவில்லாத நேரங்களுக்குத் தகவமைத்துக்கொண்டு விட, பகல் பொழுதுகளின் கஷ்டம் கொஞ்சம் தாங்கக் கூடியதாகவும் இருந்தது. மலைப் பிரதேசங்களில் இந்தக் கஷ்டத்துடன் வாழ்வது எளிதென்று நினைத்தான், ஆனால் உண்மையில் அப்படி இல்லை. கடற்புரத்தில் மரத்துப்போன தன் உடலிலிருந்து ஒருவகையான விலகலை அவனால் அடைய முடிந்தது. உடலின் களைத்த நிலையை உணர்வுகளற்று ஏற்றுக்கொள்ளும் மனப்பான்மைக்கு வர முடிந்தது. தன்வயமிழந்து மயங்கிச் சரியும் அளவுக்கு பலவீனப்படுத்தாமல் குளிர்ந்த காற்று அவனைத் தாங்கிப் பிடித்தது... மதியம் ஹமீதுடனான சந்திப்பில் அவனுக்கு அவமானம் காத்திருக்கிறது என்பதை அவன் அறிவான்.

சொர்க்கத்தின் பறவைகள் 127

“என்ன சொல்கிறாய்? உன்னால் படிக்க முடியாதா?” என ஹமீது கேட்டார்.

“அப்படிச் சொல்லவில்லை” யூசுப் மறுத்தான். அஜீஸ் மாமாவுடன் வேலைக்கு அனுப்பி வைக்கும் முன்பாகத் தான் குர்ஆனை முழுமையாகப் படித்து முடிக்கவில்லையென்றுதான் அவன் கூறியிருந்தான். அவனுடைய அம்மா அட்சரங்களையும் அதன்பின் முதல் மூன்று எளிய சூராக்களையும் வாசிக்கக் கற்றுக் கொடுத்தார். அவனுக்கு ஏழு வயதாகும்போது அவர்கள் குடியேறிய நகரத்திலிருந்த ஆசிரியர் ஒருவரிடம் மதம் சார்ந்த பாடங்களைக் கற்றுக்கொள்ள அனுப்பிவைக்கப்பட்டான். அந்த ஆசிரியரோ குழந்தைகள் பாடங்களை முடிக்க வேண்டுமென்று எந்த அவசரமும் காட்டவில்லை... ஒரு குழந்தை குர்ஆனை முதலிலிருந்து இறுதிவரை வெற்றிகரமாகப் படித்துவிட்டால் அதன் விளைவு ஆசிரியருக்கு மாதத்தில் ஒரு கட்டணத் தொகையின் இழப்பு. பாடம் நிறைவடையும் முன் ஒரு குழந்தை ஐந்து வருடங்கள் வகுப்புகளுக்குச் செல்ல வேண்டுமென்று எதிர்பார்க்கப்பட்டது. மாணவர்களுக்கும் ஆசிரியருக்குமிடையிலான நியாயமான ஏற்பாடு. வீட்டைச் சுத்தப்படுத்துவது, விறகுகளை எடுத்துவருவது, ஏதேனும் வாங்கக் கடைக்குச் செல்வதென மாணாக்கர்கள் ஆசிரியருக்குப் பல்வேறு பணிகளைச் செய்தார்கள். இயன்ற போதெல்லாம் மட்டம் போடும் மாணவர்களை அடித்துத் துவைத்துவிடுவார். மாணவிகளின் உள்ளங்கைகளில் மட்டுமே அடி கொடுத்து அவர்களை இங்கிதமாக நடந்துகொள்ளும்படி சொல்வார் ஆசிரியர். உனக்கு நீ மரியாதை கொடுத்தால் மற்றவர்கள் உனக்கு மரியாதை கொடுப்பார்கள். நம் எல்லோருக்குமான உண்மை அது, குறிப்பாகப் பெண்களுக்கானது. அதுதான் நன்மதிப்பின் பொருள் என்று ஆசிரியர் கூறுவார். இதுதான் யாருக்கும் தெரிந்தது, யாருக்கும் நினைவிலிருப்பது எப்போதும் அப்படித்தான் இருந்தது. சிறுவர்களும் சிறுமிகளும் கூட்டமாகப் பாயில் அமர்ந்து ஆசிரியர் வீட்டுக் கொல்லையில் பாடங்களைத் தயக்கத்துடன் சகித்துக் கொண்டும் உரத்துச் சொல்லிக் கொண்டுமிருப்பார்கள். காலப்போக்கில் யூசுப்பும் தேர்வாகி தனக்கு இணையான வயதுடையவர்கள் மற்றும் மூத்தவர்கள் மத்தியில் மரியாதைக்குரியவனாக இருந்திருப்பான். ஆனால் இடையிலேயே அங்கிருந்து அனுப்பி வைக்கப்பட்டு விட்டான்.

கலீல் அவனுக்குக் கணக்கியல் புள்ளி விவரங்களைக் கற்றுத் தந்தான், ஒருமுறை கூட இருவரும் புத்தகம் படிக்க வேண்டும் என்று பரிந்துரைக்கவேயில்லை. நகரத்தின் மசூதிக்குச் செல்லும்

பயணங்களில் யூசுப் நன்றாகவே சமாளித்துக்கொண்டான். நீண்ட பிரார்த்தனைகளின் போது அவன் கவனம் சிதறியதுடன் புத்தகத்தின் அறிமுகமில்லாத பகுதிகளை வாசிக்க நேரிட்ட போதும்கூட மற்றவர்களின் குரலுடன் இணைந்து அர்த்தமற்ற வார்த்தைகளை முணுமுணுக்க வேண்டியிருக்கும். ஆயினும் தன்னை ஒருபோதும் இழிவுக்கு ஆளாக்கிக் கொள்ளவில்லை. தனக்கு நேர்ந்த சிரமம் போன்றே வேறு யாருக்கும் உள்ளதா என்று சோதித்துப் பார்க்க அண்மையிலிருப்பவர்களை எட்டிப் பார்க்குமளவு இங்கிதமற்றவனாகவும் இல்லை. அன்று மதியம் ஹமீதும் அவனும் அமர்ந்திருந்த போது அந்தக் கேடு கெட்ட மூலையிலிருந்து தன்னிச்சையாக ராகமிழுக்கவும் வழியில்லை எனத் தெரிந்து போனது. அவர்களிருவருமே மாற்றி மாற்றி யா சின் படிப்பதிலிருந்து தொடங்கலாமென ஹமீது யோசனை கூறினார். அவருடைய சந்தேகப் பார்வையினூடாகப் புத்தகத்தைத் திறந்து பக்கங்களைப் புரட்டினான் யூசுப்.

“யா சின் எங்கே இருக்கிறதென்று உனக்குத் தெரியாதா?” என்றார் ஹமீது.

“நான் படிப்பை முடிக்கவில்லை. சிக்குஹிடிமு. என்னால் வாசிக்க முடியுமென்று தோன்றவில்லை.”

“என்ன சொல்கிறாய்? உன்னால் படிக்க முடியாதா? அதிர்ச்சியும் வியப்புமடைந்தார். மேலே எழுந்து யூசுப்பிடமிருந்து நகர்ந்து பின்வாங்கினார். அச்சத்தினால் அல்ல, ஏதோ பேரழிவிலிருந்தோ அல்லது இழிவிலிருந்தோ அகன்று செல்வது போல இருந்தது. “மஸ்கினி! ஏழைப் பையனே, இது சரியல்ல! அந்த வீட்டில் உனக்குப் படிக்கக் கற்றுத் தரவில்லையா? எந்த மாதிரியான மனிதர்கள் அவர்கள்?”

பெருமூச்செறிந்த யூசுப் தனது தோல்வியாலும் அவமானத்தாலும் குறுகிப் போனான். தரையில் குத்துக்காலிட்டு அமர்ந்திருப்பதை சங்கடமாக உணர்ந்து அவனும் எழுந்தான். அவன் பசியாலும் களைப்பாலும் சோர்ந்திருந்ததால் அரங்கேறப்போகும் நாடகம் என்னவாக இருக்குமென்று அறிந்திருந்தாலும் அது நிகழாமலிருக்க வேண்டுமென்று விரும்பினான். ஆனாலும் அவன் எந்த அளவுக்குப் பயப்பட வேண்டுமோ அந்த அளவுக்குப் பயப்படவில்லை.

“மைமூனா!” வலியில் துடிப்பவர் போல அலறினார். ஹமீதும் விரதத்தைப் பற்றி உணரத் தொடங்கிவிட்டார் எனவும் இப்போது

அமர்ந்து அமைதியாகப் பாடங்களையும் கடமைகளையும் பற்றிப் பேசுவார் எனவும் எண்ணத் துவங்கினான். ஆனால், திடீரென அலறி வெறி பிடித்தவர் போலானார் "மைமூனா! வா இங்கே! அல்லாஹ்! சீக்கிரம் வா."

வெளியே வருகையில் தனது உடலைச் சுற்றிச் சுற்றாடையைக் கட்டிக்கொண்டே வந்த மைமூனாவின் கண்கள் தூக்கக் கலக்கத்தில் இருந்தாலும் ஹமீதின் குரலிலிருந்த பரபரப்பைப் பதிவு செய்தன.

"கிம்வானா, இந்தப் பையனுக்குக் குர்ஆனை வாசிக்கத் தெரியவில்லை." அவளை நோக்கிக் கவலை தோய்ந்த பார்வையுடன் கூறினார் ஹமீது. "அவனுக்கு அம்மாவும் இல்லை, அப்பாவும் இல்லை, இறைவனின் வார்த்தைகள் கூடத் தெரியவில்லை."

இவ்வளவு நாள் இதற்காகத்தான் காத்திருந்தது போல அவனை முழுமையாக விசாரித்தார்கள். அவன் எதையுமே மறைக்க முயலவில்லை. அந்த எஜமானி என்ன கூறினாள்? அவள் எப்படி இருந்தாள்? அவளைப் பார்த்ததேயில்லை, அவள் இறை பக்தி உடையவளா? அவன் செவியில் அது விழுந்ததேயில்லை. வியாபாரி அவனை மசூதிக்குச் செல்லப் பணித்ததேயில்லையா? இல்லை, அவன் விஷயத்தில் அவர் எதுவுமே செய்யவில்லை. கடையில் வேலை செய்ய விட்டுவிட்டார். பிரார்த்தனைப் பாடங்கள் இன்றி படைத்தவர் முன் வெறுமையாகச் செல்வதைப் பற்றி அவன் நினைக்கவே இல்லையா? இல்லை, அதைப் பற்றியும் படைத்தவர் பற்றியும் அவன் அதிகம் யோசித்ததில்லை. கடவுளின் வார்த்தைகளின்றி பிரார்த்தனையை எவ்வாறு சொல்ல முடியும்? நகரத்திற்குச் செல்லும் வெள்ளிக் கிழமைகளைத் தவிர அவனுடைய பிரார்த்தனைகளை அவன் சொல்வதில்லை. என்னவொரு முறையற்ற செயல்! அவர்கள் வேதனையின் குரல் ஓங்க அவர்களுடைய குழந்தைகளும் அந்தக் காட்சியைக் காண வெளியே வந்தார்கள். ஆஷா, பன்னிரண்டு வயதிருக்கும், தன்னுடைய தந்தையைப் போலவே புஷ்டியாகவும் உற்சாகமுமாக இருப்பவள்; மகன் அலி, தன் அம்மாவின் சுருட்டை முடியையும் பளபளக்கும் நிறத்தையும் கொண்டவன்; மற்றும் இளையவன் சுடா, எப்போதும் அழுதுகொண்டு அக்காவை விட்டுப் பிரிய விரும்பாதவன். அனைவரும் வந்து அவனது அவமானத்தை இசைக்கும் அவல கீதத்தில் இணைந்துகொண்டார்கள். மைமூனா நெற்றிப் பொட்டில் ஒரு கை வைத்து அது சுழல்வதைத் தடுப்பதைப் போல நின்றாள். இரக்கத்தில் தலையைக் குலுக்கிக் கொண்டிருந்தார்

ஹமீது. "பாவம் இந்தப் பையன், பாவம்! எங்களுடைய வீட்டிற்கு எந்த மாதிரி ஒரு துயரத்தைக் கொண்டு வந்திருக்கிறாய்? இந்த விஷயங்களையெல்லாம் யார் யூகித்தார்கள்."

"உன்னை நீ குற்றம் சொல்லாதே? நமக்கு எப்படித் தெரியும்? தன்னுடைய புலம்பலுக்கு நடுவில் வார்த்தைகளை உதிர்த்தாள் மைமூனா."

"வருத்தப்படாதே" அவர்களுடைய திகில் நிறைந்த கீதம் உச்சத்தை எட்டி நிலைபெற்ற போது கூறினார் ஹமீது. "உன்னுடைய குற்றமல்ல. உனக்குப் பாடம் கற்பிக்கப்பட்டதா என்று நாங்கள் உறுதி செய்யாததால் இறைவன் எங்களைத்தான் குற்றவாளியாகப் பார்ப்பார். நீ எங்களுடன் பல மாதங்களாக வசிக்கிறாய்..."

"ஆனால், இத்தனை வருடங்களாக இந்த நிலையில் எப்படி உன் மாமா விட்டு வைத்திருந்தார்?" என்று மைமூனா பழியைப் பகிர்ந்து கொள்ளும் நோக்கில் கேட்டாள்.

"*சொல்லப்போனால் அவர் என் மாமாவே இல்லை,*" தனக்குள் சொல்லிக் கொண்ட யூசுப் கலீலை நினைத்துக் கொண்டு புன்னகையை அடக்கச் சிரமப்பட்டான். அவர்களை அப்படியே புலம்பவிட்டுவிட்டு அங்கிருந்து சென்றுவிட வேண்டுமென்று விரும்பினான் யூசுப். ஆனால் ஒரு போதாமையின் உணர்வு அவனை இருந்த இடத்திலேயே இருக்க வைத்தது. அவர்கள் வெளிப்படுத்திய அதிர்ச்சியும் திகிலும் அவனை வெறுப்பேற்றியது. அது ஏதோ திட்டமிடப்பட்டதாகவும் அபத்தமான நடிப்பாகவும் அவனுக்குத் தோன்றியது.

"கடற்புரத்திலிருந்து வந்த நாம் நம்மை வாங்வுவானா என்று அழைத்துக்கொள்வோம் என்று தெரியுமா? அப்படியென்றால் என்ன அர்த்தமென்று உனக்குத் தெரியுமா? என்று ஹமீது கேட்டார். மரியாதைக்குரியவர்கள் என்று பொருள். அப்படித்தான் நம்மை அழைத்துக்கொள்கிறோம் குறிப்பாக இந்தப் பிசாசுகளுக்கும் காட்டுமிராண்டிகளுக்கும் மத்தியில் அப்படித்தான் கூறுவோம். அப்படி ஏன் அழைத்துக்கொள்கிறோம்? இறைவன் நமக்களித்த உரிமை அது. நாம் மிகுந்த மதிப்புடையவர்கள் ஏனென்றால் நம்மைப் படைத்தவரிடம் நாம் நம்மை அர்ப்பணித்துக் கொண்டும் அவர்பால் நம்முடைய கடமைகளைப் புரிந்துகொண்டும் கடைப்பிடிக்கிறோம். நீ அவருடைய வார்த்தைகளை வாசிக்காமலோ அல்லது அவருடைய விதிகளைப் பின்பற்றாமலோ இருந்தால்

பாறைகளையும் மரங்களையும் வணங்குபவர்களை விட எந்த விதத்திலும் நீ உயர்ந்தவன் இல்லை. மிருகத்தை விடக் கொஞ்சமே மேலானவன்."

"ஆமாம்", குழந்தைகள் சிரிப்பதைக் கேட்டு சுருங்கிப் போன யூசுப் கூறினான்.

"உனக்கு இன்னும் பதினைந்து வயதுதானா?" குரலை மென்மையாக்கிக் கேட்டார்.

"கடந்த ரஜப்பில் பதினாறு வயது. நாம் மலைப்பகுதிகளுக்குச் செல்லும் முன்பு."

"அப்போ இனிமேல் நேரத்தை வீணாக்க முடியாது., சர்வ வல்லமை படைத்தவர் முன் நீ ஒரு வளர்ந்த முழு மனிதன். அவருடைய கட்டளைகளுக்கு உட்பட்டவன். தன்னுடைய மீட்பரின் வேடத்தில் மூழ்கிப்போனார் ஹமீது. கண்களை மூடிக் கொண்டு நீண்ட பிரார்த்தனையை முணுமுணுத்தார். "குழந்தைகளே அவரைப் பாரும், அவர் நமக்கு அருளும் காட்சியிலிருந்து கற்றுக் கொள்ளுங்கள்" என்று இறுதியில் கூறியவர் யூசுப்பை நோக்கி விரலைச் சுழற்றினார். இந்தக் களையை விலக்கிவிடு, நான் கெஞ்சிக் கேட்கிறேன், என்னுடைய மோசமான உதாரணத்திலிருந்து கற்றுக்கொள்.

"நம் குழந்தைகளோடு அவனும் குர்ஆன் பள்ளிக்குச் செல்லட்டும். ஏதோ கொலைக் குற்றம் செய்துவிட்டு வந்தவன் போல அவன் மீது பாய்ந்து கொண்டிருக்கத் தேவையில்லை" என்று ஹமீதை நேராகப் பார்த்துப் பளிச்சென்று கூறினாள் மைமூனா.

2

அந்த அவமதிப்பைத்தான் அவன் மீது அவர்கள் மீது திணித்தார்கள். ரமதான் மாதத்தின் ஒவ்வொரு மதிய வேளையிலும் அந்த வீட்டின் குழந்தைகளோடு யூசுப்பும் பாடம் கற்றுக்கொடுக்கும் ஆசிரியரின் வீட்டுக்குச் சென்றான். மற்ற மாணவர்களை விட வயதில் வெகுவாக மூத்திருந்தான், மற்ற மாணவர்கள் வெறித்தனமாக விடாமல் அவனைக் கேலி செய்துகொண்டே இருந்தனர். என்னவோ அதுதான் செய்ய வேண்டிய செயல் என்பதைப் போலவும் அதைச் செய்வதைத் தவிர வேறு வழியில்லை என்பது போலவுமிருந்தது

அவர்கள் செய்கை. அந்த ஊரிலிருக்கும் ஒரே மசூதிக்கு இமாம் ஆக இருப்பவர்தான் ஆசிரியர். அவர் அவனைப் பரிவோடும் வாஞ்சையோடும் நடத்தினார். வீட்டிலும் அதிக நேரம் எடுத்துப் பாடங்களை விரைவாகக் கற்றுக்கொண்டான் யூசுப். முதலில் அவமானம் உந்தித் தள்ளினாலும் பின்னர் தன்னுடைய திறனின் முன்னேற்றத்தில் மகிழ்ச்சியடைய ஆரம்பித்தான். அதைவிட அதிகமாக அவனிடம் எதிர்பார்க்கவில்லை என்பது போல ஆசிரியரும் அவனை மந்தமாகவே ஊக்கமளித்தார். யூசுப் ஒவ்வொரு நாளும் மசூதிக்குச் சென்றான். இவ்வளவு காலமாக அவன் புறக்கணித்து வந்த இறைவனிடம் தன்னை அர்ப்பணித்துப் பணிந்தான். அவன்மீது தான் கொண்ட நம்பிக்கையையும் தன்னுடைய அங்கீகாரத்தையும் மற்ற வழிபாட்டாளர்களுக்கும் காண்பிக்கும்படியாகச் சபையில் வாசித்துக் காட்ட நினைத்த புத்தகத்தை எடுத்து வரவோ, அல்லது ஜெபமாலையையோ, தூபக்காலையோ எடுத்து வர யூசுப்பை அனுப்பினார். சில சமயங்களில் அவனிடம் கேள்விகள் கேட்டு அவனது கற்றல் திறமையை நிரூபிக்கும் வாய்ப்பளித்து ஊக்கமளித்தார் இமாம். ஒருமுறை மேல்தளத்தின் மீது ஏறி நின்று மத விசுவாசிகளைத் தொழுகைக்கு அழைக்கக் கூறினார். இதையெல்லாம் முதலில் களிப்புடன் பார்த்த ஹமீது மற்றவர்களிடம் இந்த அதிசயிக்கத்தக்க மாற்றத்தைப் பற்றிப் பேசி இந்த மீட்புப் பணிக்குத் தான் ஆற்றிய பங்கை இறைவன் கவனிக்கத் தவறமாட்டார் என்று கூறிக் கொண்டிருந்தார். ரமதான் முடிந்த பிறகும் யூசுப்பின் இந்தத் தீவிரம் தணிந்ததாகத் தெரியவில்லை. இரண்டு மாதங்களில் குர்ஆனை ஆரம்பம் முதல் இறுதி வரை படித்து முடித்துவிட்டு மீண்டும் தொடங்கத் தயாராகிவிட்டான். இமாம் அவனை ஒரு இறுதிச் சடங்கு மற்றும் பிறந்த நாள் விழாவில் பங்கேற்க அழைப்பு விடுத்தார். யூசுப், பள்ளிக்கும் மசூதிக்கும் செல்வதற்காக வீட்டிலும் கடையிலும் செய்ய வேண்டிய பணிகளைப் புறக்கணித்தான். மேலும் இரவு நெடுநேரம் வரை இமாம் அவனுக்குக் கொடுத்திருந்த புத்தகங்களுக்குள் ஆழ்ந்துபோனான். சிறிது நாட்கள் கழித்து யூசுப்பின் புதிய இறையச்சத்தைப் பற்றிக் கவலைப்படத் தொடங்கினார் ஹமீது. இது மிகை விருப்பமானதென்றும் மோசமானதென்றும் இதுபோன்ற விஷயங்களை அவ்வளவு தூரம் எடுத்துச் செல்லத் தேவையில்லையென்றும் ஹமீது நினைத்தார்.

அரட்டையில் கலந்துகொண்டு காலாசிங்காவிடம் இந்த எண்ணங்களைப் பகிர்ந்தபோது அவன் அந்த விஷயத்தில்

மாறுபட்ட கருத்துகொண்டிருந்தான். "சிறுவன் தன்னால் இயன்ற அளவு அறத்தைப் பெறட்டும்" என்றான். நம்முள் இருக்கும் இந்த உணர்வுகள் நீண்ட நாட்களுக்கு நீடிக்காது. விரைவில் இந்த உலகம் பாவத்தையும் மோசமான செயல்களையும் செய்யத் தூண்டும். இருப்பினும் மதமென்பது அழகானது, தூய்மையானது, உண்மையானது. இது போன்ற சித்தாந்தங்களைப் பற்றி நீ அறிந்திருக்கமாட்டாய், ஆனால் கிழக்குப் பகுதி மக்களாகிய நாங்கள் இதில் நிபுணர்கள். நீங்கள் ஐந்து முறை தரையில் முத்தமிட்டு ரமதானில் பட்டினியால் சாகும் வரை விரதமிருக்கும் வெறும் மூட வியாபாரி. தியானம், ஆழ்நிலை அல்லது அது போன்ற எதையும் புரிந்துகொள்ள மாட்டாய். அரிசி மூட்டைகளையும் பழக்கூடைகளையும் தவிர்த்துப் பாடுபடத்தக்க மேன்மையான சில விஷயங்களும் உள்ளன என்று அவன் நினைப்பது நல்லது. ஆனால் அதற்காக அவன் அல்லாஹ்வின் போதனைகளுக்குத் திரும்ப வேண்டியதுதான் சோகம்.

"ஆனால் ஒரு சிறுவனுக்கு இது அதிகமில்லையா?" காலாசிங்காவின் எரிச்சலூட்டும் வார்த்தைகளைப் பொருட்படுத்தாமல் கூறினார் ஹமீது.

"அவன் சிறுவனல்ல, அவன் ஏறத்தாழ இளைஞன். நீ அவனைக் கெடுக்க நினைக்கிறாய், அப்படித்தானே? அவனுடைய அழகான தோற்றத்தை வைத்து அவனை ஒரு பாழாய்ப் போன கோழையாக உருவாக்கிவிட உன்னால் முடியும்" என்றான் காலாசிங்கா.

"அவன் ஒரு கவர்ச்சியான பையன்", கண நேரத்திற்கு ஒப்புக் கொண்டார் ஹமீது. ஆனால் ஆண் மகன். உனக்குத் தெரியுமா? அவன் தன்னுடைய தோற்றத்தைப் பற்றிக் கொஞ்சம் கூட ஆர்வமில்லாதவன். யாராவது அவன் அழகைப் பற்றிப் பேசினால் அங்கிருந்து நகர்ந்துவிடுவான் இல்லையென்றால் பேச்சை மாற்றிவிடுவான். அவ்வளவு வெகுளி! அது போகட்டும், மதத்தையும் அறத்தையும் பற்றி நீ என்னவெல்லாம் சொல்லிக் கொண்டிருந்தாய்? எனக்கு அதைப் பற்றி ஒன்றும் தெரியாவிட்டால் உன்னைப் போன்ற கிரீஸ் டப்பா குரங்குக்கு மட்டும் அது தெரியுமா என்று நினைத்துக்கொண்டிருக்கிறாயா? நீ பசுக்களையும் மனிதக் குரங்குகளையும் வழிபட்டுக்கொண்டு இந்த உலகம் எப்படி உருவானதென்று குழந்தைத்தனமான கதைகளைச் சொல்லிக் கொண்டிருக்கிறாய். நம்மைச் சுற்றியுள்ள மதப் பற்றில்லாத மக்களுக்குச் சற்றும் குறைந்தவனல்ல நீ. நியாயத் தீர்ப்பு நாளுக்குப்

பின் நரகத்தின் நெருப்பில் உன்னுடைய உறுப்பின் மயிர் கருகப் போவதை நினைத்துப் பார்க்கும் போதெல்லாம் உனக்காக வருத்தப்படுகிறேன் காலாசிங்கா.”

உன்னுடைய பாலைவன இறைவன் நீ செய்த பாவங்களுக்காக உன்னைச் சித்திரவதை செய்து கொண்டிருக்கும் நேரத்தில் நான் சொர்க்கத்தில் கண்ணில் கண்டதையெல்லாம் அனுபவித்துக் கொண்டிருப்பேன் அல்லாஹ்வாலா என்று உற்சாகமாகப் பதிலளித்தான் காலாசிங்கா. “உன்னுடைய அந்தக் கடவுளுக்கு ஏறக்குறைய எல்லாமே பாவத்தில் சேர்த்திதான். எப்படியோ, அந்த இளைஞன் கற்றுக்கொள்ள விரும்புகிறான். உன்னுடைய இந்தக் கேடுகெட்ட வீட்டுச் சூழலிலிருந்து அவனுக்கு அலுத்துவிட்டது. அவன் மண்டையில் மூளை இருந்திருந்தால் இந்நேரம் அது கூழாக மாறியிருக்கும். நீ அவனைச் செய்யச் சொல்வதெல்லாம் உன்னுடைய பொய்யான கதைகளைக் கேட்டு உட்கார்ந்து கொண்டும் அந்த உதவாக்கரை கறிப்பலாக்களைச் சந்தைக்குச் சேகரிக்கச் சொல்வதும்தான். அதுபோன்ற சித்திரவதை ஒரு குரங்கைக் கூட மதத்தின்பால் திரும்பச் செய்துவிடும். என்னிடம் அவனை அனுப்பு, அவனுக்கு ஆங்கில எழுத்துகளில் படிக்கவும் மெக்கானிக் வேலையையும் கற்றுத் தருகிறேன். குறைந்தபட்சம் இந்தக் கடைக்கார வேலைக்குப் பதிலாக அது ஒரு பயனுள்ள தொழிலாக இருக்கும்.”

வேலையின்பால் யூசுப்பைத் திரும்பத் தன்னால் எவ்வளவு முடியுமோ அவ்வளவும் செய்தார் ஹமீது. கொல்லையில் தோட்டம் அமைக்கும் யோசனையை மீண்டும் உயிர்ப்பித்தார், ஆனால், காலாசிங்கா வழங்குவதாகக் கூறிய வாய்ப்பைப் பற்றியும் கூறினார். அப்படியாகத்தான் யூசுப் வாரத்தின் பல மதிய வேளைகளை காலாசிங்காவின் பட்டறையில் கழிக்க வந்தான். மடியில் ஒரு பலகையை வைத்துக்கொண்டு பழைய டயர்களின் மீது அமர்ந்தவாறு ரூமியில் எழுதவும் படிக்கவும் கற்றுக் கொண்டிருந்தான். காலையில் வீட்டு வேலைகளை முடித்தும் மதியம் காலாசிங்காவின் இருப்பிடத்துக்கும் மாலை வேளைகளில் ஈஷா வழிபாட்டுக்காக மசூதிக்கும் சென்று வந்தான். ஆரம்பத்தில் தன்னுடைய பரபரப்பான வாழ்க்கையால் மகிழ்ச்சியடைந்தவன் சில வாரங்களுக்குள்ளாகவே மசூதி செல்வது பற்றி ஏதாவது பொய் சொல்லிக் கொண்டு காலாசிங்காவின் இருப்பிடத்தில் நீண்ட நேரத்தைக் கழித்தான். காலாசிங்காவிடம் கற்றுக் கொண்டிருக்கும் வார்த்தைகளின் அர்த்தம் எதுவுமே அவனுக்கு விளங்காதவையாக

இருந்தபோதிலும் அதற்குள் பலகையில் மெதுவாக எழுதவும் அவன் கொடுத்திருந்த புத்தகங்களை அவனால் படிக்கவும் முடிந்தது. டயர்களை எப்படி மாற்றுவது, கார்களை எப்படிக் கழுவுவது, பேட்டரிகளை முழுமையாக சக்தியேற்றுவது மற்றும் துருவை எப்படி உரசித் தூய்மைப் படுத்துவது போன்ற விஷயங்களையும் கற்றுக்கொண்டான். இயந்திரங்களின் மர்மங்களைக் காலாசிங்கா விளக்கிக் கூறிய போது அதை ஓரளவு உள்வாங்கிக் கொண்டான் யூசுப். ஆனால், சிடுக்குகளாகிக் கிடக்கும் குழாய்களையும் திருகுகளையும் மரைகளையும் மந்திரம் போட்டாற்போல காலாசிங்கா கையாள்வதையும் மகிழ்ச்சியுடன் அவதானித்தான். காலாசிங்கா குழந்தைப் பருவத்தில் வாழ்ந்த தென்னாப்பிரிக்காவையும் நீண்ட காலமாக அவன் செல்லாத ஆனால், அங்கு திரும்பிச் செல்வதற்கான கனவைச் சுமந்து கொண்டிருக்கும் அவன் தாய்நாடான இந்தியாவைப் பற்றியும் கேள்விப்பட்டான். தெற்குப் பகுதி என்பது பைத்தியக்கார மடம். அனைத்து வகையான கொடூரமான கற்பனைகளும் அங்கே நிஜமாகிவிட்டன. அந்த ஆஃப்ரிக்காந்தர்[3] தேவடியாப் பசங்களைப் பற்றிச் சொல்கிறேன். அவர்கள் கிறுக்கன்கள். காட்டுத்தனமான கொடூரமானவர்கள் மட்டுமல்ல, எப்போதும் அப்படித்தான். அவர்களுடைய டச்சு மூளையை வெய்யில் சூப்பாக்கிவிட்டது. கார்களைத் தள்ள உதவி செய்தான் யூசுப். சிறிய மண்ணெண்ணெய் அடுப்பில் பழைய தகரக் குவளையை வைத்துத் தேநீர் காய்ச்சுவது எப்படியென்று கற்றுக்கொண்டான். உதிரி பாகங்கள் வாங்க அதன் விற்பனையகத்துக்கு அனுப்பி வைக்கப்பட்டான், திரும்பி வரும் போதெல்லாம் அந்த வாய்ப்பைத் தான் குடிப்பதற்காக காலாசிங்கா பயன்படுத்திக்கொண்டதைக் கண்டான். நல்ல மனநிலையில் இருக்கும்போது சாதுக்கள், யுத்தங்கள், காதல் வயப்பட்ட கடவுள்கள், சிலை போன்ற அழகிய கதாநாயகன்கள், மீசையை முறுக்கும் வில்லன்கள் ஆகியவர்கள் பற்றிய கதைகளையெல்லாம் காலாசிங்கா கூறும்போது பெட்டியின் மீதமர்ந்து கைதட்டுவான். சில சமயங்களில் அவன் தானே அந்தப் பாகங்களை நடித்துக் காட்டுகையில் யூசுப்பை அழைத்து அமைதியான இளவரசனாகவோ, கோழையான குற்றவாளியாகவோ நிற்கச் சொல்வான். பெரும்பாலும் முக்கியமான விவரங்களை

3. ஆப்பிரிக்க நாடுகளில் காணப்படும் கலப்பின மாட்டு வகை. பேச்சு வழக்கில் இந்த வார்த்தை ஆப்பிரிக்கப் பெண்ணுக்கும் ஐரோப்பிய ஆணுக்கும் பிறந்தவர்களை இழிவாகக் குறிக்கும் சொல்.

அவனால் நினைவு கூர முடியாது, அப்போதெல்லாம் தானே இட்டுக்கட்டி வக்கிரமான நகைச்சுவையாக மாற்றிவிடுவான்.

மாலை நேரங்களில் ஹமீதுடனும் அவருடைய நண்பர்களுடனும் அல்லது அவரால் அழைக்கப்பட்டிருக்கக் கூடிய யாரேனும் ஒரு விருந்தினருடனும் முன் வாசற்தளத்தில் அமர்ந்திருப்பான் யூசுப். அவர்களுக்குக் காப்பி பரிமாறவும், தண்ணீர்க் கோப்பைகள் எடுத்து வருவதற்கும் சமயங்களில் அவர்களுடைய நகைச்சுவைக்குப் பலிகடாவாக இருப்பதற்கும் அவன் இருப்பு அவசியமாக இருந்தது. தரையில் வைக்கப்பட்டிருந்த விளக்கைச் சுற்றி வட்டமாக விரிப்பின் மீது அமர்ந்திருந்தனர். மலையில் இரவுகள் குளிர்ச்சியாகும் போதோ அல்லது மழை பெய்யும் போதோ விருந்தினர்களுக்காகக் கைகொள்ளாமல் சால்வைகளை எடுத்து வருவான். தனது வயது மற்றும் நிலைக்கு ஏற்றவாறு அந்தக் கூட்டத்திலிருந்து விலகி அமர்ந்து மிரிமா, பாகமோயோ, மாஃபியா தீவு, லாமு, அஜேமி, ஷாம்ஸ் மற்றும் நூற்றுக் கணக்கான அருமையான இடங்களின் கதைகளைக் கேட்டுக்கொண்டிருப்பான். பல சமயங்களில் அவர்கள் குரலைத் தாழ்த்தி ஒருவருக்கொருவர் நெருங்கிச் சாய்ந்துகொண்ட போது யூசுப்பும் நெருங்கி வந்தால் அவனை விரட்டியடித்தனர். அதன்பின் அந்தப் பேச்சைக் கேட்டவர்களின் கண்கள் ஆச்சரியத்திலும் பரபரப்பிலும் விரிவதையும் முகத்தில் சிரிப்பு வெடித்துக் கிளம்புவதையும் கண்டான் யூசுப்.

ஒருநாள் இரவு மொம்பாஸாவைச் சேர்ந்த ஒருவர் அவர்களுடன் தங்க வந்தார். இதுவரை யாரும் கேள்விப்படாத நாடான ருஷ்யாவிலிருந்து பதினைந்து ஆண்டுகளுக்குப் பிறகு திரும்பி வந்த தனது மாமாவின் கதையைக் கூறினார். விட்டு நகரிலிருந்த ஜெர்மானிய அதிகாரியின் கீழ் பணிபுரிவதற்காக அங்கு சென்றவர் ஆங்கிலேயர்கள் அங்கு வந்து ஜெர்மானியர்களை விரட்டியடிக்கும் வரை விட்டுவிலேயே இருந்தார் அதன்பின் ஐரோப்பாவுக்கே திரும்பியவர் ரஷ்ய நாட்டின் பீட்டர்ஸ்பர்க் என்னும் நகரத்திலுள்ள ஐரோப்பிய தூதரகத்திற்கு அதிகாரியாகச் சென்றுள்ளார். அவர் மாமா கூறியதாகப் பயணி சொன்ன கதைகளில் நம்பும்படியாக ஏதுமில்லை. பீட்டர்ஸ்பர்க் நகரத்தில் நள்ளிரவு வரை சூரியன் மறையாது என்று கூறினார். குளிர்காலத்தில் தண்ணீரெல்லாம் பனிக்கட்டிகளாக மாறிவிடுமென்றும், ஆறு, ஏரிகளெல்லாம் கெட்டியாகி அதில் பாரமேற்றிய வண்டிகளைக்கூட இழுத்துச் செல்ல முடியுமென்றார். காற்று எந்நேரமும் வீசிக் கொண்டிருக்கும், சிலவேளைகளில் சட்டெனப் பனிப் புயலாக மாறிவிடும். இரவுகளில் ஜின் மற்றும்

பிசாசுகள் ஊளையிடுவதைக் காற்றில் கேட்கலாம். துயரத்தில் அழும் குழந்தை அல்லது பெண்ணின் குரல் போலத் தங்கள் குரல்களை அவை மாற்றிக்கொள்ளும். அவர்களின் உதவிக்காகச் சென்றவர்கள் திரும்பி வந்ததே இல்லை. அடர்ந்த குளிர்காலத்தின் கடுமையான வாரங்களில் கடல் கூட உறைந்து போய்விடும். காட்டு நாய்களும் ஓநாய்களும் நகரத் தெருக்களில் புகுந்து மக்கள், குதிரை எனக் கண்ணில் கண்ட எந்த வாழும் உயிரினத்தையும் கொன்று தின்றுவிடும். ருஷ்ய மக்கள் ஜெர்மானியர்களைப் போல் நாகரீகமானவர்கள் அல்லவென்று அவருடைய மாமா கூறியிருக்கிறார். ஒரு நாள் அவர்கள் அந்த நிலத்தினூடாகப் பயணம் செய்கையில் சிறிய நகரத்தை அடைந்தபோது அங்குள்ள ஒவ்வொரு மனிதரும் ஆண், பெண், குழந்தைகள் என ஒவ்வொருவரும் மொடாக்குடியர்களாக இருந்தார்கள். ஸிக்குஃபான்யி-எனி-மஸ்காரா, உலகத்தைப் பொருத்தவரை மரணமடைந்தவர்கள். அம்மக்களின் காட்டுமிராண்டித்தனம் மாமாவை இஸ்லாம் மதத்தின் எல்லைகளை உருவாக்கிய காக்-மேகோக் நாட்டில்தான் இருக்கிறோமோ என ஐயமுற வைத்துவிட்டது. ஆனால் அதிலும் ஒரு ஆச்சர்யம் அவருக்காகக் காத்திருந்தது, எல்லாவற்றைக் காட்டிலும் பேராச்சர்யமாக அது இருந்திருக்கக் கூடும். ரஷ்யாவில் வாழும் மக்களில் பெரும்பாலானோர் முஸ்லிம்கள்! ஒவ்வொரு நகரத்திலும்! டர்டரி, கிர்கிஸி, உஸ்பெகியார்... இந்தப் பெயர்களை எல்லாம் யார் இங்கு கேட்டிருக்கிறோம்? மாமாவைப் போலவே அந்த மக்களும் ஆச்சரியம் அடைந்தார்கள்... அவர்களும் ஆப்பிரிக்காவில் வாழும் கருப்பினத்தவர் முஸ்லிம்களாக இருப்பதைக் கேட்டதேயில்லை.

மாஷா அல்லாஹ்! வியப்பிலாழ்ந்தவர்கள் மேலும் விவரங்களுக்காக மொம்பாஸாவிலிருந்து வந்திருந்த வியாபாரியைத் துளைத்தெடுத்தார்கள். ம்ம், அங்கு வசிப்பவர்கள் எழுப்பியுள்ள கற்பனைக்கெட்டாத அழகுடன் கூடிய மசூதிகளும் பூமியில் சொர்க்கம் போலத் திகழும் பூங்காக்களும் நிறைந்த பழைய நகரங்களான புக்காரா, தாஷ்கண்ட், ஹேரத் போன்ற நகரங்களுக்கும் அவருடைய மாமா சென்றிருக்கிறார். ஹேரத்தின் ஒப்பற்ற அழகுடைய பூங்காவில் படுத்துறங்கிய மாமாவை இரவில் அங்கு கேட்ட அப்பழுக்கற்ற இசையின் மேன்மை மெய்மறக்க வைத்து விட்டது. அது இலையுதிர்க் காலம், சாமந்திப் பூக்கள் எங்கும் பூத்துக் கிடந்தன, திராட்சைத் தோட்டங்களில் அறுவடைக்குத் தயாராகக் கொத்துக் கொத்தாகத் திராட்சைப் பழங்கள் தொங்கிக் கொண்டிருந்தன. அதனுடைய தித்திப்பைச் சுவைத்தால் அது

வேறு ஏதோ பூமியில் விளைந்தவை என்று நினைப்பதைத் தவிர்க்க முடியாது. அந்த நிலம் அவ்வளவு தூய்மையாகவும் பிரகாசமாகவும் இருப்பதால் மக்கள் நோய்வாய்ப்படுவதோ வயதாவதோ கிடையாது.

“நீ சொல்வதெல்லாம் கதைகள்” என்று கத்தினார்கள். அப்படி ஒரு இடம் இருக்கவே முடியாது.

“இது உண்மை” என்றார் வியாபாரி.

“உண்மையாக இருக்கச் சாத்தியமா? நம்பமுடியாத வியப்பில் கேட்டார்கள். நீ மற்றுமொரு கட்டுக்கதையை நம்ப வைப்பது போலக் கூறுகிறாய். இந்த தேவதைக் கதைகளைக் கூறி எங்கள் அறிவைக் குழப்புகிறாய்.”

“இதையேதான் நானும் என் மாமாவிடம் கூறினேன் என்று அமைதியாக அந்த வியாபாரி கூறினார், இந்த மாதிரிக் கதைகளெல்லாம் எப்படி உண்மையாக இருக்கமுடியும்?”

“உங்கள் மாமா என்ன சொன்னார்?”

“நான் சத்தியம் செய்கிறேன்” என்றார்.

“அப்படியென்றால் அது போன்ற இடங்கள் இருக்கக்கூடும்” என்று பெருமூச்செறிந்தனர்.

அதன்பின் அவர்களுடைய பயணத்தில் பிரம்மாண்டமான அலைகளைக் கொண்ட சீற்றமான கடல் ஒன்றைக் கடந்தார்கள். அதன் பெயர் காஸ்பியன். மறுபுறம் நிலத்திலிருந்து கறுப்பு எண்ணெய் சீறி எழுந்து வருவதையும் சாத்தானின் ராஜ்ஜியத்தில் இருக்கும் காவலர்களைப் போலக் கடலுக்குள் உலோகக் கோபுரங்கள் நிற்பதையும் கண்டார். மேலெழுந்த தீப்பிழம்புகள் வானத்தை நிரப்பி அவை நெருப்பு வாயில்கள் போலத் தோற்றமளித்தன. அங்கிருந்து மலைகள் மற்றும் பள்ளத்தாக்குகள் வழியாகப் பயணித்தனர். முடிவில் பயணங்களில் இதுவரை அவர் கண்ட அனைத்து இடங்களையும் விட, ஹேரத்தை விடவும் அழகான நாட்டை அடைந்தனர். பழத்தோட்டங்கள், பூங்காக்கள், அழகிய நீரோடைகள் சூழ இருந்த அவ்விடம் படித்த, நாகரீகமான மக்களின் வாழுமிடமாகவும், இயல்பிலேயே அவர்கள் போரிலும் தந்திரங்களிலும் பேரார்வம் கொண்டவர்களாக இருந்தார்கள். அதனால் அவர்கள் நாடுகளில் அமைதி ஒருபோதும் நிலவவில்லை.

அந்த நிலப்பகுதி எந்தப் பெயரால் அழைக்கப்பட்டது? அந்த வியாபாரி நீண்ட நேரம் இடை நிறுத்தினார். இறுதியில் தயக்கத்துடன் "கஸ்கஸ்" என்று கூறினார். அதன்பின் அவருடைய மாமா ஷாம்ஸ் நிலப்பகுதிக்குச் சென்று அதன்பின் மீண்டும் மொம்பாஸாவுக்கே திரும்பிவிட்டார் என்று மற்றவர்கள் பெயரைப் பற்றி மேலும் விசாரணை நடத்தும் முன் அவசர அவசரமாக முடித்தார்.

3

ஆடவர் கூட்டத்தில் தான் கேட்ட கதையை மாலையில் குழந்தைகளுக்குச் சொல்லிக்கொண்டிருந்தான் யூசுப். விளையாடி முடித்துக் களைத்ததும், விரும்பிய இடங்களுக்குச் சென்று நோட்டமிட்டு வந்ததும் அவனுடைய அறைக்கு வந்தார்கள். அவர்களுடன் இமாமின் பள்ளிக்குச் செல்ல வேண்டிய கட்டாயத்தில் இருந்ததால் அவனுடன் இருந்த மனத் தடைகள் நீங்கியிருந்தன. தன்னுடைய அறையின் தனியுரிமையை முதலில் மகிழ்ச்சியுடன் அனுபவித்த யூசுப்புக்கு அதே தனிமை அதிகரித்ததும் அது ஒரு சிறை போலத் தோன்றத் தொடங்கியது. கலீலையும் அவர்கள் ஒன்றாகச் செலவழித்த நேரங்களையும் வாஞ்சையுடன் நினைத்துக் கொண்டான். சிலவேளைகளில் சின்னக் குழந்தைகள் பாயில் ஒருவருக்கொருவர் சண்டையிட்டுக் கொண்டும், உற்சாகத்துடன் கத்தியும் அல்லது யூசுப்புடன் செல்லச் சண்டையிலும் ஈடுபட்டார்கள். கதைகள் சொல்லச் சொல்லி அவனைத் தூண்டி விட்டு அவன் கூறும்போது அவன் முகத்தை உன்னிப்பாகக் கவனித்துக் கொண்டிருப்பாள் ஆஷா. மற்றவர்கள் அவன் மீது சாய்ந்து கொண்டும், கைகளைப் பிடித்துக் கொண்டுமிருக்க அவனைப் பார்க்கும் தூரத்திலமர்ந்து கொள்வாள் ஆஷா. அவளை யாராவது அழைத்தால் தான் திரும்பி வரும்வரை அவன் கதையைத் தொடரக் கூடாதென்று வலியுறுத்தினாள். ஒருநாள் மதியம் அவன் முந்தைய நாள் முடிக்காமல் விட்ட கதையின் முடிவைக் கேட்க அவள் தானாகவே வந்தாள். பாயில் அவன் முன்னால் அமர்ந்து கூர்மையாகக் கேட்டுக்கொண்டிருந்தாள்.

அவன் முடித்ததும், "நீ பொய் சொல்கிறாய்" என்று அழுதாள். அவள் கண்களில் கண்ணீர்.

குழப்பத்தில் அவன் பதிலேதும் பேசாத போது முன்னோக்கிச் சாய்ந்து அவன் தோளில் அடித்தாள். மற்றவர்களைப் போலவே

சண்டையிட வருகிறாள் என்று எதிர்பார்த்து அவளை மூர்க்கமாக எதிர்கொள்ளத் திரும்பியவனின் கைகளுக்குள் அவள் விருப்பத்துடன் தானாக வந்தாள். நீண்ட பெருமூச்சுடன் அவனை அணைத்துக் கொண்டவளின் மூச்சுக் காற்றின் வெப்பத்தை தனது மார்பில் உணர்ந்தான் யூசுப். அவனது அச்சம் தணிந்ததும் அவளுடைய புஷ்டியான உடலும் இளகுவதை அறிந்தான். இருவரும் அருகருகில் பல நிமிடங்கள் அமைதியாகப் படுத்திருந்தனர். தனக்குக் கிளர்ச்சி உண்டாவதை உணர்ந்தவன் அதை அவள் கவனித்து விடுவாளோ என்று வெட்கமடைந்தான்.

"யாராவது வந்துவிடுவார்கள்", கடைசியில் அவன் கூறினான்.

அதைக் கேட்டதும் அவனிடமிருந்து குதித்தெழுந்தவள் பின் சிரித்தாள். அவள் ஒரு குழந்தையைப் போலத்தானே என்று நினைத்தான் யூசுப். அதுபோன்ற வித்தியாசமான எண்ணமும் அவளுக்குள் எழவில்லை. எதுவுமே அவளுக்கு நிகழவில்லை. யார் அதைத் தவறாக நினைப்பார்கள்? குழந்தைகளை அவன் கவனித்துக் கொள்ள வேண்டுமென்று அவர்கள் எதிர்பார்க்கிறார்கள், அவர்களில் அவளும் ஒருத்தி. அதனால் அவன் தன் கைகளை மீண்டும் விரிக்க அவளொரு ஆனந்த அழுகையுடன் அதற்குள் நுழைந்து ஒண்டிக் கொண்டாள்.

"அந்த நகரத்தைப் பற்றி மீண்டும் சொல்" என்றாள்.

"எந்த நகரம்?", நகர்வதற்குப் பயந்து அவன் கேட்டான்.

"எங்கு இரவில் இசை எழுகிறதோ" கண்கள் கவனமாக அவன் மீதே ஒட்டியிருக்க சிரித்துக்கொண்டே அவள் கூறினாள். அவனருகில் வளைந்து நெளிந்து மீண்டும் அவனுக்குக் கிளர்ச்சியை ஏற்படுத்தினாள்.

"ஹேரத்" என்றான். இரவில் அந்தப் பயணி ஒரு பெண் பாடுவதைக் கேட்டார், அந்தக் குரல் அவருடைய புலன்களை வசீகரித்தது.

"ஏன்?"

"எனக்குத் தெரியவில்லை. ஒருவேளை அந்தக் குரல் இனிமையானதாக இருந்திருக்கலாம் அல்லது பெண்ணின் குரல் பாடுவதைக் கேட்காமலிருந்திருக்கலாம்."

"அவருடைய பெயர் என்ன?"

"அவர் ஒரு வியாபாரி."

"அது பெயரல்ல. அவருடைய பெயரைச் சொல்." அவனுடைய தோளில் தன் உடலை அவள் உரசிக்கொண்டிருக்க, அவளது மென்மையான, வளப்பமான தோளை அவன் வருடிக் கொண்டிருந்தான்.

"அவருடைய பெயர் அப்துல் ரஸாக்" என்றான். உண்மையில் அந்த வார்த்தைகளை வியாபாரியின் மாமா கூறவில்லை. பல நூற்றாண்டுகளுக்கு முன் ஹேரத்தில் வாழ்ந்த, அதன் அழகைப் பற்றி எழுதிய கவிஞரின் கவிதைகளை அவர் மேற்கோள் காட்டினார்.

"உனக்கெப்படி அது தெரியும்?"

"ஏனென்றால் அவர் மருமகன்தான் அதைக் கூறினார்."

"நமக்கு ஏன் இத்தனை மாமாக்கள் இருக்கிறார்கள்?" அவள் கேட்டாள்.

"அவர்கள் நமது மாமாக்கள் அல்ல" அவளை இறுக அணைத்துக் கொண்டே அவன் சிரித்தான்.

"நீயும் ஒரு வியாபாரி ஆவாயா? வெடித்துச் சிரிக்கும் முன் அவளின் குரல் உச்சஸ்தாயில் உயர்ந்தது.

அவனுடைய அறைக்கு எப்போது வந்தாலும், அவனின் கைகளுக்குள் அப்படித்தான் ஒடுங்கிக்கொண்டாள். முதலில் அவளை அமைதியாக அணைத்துக்கொண்டு, சட்டென்று அசையவோ அல்லது அவள் அச்சமடையும் வகையில் அவளைத் தீண்டி விடுமோ என்றும் பயந்தான். அவளிடமிருந்து வீசும் வெண்ணெய் வாசம் அவனுக்கு ஒவ்வாமையை ஏற்படுத்தினாலும் அவளுடைய தேகம் அவனுடன் இழையும்போது கிடைக்கும் கதகதப்பைத் தவிர்க்க இயலவில்லை. அருகில் படுத்திருக்கையில் அவன் கைகளை முத்தமிட்டாள், சிலவேளைகளில் விரல் நுனிகளைச் சப்பினாள். தான் கிளர்ச்சியுற்றிருப்பதை அவள் காணாதிருக்கும்படி கால்களை நகர்த்திக்கொண்டான், ஆனால் அவள் என்ன பார்த்தாள் அல்லது அவர்கள் என்ன செய்து கொண்டிருக்கிறார்கள் என்று அவளுக்குப் புரிந்ததா, அப்படியானால் என்ன புரிந்துகொண்டாளென்பது அவனுக்கு உறுதியாகத் தெரியவில்லை. பல அமைதியான நேரங்களில் அவன் தன்னையே வெறுத்தான். இதை யாராவது

கண்டுபிடித்துவிட்டால் என்ன நடக்குமென்று நினைத்து அச்சமடைந்தான். அவளுடைய வருகையை நிறுத்தும் வழிகளைப் பலமுறை ஒத்திகை பார்த்தும் அவனால் எதையுமே சொல்ல முடியவில்லை.

முதலில் மைமூனாவுக்குத்தான் சந்தேகம் வந்தது. யூசுப்பின் அறையிலிருந்து தன் சகோதரர்களை விரட்டுவதில் ஆஷா முனைப்பாக இருந்தாள். அவர்கள் போய் அம்மாவிடம் புகாரைக் கூறிவிட்டார்கள். அவர்களையும் கண்டித்துவிட்டு ஆஷாவையும் விரட்டிவிட்டாள். யூசுப்பிடம் ஏதும் விசாரிக்காவிட்டாலும் கதவருகில் நின்று நீண்ட நேரம் அவனை முறைத்துப் பார்த்துக் கொண்டிருந்தாள். அதன்பின் அவன் மீதிருந்த கோபம் தணிந்து விட்டாலும் அவன் குழந்தைகளுடன் இருக்கும் போதெல்லாம் மிகவும் கவனமாக அவதானித்தாள். அவன் முன்னிலையில் கண்களைத் தாழ்த்திக் கொள்ளும் ஆஷா அதன்பின் அவனுடைய அறைக்கு வரவேயில்லை. யூசுப் தன் பக்கத்திலிருக்க வேண்டிய அவசியம் ஹமீதுக்கு அடிக்கடி ஏற்பட்டது. என்றாலும் மைமூனா அளவுக்கு அவர் கோபமடையவில்லை எனத் தோன்றியது. ஹமீதிடம் என்ன கூறினார்கள் என்று தெரியவில்லை ஆனால், அவருடைய கிண்டலான பேச்சுகள் வாயிலாகத் திருமணம் பற்றிய எண்ணம் அவர் மனதில் தீவிரமாக நுழைந்துவிட்டது என அவனால் பயத்துடன் யூகிக்க முடிந்தது.

4

விரைவில், தனது முந்தைய பயணத்திலிருந்து ஒரு வருடத்திற்குப் பிறகு, ஒப்புக் கொண்ட நேரத்தில் புதிய பயண ஏற்பாட்டோடு அஜீஸ் மாமா வந்தார். கடந்த பயணத்தை ஒப்பிடுகையில் இது மிகப் பெரியதாக இருந்தது. சுமைகூலிகளும் காவலாட்களும் இப்போது நாற்பத்தைந்து பேர் இருந்தனர். தங்கள் குட்டி இளவரசனுடன் கிராமத்தையே கூட்டிக்கொண்டு சென்ற கடந்த நூற்றாண்டின் பெரும் பயணியர் கூட்டத்தைப் போல இல்லாவிட்டாலும் ஒரு பெரும் வணிகருக்குப் போதுமான அளவு பெரியதாக இருந்தது. அதிக எண்ணிக்கையிலான சுமைகூலிகளுடன் வருவதற்காக அஜீஸ் மாமா தனது லாபத்தின் ஒரு பங்கை மற்ற வியாபாரிகளிடம் அடமானம் வைக்க வேண்டியிருந்தது. அவர்கள் அதிகளவு சாமான்களை எடுத்துச் சென்றுவிட்டனர். அந்தப் பொருட்களுக்காக இதுவரை இல்லாத வழக்கமாக இந்தியர்களிடம்

பெரும் தொகையைக் கடனாக வாங்கும் கட்டாயத்திற்கு ஆளானார். அவர்களிடம் இரும்புக் கருவிகள் இருந்தன: இந்திய மண்வெட்டிகள், கோடாரிகள், அமெரிக்கக் கத்திகள், ஜெர்மன் பூட்டுகள். மற்றும் பல வகையான துணிகள்: காலிகோ, கனிகி, வெள்ளைப் பருத்தித் துணி, பாப்ஃடா, மஸ்லின், கொகோய். அவற்றுடன் பொத்தான்கள், மணிகள், கண்ணாடிகள் மற்றும் பரிசுப் பொருட்களாகப் பயன்படுத்தக் கூடிய பல சிற்றணிகள். யாவும் இருந்தன... அந்த ஊர்வலத்தைப் பார்த்த ஹமீதுக்குக் கடன் கொடுத்தவர்களைப் பற்றிக் கேள்விப்பட்டதும் சளி பிடித்துவிட்டது. அவருடைய கண்களில் நீர் ஒழுகுவதும் மூக்கடைப்பும் ஒரே நேரத்தில் ஏற்பட்டன. கடுமையான தலைசுற்றல் கொஞ்சம் கொஞ்சமாகத் தலையில் உள்ளவற்றைக் காலி செய்தாலும் வலி பாக்கி இருந்தது. அந்த நிறுவனத்தில் அவர் இன்னும் பங்குதாரராக இருக்கிறார், வியாபாரம் தோல்வியுற்றால் அவருடைய உடமைகளும் பொருட்களும் கடன்கொடுத்தவர்களுக்குச் சொந்தமாகிவிடும்.

பயணத்தின் தலைவனாக அப்போதும் முஹமது அப்தல்லாதான் இருந்தான். புகழ்பெற்ற காங்கா[4]வால் அவனது வலது தோள்பட்டை வலி மிகுந்த சிகிச்சையால் மறுசீரமைக்கப்பட்ட பின்னும் முற்றும் குணமாகவில்லை. தன்னுடைய வழக்கமான அகந்தை மற்றும் பகட்டான சுதந்திரத்துடன் அவன் பிரம்பு சுழற்றுவதை அந்த வலி தடுத்தது. அதன் விளைவாக அவனுடைய நடை அகந்தையையும் அச்சுறுத்தலையும் இழந்தது. தலையின் செங்குத்தான சாய்வும் முன்னோக்கி நிமிர்த்திய தோளும் இப்போது வலிந்து செய்வதாகத் தோன்றியதால் அபத்தமாகத் தோன்றியது. இரக்கமேயில்லாமல் தீங்கை விளைவிப்பது போல வெளிப்படும் அவனது ஆவேசம் இப்போது வீணரின் வெட்டித் தோரணையாகத் தெரிந்தது. மனதில் ஏதோ சுமையோடு இருப்பது போலவும் ஏதோ ஒரு நினைவில் மூழ்கிப் போனவன் போலவும் வித்தியாசமாகப் பேசினான். முன்பெல்லாம் அவனைக் கண்டு கொள்ளாமல் வேலையைச் செய்ய விட்டு விடும் அஜீஸ் மாமா இப்போது கனிவாகப் பேசுகிறார்.

சுமைகூலிகளின் எண்ணிக்கை அதிகரித்ததால் தனக்கு உதவியாக இருக்க ஒரு புதிய மேற்பார்வையாளரைப் பணியில் அமர்த்தினான் அப்தல்லா. மொரோகோரைச் சேர்ந்த உயரமான, வலிமையான உடல்வாகுடைய வேனே பயணத்தில் இணைந்த சில நாட்கள் மிக அரிதாகவே பேசினான். அவனுடைய மூர்க்கத்தனம் சிம்பா வேனே என்ற பெயரைப் பெற்றுத் தந்தது. அந்தப் பெயரைப்

4 மருத்துவர்

பெற்றது இதனால்தான் என்பதைக் காட்டும் பொருட்டு அங்குள்ள மனிதர்களிடையே கடுகடுப்பான முகத்துடன் சுற்றிக் கொண்டிருப்பான். இம்முறை யூசுப்பும் பயணத்தில் இணைய வேண்டும். அஜீஸ் மாமாவே அவனுடன் உற்சாகத்தோடும் முகம் நிறையப் புன்னைகையோடும் தன்னுடன் செல்ல நம்பிக்கையான ஒருவர் தேவையென்று கூறினார். "இந்த இடத்தில் தங்கக்கூடிய வயதைக் கடந்துவிட்டாய், இதற்கு மேல் கெட்ட சகவாசம் சேர்ந்து ஏதாவது குறும்பு செய்வதில் ஈடுபடுவாய். அதுபோக, என்னுடைய காரியங்களைக் கண்காணிக்கப் புத்திக் கூர்மையுள்ள ஒருவன் எனக்குத் தேவை" என்றார். இந்தப் பாராட்டுகளால் குழப்பமடைந்தாலும் தன்னைப் பயணத்துடன் கூட்டிச் சென்று விடும்படி ஹமீது கேட்டுக்கொண்டார் என்பதைப் புரிந்து கொண்டான். அவர்களிருவரும் உரையாடுவதை அவன் ஒட்டுக் கேட்டிருந்தான். அஜீஸ் மாமா இடையிடையே அரபியில் பேசும் வழக்கத்தில் இறங்கிவிட்டதாலும் ஹமீதும் அவரைப் போலவே பேச முயன்றதாலும் பேச்சின் சில வார்த்தைகளை அவன் தவற விட்டான். ஆனால், முன் வாசற்தளத்தில் ஹமீது அவனை ஒரு பதற்றம் நிறைந்த கடினமான பையனென்றும் வாழ்க்கையில் சில விஷயங்களைப் பார்த்தறிய வேண்டுமெனவும் அஜீஸ் மாமாவிடம் கூறியது காதில் விழுந்தது.

"பதற்றம் நிறைந்த கடினமான பையன்", மீண்டும் கூறினார். "அவனைப் பயணத்துக்கு அழைத்துச் செல்லுங்கள் அல்லது திருமணம் செய்து வையுங்கள். அவனுக்குத் தகுந்த வயதாகி விட்டது. கடந்த மாதம் பதினேழு நிறைவு. அவன் எவ்வளவு வளர்ந்து விட்டான் பாருங்கள். இங்கே அவன் செய்யத்தக்க வேலை ஒன்றுமேயில்லை."

பயணம் கிளம்பும் நாளின் மாலையன்று புயல் வீசியது. சாலையிலும் திறந்த வெளிகளிலும் புழுதி மேகத்தையும் உலர்ந்த முள் சருகுகளையும் வாரி வீசிய சூறாவளிக் காற்றோடு காலையில் தொடங்கியது. நடுப்பகலில் எழுந்த தூசுப்படலம் சூரிய வெளிச்சத்தையே மங்கலாக்கிச் சூழ இருந்த அனைத்தையும் மணல் துகள்களால் போர்த்துமளவுக்கு அடர்த்தியாக இருந்தது. பிற்பகலில் சட்டென்று காற்று காணாமல் போனபோது அவர்கள் மீது ஒரு பேரமைதி படர்ந்தது. வெளியே ஒலிக்கும் ஓசை அடர் தூசிப்படலத்தால் தடுக்கப்பட்டுத் தேய்ந்து ஒலித்தது. அவர்கள் பேச முயல்கையில் மணற்துகள்களால் வாய் நிரம்பியது பின்னர் காற்று மீண்டும் வந்தபோது புயல்மழையை உடன் அழைத்து

வந்தது. வீடுகளின் மீதும் மரங்களின் மீதும் கொட்டித் தீர்த்த மழை யாராவது வெட்ட வெளியில் நின்று கொண்டிருந்தால் அவர்களைக் கிழித்து வீசியது.

சில நிமிடங்களில் சீரான வெறித்தனத்துடன், தொடர்ந்து பெய்த மழை அவ்வப்போது முறிந்துவிழும் மரங்களின் சப்தம் அல்லது தூரத்து இடி முழக்கத்தால் மட்டுமே இடைவெளி விட்டது. சுமைகூலிகளும் பொருட்களோடு சிதறிப் போயிருந்தனர். அங்கிருந்து எழுந்த அலறல் மற்றும் எச்சரிக்கையின் கூவல்கள் அவர்களில் சிலருக்குக் காயம் ஏற்பட்டிருக்கின்றன எனத் தெரிவித்தது. பகலில் எல்லாமே இருட்டாகிப் போனபோது சுமைகூலிகள் இறைவனின் பெயரை முணுமுணுத்துக் கருணை வேண்டிக் கதறினார்கள். அக்காட்சி முஹமது அப்தல்லாவுக்கு சினமூட்டியது.

"உங்களைப் போன்ற அறிவற்ற மிருகங்களுக்கு இறைவன் ஏன் கருணைகாட்ட வேண்டும்? என்று கத்தினான். அருகிலிருந்தவர்களுக்கு மட்டுமே அவர் குரல் காதில் விழுந்தது. இது ஒரு புயல் மட்டுமே. நீங்களெல்லாம் ஏன் இப்படி நடந்து கொள்கிறீர்கள்? ஓ, பாம்பு சூரியனை விழுங்கிவிட்டது!" என்று தன் இடுப்பை விரசமாக ஆட்டியபடி ஏளனம் செய்தான். ஐயோ, இது துரதிர்ஷ்டம்! பேரழிவின் சகுனம்! ஓ, நமது சாலைகளெல்லாம் பிசாசுகள் சூழ்ந்துகொள்ளும்! இந்தத் தீய மாயத்தை விரட்டியடிக்க நீங்கள் ஏன் பாடல் பாடக்கூடாது? அல்லது மந்திரவாதி உங்களுக்காக மந்திரித்துக் கொடுத்த அருவருப்பான பொடியை ஏன் உண்ணக்கூடாது? உங்களுக்கு ஒரு மந்திரமும் தெரியாதா? நீங்களெல்லாம் ஏன் ஒரு ஆட்டை அறுத்துக் கூறு போட்டு அதன் வயிற்றில் என்ன எழுதியிருக்கிறதென்று படித்துப் பார்க்கக் கூடாது? எல்லோருமே பேய் பிசாசு, சகுனங்களில் வெறித்தனமாக ஊறியிருக்கிறீர்கள். இதில் உங்களை நீங்கள் கௌரவமான மனிதர்கள் என்று அழைத்துக்கொண்டு பெருமிதம் வேறு... போங்கள், இந்த மோசமான மாயாஜாலத்தை ஒழிக்க ஏதாவது பாடலைக் கொண்டு வாருங்கள்."

"நான் இறைவன் மீது என் விசுவாசத்தை வைக்கிறேன்" அலறினான் சிம்பா வேனே. "இங்குள்ளவர்களில் எல்லோருமே அச்சமடையவில்லை."

மழையில் தொடர்ந்து நடந்துகொண்டேயிருந்த மொஹமது அப்தல்லா அவனை நோக்கி நீண்ட பார்வை பார்த்தான்.

சிம்பா வேனே கூறியதையும் அப்படிக் கூறும்போது எவ்வாறு தோற்றமளித்தான் என்பதையும் கவனமாக உள்வாங்குவது போல அவனுடைய பார்வை இருந்தது. அதன்பின் எச்சரிக்கையுடன் வெறுப்பாகத் தலையசைத்தான்... புயலின் போது தனது பழைய சுபாவத்துக்குத் திரும்பியது போலத் தோன்றிய அப்தல்லா அந்தக் கலவரத்துக்குள் உவப்புடன் காலூன்றிக் கடந்து சென்றான். "ஹயா, ஹயா" என்று சுமைகூலிகளை நோக்கிக் கத்தினான். "உங்கள் புட்டத்தில் என்னுடைய கசையை வீசிச் சுழற்ற வேண்டாம் என்று விரும்பினால் அதற்கு நீங்கள் அமைதியாக இருப்பது நல்லது. செய்யிதைப் பாருங்கள். உங்கள் எல்லோரையும் விட அவருக்கே இழப்பு அதிகம். உங்களிடம் இருப்பதெல்லாம் யாருக்கும் பயன்படாத அவல வாழ்க்கை மட்டுமே. அவரிடம் அவருடைய செல்வமும் மற்றவர்கள் அவரை நம்பி ஒப்படைத்த செல்வமும் இருக்கிறது. அவர் தன்னுடைய நலனுடன் உங்கள் நலனையும் மனதில் கொள்ள வேண்டும். இறைவன் அவருக்கு வழங்கிய வணிகம் செய்வதற்கான வரம் அவரிடம் உள்ளது. திரும்புவதற்கென்று அழகிய வீடு அவரிடம் உள்ளது. அவர் இழக்க நேரிடும் இத்தனை விஷயங்கள் இருந்தாலும் முட்டை போட அலையும் கோழியைப் போல் முற்றமெங்கும் கூவிக் கொண்டு திரிகிறாரா? பிசாசுகள்! இந்த இரைச்சலை நிறுத்திவிட்டு பொதிகளையும் பொருட்களையும் பத்திரப்படுத்தாமல் நின்றால் நூறு பிசாசுகளையும் ஆயிரம் சைத்தான்களையும் உங்களுக்கு நிச்சயம் வழங்கப்போகிறேன். ஹயா!"

இரவின் ஆழம் வரை மழை ஓயவில்லை. அதற்குள் வீடுகள் இடிந்து விழுந்தன. விலங்குகள் அடித்துச் செல்லப்பட்டு புயலின் சீற்றத்தால் நுரைத்துப் பொங்கிக் கொண்டிருக்கும் நீர்நிலைகளில் மூழ்கின. முற்றத்திற்கு வெளியிலிருந்த வீடுகளின் கூரைகள் பறந்து சென்றன. வெட்டவெளியில் நின்றுகொண்டிருந்த கறிப்பலா மரங்களில் ஒன்று விரிசல் விழுந்து தரையில் சாய்ந்தது. புறாக்களின் வீடுகள் ஒன்று கூடச் சேதமடையாதது அதிசயமென்று ஹமீது கூறினார். திறந்த முற்றத்தில் எரிந்துகொண்டிருந்த அரிக்கேன் விளக்குகள் அதிகாலை வரை எரிந்துகொண்டிருக்க சுமைகூலிகள் தங்களால் இயன்ற அளவு பொருட்களை மீட்டெடுத்துக் கொண்டிருந்தார்கள். உற்சாகமாக அரட்டையடித்துக் கொண்டிருந்தவர்கள் அவ்வப்போது ஒருவரையொருவர் கேலி செய்து கூவிக்கொண்டும் சத்தமாக வசைகளைப் பரிமாறிக்கொண்டுமிருந்தனர். தங்களைச் சுற்றி நிகழ்ந்த குழப்பத்தையும் அழிவையும் பற்றி ஆச்சரியமாகப் பேசிக்

கொண்டார்கள். ஆனால், அதன் காரணமாக நிலைகுலைந்தவர்களாகத் தோன்றவில்லை.

காலையில் அனைத்தும் தயாரானபின் அஜீஸ் மாமா சமிக்ஞை கொடுத்தார். "ஹயா, எங்களை நாட்டிற்கு அழைத்துச் செல்லுங்கள்" என்றார். தோளில் வலியிருந்த போதும் தன்னை நிலைப்படுத்திக் கொண்டு உயர்குடி வளர்ப்பின் அதிகாரச் செருக்குடன் தலையை நிமிர்த்தியபடி முன்னே வழி நடத்திச் சென்றான் நியாபாரா... பழைய கம்பீரத்துடன் தன்னை வெளிப்படுத்திக் கொள்வது கடினமானது என்றறிந்த போதிலும் அவர்கள் கூலிக்கு அமர்த்தியிருந்த உதவாக்கரைகள் மற்றும் காட்டுமிராண்டிகள் மீது போதுமான அளவு அவனால் அதிகாரத்தைத் திணிக்க முடிந்தது. இந்தப் பயணத்தின் பெரும் வேறுபாட்டின் சின்னமாகக் கொம்பூதுபவர்களுடன் பறையும் சிவா வாத்தியமும் சிறிய இசைக் கச்சேரியும் இணைந்து கொண்டன... சிவா வாத்தியம்தான் முதலில் இசைக்கப்பட்டது. அதன் நீளமான புராதனமான இசைக் குறிப்புகள் ஒவ்வொருவருக்கும் தத்தமது பழம் நினைவேக்கத்தைக் கிளறின. அதன்பின் மற்ற கலைஞர்களும் இணைந்து உள்நாட்டை நோக்கிப் பயணித்தவர்களின் இதயத்தை உற்சாகப்படுத்தினர்.

ஹமீது முன் வாசலில் நின்றவாறு அவர்கள் செல்வதைப் பார்த்தபடி அச்சத்துடனும் பதற்றத்துடனும் நின்று கொண்டிருந்தார். அவர் தனது ஆழ்மன எண்ணங்களிலிருந்து விலகியிருப்பதாக ஹுஸேன் கூறியதை எண்ணிப் பார்த்த யூசுப் ஹமீதும் அவ்வாறே நினைக்கிறாரோ என்று வியந்தான். மலையிலிருக்கும் அந்தத் துறவி தனது மகத்தான உயரத்திலிருந்து அவர்களைக் கவனித்து அவர்களின் மூடத்தனத்தை எண்ணி தலையசைப்பதாகக் கற்பனை செய்தான் யூசுப். ஹமீதின் இரண்டு மகன்களும் அவர் பக்கத்தில் நின்றிருக்க ஆஷாவும் மைமூனாவும் அங்கு இல்லை. அவர்கள் விடைபெற்றுச் செல்வதைப் பார்க்க வருவான் என்று யூசுப் நம்பிய காலாசிங்காவும் வரவில்லை. அவனைப் பார்க்கப் பயணத்தைப் பற்றி எடுத்துச் சொல்ல யூசுப் சென்றிருந்தபோது பயணங்களின் மகத்துவத்தைப் பற்றி உயர்வாகப் பேசத் தொடங்கி அறிவுரைகளை வாரி வழங்கினான். பூச்சிகளும் புழுக்களும் காதுக்குள் நுழைந்து முட்டையிடுவதைத் தடுக்க வாரம் ஒருமுறை காதுக்கு ஒரு சொட்டு எண்ணெய்யிட மறந்துவிடாதே. கடைசிக் கணம் வரை, சேற்றுப் பாதையில் அவர்களை நோக்கி ஓடி வருவதையும் பின் அவர்கள் அவனைக் கடந்து செல்கையில் சல்யூட் வைப்பதற்காகத் தனது வாகனத்திலிருந்து குதித்து இறங்கி வருவானென்றும் கற்பனை

செய்துகொண்டிருந்தான் யூசுப். முக்கியமான தருணங்களில் காலாசிங்கா சல்யூட் வைப்பான். சுமைகூலிகள் அவனுடைய டர்பனையும், பின்னப்பட்ட தாடியையும் பார்த்துச் சிரித்ததை நினைத்துப் பார்த்த யூசுப் ஒருவேளை அவன் வராமலிருந்ததுதான் புத்திசாலித்தனமோ என்று எண்ணினான்.

முதல் நாள் பயணத்தில் அதிக தூரம் செல்லவில்லை. நகரை விட்டு வெளியேறியதிலேயே திருப்தி அடைந்தார்கள். அத்தகைய தாறுமாறான இரவுக்குப் பின் ஏற்பட்ட சோர்வைப் பற்றிச் சுமைகூலிகள் முணுமுணுத்துக் கொண்டிருந்தாலும் முஹமது அப்தல்லா தனது கூச்சலாலும் மிரட்டல்களாலும் அவர்களை நகர்த்திக்கொண்டிருந்தான். எதிர்கொள்ளப் போகும் சூழ்நிலையைப் பற்றிச் சிந்தித்து முடிவெடுக்கவும் மனதை நிலைப்படுத்திக் கொள்ளவும் பிற்பகலில் முகாம் அமைத்தனர். புயல்மழை நிலத்தை ஈரப்பதமாக்கியிருந்ததால் நிலம் செழித்துத் தாவரங்களின் சாறுடன் திரட்சியாகக் காணப்பட்டது. புதர்களும் மரங்களும் தெளிவான ஒளியில் மின்னிக்கொண்டிருந்தன. அதன் மறைவுகளிலிருந்து எழுந்த ஆனந்தமான சலசலப்பும் அவசரத் துடிப்பும் பூமியே உயிரை அசைப்பது போலத் தோன்றியது. அவர்கள் ஒரு ஏரியின் அருகே முகாமிட்டிருந்தார்கள். அதன் கரையோர விளிம்புகள் விலங்குகளின் கால்தடங்களால் சிதைக்கப்பட்டிருந்தன.

காரணங்களை ஆராயாது ஆரம்பத்தில் யூசுப் அஜீஸ் மாமாவிடமிருந்து சற்று விலகியே இருக்க வேண்டி சுமைகூலிகளின் மத்தியில் தன்னை மறைத்துக்கொள்ள முயன்றான். ஆனால் முஹமது அப்தல்லா விரைவில் அவனைத் தேடிப் பிடித்து அணிவரிசையின் பின்னே அவனை அனுப்பினான். அங்கே அவன் கழுத்தில் செல்லமாகத் தட்டியும் நட்பான புன்னகை புரிந்தும் அவன் வருகையை அங்கீகரித்தார் வணிகர். அஜீஸ் மாமா கொடுத்த எடுபிடி வேலைகளின் வாயிலாக இதுதான் தன்னுடைய இடம் என்று விரைவில் புரிந்துகொண்டான். அவருக்காகப் பாயை விரித்து நீர் எடுத்து வருவான். அதன்பின் உணவு தயாராகும் இடத்திற்கு அருகில் அமர்ந்து காத்திருப்பான். கூட்டத்தின் ஆரவாரமான உற்சாகத்தைச் சற்றும் அறியாதது போல அஜீஸ் மாமாவின் கண்கள் கிராமப்புறத்தின் மீதே பதிந்திருக்கும். அந்த நிலப்பரப்பின் ஒவ்வொரு அம்சமும் அவரது அவதானிப்புக்கும் ஆய்வுக்குமே படைக்கப்பட்டவை போலத் தோன்றும்.

முகாம் ஒருவழியாக அமைதியானவுடன் நியாபாரா அஜீஸ் மாமாவிடம் வந்து பாயில் அவருக்கு எதிராக அமர்ந்தான். கிராமப்புறக் காட்சியிலிருந்து கண்களை விலக்க விருப்பமின்றிக் கூறினார் அஜீஸ் மாமா. "இந்த நிலப்பரப்புகளைப் பார்க்கும் போது அது ஏக்கத்தை விதைக்கிறது. மிகவும் தூய்மை, மிகவும் பிரகாசம். இங்கு வாழ்பவர்களுக்கு நோயும் முதுமையும் நெருங்காது என்று நினைக்கத் தூண்டுகிறது. அவர்கள் வாழ்க்கை மனநிறைவாலும் ஞானத் தேடலாலும் நிரம்பியிருக்கின்றன."

முஹமது அப்தல்லா சிரித்துக்கொண்டான். "பூமியில் சொர்க்கம் என்று ஒன்று இருந்தால் அது இங்கே, அது இங்கே, அது இங்கே..." என்று அங்கதமாகப் பாடி அஜீஸ் மாமாவைச் சிரிக்க வைத்தான். விரைவில் அவர்கள் அரபியில் பேசத் தொடங்கினர். வெவ்வேறு பாதைகளின் நல்லியல்புகளைப் பற்றி விவாதிக்கையில் அவர்களுடைய கைகள் திசைகளைச் சுட்டிக் காட்டின. நேர்த்தியாக அடுக்கி வைக்கப்பட்டிருந்த சரக்குக் குவியலையும், நெருப்பைச் சுற்றிக் கூடியிருந்த கும்பலான மனிதர்களையும் அவர்களது உடைமைகளையும் கடந்து யூசுப் முகாமில் அங்குமிங்கும் சுற்றித் திரிந்துகொண்டிருந்தான். அவர்கள் அங்கிருந்த குறுகிய நேரத்தில் முகாம் ஒரு சிறிய கிராமத்தின் தோற்றத்தைத் தத்தெடுத்துக் கொண்டது. சில நபர்கள் அவனை அழைத்துத் தங்களுடன் தேநீர் அருந்தவும் சிலர் மரியாதை குறைவான காரியங்களுக்கும் வரவேற்றனர். சிம்பா வேனேவைச் சுற்றி ஒரு பெருங்கூட்டம் இருந்தது. சாக்கு மூட்டைகளின் மீது சிம்பா சாய்ந்து அமர்ந்திருக்க கூட்டம் அவன் கூறும் ஜெர்மானியர்களின் கதையைக் கேட்க முன்னால் அமர்ந்திருந்தது. அவர்களுடைய கண்டிப்பு மற்றும் மாற்றவியலாத நிலைப்பாடு பற்றியும் பாராட்டிப் பேசினான். ஒவ்வொரு அத்துமீறலும் தண்டிக்கப்பட்டது. பாதிக்கப்பட்டவர் கருணை வேண்டி எவ்வளவு கெஞ்சினாலும் திருந்துவதாக வாக்குறுதி அளித்தாலும் தண்டனையில் மாற்றமில்லை என்றான்.

"ஒரு குற்றவாளி தன் செயலுக்கு வருந்தி மனந்திருந்தினால் அவரைத் தண்டிப்பது நமக்கெல்லாம் கடினம், குறிப்பாக அந்தத் தண்டனை கடுமையாக இருக்கும் பட்சத்தில் மேலும் கடினம். மக்கள் அவனுக்காக இறைஞ்சியும் மன்றாடியும் நிற்பார்கள். மேலும் அதற்காகத் துக்கம் விசாரிக்கும் அன்பானவர்களும் நம்மிடையே இருக்கிறார்கள். ஆனால் ஜெர்மானியர்கள் இதற்கு நேரெதிரானவர்கள். தண்டனை எவ்வளவுக்கெவ்வளவு கடுமையோ அவ்வளவுக்கவ்வளவு உறுதியாகவும் மன்னிக்க முடியாததாகவும்

இருக்கும். அவர்களுடைய தண்டனை எப்போதும் கடுமையானது. தண்டனை அளிப்பது அவர்களுக்குப் பிடித்தமானது என்று எண்ணுகிறேன். ஒருமுறை உனக்குத் தீர்ப்பு முடிவாகிவிட்டால் நாக்கு வீங்கும் வரை கெஞ்சினாலும் வறண்ட முகத்துடன் எந்த வெட்கமுமின்றி உன் முன்னால் நிற்பார்கள் அந்த ஜெர்மானியர்கள். உன்னால் அவன் களைப்படைந்தவுடன் தண்டனையை ஏற்றுக் கொள்வதைத் தவிர வேறு வழியில்லை என்பதை நீ அறிந்து கொள்வாய். அப்படித்தான் நாம் பார்க்கும் எல்லா விஷயங்களையும் அவர்கள் செய்வார்கள். வேறு எதுவுமே அவர்கள் சிந்தனையை மடை மாற்றாமல் பார்த்துக்கொள்வார்கள்.

அந்தி கவியும் வேளையில் நீரருந்தவும் இரையுண்ணவும் நீர்நிலை அருகே வந்த விலங்குகளின் உறுமலும் அலறலும் காற்றில் நிறைந்தது. பயத்தாலும் அசௌகர்யத்தாலும் சிரமப்பட்ட யூசுப்புக்கு உறங்குவது கடினமாக இருந்தது. துள்ளிக் குதித்தால் வரக் கூடிய தூரத்திலிருந்து பசித்த விலங்குகள் கர்ஜிப்பதையும் கத்துவதையும் கேட்டபடி குளிர்ந்த மலைப்பகுதியில் இரவுப் பொழுதில் அவர்கள் தங்கியிருப்பது நம்ப முடியாததாக இருந்தது. ஆயினும் சரக்குகளின் அடுக்கிற்குப் பின்னால் முற்றுகையிட்டிருந்த காவலர்களைத் தவிர அனைவரும் உறங்கிக்கொண்டிருந்தார்கள் போலத் தெரிந்தது. அவர்கள் ஒருவேளை உறங்காமல் கூட இருக்கலாம், அலைவுறும் மௌனத்தோடு வெறுமனே அமைதியாகப் படுத்துக்கொண்டிருக்கக் கூடும் என யூசுப் எண்ணினான்.

5

உயரமான மலையிலிருந்து அவர்கள் இறங்கி வருகையில் ஒவ்வொரு நாளும் நிலம் நிறம் மாறிக்கொண்டிருந்தது. நாடு வறண்டு போனதால் குடியிருப்புகளின் அடர்த்தி குறைந்துகொண்டே இருந்தது. சில நாட்களுக்குள் அவர்கள் சமவெளியை அடைந்தனர். வழிநெடுக ஒவ்வொரு அடியிலும் அவர்கள் அணிவரிசை புழுதி மேகங்களையும் மணற்துகள்களையும் வாரி இறைத்தது. சிதறுண்ட புதர்த் தாவரங்கள் தங்கள் இருப்பே சித்திரவதை என்பதைப் போல முறுக்கப்பட்ட வடிவத்தை எடுத்து வலிய உறுமல்களை வெளிப்படுத்தின. தாங்கள் நுழையும் இரக்கமற்ற நாட்டைப் பற்றிச் சிந்தித்ததால் சுமைகூலிகளின் பாடல்களும் உலர்ந்து போயின. தொலைவில் விலங்குகளின் கூட்டத்தைப் பார்த்த பின்பு அவர்களுக்கு உயிர் வந்து தங்களுடைய அடையாளம் குறித்தும் கசப்புடன்

வாதித்துக் கொண்டார்கள். அந்த ஆரம்ப நாட்களில் யூசுப்பின் வயிறு நீராகிப் போனது. காய்ச்சலாலும் களைப்பாலும் அவன் உடல் வலியால் துவண்டது. அவனுடைய கணுக்காலும் கைகளும் முட்களால் கிழிக்கப்பட்டும் சதையெல்லாம் பூச்சிக்கடிகளால் வீங்கியுமிருந்தன. இவ்வளவு கடுங் கொடுமையான நிலத்தில் எப்படி எதுவும் உயிர் தரித்திருக்க முடியுமென வியந்தான். இரவில் விலங்குகளின் ஓலம் அவனைத் திடுக்கிட வைத்து தூக்கத்தைத் துர்க்கனவாக மாற்றியது. அதனால் அடிக்கடி காலை வேளையில் தான் இரவு முழுவதும் உறங்கிக்கழித்தோமா அல்லது பயத்தில் சுருண்டு படுத்துக்கிடந்தோமா என்று அவனுக்கு உறுதியாகத் தெரியவில்லை. இருப்பினும் சமவெளிகளில் சாரி சாரியாக இருந்த மக்களையும் அவர்களது குடியிருப்புகளையும் கண்டனர். அவர்கள் புதர்களைப் போலச் சுருக்கங்களுடன் இருந்தார்கள், அவர்கள் உடலின் ஒவ்வொரு அங்கமும் அதன் தேவைக்காக மட்டுமே இருந்தன. ஒவ்வொரு குடியிருப்பையும் கடந்து செல்லும் போது அவர்களின் நல்லெண்ணத்தையும் தகவலையும் பெறுவதற்காக அவர்களுக்குச் சிறிய அன்பளிப்பை அளிக்க வேண்டுமென அஜீஸ் மாமா கட்டளை இட்டிருந்தார்.

அஜீஸ் மாமாவை செய்யிது என ஏன் அழைத்தார்கள் என்பதைப் புரிந்துகொள்ளத் தொடங்கினான் யூசுப். என்ன நடந்தாலும் தான் பாதிக்காமலிருப்பது போன்ற பாவனை, குறிப்பிட்ட நேரத்தில் ஐந்து முறை தொழுகை செய்வது மற்றும் அவரது பற்றற்ற தோற்றத்திலிருந்து கிட்டத்தட்ட ஒருபோதும் அசையாமலிருந்த தன்மை. அதிகபட்சமாக தாமதத்திற்கு முகஞ்சுளிப்பார் அல்லது ஏதாவது விபத்து நேர்கையில் அதைச் சரி செய்யும் போது பொறுமையின்மையுடன் விறைப்பாக நிற்பார். அவர் அதிகம் பேசுவதில்லை. பொதுவாக முஹமது அப்தல்லாவுடன் மட்டுமே ஒவ்வொரு நாளின் பயணத்தின் முடிவில் நீண்ட கலந்துரையாடலில் ஈடுபடுவார். ஆனால் பயணத்தின் போது நிகழும் முக்கியமான அனைத்தையும் அவர் அறிவார் என்று யூசுப்புக்குப்பட்டது. சுமைகூலிகள் கூத்தடிப்பதைப் பார்த்து அவர் தனக்குள் சிரித்துக் கொள்வதை யூசுப் அவ்வப்போது பார்த்திருக்கிறான். ஒருமுறை மாலைத் தொழுகை முடிந்தவுடன் அவனது தோளில் கை போட்டு தன் பாயில் வந்தமருமாறு அழைத்தவர், “உன்னுடைய அப்பாவைப் பற்றி நினைப்பாயா?” என்று அவனிடம் கேட்டார். பேச்சிழந்து நின்றான் யூசுப். சில கணங்கள் காத்திருந்த அஜீஸ் மாமா பின் அவனது மௌனத்தைக் கண்டு மெதுவாகப் புன்னகைத்தார்.

நியாபாரா யூசுப்பைத் தனது சிறகுக்கடியில் பொத்திவைத்துக் கொண்டான். யூசுப் இதைப் பார்க்கவேண்டும் என அவன் நினைக்கும் ஏதாவது ஒரு பார்வையில் படுகையில் உடனே அவனை வரவழைத்து அவர்கள் கடந்து செல்லும் நிலத்தின் ஆபத்துகளையும் ஈர்ப்பையும் விளக்குவான். பயணம் அதிக தூரத்திற்கு முன்னேறிச் செல்லும் முன்பாகவே நியாபாரா அவனைப் பயன்படுத்திவிடுவார் என்று சுமைகூலிகள் யூசுப்பிடம் கூறினார்கள். "அவருக்கு உன்னைப் பிடித்திருக்கிறது. உன்னைப் போன்ற அழகனை யாருக்குத்தான் பிடிக்காது? யாரோ ஒரு தேவதை உன் அன்னையைக் காண வந்திருக்கக் கூடும்."

"உனக்கு ஒரு கணவனைக் கண்டு கொண்டாய் அழகனே!" கூட்டத்தினரின் வேடிக்கைக்காக ஏக்கமான முகபாவனையோடு சிம்பா வேனே சொல்லும் போதே அவனிடமிருந்து சிரிப்பு வெடித்துக் கிளம்பியது. "அப்புறம் நாங்களெல்லாம் என்ன செய்வது? அந்த அசிங்கமான அசுரனுக்கு உன்னைப் போன்ற அழகன் அதிகம். வா, பின்னிரவில் வந்து எனக்கு உடம்பு பிடித்துவிடு, அன்பு என்றால் என்னவென்று நான் உனக்குக் காட்டுகிறேன்." முதல் முறையாக சிம்பா வேனே அவனிடம் அவ்வாறு பேசுகிறான், யூசுப் ஆச்சரியத்தோடு முகத்தைச் சுளித்தான்.

சுமைகூலிகளுக்கும் காவலாட்களுக்கும் மத்தியில் சிம்பா வேனே பிரபலமாகிவிட்டான். அவனைச் சுற்றிலும் எப்போதும் அரசவை போல ஒரு கூட்டம் சூழ்ந்திருக்கும். நியாண்டே என்று அழைக்கப்படும் குள்ளமான, பருத்த, உருண்டையான நபர்தான் அரசவையின் முக்கிய அதிகாரி. சிரிப்பையும் புகழுரையையும் அவன்தான் முன்னெடுப்பான், எப்போதெல்லாம் முடிகிறதோ அப்போது சிம்பா வேனேவை விசுவாசமாகப் பின் தொடர்ந்து செல்வான். முஹமது அப்தல்லாவும் சிம்பா வேனேவும் சேர்ந்து நிற்கும்போது நியாண்டே நியாபாராவின் பார்வையில் படாதவாறு நின்றபடி அவரை நகல் செய்து காட்டி மற்ற சுமைகூலிகளுக்குச் சிரிப்பை வரவழைப்பான். தன்னுடைய சேட்டைகளை வேடிக்கையாக நினைக்காதவர்களையும் ஓரக்கண்ணால் பார்த்தபடி இருப்பான். சிம்பா வேனேவைக் கவனித்திருந்த முஹமது அப்தல்லா அவனைப் பற்றி அஜீஸ் மாமாவிடம் பேசியிருந்ததையும் யூசுப் அறிவான். அவர்களுடைய மாலை நேரக் கலந்துரையாடலின் போது யூசுப்பும் உடன் அமர பணிக்கப் பட்டிருந்தான். ஆனால் இயன்ற போதெல்லாம் அங்கிருந்து நழுவிச் சென்று சுமைகூலிகள் தங்களுக்குள் பேசிக்கொள்ளும் கதைகளைக்

கேட்கச் சென்றுவிடுவான். யூசுப்புக்கு அரபி தெரியாதென்பது முஹமது அப்துல்லாவுக்கு எரிச்சலை ஏற்படுத்தியதென்றாலும் தங்களுடைய உரையாடலில் சுவாரசியமாக இருந்ததை அவனுக்கு மொழிபெயர்த்துக் கூறுவான்.

ஒரு நாள் மாலை சிம்பா வேனேவைச் சுற்றி அமர்ந்து சத்தமெழுப்பிக் கொண்டிருந்த குழுவைப் பார்த்தவன், "அந்த வாயாடியை நன்றாகப் பார்த்துக்கொள், அவனுக்கு ஒரு பெரிய முள்ளை வைத்திருக்கிறேன். ஏதாவது மாற்றி யோசித்தானென்றால் அதைச் செருகி நெளித்துவிடுவேன். அவன் ஒரு மனிதனைக் கொலை செய்துவிட்டான், அதனால்தான் இந்தப் பயணத்தில் இருக்கிறான். அவனால் காயம்பட்ட மனிதர்களுக்கு இழப்பீட்டுத் தொகை கொடுக்குமளவு சம்பாதிக்கவும் அல்லது இறைவன் விரும்பினால் அவனே அழிந்து மறைவதற்கும்தான் இருக்கிறான். என்னுடைய வார்த்தையால்தான் இப்படித் திருந்துவதற்கு ஒரு வாய்ப்பு கிடைத்திருக்கிறது. இல்லாவிட்டால் கொலையுண்ட நபரின் உறவினர்கள் வஞ்சம் தீர்ப்பதற்காக அவனை ஜெர்மானியர்களிடம் பிடித்துக் கொடுத்திருப்பார்கள். ஜெர்மானியர்கள் எச்சில் துப்பும் நேரத்தை விட விரைவாக அவனைத் தூக்கிலிட்டு விடுவார்கள். அது போன்ற விஷயங்கள் அவர்களுக்கு விருப்பமானது. ஒரு கொலையாளியைக் கொண்டு வாருங்கள். சுருக்குக் கயிறைத் தயார் செய்கையில் அவர்களுடைய கண்கள் மகிழ்ச்சியில் ஒளிரும். இந்தக் கதையோடுதான் என்னிடத்தில் வந்தான், நானும் அவனை எடுத்துக் கொள்ள ஒப்புக் கொண்டேன். இப்போது அவனை நன்றாகப் பார். இந்த சிம்பா வேனேவைப் பற்றி எனக்கு ஒன்று தோன்றுகிறது. அவனுடைய கண்களில் வன்முறை, ஒரு பைத்தியக்காரத்தனம் இருக்கிறது. அவனுக்குப் பிரச்சினைகள் வேண்டும். இது ஒரு வகையான பசி அல்லது ஆர்வம் போலத் தெரிகிறது ஆனால் அவன் வலிக்காக ஏங்குகிறான் என்று நினைக்கிறேன். இந்தப் பயணம் முழுவதுமாக அவனை முற்றாக வெளிக்கொணர்ந்துவிடும். ஒரு மனிதனின் பலவீனத்தைக் கண்டுபிடிக்கக் காட்டுமிராண்டிகளின் மத்தியில் வாழ்வதை விடச் சிறந்த வழி ஏதுமில்லை."

அவர்கள் ஈடுபட்டிருக்கும் தொழிலைப் பற்றி முஹமது அப்தல்லா அவனுக்குக் கற்றுக் கொடுத்தான். "இதைத்தான் இந்தப் பூமியில் நாம் செய்ய வேண்டும்" என்றான் முஹமது அப்தல்லா. "வியாபாரம் செய்வது! வறண்ட பாலைவனங்களுக்கும் இருண்ட காடுகளுக்கும் சென்று அரசனோ காட்டுமிராண்டியோ யாராக இருந்தாலும் கவலைப்படாமலும் நாம் உயிரோடு இருக்கிறோமோ சாகிறோமா

என்பதையும் பொருட்படுத்தாமல் வர்த்தகம் செய்கிறோம். எல்லாமே நமக்கு ஒன்றுதான். நாம் கடந்து வரும் சில இடங்களில் மனிதர்கள் இன்னும் இந்த வியாபாரத்தால் உயிர்ப்பிக்கப்படாமல் முடங்கிப் போன பூச்சிகளைப் போல வாழ்ந்து கொண்டிருக்கிறார்கள்... வணிகர்களைப் போலப் புத்திசாலியான மனிதர்களே இல்லை, அறம் நிறைந்தவர்கள் என்று சொல்ல முடியாது. அதுதான் நமக்கு வாழ்க்கையைத் தருகிறது."

அவர்களுடைய வணிகப் பொருட்கள் பெரும்பாலும் துணி மற்றும் இரும்பு என்று விளக்கிச் சொன்னான். கனிகி, மரேகனி, பாஃப்டா என அனைத்து வகையான துணிகளும். அவர்கள் போக்கிலேயே விட்டுவிட்டால் அந்தக் காட்டுமிராண்டிகள் அணிந்து கொள்ளும் நாற்றமெடுத்த ஆட்டுத்தோலை விட அந்தத் துணிகளின் ஏதேனும் ஒன்று சிறந்தது. அந்தப் புறச்சாதியினரை இறைவன் வெட்கம் கெட்டவர்களாகப் படைத்துவிட்டதால் அவர்கள் ஏதோ ஒன்றை அணிந்திருந்தால்தான் மதவிசுவாசமுள்ளவர்கள். அவர்களை அடையாளம் கண்டு எப்படிக் கையாள்வதெனத் தீர்வு காண முடியும். இங்கே இரும்பின் தேவை குறிப்பாக உழுகுடி மக்களுக்கு அதிகமாக இருந்த போதும் ஏரியின் இந்தக் கரையில் சந்தை முழுவதும் துணிகளால் நிரம்பி வழிகிறது. அவர்களுடைய உண்மையான இலக்கு ஏரியின் மறுபுறம் இருண்ட பசிய மலைநாட்டின் உள்ளே இருக்கும் மன்யேமா என்னும் நாடு. அங்கு துணிகள்தான் பொதுவான பண்டமாற்றுப் பொருளாக இருந்தது. காட்டுமிராண்டிகள் பணத்துக்காக வர்த்தகம் செய்வதில்லை. பணத்தை வைத்துக் கொண்டு அவன் என்ன செய்வான்? வணிகரிடமும் கொஞ்சம் துணிகள், தையல் ஊசி, மண்வெட்டியின் தகடு, கத்திகள், புகையிலை மற்றும் அவர்கள் கண்டிப்பான சுல்தான்களுக்காகச் சிறப்புப் பரிசாக எடுத்துச் செல்லும் நன்கு மறைத்து வைக்கப்பட்ட பொடிகளும் மதுவும் இருந்தன. "அனைத்து முயற்சிகளும் தோல்வியில் முடிந்தாலும் இந்தப் பொடியும் போதையும் மட்டும் ஒருபோதும் தோல்வியடையாது."

அவர்களின் பாதை ஏரியின் தென்மேற்குப் பகுதி வரை இருந்தது. வணிகர்கள் நன்கறிந்த நாட்டுப்புறப் பகுதி, ஆனால் அது ஏற்கெனவே ஐரோப்பியர்களின் நிழலில் இருந்தது. அந்தச் சில நாய்கள் இப்போதும் இருக்கின்றன, இருப்பினும் மனிதர்களும் அவர்கள் விரும்பியபடி வாழ்ந்து கொண்டிருந்தார்கள். ஆனால் ஐரோப்பியன்கள் எந்த நேரத்திலும் வந்துவிடுவார்கள் என்று அறிவார்கள். "சந்தேகத்துக்கிடமின்றி அந்த ஐரோப்பியன்கள்

ஆச்சரியமானவர்கள்தான்" என்ற முஹமது அப்தல்லா தன் கூற்றை உறுதிப்படுத்திக்கொள்ள அஜீஸ் மாமாவைப் பார்த்தான்.

"இறைவன் மீது நம்பிக்கை வை" என்று ஆறுதலாகக் கூறினார் வணிகர். நியாபாராவின் தீவிரத்தைக் கண்டு அவரது கண்கள் வேடிக்கையைப் பார்ப்பது போலப் பிரகாசித்தன...

"அவர்களைப் பற்றி நாம் கேட்கும் கதைகள்! தெற்குப் பகுதியில் அவர்கள் செய்த போர்கள், அவர்களின் நேர்த்தியான வாள்கள்! மற்றும் அவர்கள் தயாரிக்கும் அற்புதமான, துல்லியமான துப்பாக்கிகள். அவர்கள் உலோகத்தை உண்டு செரிப்பதால் நிலங்களின் மீது அதிகாரம் வைத்திருக்கிறார்கள் என்று கேள்விப்பட்டேன், ஆனால் என்னால் அதை நம்ப முடியவில்லை. அவர்களால் உலோகத்தை உண்ண முடியுமென்றால் நம்மையும் இந்த பூமி முழுவதையும் ஏன் உண்ண முடியவில்லை? அவர்களுடைய கப்பல்கள் அனைத்துக் கடல்களைத் தாண்டியும் பயணம் செய்துள்ளன. சிலசமயம் சின்ன நகரத்தின் அளவு இருக்கும் கப்பல்கள். அவர்களுடைய கப்பல்களில் ஒன்றை நீங்கள் எப்போதாவது பார்த்திருக்கிறீர்களா செய்யிது? சில வருடங்களுக்கு முன் மொம்பாஸாவில் ஒன்றைப் பார்த்தேன். இதையெல்லாம் செய்ய அவர்களுக்கு யார் கற்றுக் கொடுத்தார்கள்? அவர்களின் வீடுகள், பளிங்குத் தரைகளால் ஆனவை, ஒருவன் தன் ஆடையின் ஓரங்கள் ஈரமாகி விடுமென்று நினைத்து அதை சில அங்குலங்கள் உயர்த்திப் பிடித்துக் கொள்ளத் தூண்டுமளவு அதன் பளபளப்பும் மினுமினுப்பும் மென்மையாக விரவியிருந்தது என்று கேள்விப்பட்டேன். இருந்தாலும் அவர்கள் தோலுரித்த பல்லி போலத் தோற்றமளிக்கிறார்கள். அவர்களுடைய பொன்னிறக் கேசம் பெண்களுடையதைப் போல அல்லது மோசமான ஒரு நகைச்சுவையைப் போல இருக்கிறது. முதல் முறையாக ஒருவனை நான் பார்த்த போது காட்டுக்கு நடுவில் மரத்தடியில் ஒரு நாற்காலியில் அமர்ந்திருந்தான். நான் ஒரு தீய சக்தியின் முன்னிலையில் இருக்கிறேன் என்று நினைத்துச் சர்வ வல்லமை கொண்ட இறைவனின் பெயரை உச்சரித்தேன். சில நிமிடங்களுக்குப் பின் அந்தப் பிசாசு உருவம் நாடுகளை உடைப்பதில் பெயர்பெற்றவர்களில் ஒருவனென அறிந்தேன்."

"அவன் ஏதாவது பேசினானா?" என்று யூசுப் கேட்டான்.

"மனிதக் காதுகள் அறிந்த வார்த்தைகள் அல்ல" என்றான் முஹமது அப்தல்லா. ஒருவேளை அவன் முணுமுணுத்திருக்கலாம். அவனுடைய வாயிலிருந்து புகை வெளியேறுவதைப் பார்த்தேன்.

இறைவன் அவர்களை நெருப்பிலிருந்து படைத்ததால் அவர்கள் ஜின்களாக இருக்கலாம்.”

நியாபாரா தன்னைக் கேலி செய்கிறார் என்று புரிந்துகொண்டான் யூசுப். அஜீஸ் மாமாவின் இதழோரத்தில் புன்னகையைக் கண்டான். “ஜின்கள் பிரமிடைக் கட்டியிருந்தால் அவர்களால் ஏன் நகரங்களைப் போன்ற பெரிய கப்பல்களைக் கட்ட முடியாது?” என்று கேட்டார் வணிகர்.

“ஆனால், அவர்கள் இவ்வளவு தூரம் எதற்காக வந்தார்கள் என்று யாரால் சொல்ல முடியும்?” என்றான் முஹமது அப்தல்லா. “பூமி பிளந்து திறந்து அவர்களை வெளியே எறிந்தது போல இருக்கிறது. அவர்கள் வேலை முடிந்ததும் ஒருவேளை மீண்டும் பூமி திறந்து தங்கள் உலகின் மறுபக்கத்திலுள்ள நிலத்துக்குள் அவர்களை உறிஞ்சிக் கொள்ளலாம்.”

“நீ ஒரு வயதான பெண்மணியைப் போலப் பேச ஆரம்பித்து விட்டாய் முஹமது அப்தல்லா” பாயில் உடலைத் தளர்த்தியபடி உறங்க ஆயத்தமானார் வணிகர். “நானும் நீயும் எதற்காக இங்கிருக்கிறோமோ அதே காரணத்திற்காக அவனும் இங்கே இருக்கிறான்.”

6

இயன்றவரை அவர்கள் ஏதாவது குடியிருப்பின் அருகேயே முகாமிட்டனர். அதன் காரணமாகத் தங்களுடைய மளிகைச் சரக்கை அதிகம் உபயோகிக்காமல் உணவுக்காகப் பண்டமாற்று செய்து கொண்டனர். மேலும் நாட்டின் உட்புறமாகச் செல்லச் செல்ல மாவுக்கும் இறைச்சிக்கும் அதிகத் தொகையைக் கொடுக்க வேண்டியிருந்தது. பயணத்தின் எட்டாம் நாளன்று ஒரு மரச்செறிவுக்கருகே முகாமிட்டனர். முதல்முறையாக விலங்குகளுக்கு அஞ்சி ஒரு கழியரண் அமைக்கக் கட்டளையிடப்பட்டது. ஒவ்வொரு நாளின் பயணத்தின் முடிவிலும் எந்த வேலைக்கும் செய்வது போல இதற்கும் குறைப்பட்டுக் கொண்டு குறுங்காடு முழுக்கப் பாம்புகள் பெருமளவில் வசிக்கின்றன என்று மறுதலித்தார்கள். கையில் வெட்டரிவாளை எடுத்துக்கொண்டு சிடுக்கான மரங்களைத் தன்னந்தனியனாக வெட்டித் தள்ளி மற்றவர்களை வெட்கத்திலாழ்த்திப் பின்தொடர வைத்தான் சிம்பா வேனே. புதர்களை வெட்டியும் விழுந்த மரக்கிளைகளை

இழுத்துச் சென்றும் நான்கடித் தடுப்பை அமைத்தார்கள். அவர்கள் அப்போது முன்னே இருந்த ஆற்றைக் கடப்பதற்கு முன் மகாட்டா என்னும் கிராமத்தை நெருங்கிக்கொண்டிருந்தார்கள். முன்பு ஆற்றின் அருகே கிராமவாசிகளால் பயணிகள் தாக்கப்பட்டார்கள் என்ற வதந்தியைக் கேள்விப்பட்டிருந்த வணிகர் எந்த விதமான அபாயத் நேர்வுகளையும் எதிர்கொள்ள விரும்பவில்லை. அணிவகுப்பு அவ்விடத்தை அடையும் முன்பாகவே மகாட்டாவின் சுல்தானுக்குப் பரிசுப் பொருட்களோடு இருவரை அனுப்பி வைத்தார். அந்தக் கிராமத்தின் பகட்டற்ற தலைவரை சுல்தான் என்று பணிவோடு அழைத்தார் வணிகர்.

அவர் அனுப்பிய ஆறு துணிகளும் இரண்டு மண்வெட்டிகளும் திருப்பி அனுப்பப்பட்டன. உடன் வணிகர் வசமிருக்கும் அத்தனை துணிகளையும் தனக்கு வேண்டுமென்ற மகாட்டா சுல்தானின் செய்தியும் வந்தது. அவற்றில் தனக்கு விருப்பமானதை சுல்தான் தேர்ந்தெடுத்துக் கொள்வார். குறிப்பாகத் தனது நிலத்தின் வழியாக அவர்கள் செல்வதற்கான சலுகைக்கு மதிப்பீடாகக் கொடுக்க நினைக்கும் பட்சத்தில் அவ்வாறு செய்வார். சுல்தானின் கோரிக்கையை நினைத்துச் சிரித்துக்கொண்ட அஜீஸ் மாமா பரிசுப் பொருட்களை இரட்டிப்பாக்கினார். அந்த நேரத்தில் கிராமத்திலிருந்து அரை மைல் தொலைவில் அணிவரிசை நிறுத்தப்பட்டது. ஆர்வமான குழந்தைகள் தொலைவிலிருந்து அவர்களை உற்று நோக்கிக் கொண்டிருந்தனர். மகாட்டா சுல்தான் இன்னும் திருப்தியடையவில்லை என்ற செய்தியுடன் தூதர்கள் வந்தார்கள். தான் ஒரு ஏழையென்றும் பின்னாளில் நினைத்து வருத்தப்படும் செயல்களைச் செய்ய வேண்டிய கட்டாயத்திற்குத் தன்னை ஆளாக்க வேண்டாமென்றும் சொல்லியனுப்பியிருந்தார். மீண்டும் பரிசுகளை இரட்டிப்பாக்கிய வணிகர், “சுல்தானிடம் நாம் அனைவருமே ஏழைகள் என்று சொல். ஆனால் சொர்க்கத்தில் வசிக்கும் பலரும் ஏழைகள்தான், அதே சமயம் நரகத்திலிருக்கும் பெரும்பாலோர் பிறர் பொருள் மீது ஆசைப்படுபவர்கள் என்பதை நினைவுகூரச் சொல்” என்று கூறி அனுப்பினார்

மாண்பும் பேராசையும் திருப்தியடையும்வரை நாளின் முழு நேரமும் இந்தச் செய்திப் பரிமாற்றங்களிலேயே கழிந்தது. பின்மதிய வேளையில் அவர்கள் ஆற்றை அடைந்து கரையோரத் திறந்த வெளியில் நின்றுகொண்டிருந்த போது நீருக்குள் சென்ற ஒரு பெண், முதலையால் தாக்கப்படுவதைக் கண்டார்கள். தண்ணீர் நுரையாகப் பொங்கிக் கொண்டிருக்கும் அந்த நீர்ப்பரப்புக்குக் கிராம மக்களும்

பயணிகளும் ஓடிச் சென்றார்கள். இருப்பினும் அந்தப் பெண்ணைக் காப்பாற்ற முடியவில்லை. கையறுநிலையில் அந்த இழப்புக்காக துக்கமடைந்த கிராமவாசிகள் ஆழமற்ற இடத்திலும் கரையிலும் நின்று அழுதபடி முதலை பின்வாங்கிச் சென்ற தூரத்துக் கரையை நோக்கிக் கோபமாக ஏதோ சைகை செய்து கொண்டிருந்தார்கள். அந்தப் பெண்ணின் உறவினர்கள் துக்கம் தாளாது தாங்களும் நீருக்குள் பாய மற்றவர்கள் அவர்களை வெளியே இழுத்து வந்தனர். மேலும் பல முதலைகள் இருக்குமோ என்று ஒரு சிலர் சஞ்சலத்துடன் நீரைப் பார்த்துக்கொண்டிருந்தார்கள்.

அது ஒரு பெரிய நதி, ஆனால் மகாட்டாவில் ஆழமற்றிருந்தது. அதனுடைய பரந்த சேற்றுக் கரைகள் விலங்கு மற்றும் பறவைக் கூட்டங்களை ஈர்த்தன. இரவு முழுவதும் நீரிலிருந்தும் புதரிலிருந்தும் ஓசை கேட்டுக்கொண்டே இருந்தது. மேலும் சில சுமைகூலிகள் தாங்களே தாக்கப்பட்டதைப்போல அலறி ஒருவருக்கொருவர் பயமுறுத்திக்கொண்டிருந்தனர். மகாட்டா சுல்தான் இரண்டு ஆடுகளை அறுத்து வணிகரையும் அவரது குழுமத்தையும் தன்னுடன் உணவருந்த அழைத்தார். உணவு நேரம் முழுவதும் துயரார்ந்தவராகவும் விருந்தோம்பல் செய்வதற்கு எந்த முயற்சியும் எடுக்காமலும் தனக்கு வேண்டியதைத் தானே எடுத்துச் சாப்பிட்டுக் கொண்டு விருந்தாளிகளை அவர்கள் விருப்பத்திற்கேற்ப உண்ண விட்டுவிட்டார். சுல்தான் ஒல்லியான தேகமும் கத்தரிக்கப்பட்ட நரைமுடியுடனும் இருந்தார்... நெருப்பு வெளிச்சத்தில் அவர் கண்கள் செவ்வரியோடிச் சிவந்திருந்தன. மிகக் கடினப்பட்டும் குழப்பமான உச்சரிப்பிலும் ஸ்வாஹிலி மொழி பேசினார். ஆனால் யூசுப் அங்கிருந்த போதெல்லாம் அவர் பேசுவதில் பெரும்பாலானவற்றைப் புரிந்துகொண்டான். "உங்களுடன் அழிவை அழைத்து வந்திருக்கிறீர்கள்" என்றார் சுல்தான். "இன்று விலங்கால் எடுத்துச் செல்லப்பட்ட பெண் நீரிலிருந்தும் முதலைகளிடமிருந்தும் பாதுகாக்கப்பட்டவள். அவளைப் போன்ற ஒரு பெண் எடுத்துச் செல்லப்பட்டதாக இதுவரை நிகழ்ந்ததேயில்லை, நான் உயிரோடு வாழ்ந்து கொண்டிருக்கும் காலத்தில் இல்லை. எங்களுக்கு முந்தைய காலத்தில் இப்படி எதுவும் நிகழ்ந்ததாகவும் கேள்விப்பட்டதில்லை. அந்தப் பெண்ணைப் பற்றி முடிவில்லாமல் பேசிக்கொண்டிருந்தார். நகர்ந்துகொண்டிருக்கும் அந்த இரவில் அவரது கண்கள் அவர்கள் மீதே அலைந்துகொண்டிருந்தன. மற்ற கிராமவாசிகளின் குரல் நெருப்பு வெளிச்சத்தின் விளிம்பில் அவ்வப்போது முணுமுணுப்பாகவும் உயர்ந்து ஒலித்தபோதும் அவர்கள் எதுவுமே பேசவில்லை. சுல்தான்

பேசும்போது அஜீஸ் மாமா பணிவுடன் அவர் முன்னே சாய்ந்தும் அவ்வப்போது அனுதாபமாகவோ அல்லது உடன்படும் விதமாகவோ தலையசைத்தார்... சுல்தான் தொடர்ந்தார். "கடந்து செல்லும் பாதையாகப் பலர் இந்த இடத்தைப் பயன்படுத்தி இருக்கிறார்கள். ஆனால் நீங்கள்தான் இந்தத் தீமையை இங்கு கொண்டு வந்தீர்கள். நீங்கள் செல்லும்போது இதை எடுத்துச் செல்லாவிட்டால் எங்கள் வாழ்க்கை நிலை தடுமாறியும் காரணங்களற்றும் போய்விடும்."

"இறைவனை நம்புங்கள்" என்று வணிகர் சாந்தமாகக் கூறினார்.

"நீங்கள் சிதைத்ததை மீட்டெடுக்க என்ன செய்ய வேண்டுமென்பதை நாளை பார்க்க வேண்டும்" அவர்களை அனுப்புகையில் கூறினார் சுல்தான்.

"இழிந்த காட்டுமிராண்டி தேவடியா மகன்!" என்றான் முஹமது அப்தல்லா. விளக்குப் பிடிப்பவர்கள் இருவர் குழுமத்தின் பக்கவாட்டில் சென்று கொண்டிருக்க மற்ற அனைவரும் கூர்ந்து நோக்கினார்கள்."உன்னுடைய வார்த்தைகளை உன்னிடமே வைத்துக்கொள், இல்லாவிட்டால் இரவு முடிவதற்குள் உனது குறி உன்னிடம் இருக்காது. நம்முடைய கருணைமிகு விருந்தளிப்பவர் தங்களுடைய கேடுகெட்ட ஆவிகளுக்குப் பலி தர விரும்புகிறார். அவர் தன்னுடைய கைநிறைக்குமளவு உள்ள உன்னுடைய ஆண்மைச் சின்னங்களை நடு இரவில் முதலைகளுக்கு வீசியெறிவதாக மனதில் நினைத்துக்கொண்டிருக்கலாம். தீமையிலிருந்து நம்மை இறைவன் காப்பாற்றுவாராக!"

"யாருக்குத் தெரியும், அதுவும் மற்ற மருந்துகளைப் போலப் பயனற்றது என?" என்று யூசுப்பிடம் பின்னர் கூறிய அஜீஸ் மாமா இறை நிந்தனைக்குத் தாவிய தன் விருப்பத்தை எண்ணிப் புன்னகைத்தார்.

அன்றிரவு பெரிய நாய்கள் தன்னைத் துரத்தி வரும் துர்க்கனவை மீண்டும் கண்டான் யூசுப். அது அவனிடம் தெளிவாகப் பேசியது, அதனுடைய நீண்ட வாயை அகன்ற இளிப்போடு திறந்து பளிச்சிடும் மஞ்சள் பற்களைக் காட்டியது. பிறகு அவனது திறந்த வயிற்றின் மீது கவிந்து ஆழமான ரகசியங்களைத் தேடியது.

விடியற்காலையில் அவர்களது முகாம் அலறல்களாலும் பரிதாபமான அழுகுரலாலும் விடிந்தது. உறங்கிக் கொண்டிருந்த சுமைகூலிகளில் ஒருவனைக் கழுதைப் புலிகள் தாக்கி முகத்தின் பெரும்பகுதி சதையைப் பிய்த்துக்கொண்டு போய்விட்டது. எஞ்சியிருந்த

தண்டுப் பகுதியிலிருந்து ரத்தமும் பிசுபிசுப்பான திரவங்களும் வெளியேறின. நினைத்துப் பார்க்கவே இயலாத வலியில் தரையில் வீழ்ந்து துடிதுடித்து அழுதான். எல்லா இடங்களிலிருந்தும் மக்கள் அவனைப் பார்க்க விரைந்தனர். குழந்தைகள் அவனைக் கிட்டத்தில் ஆவேசமாகக் கூட்டத்திற்கிடையே நெளிந்து நுழைந்து பார்த்தனர். சுல்தானும் பார்க்க வந்தார். கிளம்பும் முன் சில நிமிடங்கள் தனித்து நின்றவர் பின்னர், தான் மிகவும் திருப்தியாக இருப்பதாகவும் எது புனிதத்தை இழந்ததோ அது இப்போது சரி செய்யப்பட்டு விட்டதென்றும் அறிவித்தார். பயணிகள் முந்தைய நாள் தங்கள் ஊருக்குக் கொண்டு வந்த தீங்கை எடுத்துச் செல்லத்தான் விலங்குகள் அனுப்பப்பட்டன என்றும் இனி அவர்கள் பயணம் போகலாம் என்றார். அவர்கள் அந்த ஊரின் வழியாக மீண்டும் வரக்கூடாது என்பதே அவர்கள் விருப்பம். யூசுப்பைப் பார்த்து, இந்த இளைஞன்தான் தங்களுக்குக் கொடுக்கப்படுவான் என்று எண்ணியதாகக் கூறினார். தண்ணீரில் பறிகொடுத்த பெண்ணுக்குப் பொருத்தமான மாற்றாக அவன் இருந்திருப்பான் என்றார் சுல்தான். அந்தப் பெண் அனைவராலும் நன்கு நேசிக்கப்பட்டவள்.

காயமடைந்த சுமைகூலியுடன் அமர்ந்திருந்த இருவர் அவனைக் கீழே படுக்க வைக்கையில் அழுதனர். மீதமுள்ள பயணிகள் கிராம மக்களின் உதவியால் ஆற்றைக் கடந்து சென்றனர். காயமடைந்த நபரை எடுத்துச் செல்லும் முறை வந்ததும் சுல்தான் அவனை அனுப்ப மறுத்தார். ஒன்று மாற்றி ஒன்றாகப் பல பரிசுகளை வணிகர் அவருக்கு வழங்கியபோதும் சுல்தான் இணங்கவில்லை. காயம்பட்டவன் அவர்களுடையவன். அந்த நிலம் அவனை அவர்களுக்கு வழங்கியது.

அந்த மதிய வேளையில் முடிவற்ற வலியின் முனகல்களுக்கிடையே திடீரென்று அந்த மனிதன் இறந்துவிட்டான். மூளையிலிருந்து கசிந்த பொருளால் அவனுடைய காயம் மூடப்பட்டது. கிராமத்திலிருந்து சற்றுத் தொலைவிலுள்ள இடத்தில் உடனே அவனைப் புதைத்து விட்டனர். அங்குதான் தங்களுக்குத் தேவையற்ற அல்லது தீய வழியில் இறந்தவர்களை அடக்கம் செய்வார்கள் ஏனென்றால் அமைதியற்ற ஆவிகள் தங்கள் வாழ்வில் அலைவுறுவதை அவர்கள் விரும்பாதவர்கள் என்று சுல்தான் கூறினார். அந்தி சாயும் வேளையில் கடைசிப் பயணிகளும் ஆற்றைக் கடக்கும் போது கடற்கரையோரம் கூடியிருந்த சுல்தானும் கிராம மக்களும் சத்தத்துடன் விரைவாகக் கிளம்பினார்கள். நீர்யானை மற்றும் முதலையின் கண்கள் ஏற்கெனவே விழிப்புடன் இருக்க அவை

நீரின் மீது மெதுவாகப் படுத்துக்கொண்டிருந்தன. மறுகரையிலிருந்து ஒலித்த காட்டுப் பறவைகளின் கிறீச் என்ற ஒலி இப்போது இரவின் நிழலில் மேலும் ஆழமாக ஒலித்தது.

அன்றிரவு அதிகக் காவலர்களால் பாதுகாப்பு அமைக்கப்பட்டது. அவர்களுக்குத் தைரியமூட்ட பெரிய அளவில் நெருப்பு வெளிச்சமூட்டப்பட்டது. வணிகர் தனது பாயில் நீண்ட நேரம் அமர்ந்து தாங்கள் இழந்துவிட்ட மனிதனுக்காக அமைதியாகப் பிரார்த்தனை செய்துகொண்டிருந்தார். தனது பெட்டியிலிருந்து சிறிய குர்ஆனை எடுத்து மரக்கிளையின் மீது கட்டித் தொங்க விடப்பட்டிருந்த விளக்கின் வெளிச்சத்தில் இறந்தவனுக்காக யா சின் படித்தார். நியாபாராவும் சிம்பா வேனேவும் அங்குள்ள மனிதர்களுடன் அமர்ந்து தோராயமாக ஏதோ பேசி அவர்களுடைய பீதியான மனநிலையிலிருந்து வெளிக்கொணர முயன்றனர். யூசுப் உடனடியாக உறங்கச் சென்றுவிட்டான். ஆனால் கனவுகள் அவனைத் தொல்லை செய்ய வந்தன. இரண்டு முறை உதடுகளில் அழுகையுடன் எழுந்த அவன் யாராவது தன்னைக் கவனிக்கிறார்களா என்று இருட்டில் சுற்றிலும் பார்த்தான். காலை முதல் வெளிச்சத்தில் அணிவகுப்பு புறப்படத் தயாரானது. எல்லோரும் சுறுசுறுப்பாக இருக்க வேண்டுமென நியாபாரா கத்திக்கொண்டிருந்தான். "இரவில் பாம்பு கடித்துவிட்டதா?" என்று யூசுப்பைப் பார்த்து அமைதியாகக் கேட்டான். அல்லது ஏதாவது இழிவான கனவு கண்டாயா? தெளிவாக இரு இளைஞனே. நீ இனிமேலும் சிறுவனல்ல.

அஜீஸ் மாமா புறப்படத் தயாராவதற்கு உதவி செய்தபோது மெதுவான செருமலுடன் அவனைத் தடுத்தவர். "நேற்றிரவு மீண்டும் அலைக்கழிப்புக்கு ஆளாகியிருக்கிறாய்" என்றார். "சுல்தானின் வார்த்தைகள் உன்னைக் கவலைக்குள்ளாக்கியதா?"

யூசுப் ஆச்சர்யத்தில் அமைதியாக நின்றான். மீண்டும்! மீண்டும் அலைகழிப்பு!மீட்பே இல்லாத பலவீன நிலையில் அறியப்பட்டவனாக உணர்ந்தான். இரவில் நாய்களும் மிருகங்களும் வடிவமற்ற வெற்றிடமும் வந்து அவனிடமிருந்து அவனுடைய சுயத்தை நெம்பியெடுத்துச் செல்கின்றன என்று அனைவரும் அறிவார்களா? ஒருவேளை அவன் அடிக்கடி அழுதிருக்கலாம், அவர்கள் அனைவரும் அவனைப் பார்த்துச் சிரித்திருக்கலாம்.

"இறைவனை நம்பு, அவர் உனக்குப் பரிசொன்றை அளித்திருக்கிறார்."

"ஆற்றின் மறுபுறம் செழிப்பாகவும் மக்கள்தொகை அதிகமாகவும் இருந்தது. பசுமையான நிலப்பரப்பு முதலில் அவர்களை உற்சாகப்படுத்தியது. புதர்கள் பறவைகளுடன் அதிர்ந்து நடுங்கின. அவற்றின் கூர்மையான அயராத பாடல்கள் பகலின் குளிர்ந்த நேரத்தைக் கீறின. பழமையான மரங்கள் நெடிதுயர்ந்து வளர்ந்து கீழே சோலைகளில் வளர்ந்திருக்கும் புதர்ச்செடிகளுக்கு மென்மையான ஒளியை வடிகட்டிக் கொடுத்தன. ஆனால் பளபளப்பான புதர்ச்செடிகள் முள்கொடிகளை மறைத்து விஷக் கொடிகளில் சிக்குண்டிருந்தன. அவ்வாறாக ஈர்க்கும் நிழற்பகுதிகள் பாம்புகளால் நிறைந்திருந்தன. இரவும் பகலும் பூச்சிகள் அவர்களைக் கடித்தன. அவர்களுடைய ஆடைகளும் சதைகளும் முட்களால் பிய்க்கப்பட்டு ஒவ்வொரு நாளும் விசித்திரமான நோய் அவர்களை ஆட்கொண்டது. அவர்கள் செல்ல அனுமதிப்பதற்காக ஏறத்தாழ தினமும் எண்ணிக்கை அதிகரித்துக் கொண்டேயிருக்கும் பரிசுகளைச் சுல்தானுக்கு வழங்க வேண்டியிருந்தது. யன் முஹமது அப்தல்லாவும் சிம்பா வேனேவும் பேரம்பேசிச் சச்சரவிட்டுக் கொண்டிருக்கையில் இயன்றவரை அந்தப் பேச்சு வார்த்தையிலிருந்து விலகி இறுக்கமான அமைதியாக இருந்தார் வணிகர். சிலசமயங்களில் நியாபாராவையும் அவருடைய உதவியாளரையும் வேண்டுமென்றே எரிச்சலூட்டி ஆனந்தமடைந்து ஒரு உடன்படிக்கைக்கு வர விரும்பியதைப் போலிருந்தது. யூசுப்புக்கோ அந்த மக்கள் வந்தவர்கள் மீது வெறுப்பைக் காட்ட ஆர்வமாக இருக்கிறார்கள் எனத் தோன்றியது.

அவர்களுடைய முதல் இலக்கான டயாரி என்னும் நகரம் அங்கிருந்து சில நாட்கள் பயணத் தொலைவில்தான் இருந்தது. ஆனால் இந்த மக்கள் அணிவகுப்புக்குத் தங்களுடைய தேர்ந்த இழிவான வழிகளால் என்னென்ன அழிவுகளை ஏற்படுத்த முடியும் என்று புரிந்துகொண்டதால் தங்களுடைய அந்த நல்லெண்ணத்துக்கு தகுந்த சன்மானம் வரவேண்டுமென்று எதிர்பார்த்தார்கள். அவர்களிடம் உணவுப்பொருட்கள் ஏராளமாக இருந்ததால் அவற்றை அதிகத் தொகை கொடுத்து வாங்க முடியும். ஒவ்வொரு நாளும் கோழிகளையும் பழங்களையும் வாங்கினார் வணிகர், அது மறுக்கப்பட்டால் கிராம மக்களிடமிருந்து சுமைகூலிகள் அவற்றைத் திருடிவிடுவார்கள் பின் அது மற்றுமொரு வாக்குவாதத்துக்கும் சண்டைக்கும் வழிவகுக்கும் என வணிகர் அறிந்திருந்தார்.

மலையின் மறுபக்கத்தைச் சேர்ந்த போர் வீரர்கள் அவ்விடத்தைத் தாக்கி, தங்கள் கொடுவாளிலும் குத்தீட்டிகளிலும் ரத்தத்தைப் பூசிக்கொண்டு கால்நடைகளையும் பெண்களையும் கவர்ந்து

சென்றுவிட்டனர். ஆற்றிலிருந்து அவர்களுடைய பயணத்தின் ஏழாவது நாள் இரண்டு நாட்களுக்கு முன் தாக்கப்பட்ட அந்தக் கிராமத்துக்கு வந்து சேர்ந்தனர். அவர்கள் கிராமத்துக்கு வரும் முன்பே இடையூறுகளைக் கண்டும் உணர்ந்தும் இருந்தார்கள். மட்ட மதியத்தில் வானோக்கி எழுந்த நெருப்புப் புகைப்படலம், வானில் வட்டமடித்துக்கொண்டிருந்த கரும்பறவைகள் யாவும் தெரிந்தன. சூறையாடப்பட்ட கிராமத்தை அவர்கள் அடைந்தபோது காயம்பட்ட மற்றும் கைகால் வெட்டப்பட்ட சிலர் மரங்களின் நிழலில் பதுங்கியிருந்தனர். அனைத்துக் குடியிருப்புகளின் கூரைகளும் தீக்கிரையாகியிருந்தன. உயிர் பிழைத்தவர்கள் தங்கள் அன்புக்குரியவர்களின் இழப்பை எண்ணி துக்கத்தில் புலம்பிக் கொண்டிருந்தனர். கொள்ளைக்கூட்டத்தினர் பலரை அபகரித்துச் சென்றுவிட்டனர். தாக்குதலின் போது சில இளைஞர்கள் தங்களுடன் சில குழந்தைகளை அழைத்துக்கொண்டு அங்கிருந்து தப்பி ஓடிவிட்டனர். அவர்களால் திரும்பி வர முடியுமா என்று யாருக்குத் தெரியும்? வீங்கி நோயாகிப் போன அவர்களின் பயங்கரமான காயத்தைக் காண யூசுப்புக்குச் சகிக்கவில்லை. அது போன்ற வலியின் காட்சியைக் காண்கையில் உயிர் போய்விட வேண்டுமென்று விரும்பினான். புதர்களின் அருகில், எரிந்துபோன குடில்களில் என எங்கும் சடலங்களைக் கண்டார்கள்.

நோய் அல்லது கொள்ளையர்கள் மீண்டும் வந்துவிடுவார்களோ என்ற அச்சத்தில் அங்கிருந்து எவ்வளவு விரைவில் செல்ல முடியுமோ அவ்வளவு விரைவில் அனைவரும் சென்றுவிட வேண்டுமென்று விரும்பினான் முஹமது அப்தல்லா. இறந்தவர்களைப் புதைக்க வேண்டும் எனற கோரிக்கையோடு வணிகரை அணுகினான் சிம்பா வேனே. அவருக்கு மிக அருகில் நின்றபடி அவன் கேட்க வணிகர் ஓரடி பின்னே நகர்ந்தார். “எஞ்சியிருப்பவர்களால் அவர்களுடைய நிலத்தில் இந்தப் பணியைச் செய்ய இயலாது” என்று சிம்பா வேனே கூறினான்.

“அப்படியென்றால் அவர்களை விலங்குகளுக்கு விட்டுவிடுங்கள்” சினத்தை அடக்க முடியாமல் கத்தினான் முஹமது அப்தல்லா.

“இதற்கும் நமக்கும் சம்பந்தமில்லை. பெரும்பாலான உடல்கள் அழுகியும் ஏற்கெனவே பாதி உண்ணப்பட்டும்...”

“நாம் அவர்களை அப்படியே விட்டுவிடக் கூடாது” என்றான் சிம்பா வேனே. அவனது குரல் தாழ்ந்தது.

“அவர்கள் நமக்கு நோயைப் பரப்பிவிடுவார்கள்” வணிகரின் மீது பார்வையை ஓட்டியபடி கூறினான் முஹமது அப்தல்லா. “அவர்களுடைய சகோதரர்கள் வந்து இந்த அருவருப்பான வேலையைச் செய்யட்டும். அவர்களெல்லாம் புதருக்குள்தான் மறைந்திருக்கிறார்கள். அவர்கள் திரும்பி வந்து தங்கள் மூடநம்பிக்கைகளை நம்மீது திருப்பி இறந்தவர்களைக் களங்கப் படுத்திவிட்டோம் என்று சொல்வார்கள். நமக்கு என்ன வந்தது?”

“நாம் சகோதரர்கள். நம் அனைவருக்கும் தந்தையாகிய அதே ஆதாமின் ரத்த சொந்தத்தால் நாம் அவர்களின் சகோதரர்கள்” என்றான் சிம்பா வேனே... ஆச்சரியத்தில் பல்லைக் காட்டிய முஹமது அப்தல்லா ஏதும் பேசவில்லை.

“உனக்கு என்ன அக்கறை?”, அஜீஸ் மாமா கேட்டார்.

“இறந்தவர்களின் கண்ணியத்திற்காக” உறுத்துப் பார்த்தபடியே கூறினான் சிம்பா வேனே.

வணிகர் சிரித்தார். “நல்லது, அவர்களை அடக்கம் செய்.”

“இறைவன் என் கண்களில் கழுதைப்புலியின் மலத்தைப் பீய்ச்சட்டும்! இது ஆபத்தானதாகவும் தவறான எண்ணமாகவும் தோன்றவில்லையென்றால் இறைவன் என்னை ஆயிரம் துண்டுகளாக வெட்டட்டும். இது உங்கள் விருப்பமாக இருப்பதால் செய்யிது... ஆனால் இதன் அவசியம் என்னவென்றுதான் என்னால் புரிந்து கொள்ள முடியவில்லை.”

“எப்போதிருந்து நீ மூட நம்பிக்கைக்குப் பயப்படுகிறாய் முஹமது அப்தல்லா? மென்மையாகக் கேட்டார் அஜீஸ் மாமா.”

காயம்பட்ட பார்வையுடன் அவசரமாக அவரைப் பார்த்தான் நியாபாரா. “நல்லது, விரைவில் முடியுங்கள்” என்று சிம்பா வேனேவிடம் கூறினான். “அபாயத் துணிச்சலோ, வீரதீரமோ கூடாது. இவர்களெல்லாம் காட்டுமிராண்டிகள். ஒருவருக்கொருவர் இதை நிகழ்த்திக்கொண்டே இருப்பார்கள். நாம் இங்கே புனிதராகச் செயல்பட வரவில்லை.”

“யூசுப், அவர்களுடன் சென்று மனிதர்களின் இயல்பு எவ்வளவு கீழ்த்தரமானதும் முட்டாள்தனமானதும் என்று தெரிந்துகொள்” என்று கூறினார் அஜீஸ் மாமா.

"இந்தக் கோரமான நிகழ்வைக் காணும் நிலையை அவர்களுக்குத் தண்டனையாக அளித்த விதியைச் சபித்தவாறே கிராமத்தின் எல்லையில் ஆழமில்லாத குழியைத் தோண்டினார்கள். வேலை செய்து கொண்டிருக்கையில் அவர்களிருந்த திசைநோக்கி அவ்வப்போது துப்பிக்கொண்டு தாங்கள் தவறாக எடுத்துக் கொள்ளவில்லை என்பது போலச் சாவதானமாக நின்று கொண்டிருந்தார்கள் கிராமவாசிகள். அதன்பின் அவர்கள் அஞ்சி நடுங்கிய சிதைந்த உடல்களை அள்ளி எடுத்துத் தூக்க வேண்டிய அந்தக் கணம் வந்தது. குழி நிறைகையில் கிராம மக்களின் ஓலம் தேற்ற முடியாத அளவுக்கு ஓங்கி ஒலித்தது. அந்தப் பணி நிறைவடைந்ததும், சிம்பா வேனே புதைகுழியின் அருகே நின்றபடி கிராம மக்களை வெறுப்புடன் முறைத்தான்.

எரிதழல் வாயில்கள்

1

மூன்று நாட்களுக்குப் பிறகு அணிவகுப்பு டயாரியின் நகர்ப்புற எல்லையிலுள்ள ஆற்றை அடைந்தது. தூரத்திலிருந்து பார்த்த போதிலும் அது ஒரு பெரிய நகரம் என யூசுப்புக்குத் தெரிந்தது. ஆண்கள் அனைவரும் தங்கள் சுமைகளை இறக்கி வைத்துவிட்டு ஆரவாரக் கூவலுடன் ஆற்றுக்கு விரைந்தனர். ஒருவருக்கொருவர் நீரைத் தெளித்துக் கொண்டு குழந்தைகள் போல விளையாட்டுச் சண்டையில் ஈடுபட்டனர். சிலருடைய பயணம் அந்த இடத்தில் முடிவுக்கு வருவதால் அவர்களுடைய விடுதலையின் எதிர்பார்ப்பு உணர்வு மற்றவர்களையும் தொற்றிக்கொண்டது. புத்துணர்வு பெற்று தங்களைத் தூய்மைப்படுத்திக் கொண்ட பின் நீடித்த புன்னகையுடன் சுமைகூலிகள் தங்கள் சுமைகளுக்குத் திரும்பினர். அது நீண்ட நேரம் நீடிக்கவில்லை! நியாபாராவும் சிம்பா வேணேயும் அணிவரிசையின் பக்கவாட்டில் மேலும் கீழும் நடந்தபடி சுமைகளைச் சரி செய்தும் சுமைகூலிகளைக் கட்டுக்குள்ளும் கொண்டுவந்தனர். பறையடிப்பவரும் கொம்பூதுபவரும் சின்னச் சின்ன குறும்புத்தனமான இசைக்குறிப்புகளை வாசித்துத் தங்கள் வாத்தியங்களைச் சுரமேற்றிக் கொண்டிருந்தார்கள். சிவா வாத்தியக்காரர்கள் அதற்கு விடையளிக்கும் விதமாக ஆழ்ந்த மறுமொழியை இசைத்தார்கள். வரிசையில் ஒழுங்கு மீண்டபோது மேலும் கவனமாக வாசித்தார்கள்... அதனால் அவர்கள் நகரத்துக்குள் நுழையும்

போது அணிவகுப்பின் எழுச்சியான இசையுடன் பயணிகள் இயைந்து நடந்தார்கள். வெட்டியாக அமர்ந்திருப்பவர்களும் வழிப்போக்கர்களும் அவர்களைக் காண நின்றனர். சிலர் கைகளை அசைத்தும் கரவொலி எழுப்பியும் குவிந்த உள்ளங்கைகளுக்குள் தெளிவற்ற வார்த்தைகளைக் கூவிக் கொண்டிருந்தனர். நகரைச் சுற்றியுள்ள நிலம் காய்ந்து போய் மழைக்காகக் காத்திருந்தது. வழக்கம் போல அணிவகுப்பின் பின்னால் நின்றிருந்த அஜீஸ் மாமா அங்கு நிற்பவர்களைப் பார்க்கவேயில்லை. அவ்வப்போது தூசியைத் தடுக்கும் விதமாக மூக்கைக் கைக்குட்டையை வைத்துப் பொத்திக்கொண்டார். முன்னே செல்பவர்கள் எழுப்பிய மூச்சு திணற வைக்கும் புழுதி மேகத்துக்கிடையே நடந்து செல்கையில் அவர் யூசுப்பிடம் கூறினார், "இவர்களுடைய மகிழ்ச்சியைப் பார், அறிவில்லாத மிருகக் கூட்டம் தண்ணீரை நோக்கிப் பாய்வது போல இருக்கிறார்கள். நாம் எல்லோருமே நம்முடைய அறியாமையால் தவறாக வழிநடத்தப்பட்ட சின்ன புத்தி உயிரினங்கள். அவர்களுடைய இந்த உற்சாகம் எதற்காக? உனக்குத் தெரியுமா?"

தனக்குத் தெரியுமென்று யூசுப்புக்குத் தோன்றியது ஏனென்றால் அவனே அது போலத்தான் உணர்கிறான். ஆனால் வாயைத் திறக்கவில்லை. பிற்பாடு, பத்து நபர்கள் உறங்கக்கூடிய முற்றமும், சரக்குகளைப் பாதுகாப்பாக வைக்கக் கூடிய இடத்தோடும் கூடிய ஒரு வீட்டைக் கண்டுபிடித்து வாடகைக்கு எடுத்தார்கள். அஜீஸ் மாமா யூசுப்பிடம் கூறினார், "இந்த நகரத்துக்கு நான் முதன் முதலாக வரத் தொடங்கிய போது இது அரபுகளின் வழிவந்த ஸான்ஸிபார் சுல்தானின் கீழ் இருந்தது... ஓமானிகள் இல்லையேல் அவர்களுக்கு ஏவல் புரிந்த வேலைக்காரர்கள். ஓமானியர்கள் இயற்கைப் பேறு வாய்க்கப் பெற்றவர்கள்... ஆற்றல் மிக்கவர்கள். தங்களுக்கென சிறிய அரசாங்கத்தை அமைத்துக் கொள்ள இங்கு வந்தார்கள். அவ்வளவு தொலைவிலிருந்து இங்கே ஸான்ஸிபாருக்கு! அதில் சிலர் மேலும் பல கல் தொலைவு கடந்து மருங்கு வனங்களுக்கும் அப்பால் மகாநதிக் கரைக்குச் சென்றனர். அங்கு அவர்கள் தங்கள் அரசாங்கத்தை அமைத்துக் கொண்டார்கள். ம்ம், தொலைவு என்பது ஒன்றுமேயில்லை. அவர்களுடைய வாழ்நாளிலேயே மஸ்கட்டிலிருந்து அவர்கள் மாண்புமிகு இளவரசன் இவ்வளவு தொலைவு கடந்து வந்து ஸான்ஸிபாரின் தலைவராகும் போது அவர்கள் ஏன் வரக் கூடாது? அவர்களுடைய சுல்தான் சையது இந்தத் தீவுகளின் பழங்களாலேயே செல்வந்தர் ஆனார். அவர் அரண்மனை ஒன்றைக்

கட்டி அதில் குதிரைகளையும் மயில்களையும் அரிய வகை அழகுப் பிராணிகளையும் உலகின் மூலையிலிருந்தெல்லாம் கொண்டு வந்து அடுக்கினார்... இந்தியாவிலிருந்து மொராக்கோ வரை மற்றும் அல்பேனியாவிலிருந்து சொஃபலா வரை... பெண்களைக் கொண்டு வர அனைத்து இடங்களுக்கும் ஆளனுப்பினார், அவருக்கு நல்ல தொகையும் வழங்கினார். அவர்களுடன் நூறு குழந்தைகளை அவர் பெற்றதாகச் சொல்லப்படுகிறது. அவருக்கே எண்ணிக்கை துல்லியமாகத் தெரியுமா என்று நினைத்து ஆச்சர்யப்படுவேன். அந்தக் கும்பலை ஒழுங்குபடுத்தி வைக்கும் தொல்லையைக் கற்பனை செய்து பார்... அத்தனை குட்டி இளவரசர்களும் வளர்ந்து ஒருநாள் தங்கள் பல்லைப் புதைத்து வைக்க ஒரு துண்டு நிலமாவது வேண்டுமென விரும்புவார்கள் என்று கவலைப்பட்டுக்கொண்டே இருந்திருப்பார். அவர் கையிலேயே ஓரிரண்டு உறவினர்களைக் கொன்ற ரத்தக்கறை உள்ளது. அவர்களுடைய சுல்தானால் இத்தனையும் செய்ய முடிந்து அதற்குப் பரிசாக நன்மதிப்பைத் தவிர வேறொன்றயும் அடையாதவராக இருக்கையில், அவர் மக்கள் ஏன் செய்யக்கூடாது?”

“இங்கு வந்த பிரபுக்கள் இந்தச் சிறு நகரத்தை மாவட்டங்களாகப் பிரித்து அவர்களில் ஒருவர் அல்லது மற்றவரின் அதிகாரத்தின் கீழ் கொண்டு வந்தனர். முதலில் கன்யென்யே, அது முஹினா பின் சலேமான் எல் உருபி என்பவருக்குச் சொந்தமானது. அதன்பின் நகரின் இரண்டாவது பகுதி பஹரேனி, அதற்குச் சொந்தமான அரபு சையது பின் அலி. மூன்றாவதின் பெயர் லுஃபிட்டா, அது ரிமா கடற்புரத்தைச் சேர்ந்த வேன்யே லெண்டா என்பவருக்குரியது. கோவானி என்றழைக்கப்பட்ட நான்காவது பகுதி சையது பின் கபீப் அல்-அஃபிப் என்னும் அரபிக்கானது. ஐந்தாவது இடம் பொமானி, அதன் உரிமை ரேட்டி பின் ஜுமா என்னும் அரபியைச் சேர்ந்தது. ஆறாவது புகானி, அதற்குச் சொந்தமானவர் சலீம் பின் அலி. அடுத்து ஏழாவது செம்செம், ஒரு இந்தியனுக்குச் சொந்தமானது. அவர் பெயர் ஜுமா பின் தினா. எட்டாவது பகுதி நிகாம்போ, அந்த அரபியின் பெயர் முஹமது பின் நாஸர். ஒன்பதாவதாக பிரானி என்னும் பகுதிக்கு அலி பின் சுல்தான். பத்தாவது பகுதியான மலோலோ, ரஷீத் பின் சலீம் என்னும் அரபிக்கும், பதினொன்றாவதான விஹாராவின் சொந்தக்காரர் அப்தல்லா பின் நஸீபு. பன்னிரண்டாவது பகுதி கங்கே என்பது தனி. பின் அப்தல்லா என்னும் அரபிக்கும் பதிமூன்றாவது பகுதியான மிஎம்பா அரபி ஒருவரின் முன்னாள் அடிமையான ஃபர்ஹானி ஓட்டோமன்

என்பவருடையது. இட்டுரு என்னும் மற்றுமொரு பகுதி முஹமது பின் ஜுமா என்பவருடையது. அவருடைய அப்பா ஹமீத் பின் முஹமது, அவரை திப்பு திப்[1] என்றும் அழைப்பார்கள். நீ கூடக் கேள்விப்பட்டிருப்பாய் என்று நம்புகிறேன்."

"இப்போது ஜெர்மன்காரன்கள் இந்தப் பகுதி வரை அவர்களுடைய ரயில் பாதையை அமைக்கப் போகிறார்கள் என்று பேசிக் கொள்கிறார்கள். அவர்கள்தான் சட்டத்தை இயற்றுகிறார்கள், அவர்களே ஆணையிடுகிறார்கள். அமீர் பாஷா மற்றும் பிரின்ஸி காலத்திலிருந்தே இப்படிதான் இருக்கிறது. ஆனால் ஜெர்மானியர்கள் வருவதற்கு முன் இந்த நகரத்தைக் கடக்காமல் யாரும் ஏரிப்பகுதிகளுக்குப் பயணிக்கவில்லை."

யூசுப் ஏதாவது கூறுவான் என்று காத்திருந்த வணிகர் அவன் அப்படிச் செய்யாத போது தானே தொடர்ந்தார். "நீ சிந்தித்துக் கொண்டிருப்பாய்: இவ்வளவு குறுகிய காலத்தில் இத்தனை அரபிகள் இங்கு எப்படி வந்தார்களென்று. அவர்கள் இங்கு வருகை புரியத் தொடங்கிய போது இந்தப் பகுதியில் அடிமைகளை வாங்குவதென்பது மரத்திலிருந்து கனிகளைக் கொய்துவது போன்றது. அவர்களாகப் போய் பலியாட்களைக் கைப்பற்றுவதற்கு அவசியமேயில்லை, இருப்பினும் அந்தச் செயல் தரும் ஆனந்தத்திற்காகச் சிலர் அப்படிச் செய்வதுண்டு. ஒப்பனைச் சிற்றணிகளுக்காகத் தங்கள் உறவினர்களையும் அண்டை வீட்டாரையும் விற்கக்கூடிய மனிதர்கள் இருந்தார்கள்... தெற்குப் பகுதியிலும் ஐரோப்பியர்கள் கரும்பு விவசாயம் செய்த கடல் தீவுகளிலும் அரேபியாவிலும் பெர்ஷியாவிலும் ஸான்ஸிபாரில் உள்ள சுல்தானின் கிராம்புத் தோட்டத்தில் என எல்லா இடங்களிலும் அடிமைச் சந்தைகள் திறந்திருந்தன. நல்ல லாபம் பார்க்க வாய்ப்புண்டு. அடிமைகளையும் தந்தங்களையும் வர்த்தகம் செய்ய அரபிகளுக்கு இந்திய வணிகர்கள் கடன் கொடுத்தார்கள். லாபம் இருக்குமென்றால் எதற்கு வேண்டுமானாலும் கடன் வழங்கத் தயாராக இருந்தார்கள் அவர்கள். மற்ற வெளிநாட்டினரும் அதையே செய்தார்கள் ஆனால் அவர்களுக்காக ஒரு வணிகரை வேலை செய்ய வைத்தார்கள்... எப்படியோ பணத்தைத் திருடிய அரபிகள்

---

1 ஹமத் பின் முஹம்மது அல்–முர்ஜபி என்னும் திப்பு திப் தந்தம் மற்றும் அடிமை வணிகத்திற்குப் பெயர் பெற்றவர். ஸான்ஸிபாரைச் சேர்ந்தவரான இவர் பத்தொன்பதாம் நூற்றாண்டின் பிற்காலத்தில் டாங்கானிக்கா ஏரிக்கு மேற்குப் பகுதியான அரபு மண்டலத்தில் பரந்த வணிக சாம்ராஜ்யத்தை நிறுவி அதிகாரமிக்கவராக விளங்கினார். ஐரோப்பிய அதிகாரிகளுக்கு இணையாக ஆள்பலமும் ராணுவ பலமும் கொண்டிருந்த திப்பு திப் பின் கவர்னராகவும் இருந்தார்.

இந்தப் பக்கத்திலுள்ள காட்டுமிராண்டி சுல்தான் ஒருவனிடம் அடிமைகளை வாங்கி அவர்களைத் தன் பண்ணைகளில் பணிபுரிய வைத்தும் தங்களுக்காக வசதியான வீடுகளைக் கட்டித் தரவும் ஈடுபடுத்தினான்... இப்படியாகத்தான் இந்த நகரம் உருவானது.

ஏதோ யூசுப்பின் கவனம் சிதறிவிட்டது போல "உன் மாமா சொல்வதைக் கேள்" என்ற முஹமது அப்தல்லா. அஜீஸ் மாமாவின் விவரணையில் தானும் இணைந்துகொண்டான். அவனுடைய ஆர்வமான குறுக்கீடு அஜீஸ் மாமாவின் பிரசங்கத்தைத் துண்டித்தது. "அவர் என் மாமா இல்லை" என்று நினைத்துக்கொண்டான் யூசுப்.

"அவர் ஏன் திப்பு திப்" என்று அழைக்கப்படுகிறார்? யூசுப் கேட்டான்.

"எனக்குத் தெரியவில்லை" இரண்டுங்கெட்டான் மனநிலையில் தோளைக் குலுக்கினார் அஜீஸ் மாமா. "ஜெர்மானிய அமீர் பாஷா இந்தப் பகுதிகளுக்கு வந்தபோது அவர் டயாரி சுல்தானைப் பார்க்கச் சென்றார் அந்த சுல்தானின் பெயர் மறந்துவிட்டது... அரபிகளால் நியமிக்கப்பட்ட சுல்தான், அவரை எளிதாக மடக்கி அசைத்து விட முடியும். போருக்குத் தூண்டுவதற்காகவே வேண்டுமென்றே அந்த சுல்தானை மிக இழிவாக நடத்தினார் அமீர் பாஷா... அதுதான் அவர்கள் வழிமுறை. ஜெர்மானியக் கொடியை சுல்தான் பறக்கவிட வேண்டுமென்றும், அவர்களுக்கு விசுவாசமாய் இருக்க உறுதி பூண வேண்டும் மற்றும் அவருடைய வசமுள்ள அனைத்து ஆயுதங்களையும் பீரங்கிகளையும் ஒப்படைக்க வேண்டும் ஏனென்றால் அவையனைத்தும் ஜெர்மனியர்களிடமிருந்துதான் திருடப்பட்டவை என்று கோரிக்கை வைத்தார். போரைத் தவிர்ப்பதற்காகத் தன்னால் எவ்வளவு முடியுமோ அவ்வளவையும் செய்தார் டயாரி சுல்தான். பொதுவாக அவருக்கு யுத்தங்கள் விருப்பமானவை, எப்போதும் தன் அண்டை நிலத்தவரிடம் போரிட்டுக் கொண்டிருப்பார். அவருடைய அரபு துணைப்படையினர் தங்களுக்குத் தோதான போது அவருக்கு உதவி புரிந்தனர். ஆனால் அனைவருமே ஐரோப்பியர்களின் கருணையற்ற போரிடும் முறையை அறிந்து வைத்திருந்தனர். டயாரி சுல்தான் ஜெர்மன் கொடியைப் பறக்கவிட்டார், அவர்களுக்கு விசுவாசமாக இருக்க உறுதிமொழி கூறினார். அமீர் பாஷாவின் முகாமுக்கு உணவும் பரிசுப்பொருட்களும் அனுப்பினார். ஆனால் அவர்களிடம் ஆயுதங்களை ஒப்படைக்கத் தயங்கினார். இம்முறை அவர் தங்களுக்குத் துரோகமிழைத்துவிட்டதாக எண்ணி அரபியர்களும்

அவரைக் கைவிட்டனர். அவர் தேவைக்கும் அதிகமாகவே கொடுத்து விட்டார். அதனால் அமீர் பாஷா சென்றவுடன் சுல்தானை நீக்க சூழ்ச்சி செய்யத் துவங்கினார்கள்.

"நீண்ட நாட்கள் காத்திருக்க வேண்டியிருக்கவில்லை. அமீர் பாஷா பிரின்ஸிக்கு வந்தவுடன் அவரது ஜெர்மன் தளபதி போர் தொடுத்து சுல்தானையும் அவர் குழந்தைகளையும் மற்றும் கண்ணில் கண்ட மக்களையெல்லாம் கொன்று குவித்தார். அரபியர்களைத் தங்கள் காலடியில் மண்டியிட வைத்துப் பின் துரத்திவிட்டான். வெளிநாட்டுக்காரர்கள் அவர்களை முற்றிலும் அதிகாரமிழக்க வைத்துவிட்டார்கள். அவர்களுடைய அடிமைகளைக் கூடப் பண்ணைகளில் அவர்களால் வேலை வாங்க முடியவில்லை. அடிமைகள் ஒளிந்துகொண்டனர் அல்லது ஓடிவிட்டனர். நல்ல நிலையோ உணவோ இன்றி கைவிடப்பட்ட அரபியர்களுக்கு அங்கிருந்து வெளியேறுவதைத் தவிர வேறு வழியில்லை. சிலர் ருஏம்பாவுக்கும் சிலர் உகாண்டாவுக்கும் செல்ல மற்றும் சிலர் ஸான்ஸிபாரின் சுல்தானிடமே அடைக்கலமாயினர். இவற்றில் எதுவுமே செய்யத் தெரியாமல் எஞ்சிய சிலர் இருந்தனர். இப்போது இந்தியர்கள் அந்த இடத்தை அவர்கள் எடுத்துக்கொண்டார்கள். ஜெர்மானியர்களைத் தலைவனாகவும் காட்டுமிராண்டிகளை அடிமைகளாகவும் வைத்துக்கொண்டனர்."

"இந்தியர்களை ஒருபோதும் நம்பாதே" முஹமது அப்தல்லா சினத்துடன் மொழிந்தான். "லாபமிருக்குமென்றால் பெற்ற தாயைக் கூட விற்றுவிடுவார்கள், அவர்களுடைய பணத்தாசைக்கு எல்லையே இல்லை. பார்க்கக் கோழை போலவும் பலவீனனாகவும் தோன்றுவான். ஆனால் பணத்துக்காக எவ்வளவு தூரம் வேண்டுமானலும் செல்வான், என்ன வேண்டுமானாலும் செய்வான்."

நியாபாராவின் கட்டுக்கடங்காத உணர்ச்சிவயப்பட்ட நிலை கண்டு அஜீஸ் மாமா ஆச்சரியத்தில் தலையைக் குலுக்கினார். "ஐரோப்பியர்களை எப்படிக் கையாள வேண்டுமென்று இந்தியர்களுக்குத் தெரிந்திருந்தது. நமக்கு அவர்களிடம் பணிபுரிவதைத் தவிர வேறு தேர்வுகளில்லை."

2

டயாரியில் அவர்கள் அதிக நாட்கள் தங்கவில்லை. குறுகிய சந்துகள் சட்டென சிறிய வெட்ட வெளியாகவும் சதுக்கங்களாகவும் விரியும் குழப்பமான புதிர்ப்பாதைகளால் அமைந்தது அந்நகரம். இருளார்ந்த தெருக்களில் வீசிய காற்றின் வாசம் நெரிசலான அறைகளில் நிலவும் முடைநாற்றம் போல இருந்தது. வீடுகளின் வாசலிலிருந்து கழிவுநீரின் சிற்றோடை சில அங்குலங்கள் தூரத்தில் ஓடியது. அன்றிரவு வாடகைக்கு எடுத்த வீட்டின் முற்ற வெளியில் படுத்திருந்த போது கரப்பான் பூச்சிகளும் எலிகளும் அவர்கள் மீது ஊர்ந்து காய்த்துப்போன கால் விரல்களைக் கொறித்தும் சரக்கு மூட்டைகளின் சாக்குகளையும் கிழித்தன. அங்கே பயணம் முடிக்க ஒப்பந்தம் போட்டிருந்த சுமைகூலிகளுக்குப் பதிலாகப் புதிய ஆட்களை எடுத்திருந்த நியாபாரா சிலநாட்களில் அவர்களுடன் மீண்டும் பயணத்தைத் தொடங்கினான். டயாரியை விட்டு வெளியேறியதும் ஆனந்தமாக நேரத்தைக் கழித்தனர். லேசான மழை பெய்து அவர்கள் தேகத்தைக் குளிர்வித்துப் பாடல் பாட வைத்தது. கடினமான பயணத்தில் அலுத்துச் சலித்திருந்தவர்கள் கூட மீண்டும் தங்களுக்குள் பழைய வலிமை குடி கொள்வதாக உணர்ந்தார்கள். நோயின் வலுவான பிடியில் அகப்பட்டுக் கொண்டவர்கள் அடிக்கடி ஓடிப் புதருக்குள் ஒதுங்குகையில் இந்தப் பாடல்களோ நகைச்சுவைகளோ அவர்கள் வாதைகளைக் குறைக்கவில்லை. ஆனால் அவர்களுடைய வலியின் ஓலத்தைச் செவியுற்ற சகாக்கள் அமைதியாக இருப்பதை விட்டுவிட்டு இரக்கத்துடன் புன்னகை புரிந்தனர்.

சில நாட்கள் கழிந்த பின் தாங்கள் ஏரியின் அண்மையில் இருப்பதை அறிந்துகொண்டனர். அவர்கள் முன் தெரிந்த வெளிச்சம் தனதடியிலிருந்த நீரின் கனத்தால் அடர்த்தியாகவும் மென்மையாகவும் தெரிந்தது. ஏரியின் நினைப்பு அனைவரையும் மகிழ்வித்தது. அவர்கள் கடந்து வந்த கிராமங்களிலும் குடியிருப்புகளிலுமிருந்த மக்கள் புரிதலான புன்னைகையுடன் நின்றபடி அவர்களைப் பார்த்தார்கள். இருப்பினும் அவர்களுடைய உற்சாகம் அந்தப் புன்னகையை மேலும் விரிவாக்கியது. கிராமத்திற்குள் பெண்களைத் தேடிச் செல்வதில் பெருங்களிப்புற்றார்கள் சிலர். அதிலொருவன் மிக மோசமாகத் தாக்கப்பட்டான். வணிகர் குறுக்கிட்டுப் பல பரிசுப் பொருட்களை வழங்கி நல்லெண்ணத்தை மீட்டெடுத்தார். முகாமை அமைத்த பின் விலங்குகளின் தாக்குதலைத் தடுக்கும்

பொருட்டு புதர்களால் அரண்கள் கட்டி முடித்த பின் மாலையில் குழுவாக அமர்ந்து கதைகள் சொல்லத் தொடங்கினார்கள். மூத்த ஆண்களுடன் யூசுப் அமர்வதை எச்சரித்த நியாபாரா அவனது மாமா அதை அனுமதிக்கவில்லை என்று கூறினான். அவர்கள் உனக்கு தீஞ்செயலைக் கற்றுத் தருவார்கள் என்று முஹமது அப்தல்லா கூறியதை யூசுப் கண்டு கொள்ளவில்லை. அணிவகுப்பின் ஒவ்வொரு நாளிலும் தான் வலிமையுள்ளவனாக உணர்ந்தான். ஆண்கள் அவனை இன்னும் கேலி செய்தார்கள் ஆனால் கூடுதலான நட்புணர்வுடன் தொடர்ந்தார்கள். மாலை நேரத்தில் அவர்களுடன் அமர்கையில் அவனுக்காக இடமளித்துத் தங்களுடைய உரையாடலில் அவனையும் சேர்த்துக்கொண்டார்கள். சில சமயங்களில் ஏதோ ஒரு கை அவனுடைய தொடையைத் தடவும். ஆனால் அதன் பிறகு அதற்கு அண்மையில் அமர்வதைத் தவிர்ப்பது எப்படியென்றும் அறிந்துகொண்டான். தாங்கள் அதிகம் களைப்புற்றிராதபோது இசைக்கலைஞர்கள் சத்தமான குரலில் உச்சஸ்தாயில் ராகம் பாட அனைத்து ஆண்களும் கைகளைத் தட்டிக்கொண்டே பாடினார்கள்.

ஒரு மாலை வேளையில் அனைவரையும் ஆட்கொண்டிருந்த அதீத மகிழ்ச்சியில் தானும் மூழ்கிய நியாபாரா நெருப்பு வட்டத்திற்கருகில் சென்று நடனமாடினான். இரண்டு அடிகள் முன்னே சென்று நளினமாகக் குனிந்து பின் இரண்டடி பின்னே வந்தான். இதனுடன் ஒத்திசைவாக அவனுடைய பிரம்பு தலைக்கு மேலே சுழன்று கொண்டிருந்தது., கொம்பூதுபவர் உச்ச சுருதியில் ஒரு பல்லவியில் களிப்பின் கூவல் போல ஒரு அலங்காரத்தைக் கூட்டினார். அது சிம்பா வேனேவை இரவு வானத்தை நோக்கி முகம் பார்த்துச் சிரிக்க வைத்தது. புதிய பாடலுக்குச் சுழன்றாடிய நியாபாரா ஒரு நாயகனைப் போல உறைந்து நின்று மற்ற ஆண்களைச் சிரிக்க வைத்தான்

ஆட்டம் முடிவுக்கு வந்த போது நியாபாராவின் முகத்தில் சிறுவலியின் சுளிப்பு ஓடியதைக் கவனித்தான், அதைத் தான் மட்டுமே கவனிக்கவில்லை என்பதை அவன் அறிவான். ஆனால் வியர்வை வழிந்துகொண்டிருந்த முஹமது அப்தல்லாவின் முகத்தில் புன்னகை மறையவில்லை. "நான் முன்பு இருந்ததைப் பார்த்திருக்க வேண்டும்." மற்ற ஆண்களின் முன் பிரம்பை ஆட்டியபடி கத்தினான். "குச்சிகள் அல்ல, கையில் கூரிய வாளோடு ஆடுவோம். நாற்பது ஐம்பது ஆண்கள் ஒரே நேரத்தில் ஆடுவோம்."

நெருப்பு வட்டத்திலிருந்து வெளியே வரும் முன் மற்ற ஆண்களின் கூவலுக்கும் சீழ்க்கையொலிக்கும் கொஞ்ச நேரம் கையை காலை வீசிக் கொண்டிருந்தான். அவன் இரண்டடி எடுத்து வைக்கும் முன்பே நியாண்டே கையில் பிரம்புடன் குதித்திறங்கி நியாபாராவின் நடனத்தை நகலெடுக்கத் தொடங்கினான். இசைக்கலைஞர்கள் மீண்டும் களிப்புடன் இசைக்க நெருப்பு வட்டத்துக்கருகில் துள்ளிக் குதித்தான். இரண்டு அடிகள் முன்னே, தள்ளாடும் இரண்டடிகள் பின்னே, அதன்பின் ஆபாசமாகத் தெரிய வேண்டுமென்பதற்காகவே மிகையாகக் குனிந்தான். மூர்க்கமாகச் சில சுற்றுகளைச் சுற்றியும் வெறித்தனமாகப் பிரம்பைச் சுழற்றியும் ஆடிய பின் சட்டென நிறுத்திவிட்டுக் கால்களை அகட்டி நின்று தன்னுடைய காற்கவடுகளை மெல்ல வருடத் தொடங்கினான். "ஏதாவது பார்க்க வேண்டுமென்று யார் விரும்புகிறீர்கள்? முன்பு போல இல்லை, ஆனாலும் ஏதோ இருக்கிறது. இன்னும் அது வேலை செய்கிறது." இந்த அங்கதக் காட்சியைக் கண்டு அனைவரும் நகைக்க வெளிச்சத்தின் விளிம்பில் நின்றுகொண்டு அவர்களைக் கவனித்துக்கொண்டிருந்தான் நியாபாரா.

3

ஏரியோர நகரம் அதைச் சுற்றிலும் கரைகளாக அமைந்திருந்த செங்குத்தான பாறைகளிலிருந்தும் மலைகளிலிருந்தும் வீழும் சிவப்பு விளிம்புகள் கொண்ட ஊதா வண்ண மெல்லிய வெளிச்சத்தில் நனைந்திருந்தது. படகுகள் நீரின் ஓரமாக இழுத்துக் கட்டப்பட்டிருந்தன. சிறிய பழுப்பு வண்ண வீடுகள் கரையோரமாக அமைந்திருந்தன. அனைத்துத் திசைகளிலும் ஏரி பரந்து வியாபித்திருக்க அந்தக் காட்சி தங்கள் மனதைக் கிளர்த்தியது போல ஆண்களின் குரல் தாழ்ந்து ஒலித்தது. உள்ளே நுழைய அனுமதி கிட்டும்வரை பயணிகள் நகருக்கு வெளியே காத்திருந்தனர். அவர்களுக்கு அண்மையில் கோவிலொன்று இருந்தது. பாம்புகளும் மலைப்பாம்புகளும் வன விலங்குகளும் அதைச் சூழ்ந்திருந்தன. மாய உரு அனுமதித்தால் மட்டுமே அந்தக் கோவிலுக்குள் பாதுகாப்பாக நுழைந்து பத்திரமாக வெளியேற முடியும். அவர்கள் காத்துக்கொண்டிருக்கையில் அவர்களுடைய ஓய்விடத்திலிருந்து கொஞ்சமே தூரத்திலிருந்த சோலையொன்றைக் காட்டிக் கூறினார் முஹம்மது அப்தல்லா. "கிறுக்குத்தனமாக எது இருந்தாலும் இந்தக் காட்டுமிராண்டிகள் நம்பி விடுவார்கள்"

என்றார். இவையெல்லாம் சிறுபிள்ளைத்தனமானது என்று அவர்களுக்குக் கூறுவதால் ஒரு பயனும் இல்லை. அவர்களோடு விவாதிக்கவே முடியாது. கணக்கற்ற மூடநம்பிக்கைக் கதைகளைக் கூறுவார்கள்." அவர்களுடைய கடந்த பயணத்தின் போது இந்த நகரின் வழியாகத்தான் ஏரியின் மறுபுறத்திற்குச் சென்றார்கள். காயமடைந்த இரண்டு நபர்களை இங்கேதான் விட்டு வந்ததாகக் கூறினார். வறட்சிப் பருவத்தின் மிக மோசமான காலமாக இருந்ததால் ஈக்கள் பரவி ஊடாடும் டயாரி நோக்கிய பயணத்தில் அவர்களைக் கூட்டிக்கொண்டு செல்வதை விட இங்கேயே விட்டுச் செல்வது நல்லதென்று நினைத்தார்கள். இந்த வார்த்தைகளெல்லாம் ஹமீதின் வாசல்தளத்தில் பேசுகையில் எவ்வளவு நாகரீகமாகவும் அக்கறையான தொனியிலும் இருந்தது என்று நினைத்துப் பார்த்தான். ஏரிக்கரை நகரத்தில் இரண்டு பேரை ஒரு வணிகரிடம் விட்டு வந்ததாகவும் அவரிடம் எந்த வர்த்தகமும் செய்யாமலிருந்த போதும் அவர் அந்த மனிதர்களை நன்றாகக் கவனித்துக்கொள்வார் என்று தான் நம்புவதாகவும் அஜீஸ் மாமா கூறியதை யூசுப் நினைவு கூர்ந்தான். ஏரிப்பக்கம் ஒழுங்கற்ற வரிசையில் அமைந்திருந்த வீடுகளும், அழுகிய மீன்களின் நாற்றமும் இந்த நகர எல்லை வரை மிதந்து அவர்களை அடைந்ததும் மாறுபட்ட விளக்கத்தை அளித்தது. நியாபாராவை உற்று நோக்கிய போது அவனுடைய கண்களில் தெரிந்த தந்திரத்தையும் விழிப்புடன் கூடிய எச்சரிக்கையையும் பார்த்த யூசுப் அந்த இரு மனிதர்களும் இங்கேயே கைவிடப்பட்டு விட்டார்கள் என்பதை வெட்கக்கேடான நிச்சயத்தன்மையுடன் அறிந்தான்.

நியாண்டே நகருக்குள் தூதுவனாகச் சென்றான் ஏனென்றால் அந்த ஊர் மக்களின் மொழியைத் தன்னால் பேச முடியுமென்று கூறினான். சுல்தானால் ஸ்வாஹிலி மொழி பேச முடியும் என்றாலும் அவருடைய சொந்த மொழியிலே முதலில் பேசுவதுதான் பண்பாகும் என்றார் அஜீஸ் மாமா. சுல்தானுடைய வரவேற்புச் செய்தியுடன் திரும்பி வந்தான் நியாண்டே. அன்பளிப்புகளால் அவர் மிகுந்த நிறைவடைந்தார் எனினும் தன்னுடைய பழைய நண்பர்களைக் காணவே அதிக விருப்பமுடையவராக இருப்பதாகவும் சுல்தான் கூறியிருந்தார். வருகை புரியும் முன்னரே தங்களுக்கு நேரிட்ட துயரத்தை அவர்கள் அறிந்து கொள்ள வேண்டுமென்று விரும்பினார் சுல்தான். நான்கு இரவுகளுக்கு முன் சுல்தானின் மனைவி இறந்து போய்விட்டார்.

தன்னுடைய வருத்தத்தை வெளிப்படுத்திய வணிகர் அவருடைய இரங்கலையும் பயணிகள் அனைவரின் இரங்கல்களையும் சுல்தானுக்குத் தெரியப்படுத்துமாறு கூறினார். மேலும் பல அன்பளிப்புகளை அனுப்பியவர் தாங்கள் அவரை நேரில் சந்தித்து துக்க விசாரணை செய்ய அனுமதி கோருவதாகவும் கூறியனுப்பினார். மீண்டும் காத்திருக்க நேர்கையில் இறந்தவர்களைக் கௌரவிக்கும் சடங்குகளைப் பற்றி, அதுவும் குறிப்பாக இறந்தவர் சுல்தானின் மனைவியாக இருக்கும் பட்சத்தில் என்ன செய்வார்கள் என்று பேசிக் கொண்டனர். அவர்கள் இறந்தவர்களை எப்போதுமே அடக்கம் செய்வதில்லை என்று ஒருவன் உரையாடலைத் தொடங்கினான். சில சமயங்களில் அவர்கள் உயிருடன் இருக்கும் போதே புதர்க்காட்டில் வீசி விடுவார்கள், அப்போதுதான் காட்டு மிருகங்களுக்கு அவர்களின் உடல்கள் கிடைக்கும். அவர்களைப் புதர்வரை நடத்திக் கூட்டிச் சென்று கழுதைப் புலிக்கும் வேங்கைக்கும் விட்டுச் சென்று விடுவார்கள். சடலங்களைத் தீண்டுவது, அது சொந்தத் தாயின் சடலமாக இருந்த போதும் துரதிர்ஷ்டத்தைத் தருமென்றும் அவர்கள் நினைக்கிறார்கள். அது போன்ற சமயங்களில் சில இடங்களில் எல்லா அந்நியர்களையும் கொன்றுவிடுவார்கள். வியாபாரம் செய்ய முடியாத அளவுக்குச் சுல்தான் மனக்கலக்கம் அடைந்திருந்தால் என்ன செய்வது? அவர்கள் என்னென்ன சடங்குகள், மந்திரங்கள் செய்வார்கள்? என்ன பலிகள் தருவார்கள்? என்று யாருக்குத் தெரியும். சிலர் இறந்தவர்களின் உடலைப் பல நாட்களுக்குப் புதைக்காமல் வைத்திருப்பார்கள். ஒரு பானைக்குள் உடலைப் போட்டு மூடி மரத்தடியில் வைத்துவிடுவார்கள். ஆண்கள் பக்கத்திலிருந்த சோலையின் பக்கம் திரும்பிப் பார்த்தார்கள். அந்த நாற்றம் பிடித்த சடலங்களை அங்கே வைத்திருக்கக் கூடும்.

நியாண்டே ஒரு வழியாக அவர்கள் நுழைவதற்கு அனுமதி வாங்கி வந்தான். சுல்தானின் துக்கத்திற்கு மரியாதை அளிக்கும் விதமாக இசை, இரைச்சல் ஏதுமின்றி அனைவரும் அமைதியாக நடந்து செல்லுமாறு வணிகர் கட்டளைகள் பிறப்பித்தார். அது ஒரு சிறிய ஊர், இரண்டோ மூன்றோ டஜன் குடிசைகள் ஆங்காங்கே கொத்துக் கொத்தாக இருந்தன. காற்றில் அழுகிய மீன்களின் துர்நாற்றம் ரீங்கரித்துக் கொண்டிருந்தது. நீரின் விளிம்பில் தாங்கு கழிகளின் மீது அமைக்கப்பட்ட மரத்தாலான தளங்கள் ஓலை வேயப்பட்ட கூரைகளுடன் இருந்தன. சிலவற்றின் குறுக்கே கித்தான் துணித்துண்டுகளும் பாய்களும் இழுத்துக் கட்டப்பட்டிருந்தன. பெரிய படகுகள் நீரிலிருந்து மேலே இழுக்கப்பட்டு மேடைகளின்

நிழலில் இருந்தன. நிழலில் விளையாடிக்கொண்டிருந்த சிறுவர்கள் அமைதியாகச் சென்ற அணிவகுப்பைக் காண வெளியே ஓடி வந்தார்கள்.

தங்களைக் கூடியிருக்கச் சொன்ன இடத்தில் நின்றிருந்த ஆட்கள் வணிகர் தனது பேச்சு வார்த்தையை முடிக்கக் காத்திருந்தனர். சில நிமிடங்களுக்குப் பிறகு சிலர் அங்கிருந்து கலைந்து அந்த ஊரின் மக்களைத் தேடத் தொடங்கினர், ஆனால் அவர்களோ கண் காணாமல் மறைந்திருந்தனர். அந்த அமைதியில் யாரையாவது பார்த்து அவர்களுக்கு வந்தனம் சொல்லும் கூக்குரல் மற்றவர்களை எளிதாக அடைந்து அவர்களையும் வெளிவரத் தூண்டியது. வணிகரையும் அவரது ஆட்களையும் சந்திக்கலாம் என்ற செய்தி வந்து சேர்ந்தது. ஆனால் அந்தச் செய்தியை வழங்க வந்த கோபக்காரத் தோற்றமுள்ள மனிதன் சுல்தானைப் பார்க்க நான்கு பேருக்கு மட்டுமே அனுமதி வழங்கப்படும் எனத் தெரிவித்தான். அவரது துக்கமான மனநிலையில் கூட்டத்தையோ அதன் சத்தத்தையோ அவரால் தாங்க முடியாது. நியாபாரவும் நியாண்டேவும் அஜீஸ் மாமாவுடன் சுல்தானின் வீட்டிற்குள் சென்றார்கள். அறிஞரை அழைத்து வா, அப்போதுதான் அவர் நிலத்தின் உரிமையாளருக்கு வந்தனம் செய்வது எப்படி என்று கற்றுக் கொள்வார் என்றார் அஜீஸ் மாமா. நீருக்கருகில் அமைந்திருந்த குடிசைகளின் தொகுப்பு நோக்கிச் சென்றனர். மற்றெல்லாவற்றையும் விட அதிக எண்ணிக்கையில் இருந்த அந்தக் குடிசைப் பகுதி அங்கிருந்து முகப்புக் கூடம் அமைந்த பெரிய கட்டடத்துக்கு இட்டுச் சென்றது. கதவுக்கருகில் எரிந்து கொண்டிருந்த நெருப்பின் காரணமாக அறை புகையும் இருளுமாக இருந்தது. வீட்டின் நுழைவாயில் வழியாக மட்டுமே வெளிச்சம் வந்ததால் அவர்கள் ஒரு ஓரமாக இட்டுச் செல்லப்பட்டவுடன் அறை கொஞ்சம் பிரகாசமாகியது. சுல்தான் வாட்டசாட்டமான பெரிய உருவமாக இருந்தார். வைக்கோல் புற்களால் பின்னப்பட்ட ஆடையை உடலின் மத்தியில் சுற்றியிருந்தார். மங்கிய வெளிச்சத்தில் இறுக்கமான மேலுடம்புத் தசைகள் மின்னின. தொடையில் முழங்கையை ஊன்றிக் கொண்டு, விரிந்திருந்த கால்களுக்கிடையே இருந்த செதுக்கப்பட்ட மரத்தடியை இரு கைகளாலும் கோர்த்துப் பிடித்தபடி சாய்வில்லாத இருக்கையில் அமர்ந்திருந்தார். அவருடைய தோரணை ஆர்வமுள்ளவராகவும் அவதானிப்பு மிக்கவராகவும் அவரைக் காட்டியது. அவருடைய இடது, வலது இருபுறமும் இடுப்பு வரை ஆடை அணியாத இரு பெண்கள் பானகக் குடுவையைச் சுமந்தபடி நின்றிருந்தனர். அவருக்குப் பின்னால்

அதே போல அரை நிர்வாணத்துடன் நின்ற பெண் சுல்தானின் தோளுக்குக் குறுக்காக விசிறி வீசிக் கொண்டிருந்தாள். அவளுக்கும் பின்னால், இருளின் ஆழத்தில் ஒரு இளைஞன் நின்றிருந்தான். சுல்தானின் இரு புறமும் போடப்பட்டிருந்த பாயில் ஆறு ஆண்கள் அமர்ந்திருந்தார்கள். சிலர் வெற்று மார்போடு இருந்தனர். அந்த அறையைச் சூழ்ந்திருந்த புகை யூசுப்புக்கு மூச்சுத் திணறலையும் கண்களில் நீரையும் வரவழைத்தது. சுல்தானும் அவரது ஊழியர்களும் அதை எப்படி இவ்வளவு எளிதாகத் தாங்கிக் கொள்கிறார்கள் என்று ஆச்சரியமடைந்தான்.

சுல்தான் புன்னகையுடன் சில வார்த்தைகளை உதிர்த்தவுடன், "உங்களை வரவேற்கிறேன்" என்று கூறுகிறார் என மொழிபெயர்த்தான் நியாண்டே. "நீங்கள் ஒரு மோசமான நேரத்தில் வந்திருக்கிறீர்கள்" என்றார். அவரிடமிருந்து சமிக்ஞை வந்தவுடன் வலதுபுறத்திலிருந்த பெண் குடுவையை அவர் உதடுகளில் பொருத்தியவுடன் பல ஆழமான மிடறுகளை உறிஞ்சினார். அந்தப் பெண் வணிகரை நோக்கி அடியெடுத்து வைத்தாள். அவள் மார்புகளில் தழும்புகளின் அடையாளம் இருப்பதைப் பார்த்தான் யூசுப். புகையும் வியர்வையும் கலந்து பரிச்சயமான கிளர்ச்சியூட்டும் நறுமணத்துடனிருந்தாள். "நீங்கள் இப்போது கொஞ்சம் பியர் அருந்துங்கள் என்கிறார்" புன்னகையை மறைக்க இயலாமல் வணிகரிடம் கூறினான் நியாண்டே.

"நான் மிக்க நன்றியுடையவனாக இருப்பேன். ஆனால் நான் அதை மறுக்க வேண்டும்" என்றார் வணிகர்.

"ஏன் என்று கேட்கிறார்?" பல்லைக் காட்டினான் நியாண்டே. "அது நல்ல பியர், அதில் நஞ்சு கலந்திருக்கிறதென்று நினைக்கிறீர்களா? அவர் ஏற்கெனவே உங்களுக்காகச் சுவைத்துப் பார்த்துவிட்டார். அவரை நம்பவில்லையா?" அதன்பின் சுல்தான் ஏதோ சொல்லக் கூடியிருந்த பெரியவர்கள் தங்களுக்குள் கெக்கலித்துக் கிழட்டு ஆனந்தத்துடன் சிரித்தனர். வணிகர் நியாண்டேவைப் பார்க்க அவன் தலையைக் குலுக்கிக்கொண்டான். அவனுடைய செய்கை தெளிவற்றதாக இருந்தது, ஒருவேளை அவனுக்குப் புரியாமலிருந்திருக்கலாம் அல்லது அதை மொழிபெயர்க்காமலிருப்பதே நல்லது என நினைத்திருக்கக் கூடும்.

"நான் ஒரு வணிகன்" சுல்தானை நோக்கி அஜீஸ் மாமா கூறினார். "உங்கள் ஊரில் நான் அந்நியன். நான் மது அருந்தினால் கூச்சலிட்டு

சொர்க்கத்தின் பறவைகள் 179

சச்சரவுகளை இழுத்துவிடுவேன். வர்த்தகம் செய்ய வந்திருக்கும் அந்நியன் அவ்வாறெல்லாம் நடந்து கொள்ளக்கூடாது.''

சுல்தானும் அவர் மக்களும் மீண்டும் தங்களுக்குள் சிரித்துக் கொண்டபோது நியாண்டே கூறினான், "ஏனென்றால் உங்களுடைய கடவுள் உங்களை அனுமதிக்கமாட்டார்'' என்கிறார். அவருக்கு அது தெரியும். சுல்தானின் அடுத்த வார்த்தைகளை மொழிபெயர்க்க நீண்ட நேரம் எடுத்துக்கொண்டான் நியாண்டே. அவனுடைய முகத்திலிருந்த சிரிப்பு அடியோடு மறைந்துபோய் நேர்மையான முறையில் சொற்களை வெளிப்படுத்த மனதார முயல்கிறான் என்று தோன்றும் வகையில் கவனமாகப் பேசினான். "மனிதர்களை மது அருந்த அனுமதிக்காத கொடுமையான அந்த இறைவன் எப்படி இருப்பார்?''

"அவர் ஒரு கண்டிப்பான ஆனால் நியாயமான இறைவன் என்று சொல்'' உடனே பதிலுரைத்தார் வணிகர்.

"நல்லது, நல்லது'' என்கிறார். "ஒருவேளை ரகசியமாக உனது மதுவை அருந்துவாய். உன்னுடைய செய்தியைக் கொண்டு வா.'' இப்போது வந்திருந்தவர்களைப் பாயை நோக்குமாறு சுல்தான் சுட்டிக் காட்டுகையில் நியாண்டே கூறினான். "நீங்கள் நன்றாக வியாபாரம் செய்கிறீர்களா? இந்த முறை நீங்கள் என்ன கொண்டு வந்திருக்கிறீர்கள்? நாங்கள் எந்தக் கப்பமும் கேட்கவில்லை என்பதை நீங்கள் அறிவீர்கள் என்று நினைக்கிறேன். அப்படித்தானே? கப்பம் வாங்குவதற்கு இனிமேல் அனுமதியில்லை என்று பெரிய முதலாளி கூறிவிட்டார். அதனால் பெரியவருக்குப் பிடிக்காத எதையும் கேட்கும் தவறை அவர் செய்ய விரும்பவில்லை. அப்படி ஏதும் செய்து அதைப் பெரிய முதலாளி கேள்விப்பட்டு அவருக்குத் தண்டனை கொடுக்க வந்துவிட்டால் என்ன செய்வது? எந்தப் பெரிய முதலாளி பற்றி அவர் பேசுகிறார் என்று உங்களுக்குத் தெரியுமா என்று கேட்கிறார்?'' சுல்தானின் உடல் குலுங்க மூச்சு வெளிவரும் சள்ளென்ற சத்தமிடச் சிரித்தார். "ஜெர்மானியர்கள், அவர்கள்தாம் பெரிய முதலாளிகள். அவர் கேள்விப்பட்டவரை அவர்தான் இப்போது புதிய அரசர். கொஞ்ச நாட்களுக்கு முன்புதான் இந்தப் பகுதிக்கு வந்து தான் யாரென்று அனைவருக்கும் கூறிக் கொண்டிருக்கிறான். ஜெர்மானியர்களுக்கு இரும்புத் தலை என்று கேள்விப்பட்டார்கள். அது உண்மையா? ஒரே தாக்குதலில் ஊர் முழுவதையும் அழித்துவிடும் ஆயுதம் அவனிடம் இருக்கிறது. என்னுடைய மக்கள் வணிகம் செய்து அவர்களுடைய வாழ்வை

அமைதியாக வாழ விரும்புகிறார்கள். ஜெர்மானியர்களுக்குத் தொல்லை தர விரும்பவில்லை.'' இதனுடன் சுல்தான் இணைத்துக் கூறிய ஏதோவொன்று அவருடைய ஊழியர்களிடையே மீண்டும் சிரிப்பலையைத் தோற்றுவித்தது.

வாய்ப்பு தானாக அமைந்தபோது, ''இந்த இடத்தைக் கடக்க உங்கள் உதவி கிடைக்குமா?'' என்று கேட்டார் வணிகர்.

''நீருக்கப்பால் சென்று யாரைச் சந்திக்கப் போகிறீர்கள் என்று அவர் கேட்கிறார்'' என்று நியாண்டே கூறினான். குறை காணும் கண்ணோட்டத்தோடு முன்னால் சாய்ந்தபடி பார்த்தார். வணிகர் தரும் பதில் அவரை முட்டாளாகவும் கருணையற்றவராகவும் நிரூபிக்கும் என்று எதிர்பார்ப்பது போல இருந்தார்.

''சாட்டு, மருங்குவின் சுல்தான்'' என்று கூறினார் அஜீஸ் மாமா.

பின்னால் சாய்ந்து கொண்ட சுல்தான் மெலிதாகச் செருமினார். ''அவருக்கு சாட்டுவைத் தெரியுமெனக் கூறுகிறார்'' என்று நியாண்டே கூறினான். மேலும் பியர் வேண்டுமென சைகை செய்வதைக் கவனித்தார்கள். ''அவருடைய மனைவி அண்மையில்தான் இறந்தார் என்று உங்களிடம் சொல்லியதாகக் கூறுகிறார். அவரால் அவளை இன்னும் அடக்கம் செய்ய முடியவில்லையென்றும் அவர் இதயம் பதற்றத்தால் நிரம்பியிருக்கிறது என்றும் கூறுகிறார்.''

சில கணங்கள் கழித்து சுல்தான் தொடர்ந்தார். சவப்போர்வை இல்லாததால் அவருடைய மனைவியை அடக்கம் செய்ய முடியவில்லை என்றார். மனைவி இறந்ததிலிருந்து தன்னுள் இருந்த ஆற்றல் நீங்கிவிட்டதாகவும் சவப்போர்வை எங்கிருந்து கிடைக்கும் என்று யோசிக்க முடியாத நிலையிலிருப்பதாகவும் கூறினார். ''அவருக்கு ஒரு சவப்போர்வையைத் தருமாறு கேட்கிறார்'' என்றான் நியாண்டே.

சுல்தானின் பின்னால் மறை இருட்டில் நின்றிருந்தவன், ''தன்னுடைய மனைவியைப் புதைப்பதற்காக ஒரு மனிதன் கேட்கும் சவப்போர்வையைத் தர மறுப்பீர்களா'' என்று கேட்டான். வணிகரை எதிர்கொள்ள முன்னால் அடியெடுத்து வைத்து நியாண்டேவின் உதவி இல்லாமலேயே நேராகக் கேட்டான். அவனுடைய இடது கால் பிணியுற்று வீங்கியிருந்தது. நடக்கும்போது காலைப் பின்னால் இழுத்துக்கொண்டு வந்தான். இப்போது உயிருள்ள, அழுகிய சதையின் விசித்திரமான வீச்சத்தைப் புகைசூழ்ந்த குடிசையின் கரிக்கும் வாசத்திலிருந்து பிரித்தறியும்

திறன் பெற்றிருந்தான் யூசுப். அந்த இளைஞனுக்குப் பிறகு சுல்தானுடைய பல பெரியவர்களும் நம்ப முடியவில்லை என்பது போன்ற இறுக்கமான முகபாவனையுடன் பேசினார்கள். பெண்கள் அருவருப்புடன் உதட்டை மடித்து உச்சுக் கொட்டினார்கள்.

“நிச்சயமாக யாருக்கும் சவப்போர்வையை மறுக்கமாட்டேன்” என்ற அஜீஸ் மாமா யூசுப்பிடம் ஐந்து வெள்ளை பாஃப்டா பருத்தித் துணி உருளைகளை எடுத்து வரச் சொன்னார்.

“ஐந்து!” என்று கூறிய இளைஞன் பேச்சுவார்த்தைக்கான பொறுப்பை எடுத்துக்கொண்டான். பெரியவர்களில் ஒருவர் கடுஞ்சினத்துடன் எழுந்து வணிகர் இருந்த திசை நோக்கித் துப்பினார். யூசுப்பின் வெற்றுக் கைகளின் மீதும் கொஞ்சம் தூவல் தெளித்தது. “இவரைப் போன்ற முக்கியமான சுல்தானுக்கு ஐந்து உருளைகள்தானா? நீ இங்கிருந்து தண்ணீரைக் கடக்க முடியாது. உன்னுடைய சுல்தானுக்கு அவரது மனைவியைப் புதைக்க ஐந்து துணிகள்தான் தருவாயா? முட்டாளாக்கப் பார்க்காதே! அவருடைய மக்கள் அவர் மீது அன்பாக இருக்கிறார்கள். அவரை நீ இப்படி அவமதிக்கிறாய்.”

அவர்களுக்காக இதை மொழியாக்கம் செய்யும்போது சுல்தானும் பெரியவர்களும் சிரித்தார்கள். சுல்தானின் உடல் ஆனந்தத்தின் விசையால் குலுங்கி நடுங்கியது.

“அவன் அவருடைய மகன், பேசும்போது காதில் விழுந்தது” வணிகரின் காதில் கிசுகிசுத்தான் நியாண்டே.

“வணிகரே, நீர் சிரிக்க மாட்டீரா?” இளைஞன் கேட்டான். “அல்லது உங்கள் இறைவன் அதற்கும் தடை விதித்திருக்கிறாரா? முடிந்தவரை இங்கேயே சிரித்துக்கொள்ளுங்கள், ஏனென்றால் சாட்டுவிடமிருந்து எந்த நகைச்சுவையும் உங்களுக்குக் கிட்டாது என்று நினைக்கிறேன்.”

நூற்றி இருபது துணி உருளைகளுக்கு உடன்பட்டார்கள். ஆயுதங்களையும் தங்கத்தையும் தர வேண்டுகோள் விடுத்தார் சுல்தான். ஆனால் புன்னைகைத்தவாறே தாங்கள் அந்த வகையான வர்த்தகம் செய்வதில்லை என்று கூறினார் வணிகர். “இதற்கு மேல் பேசவேண்டாம்” என்றான் இளைஞன். இறுதியில் அனுமதி அளித்த சுல்தான் படகோட்டிகளிடம் தரும் தொகைக்காக அவர்கள்தான் பேச்சுவார்த்தை நடத்திக்கொள்ள வேண்டுமென்று கூறி விட்டார். “நாம் கொள்ளையடிக்கப்பட்டு விட்டோம்” என்று சினத்துடன் கிசுகிசுத்தான் முஹமது அப்தல்லா.

“கடந்த வருடம் இங்கு வந்த போது எங்கள் இரு நபர்களை இங்கு விட்டுச் சென்றோம்” என்று புன்னகையுடன் கூறினார் வணிகர். “அவர்கள் உடல் நலமில்லாமல் இருந்தார்கள். அவர்கள் குணமடையும் வரை நீங்கள் பார்த்துக்கொள்வதாக ஒப்புக் கொண்டீர்கள். அவர்கள் எப்படி இருக்கிறார்கள்? நலமாக இருக்கிறார்களா?”

“அவர்கள் போய்விட்டார்கள்” நிதானமாகக் கூறினான் இளைஞன், அவன் முகத்தில் வெறுப்பும் பணிவின்மையும் தெரிந்தன.

“அவர்கள் எங்கு சென்றார்கள்?” சாந்தமாகக் கேட்டார் அஜீஸ் மாமா.

“நான் அவர்கள் மாமாவா? அவர்கள் போய்விட்டார்கள்” என்று சினத்துடன் கூறினான். “போ, அவர்களை வேறெங்காவது போய்த் தேடுங்கள். உங்களைப் பற்றியெல்லாம் எனக்குத் தெரியாதென்று நினைக்கிறீர்களா?”

“அவர்களை சுல்தானின் கண்காணிப்பில் விட்டுச் சென்றேன்” என்றார் அஜீஸ் மாமா. அவருடைய குரலிலிருந்தே அவ்விருவரையும் ஏற்கெனவே அவர் கைவிட்டு விட்டாரென்று தன்னால் சொல்லி விட முடியும் என யூசுப் நினைத்தான்.

“உங்களுக்கு மருந்து செல்ல வேண்டுமா இல்லையா?” இளைஞன் கேட்டான்.

அவர்கள் அமர்த்திக்கொண்ட படகோட்டியின் பெயர் ககன்யாகா. சிறிய தோற்றம், திண்ணிய தசைகொண்ட மனிதன். அவர்களுடைய தேவைகள், ஆட்களின் எண்ணிக்கை மற்றும் எடை போன்றவற்றை அமைதியாகக் கேட்டுக்கொண்டிருந்தபோது அவர்களிடம் முகம் கொடுக்காமல் தண்ணீரை நோக்கிப் பார்த்துக்கொண்டிருந்தார். சுமைகூலிகளும் சரக்குகளும் இருக்கும் இடத்திற்கு அவருடன் திரும்பி வந்தார்கள், ஏனென்றால் அவரே அவற்றைப் பார்த்து மதிப்பீடு செய்ய முடியும். தங்களுடைய நான்கு பெரிய படகில் அவர்கள் நீரைக் கடக்கலாம் என்று கூறினார். தனக்கும் தன்னுடைய சக படகோட்டிகளுக்கும் சேர்த்துத் தொகையை நிர்ணயித்தவர் அவர்கள் பரிசீலிக்க நேரம் அனுமதித்து வெளியே உலா சென்று விட்டார். தொகை மிகவும் நியாயமாக இருந்தது. அவ்விடத்தை விட்டு நீங்குவதில் முஹமது அப்தல்லா குறியாய் இருந்ததால் அவர் சில அடி தூரம் செல்லும் முன்பே அழைத்தனர்.

அவர்கள் காலையில் கிளம்பலாம் என்றார் படகோட்டி. புறப்படும் முன்பே அவர்களுக்குத் தருவதாக ஒப்புக்கொண்ட பொருட்களைக் கொடுத்துவிட வேண்டும்.

"இப்போதே ஏன் கிளம்பக் கூடாது?" முஹமது அப்தல்லா கேட்டான். சுல்தான் உட்கொண்ட பியரின் அளவைப் பார்த்து அசந்து போயிருந்தான் அவன்... குடிபோதையில் ஒரு காட்டுமிராண்டி என்ன கனவு கண்டு தொலைக்கப்போகிறான் என யார் அறிவார்?

"எங்கள் ஆட்கள் தயாராக வேண்டும், சாட்டு செல்ல அத்தனை அவசரமா உங்களுக்கு? இப்போது கிளம்பினால் இரவு முழுக்கப் பயணத்தில் இருப்போம். குறிப்பிட்ட சமயங்களில் நீரின் மேல் பயணம் செய்வது பாதுகாப்பானதல்ல" என்றார் படகோட்டி.

"கெட்ட ஆவிகள் இரவில் உலாவும், அப்படித்தானே?" நியாபாரா கேட்டான். அவனுடைய எள்ளலைக் கேட்ட படகோட்டி பதிலேதும் அளிக்கவில்லை. காலையில் கிளம்பலாம் என்று கூறினார்.

"நீ எங்கள் மொழியை நன்றாகப் பேசுகிறாய், உங்கள் சுல்தானின் மகனும் கூட அப்படியே பேசுகிறார்" இனிய புன்னகையுடன் கூறினார் அஜீஸ் மாமா.

"எங்களில் பலர் ஹமீதி மதங்கா என்ற வணிகருக்காகப் பணி புரிந்தோம். இந்தப் பகுதிகளிலும் மறுகரைக்கும் கூட அவர் பயணிப்பார்." தயங்கியபடியே கூறிய படகோட்டி அதன்பின் அஜீஸ் மாமா தானாகக் கேட்டும் கூட மேலும் விவரங்கள் கூற மறுத்துவிட்டார்.

"கடந்த முறை நாங்கள் இங்கிருந்த போது உங்கள் சுல்தான் கொஞ்சம் ஸ்வாஹிலி பேசினார், ஆனால் இப்போது மறந்து விட்டார் போல" என்று மாறாத புன்னகையுடனேயே கூறினார் வணிகர். "காலம் நம் அனைவரையும் அப்படித்தான் ஏமாற்றி விடுகிறது. சொல், கடந்த முறை இங்கு வந்த போது இரண்டு காயமடைந்தவர்களை இங்கு விட்டுச் சென்றோம்... அவர்களுக்கு என்னவாயிற்று? அவர்கள் உடல்நிலை தேறியதா?" பேசிக் கொண்டிருக்கும் போதே யூசுப்பிடம் எடுத்து வரச் சொல்லியிருந்த சிறிய புகையிலைப் பொட்டலத்தையும், ஆணிகள் இருந்த பையையும் படகோட்டியிடம் நகர்த்தினார்.

பதிலளிக்கும் முன் வணிகரில் துவங்கி நியாபாரா, அப்போது உடனிருந்த சிம்பா வேனே மற்றும் இறுதியாக யூசுப்பையும் பார்த்து விட்டுச் சில கணங்கள் காத்திருந்தான் படகோட்டி. அவனுடைய கண்கள் ஏதோ குறும்பை குறிப்புக் காட்டுவதைப் போலப் பேசும் முன் கொஞ்சம் மின்னின. "அவர்கள் போய்விட்டார்கள். அவர்கள் குணமடைந்தார்கள் என்று எனக்குத் தோன்றவில்லை. அந்தக் குடிசையில் துர்நாற்றமடித்தபடி தங்கியிருந்தார்கள். அவர்கள் எங்களுக்குப் பிணியை அழைத்து வந்திருந்தார்கள். விலங்குகள் இறந்தன, மீன்கள் காணாமல் போய் விட்டன. அதன்பின் ஒரு இளைஞன் காரணமில்லாமல் மரணமடைந்தான். அவனுடைய வயது. அவன் வயதையொத்தவன்" என்று யூசுப்பைப் பார்த்தபடி கூறினான். "இது ரொம்ப அதிகம், அந்த மனிதர்கள் போயாக வேண்டும்" என்று மக்கள் கூறி விட்டனர்."

படகோட்டி அங்கிருந்து அகன்றதும், "இங்கே மாயமந்திரம் செய்கிறார்கள்" என்றான் சிம்பா வேனே.

"இறைவனை நிந்திக்காதே" சுருக்கென்று கூறினான் முஹமது அப்தல்லா. "தங்களுடைய சொந்த சிறுபிள்ளைத்தனமான துர்க்கனவுகளை நம்பும் அறிவு கெட்ட காட்டுமிராண்டிகள் அவர்கள்."

"அவர்களை நாம் இங்கே விட்டுச் சென்றிருக்கக் கூடாது. அதற்கு நான்தான் பொறுப்பு, அது என் தவறு. ஆனால் இந்த ஞானம் அவர்களுக்கோ அல்லது அவர்களுடைய உறவினர்களுக்கோ இப்போது எந்த விதத்திலும் உதவப் போவதில்லை."

"இந்த மிருகங்கள் தங்கள் அறிவு கெட்ட வாழ்க்கை முறைக்காக எதை வேண்டுமானாலும் பலி கொடுப்பார்கள் என்பதை யூகிக்க எந்த ஞானம் தேவை செய்யிது?" நானும் இதைத்தான் செய்திருப்பேன். "அவர்களிடம் போய் மாய மந்திரங்களைப் பயன்படுத்தி நமது இரு நபர்களை மீண்டும் வரவழைக்கச் சொல்ல வேண்டியதுதானே?" நியாபாரா சிம்பா வேனேவிடம் வெறுப்புடன் கூறினான்.

சிம்பா வேனே முகத்தைச் சுளித்தான். "நாம் இந்த இளைஞனைக் கவனமாகப் பார்த்துக் கொள்வது நல்லது, யூசுப்பின் மீது பார்வையை ஓட்டியபடி கூறினான். அதைத்தான் கூறுகிறேன். இவனுக்கு எந்தத் தீங்கும் நேராமல் உறுதியாகப் பார்த்துக்கொள். மக்காட்டாவில் இவனைப் பற்றி என்ன பேசினார்கள், அந்தப் படகோட்டி என்ன கூறினானென்றும் நினைத்துப் பார்."

“அவர்கள் என்ன செய்து விடுவார்கள். பசித்த பிசாசுகளுக்கு அவனை இரையாகப் போட்டு விடுவார்களா? இந்த நாற்றம் பிடித்த மீனவனை நீ தீவிரமாக எடுத்துக்கொண்டாய் என்று நினைக்கிறேன். எதையாவது செய்ய முயலட்டும், பார்” சினத்துடன் தன்னுடைய பிரம்பைச் சுழற்றியவாறே கத்தினான் முஹமது அப்தல்லா. “நீ என்ன நினைத்துக்கொண்டிருக்கிறாய்? நரகத்தின் வாசலைப் பார்க்குமளவுக்கு அவர்களை வெளுத்துவிடுவேன். அவர்கள் மீது வாந்தி எடுப்பேன். அவர்களுடைய நாற்றம் பிடித்த புட்டத்தின் மீது என்னுடைய மாயத்தை ஏவுவேன், அசிங்கம் பிடித்த காட்டுமிராண்டிகள்.”

“முஹமது அப்தல்லா”, அஜீஸ் மாமா கண்டிப்பான குரலில் கூறினார்.

“எல்லோரும் கவனமாகக் கேளுங்கள்,” என்றான் நியாபாரா. வணிகர் கூறியதைக் கேட்டது போல அறிகுறியே இல்லாதவாறு இருந்தான், ஆனாலும் குரலைத் தழைத்துக்கொண்டான் “சிம்பா, இந்த ஆண்களுக்கு மாய மந்திரத்தையும் கொடும் நோயையும் பற்றிச் சொல். எப்படியென்று உனக்குத்தான் தெரியும். உனக்கு அது ஒரு பொருட்டாக இருக்கிறது. இயற்கை உபாதைகள் வந்தால் புதர்களுக்குப் பின்னே போக வேண்டாமென்று சொல், இல்லாவிட்டால் ஆவியோ அல்லது மந்திரப் பாம்போ வந்து அவர்கள் குறியைக் கவ்விவிடும். பெண்களிடமிருந்தும் விலகியே இருக்கச் சொல். இளைஞனே, நீ செய்யிது அருகிலேயே எப்போதும் இரு, பயந்துவிடாதே.”

“முஹமது அப்தல்லா, உன்னுடைய இந்தக் கூச்சலால் உனக்கே அஜீரணம் ஏற்பட்டுவிடும்” என்றார் அஜீஸ் மாமா.

“செய்யிது, இது ஒரு தீமை நிறைந்த இடம். இங்கிருந்து போய் விடுவோம்” என்று கூறினான் நியாபாரா.

4

அடுத்த நாள் கிளம்புவதற்கு முன் இரு சுமைகூலிகளுக்கிடையே சண்டை ஏற்பட்டது. ஒரு பெண்ணுடன் உல்லாசமாக இருப்பதற்குத் தர வேண்டிய கூலிக்காக வணிகச் சரக்கிலிருந்து ஒரு மண்வெட்டியை எடுத்துவிட்டான் ஒரு சுமைகூலி. இன்னொரு கூலி அதை நியாபாராவிடம் புகார் செய்துவிட்டான். திருடியவனின் பயணச்

சம்பளப் பங்கிலிருந்து இரண்டு மண்வெட்டிக்கான தொகை துண்டிக்கப்படும் என அனைவர் முன்னும் அறிவித்தான். அந்தத் தீர்ப்பைக் கூறுகையில் பல வசைச் சொற்களைப் பிரயோகித்தான் நியாபாரா. ஒரு பெண்ணுக்காக அவன் திருட்டை மேற்கொள்வது முதல் முறையல்ல என்றும் அவன் மீது தன் பிரம்பைச் சுழற்றாமலிருப்பதற்காகத் தன்னைக் கட்டுப்படுத்திக் கொள்வதாகவும் நியாபாரா நாடகமே நடத்திவிட்டான். மற்றவர்கள் மேலும் பல ஏளனமான வார்த்தைகளைச் சேர்த்து அவனுடைய அவமானத்தைக் கேவலமாக்கினார்கள். அந்த வெட்கக்கேடான சடங்குகள் முடிந்தவுடன் அதனால் மனம் புண்பட்ட சுமைகூலி காட்டிக் கொடுத்தவன் மீது பாய்ந்தான். அவ்விருவரும் ஒருவரையொருவர் அடித்துக்கொள்ள உற்சாகமும் அவகாசமும் முழுமையாக அளிக்கப்பட்டன. அதை வேடிக்கை பார்க்க நீர்நிலையைச் சுற்றிப் பெரிய கூட்டம் கூடி சண்டையைத் தொடர்ந்து கண்காணித்து பரபரப்பிலும் உற்சாகத்திலும் கூவினார்கள். இறுதியில் சண்டையை முடித்து வைக்க சிம்பா வேனேயை அனுப்பி வைத்தார் வணிகர். "நாம் நமது வேலைகளை கவனிக்க வேண்டும்" என்றார்.

கிளம்புவதற்குத் தயாரானபோது காலையில் சற்றுத் தாமதாகி விட்டது. படகில் ஏறத் தயாரான போது அவர்களுடைய பெருமகிழ்ச்சி பரபரப்பின் எல்லையைத் தொட்டது. படகோட்டி ககன்யாகா தானே சரக்குகளை எடுத்து வைத்துவிட்டு அஜீஸ் மாமாவையும் யூசுப்பையும் தன்னுடைய படகில் ஏறச் சொன்னார். "இந்த இளைஞன் நமக்கு அதிர்ஷ்டத்தைக் கொண்டு வருவான்" என்று கூறினான். வெய்யோனின் சூடு ஏறிக்கொண்டிருந்த பொழுதில் சீராகத் துடுப்புப் போட்டுக் கொண்டிருந்தான் படகோட்டி. அவனுடைய வெற்று முதுகும் கைகளும் மின்னின. படகுகளை நெருக்கமாகச் செல்லுமாறு வரிசை அமைத்துக் கொண்டார்கள். ஒவ்வொருவர் மீதும் பாடல்களை இட்டுக்கட்டிப் பாடுவதும் அதற்கான மறுமொழிப் பாடலைக் கேட்டுச் சிரிக்கும் அளவுக்கு நெருக்கமாகச் சென்றனர். பெரும்பாலான நேரம் பயணிகள் அமைதியாக அமர்ந்துகொண்டு பிரம்மாண்டமான நீர்ப்பெருக்கத்தைப் பற்றியும், அவர்களுடைய வாழ்வைத் தங்கள் கைவசம் வைத்திருக்கும் அதிகாரமிக்க ஆண்களைப் பற்றியும் நினைத்துச் சஞ்சலம் அடைந்தார்கள். அவர்களுடைய வீடு கடல்புரத்திலிருந்தாலும் பெரும்பான்மையானவர்களுக்கு நீச்சல் தெரியாது. மலைகளையும் சமவெளிகளையும் வாழ்நாளுக்கும்

கடக்க இயலும் அவர்களுடைய பாதங்கள் கரைகளைத் தழுவும் சீறும் அலைகளைக் கண்டதும் அவசரமாகப் பின்வாங்கிக் கொள்கின்றன.

அவர்கள் ஏறக்குறைய இரண்டு மணி நேரம் பயணம் செய்த பிறகு சட்டென்று வானம் இருண்டது. எங்கிருந்தோ பலத்த காற்று வீசியது. யால்லாஹ்! வணிகர் மெதுவாகச் சொன்னதைக் கேட்டான் யூசுப். ககன்யாகா காற்றைப் பெயர் சொல்லி அழைத்து அதைத் தன்னுடன் வந்தவர்களுக்கும் மற்ற படகுகளுக்கும் கத்திக் கூறினான். படகோட்டிகளின் கூச்சல்களிலிருந்தும் அவர்கள் படகைச் செலுத்தும் வேகத்திலிருந்தும் தாங்கள் ஏதோ ஆபத்திலிருக்கிறோம் என்பதை அனைவரும் உணர்ந்தார்கள். அலைகள் உயரமாக எழுந்து அந்த மெல்லிய கைவினைப் படகுகளுக்குள் புகுந்து சரக்குகளையும் மனிதர்களையும் நனைத்தது. ஏதோ அந்த நேரத்தில் உலர்ந்து இருப்பதுதான் முக்கியம் என்பது போல பதற்றமான புகார்களைப் பொழிய ஆரம்பித்தார்கள். சில சுமைகூலிகள் கதறி அழுது இறைவனை அழைத்துத் தங்கள் பாதையை மாற்றிக்கொள்ளக் கால அவகாசம் கேட்டனர். வழிநடத்திய முதன்மைப் படகில் இருந்த ககன்யாகா தன் திசையை மாற்றினார். மற்ற படகுகளும் அந்தப் பாதையில் பின் தொடர்ந்தன. படகோட்டிகள் ஆவேசமாகத் துடுப்பை வலித்துக்கொண்டே ஒருவருக்கொருவர் ஊக்குவித்துக் கொண்டார்கள். அவர்களுடைய கூச்சல் அச்சத்தின் அலறலுக்கு நெருக்கமாக இருந்தன. நீரிலிருந்து படகை உயரத் தூக்கி வீசி அவர்களனைவரையும் கீழே கவிழ்த்துவிடுமளவு அலைகள் வலிமையாக இருந்தன. படகுகள் எவ்வளவு வலுவற்றவையாக இருக்கின்றன என்று சட்டென்று யூசுப்புக்கு வெளிப்படையாகத் தெரிந்தது போலிருந்தது. சீற்றம் கொண்ட நீரில் சாக்கடையில் இலை போலப் படகு சுழல்வதாகத் தோன்றியது. பிரார்த்தனைகள் மற்றும் அழுகையின் துணுக்குகள் இடையிடையே எழுந்து உறுமும் காற்றில் அமிழ்ந்து போயின. சிலர் திகிலில் வாந்தியெடுத்தனர். அத்தனை நிகழ்ந்த போதும் முதுகில் வியர்வையும் ஏரி நீரும் வெள்ளமாய் வழிந்தோட முழங்காலில் மிகுந்த வலு கொடுத்து துடுப்புப் போடும்போது எழும் ஆழ்ந்த முனகலைத் தவிர ககன்யாகா அமைதியாக இருந்தார். இறுதியாகத் தொலைவில் ஒரு தீவைக் கண்டார்கள்.

“சந்நிதி, நாம் அங்கே காணிக்கை தரலாம்” வணிகரை அழைத்தார்.

தீவைக் கண்ணில் கண்டதும் தங்கள் பயணிகளின் ஊக்கமளிக்கும் கூவல்களுக்கு மத்தியில் அவர்கள் மேலும் ஆவேசமாகத் துடுப்பு போட்டார்கள். தாங்கள் அனைவரும் பத்திரமாக இருக்கிறோம் என்று அறிந்தவுடன் படகோட்டிகள் வெற்றி முழக்கத்தையும் நன்றியறிவிப்புக் கூச்சலுமிட்டுக் கொண்டிருந்தார்கள். படகுகள் நீரிலிருந்து வெளியே இழுக்கப்பட்டு, சரக்குகள் அதிலிருந்து இறக்கப்படும் வரை பயணிகள் புன்னகைக்கவில்லை. அதன்பின் காற்றிலிருந்தும் நீர்த்தெளிப்பிலிருந்தும் விலகி புதர்களுக்கும் பாறைகளுக்கும் பின்னால் குவிந்தவர்கள் நீண்ட பெருமூச்செடுத்து தங்கள் அதிர்ஷ்டத்தைப் பற்றி முணுமுணுத்துக்கொண்டார்கள்.

ககன்யாகா வணிகரிடமிருந்து ஒரு கறுப்புத் துணி, ஒரு வெள்ளைத் துணி, சில சிவப்பு மணிகள் மற்றும் ஒரு பை நிறைய மாவும் கேட்டார். அவற்றுடன் வணிகர் எதைக் கொடுத்தாலும் வரவேற்கப்படுமென்றும் ஆனால் அந்தப் பொருள் உலோகத்தால் செய்யப்பட்டிருக்கக் கூடாதென்றும் கூறினார். இந்தச் சன்னதியின் ஆவியின் கையை உலோகம் சுட்டெரித்து விடும் என்று ககன்யாகா கூறினார். “நீங்கள் வர வேண்டும். இந்தப் பிரார்த்தனை உங்களுக்கும் உங்கள் பயணத்திற்குமானது. அப்பறம் இந்த இளைஞனையும் அழைத்து வாருங்கள். இந்தச் சந்நதியின் ஆவி பெயர் பெம்பே, அவர் இளமையை விரும்புவார். சந்நிதிக்குள் நுழையும் போது அந்தப் பெயரை நீங்களே திரும்பத் திரும்ப உங்களுக்குள் சொல்லுங்கள். ஆனால் நான் சொல்வது உங்கள் காதில் விழும் வரை அதை உரக்கச் சொல்ல வேண்டாம்.”

கூரிய இலைகளையுடைய புதர்களிலும் புற்கள் வழியாகவும் அவர்கள் நடந்தார்கள். நியாபாரா மற்றும் சில படகோட்டிகள் உடன் சென்றனர். இருண்ட புதர்களும் உயரமான மரங்களும் சூழப்பட்ட வெட்ட வெளியில் கற்களால் முட்டுக் கொடுக்கப்பட்டு நின்ற சிறிய படகைக் கண்டனர். உள்ளே மற்ற பயணிகளால் காணிக்கையாக வழங்கப்பட்ட பரிசுகள் இருந்தன. தான் அவர்களுக்காக மொழிபெயர்த்துக் கூறும் சொற்களையெல்லாம் அவர்களை திருப்பிச் சொல்ல வைத்தார். “நாங்கள் இந்தப் பரிசுகளை உனக்காகக் கொண்டு வந்துள்ளோம். இந்தப் பயணத்தில் எங்களுக்கு அமைதியை அளிக்குமாறு இறைஞ்சிக் கேட்டுக் கொள்கிறோம். அப்போதுதான் நாங்கள் பத்திரமாகச் சென்று திரும்பி வர இயலும்.”

அதன்பின் பரிசுப் பொருட்களை அந்தப் படகில் வைத்துவிட்டு அதை ஒவ்வொரு திசையிலும் ஒருமுறை சுற்றினார். வணிகர் தான் கொண்டு வந்திருந்த புகையிலைப் பையை ககன்யாகாவிடம் கொடுக்க அதையும் அந்தச் சந்நிதியிலேயே வைத்தார். அவர்கள் படகுகளுக்குத் திரும்பிய வேளையில் காற்று தணிந்திருந்தது.

"மாயமந்திரம் போட்டது போல" நியாபாராவைப் பார்த்து சிரித்துக் கொண்டே கூறினான் சிம்பா வேனே.

அவனைப் பார்த்து நேசமற்ற புன்னகையை அளித்த முஹமது அப்தல்லா நம்பிக்கையின்றித் தலையைக் குலுக்கிக் கொண்டான். "இன்னும் கூட மோசமாக இருந்திருக்கலாம். அருவருப்பான எதையோ நம்மைச் சாப்பிட வைக்கவோ அல்லது மிருகங்களுடன் புணர்ச்சியில் ஈடுபடவோ விரும்பியிருக்கக் கூடும். ஹயா, சரக்கை ஏற்றுங்கள்' என்றான்.

அவர்கள் மறுகரையைக் கண்ணில் கண்டபோது சூரியன் சாயத் தொடங்கி அதன் சாய்ந்த கதிர்கள் சிவந்த பாறை முகடுகளை ஒளிரச் செய்ததால் அவை நெருப்பின் சுவர்கள் போலத் தெரிந்தன. நள்ளிரவு நெருங்கும் வேளையில் அவர்கள் நிலத்தை அடைந்த போது வானம் மேகங்களால் மூடப்பட்டிருந்தது. நீரிலிருந்து படகை வெளியே இழுத்துக் கட்டினர், ஆயினும் ககன்யாகா யாரையும் நிலத்தின் மீது உறங்க அனுமதிக்கவில்லை. "இருளில் என்ன நடந்து வருமென்று யார் கண்டார்கள்?" என்றார்.

5

காலையில் பொருட்கள் இறக்கி வைக்கப்பட்டவுடனேயே ககன்யாகாவும் அவரது சக படகோட்டிகளும் முதல் கதிரொளியில் பயணிகளையும் அவர்கள் சரக்குகளையும் கடற்கரையில் இறக்கி விட்டுக் கிளம்பிவிட்டார்கள். விரைவில் வரத் தொடங்கிய மக்கள் அவர்களுடைய வியாபாரத்தைப் பற்றிக் கேட்டார்கள். அவர்களை யார் இங்கு அழைத்து வந்தது? எவ்வளவு தொலைவிலிருந்து வந்தார்கள்? எங்கு செல்லப் போகிறார்கள்? எதற்காகச் செல்கிறார்கள்? யூசுப்பும் சிம்பா வேனேயும் அந்த ஊரின் தலைவரைக் கண்டுபிடிக்க அனுப்பப்பட்டிருந்தனர். நீரின் மறுபுறத்திலிருந்த அவர்கள் கடந்து வந்த ஊரை விட இது பெரியதாகத் தெரிந்தது. மரிம்போ என்றழைக்கப்படும் மனிதனின் வீட்டிற்குச் செல்லுமாறு அவர்கள் வழிகாட்டப்பட்டார்கள். அவர் அப்போதுதான் உறக்கத்திலிருந்து

எழுந்திருந்தார். மெலிந்த வயதான அந்த மனிதனின் முகத்தில் அதீத சுருக்கங்களும் சருமம் இளகித் தொங்கிப் போயுமிருந்தன. மற்ற வீடுகளிலிருந்து எந்த வகையிலும் மாறுபாடில்லாமலிருந்தது அவர் வீடு. அந்த வீட்டின் கதவுவரை வழிகாட்டி நடந்து வந்த பெண் எந்தவிதமான பவ்ய பாவனைகளும், சடங்குகளும் இல்லாமல் தயக்கமின்றி கதவைத் தட்டினாள். அவர்களைப் பார்த்து மிகிழ்ச்சியடைந்த மரிம்போ விருந்தோம்பலுடனும் நடந்து கொண்டார். மகிழ்ச்சியாக உரையாடிய போதும் அவர் கவனத்துடன் கூர்நோக்கிக் கொண்டிருப்பதையும் அந்த அளவு வாழ்க்கையின் அனுபவங்கள் அவருடைய கைரேகையில் ஓடுவதையும் யூசுப்பால் கண்டுகொள்ள முடிந்தது. மொழிபெயர்ப்பதற்காக அவர்களுடன் நியாண்டே வந்திருந்தான். ஆனால் அவர்களுக்கு அவன் தேவை வேண்டியிருக்கவில்லை.

"சாட்டு!" ஏதோ தெரிந்தது போன்ற சிறு புன்னகை வெளிவந்து அதை அவர் கவனமாக அடக்கினார். "சாட்டு கடினமான மனிதன். நீங்கள் சரியான முறையில் வணிகம் செய்ய வந்திருக்கிறீர்கள் என நம்புகிறேன். எந்த விதமான கீழ்மைகளையும் அவருடன் வைத்துக் கொள்ள வேண்டாம். இங்கிருந்து சில நாட்கள் தொலைவே அவருடைய ஊர் இருக்கிறது ஆனாலும் அவர் அழைத்தாலன்றி நாங்கள் போக மாட்டோம். தனக்குத் தவறிழைத்து விட்டார்கள் என்று நினைத்துவிட்டால் மிகவும் கொடூரமானவராக மாறி விடுவார். ஓஹ், அங்கு வாழ்வதை நான் வெறுக்கிறேன். நண்பர்களே, ஒன்று சொல்கிறேன், சாட்டுவின் ஊரில் அந்நியர்கள் வந்தால் அவர்களுக்குப் பிடிக்காது."

"அவன் ஒரு கோமாளி போலத் தெரிகிறான்" என்றான் சிம்பா வேனே.

கவனமாக அந்த நகைச்சுவையைப் பகிர்ந்தபடி சிரித்தார் மரிம்போ.

"அவர் வர்த்தகம் செய்வாரா?" சிம்பா வேனே கேட்டான்.

தோளைக் குலுக்கினார் மரிம்போ. "அவரிடம் தந்தங்கள் இருக்கின்றன. அவர் விரும்பினால் வர்த்தகம் செய்வார்."

ஒரு வழிகாட்டியை ஏற்பாடு செய்து தரவும் அவர்கள் திரும்பி வரும்வரை அவர்களுடைய சரக்குகளை அங்கே வைத்துக் கொள்ளவும் அனுமதித்தார். "முன்பே பலமுறை வியாபாரிகளுடன் ஒப்பந்தம் போட்டிருக்கிறேன் என்றார். உங்களுடைய துணிகள் எதையும் எனக்குக் கொடுக்க வேண்டாம். இந்தத் துணிகள்

இல்லாமல் உங்கள் வணிகம் எப்படிப் போகும்? இப்படித்தான் இந்த நிலத்தில் பல இடங்களை வசப்படுத்தியுள்ளீர்கள். எனக்கு இரண்டு துப்பாக்கிகள் கொடுங்கள், அப்போதுதான் எனது மகன்களைத் தந்த வேட்டைக்கு அனுப்ப முடியும். உங்களிடம் பட்டு உள்ளதா? எனக்குப் பட்டு கொடுங்கள். உங்களுக்குக் கொடுக்கும் வழிகாட்டி இந்த நாட்டுப்புறத்தை நன்கு அறிந்தவன். மழைக்காலம் வந்துவிட்டதால் இது அவ்வளவாக உகந்த நேரமல்ல, ஆனால் அவனுக்குப் போதுமான அளவு நல்ல ஊதியம் கொடுத்தால் அவனை முழுமையாக நம்பலாம்.”

கரையோரப் பகுதி அடர்ந்த வனமாகவும் செங்குத்தாகவும் உயர்ந்திருந்தது. மரிம்போவின் ஊரில் அதிக மக்கள் இருந்த போதும் பெரும்பாலானவர்கள் நோய்மையுற்றவர்கள் போலத் தோற்றமளித்தார்கள். இரவுகளில் கொசுக்களின் படை அவர்கள் மீதிறங்கி வன்மத்துடன் கடித்ததில் பாதிக்கப்பட்டவர்கள் வலியிலும் எரிச்சலிலும் அலறினார்கள். மரிம்போவுடன் ஏற்படுகள் முடிவு செய்யப்பட்டவுடன் அந்த ஊரில் தங்க ஏதும் காரணங்கள் இல்லை. அவர்களுடைய பொருட்களைப் பாதுகாப்பதற்குக் கூலியாகக் கத்திகளையும் மண்வெட்டிகளையும் வெள்ளைப் பருத்தி ஆடைப் பொதியையும் அவர்களிடமிருந்து எடுத்துக் கொண்டார். திரும்பி வந்ததும் அவனுக்கு முழுமையாகக் கணக்குத் தீர்ப்பார்கள். கொசுக்களின் வெறித்தனமான தாக்குதலால் அவதிப்பட்டவர்கள் அங்கிருந்து நீங்கிச் செல்வதில் மகிழ்ச்சியடைந்தார்கள். பயணத்தின் போது கொடுக்க வேண்டியிருந்த அத்தனை பிணைகளாலும் பரிசுகளாலும் சொற்பமாகவே வியாபாரம் செய்திருந்ததாலும் சரக்குகள் மிகவும் குறைந்திருந்தன. ஆனாலும் அந்தப் பயணத்துக்குத் தகும் அளவு மிகுந்திருந்ததாகவே அஜீஸ் மாமா கூறினார். இதற்காகத்தான், சிவந்த பாறைகளுக்குப் பின்புறமிருக்கும் இந்த மருங்கு நிலங்களுக்குத்தான் இவ்வளவு தூரம் பயணித்து வந்தது.

மறுநாள் அதிகாலையில் சாட்டுவின் நாட்டிற்குக் கிளம்ப ஆயத்தமானார்கள். மரிம்போ அவர்களுக்காக அழைத்து வந்த வழிகாட்டி ஒரு உயரமான, அமைதியான மனிதன். அவர்களிடம் பேசவோ, புன்னகைக்கவோ இல்லை, ஆனால் அவர்கள் தங்கள் பயணப் பைகளைத் தயார் செய்கையில் ஒரு புறமாக நின்று காத்துக் கொண்டிருந்தான். குறுகிய கிராமப்புற பாதைகளில் செழிப்பான பயிர்களின் ஊடாக மலையேறத் தொடங்கினார்கள். விசித்திரமான தாவரங்கள் அவர்களைக் கீறி முகத்திலும் கால்களிலும் சிராய்ப்பை ஏற்படுத்தின. அவர்கள் தலைகளுக்கு மேலாகப் பூச்சிகளின்

கூட்டம் வட்டமடித்தன. ஓய்வுக்காக அவர்கள் நின்றபோது பூச்சிகள் அவர்கள் மீதமர்ந்து சருமத்தின் துளைகளையும் மென்மையான சதையையும் கண்டடைந்தன. மருங்கு நகரை நோக்கிச் செல்லும் முதல் நாள் பயண முடிவில் அவர்களில் பெரும்பாலானோர் நோய்வாய்ப்பட்டனர். கணக்கற்ற கொசுக்களால் துன்புறுத்தப்பட்டதன் காரணத்தால் காலையில் அவர்கள் முகத்தில் கடிகளால் ஏற்பட்ட ரத்தமும் தழும்புகளும் காணப்பட்டன. அடுத்த நாள் பயணத்தில் அவர்கள் மீது கடும் ஆதிக்கம் செலுத்தும் அந்தக் காட்டை விட்டு விரைவில் நீங்கிவிடும் மன அழுத்தத்தில் தவித்தனர். இரவு முழுவதும் புதர்களில் இரைச்சலும் உறுமலும் கேட்டுக்கொண்டிருந்ததால் காட்டெருமைகளுக்கும் பாம்புகளுக்கும் அஞ்சி அனைவரும் நெருங்கி அமர்ந்து பதுங்கிக்கொண்டனர். சிறுநீர் கழிக்க அதிக தூரம் போகாதே சிம்பா வேனே கேலி செய்தான். நியாபாரா ஆண்கள் அனைவரையும் சுறுசுறுப்பாக இருக்குமாறு கடிந்து கொண்டே வரிசையிலிருந்து குலைபவர்கள் மீது பிரம்பைச் சுழற்றியபடி வசைகளால் பேரோசை எழுப்பியவாறு காட்டினுள் ஊடுருவிக் கொண்டிருந்தான். மேடான நிலம் முன்னேறிச் செல்வதைக் கடினமாக்கியது. சிம்பா வேனேவும் நியாண்டேவும் வழிகாட்டியுடன் இணையாக நடந்து புதிய ஆபத்து ஏதேனும் அணுகும் போது சத்தமிட்டு எச்சரித்தார்கள். வழிகாட்டி சொல்வதை நியாண்டேவால் மட்டுமே புரிந்துகொள்ள முடிந்தது. அவன் இதை வைத்து எவ்வளவு முடியுமோ அவ்வளவு குறும்புகள் செய்து நியாபாராவை எரிச்சலடையவும் மற்றவர்களைச் சிரிக்கவும் வைத்துக் கொண்டிருந்தான். அந்த நாளின் நடையின் இறுதியில் அதிகம் பேசாமல் நியாண்டேவின் அருகில் அமர்ந்துகொண்டான் வழிகாட்டி.

மூன்றாம் நாள் சிரமத்தால் அல்லலுற்றவர்கள் கடுமையாக நோய்வாய்ப்பட்டார்கள் மற்றவர்களிடமும் வீழ்வதற்கான அறிகுறிகள் தென்பட்டன. மிக மோசமாகப் பாதிக்கப்பட்டவர்களால் எதையும் உண்ணவும் முடியவில்லை, உடலிலிருந்து கழிவதைத் தடுக்கவும் முடியவில்லை. இயன்ற அளவு அவர்களுடைய சுர மயக்க முனகல்களை உதாசீனப்படுத்தியும் உடலிலிருந்து கசியும் கருப்பு ரத்தத்தைக் கண்டுகொள்ளாமலிருக்க முயற்சி செய்தும் நாற்றமடிக்கும் அவர்களுடைய உடலைச் சுமந்து சென்றனர் சக பயணிகள். செங்குத்தான சரிவுகளில் அவர்களுடைய சுமையைக் கைகளாலும் முழங்காலிலும் இழுத்துக்கொண்டு சில அடிகளே அவர்களால் நகர முடிந்தது. நான்காவது நாள் அவர்களில் இரண்டு

பேர் மரணமடைந்தார்கள். அவசரமாக அவர்களைப் புதைத்து விட்டு ஒரு மணி நேரம் காத்திருந்தனர். வணிகர், குரானிலிருந்து அமைதியாக ஒரு சூரா வாசித்தார். பூச்சிகள் தங்கள் முட்டைகளை இடவும் புது ரத்தம் குடிக்கவும் அவர்களுடைய சருமத்தை ஆழமாகத் துளைத்திருந்ததால் ஏற்பட்ட சீழ்பிடித்த காயத்தால் அனைவரும் வேதனையுற்றிருந்தார்கள். தங்களுடைய பேரச்சத்தின் காரணமாக அனைவரும் அந்த வழிகாட்டி தங்களை மரணத்தை நோக்கி அழைத்துச் செல்வதாக உறுதியாக நம்பினார்கள். தங்களுடைய இழிநிலையிலும் முடிந்தவரை அவனைக் கண்காணித்துக் கொண்டிருந்தார்கள். வழிகாட்டி மீது அடிக்கடி வசைமாரி பொழிந்து கொண்டிருந்தான் நியாபாரா… நியாண்டே மொழிபெயர்த்த போது வெளிப்படையான அருவருப்புடன் அவனை முறைத்துக் கொண்டிருந்தான். அவர்கள் கடந்த வருடம் வந்த பாதையல்ல இது. "அவர்களை எங்கு அழைத்துச் செல்கிறான்? உன்னுடைய கோமாளித்தனத்தை நிறுத்திக் கொண்டு அவனிடம் இந்தக் கேள்விகளை ஒழுங்காகக் கேள்."

மழைக்குப் பின் அந்த மற்றொரு பாதை பாதுகாப்பானதல்ல, நியாண்டே மொழிபெயர்த்தான். ஐந்தாம் நாள் காலை மேலும் இருவர் மரணமடைந்த போது அனைவரின் கண்களும் அந்த நாளின் பயணத்தைத் தொடங்கக் காத்திருந்த நியாண்டேவின் மீது திரும்பின. வழிகாட்டியை நோக்கி விரைந்த முஹமது அப்தல்லா அவனை இழுத்துத் தன் காலடியில் போட்டான். சுமைகூலிகள் மற்றும் காவலர்களின் உற்சாகமும் ஊக்கமும் நிரம்பிய கூவலுக்கு மத்தியில் அவன் மீது பிரம்பைச் சுழற்றிச் சுழற்றி அடிக்க, வழிகாட்டி அடி தாளாமல் சுருண்டு விழுந்து கருணைக்காகக் கெஞ்சினான். இடைமறிக்க முயன்ற நியாண்டேவின் முகத்தின் மீது இரு வேகமான அடியை முஹமது அப்தல்லா சுழற்ற அலறலுடன் அவன் பின்வாங்கினான். என் கண்கள். நியாபாரா மீண்டும் வழிகாட்டியிடம் திரும்பினார். ஒவ்வொரு புது அடியும் அவனுடைய திறந்த சதையைக் குத்திக் கிழிக்கக் கடைசியில் ஓலமிட்டுக் கொண்டும் அழுதுகொண்டும் அவன் தரையில் உருண்டு புரண்டான். நியாபாரா இன்னும் அவனை வெளுத்துக் கொண்டிருக்க மற்ற ஆண்கள் கைகளில் தடியுடனும் சவுக்குடனும் நெருங்கி நின்றிருந்தனர்.

நியாபாராவின் அருகே அவசரமாக ஓடி வந்த சிம்பா வேனே அவனுடைய கையைப் பிடித்துக்கொண்டு அலறிக்கொண்டிருக்கும் வழிகாட்டியைத் தன் உடலால் மறைத்தபடி நின்றான். "அவனுக்குப்

போதுமான அளவு கிடைத்துவிட்டது, போதுமான அளவு கிடைத்துவிட்டது" என்று மன்றாடினான். முஹமது அப்தல்லா மூச்சு வாங்கிக்கொண்டிருந்தான். சிம்பா வேனேயின் உடம்பில் மேலும் சில அடிகள் கொடுக்க முனையும் போது அவனது முகமும் கைகளும் வியர்வையால் முற்றாக நனைந்திருந்தன.

"அந்த நாயை அடிக்க விடு!" அலறினான். "நம் எல்லோரையும் இந்தக் காட்டில் கொல்ல முயல்கிறான்."

"இன்னும் ஒரே நாள், நாம் இந்த நரகத்திலிருந்து நாளை வெளியேறி விடலாமென்று சொல்கிறான்..." கூறிக் கொண்டே நியாபாராவை வெளியே நடத்திச் சென்றான் சிம்பா வேனே.

"அவனொரு காட்டுமிராண்டிப் பொய்யன். அப்புறம் அந்த நியாண்டே, அவனைக் கண்காணிப்பதற்குப் பதிலாக... இத்தனை நாளும் நம்மிடம் பொய் சொல்லிக்கொண்டே இருந்திருக்கிறான். நாம் கடந்த முறை இந்த வழியாக வரவில்லை." சட்டென்று சிம்பா வேனேவின் பிடியை உதறி எழுந்து கீழே விழுந்து கிடந்தவன் மீது மற்றுமொரு வெறித் தாக்குதல் நடத்தத் திரும்பினான். சிம்பா வேனே மீண்டும் அவனை நோக்கி ஓடிவந்தபோது, முஹமது அப்தல்லா திரும்பி அவனை முறைத்துப் பார்த்தார்.

"நீங்கள் செய்வது நியாயமல்ல" பின்வாங்கிக்கொண்டே கூறினான் சிம்பா வேனே.

முகத்தில் வியர்வை வழிந்தோடப் பேச்சற்று முறைத்துக் கொண்டிருந்தான் நியாபாரா. வணிகர் கூட்டத்திலிருந்து தன்னை விலக்கிக் கொண்டு வந்து முஹமது அப்தல்லாவின் கைகளைப் பிடித்தவாறு மென்மையாகச் சற்று நேரம் உரையாடினார். அதன்பின் யூசுப்பை அருகே வருமாறு அழைத்து காலையில் மரணமடைந்திருந்த இருவருக்கும் அடக்கம் செய்ய ஏற்பாடு செய்யக் கூறினார். அவர்களுக்காக *யா சின்* படிக்குமாறும் கூறினார். அடர்வுகள் அருகி வரும் காட்டைக் கடந்து செல்கையில் அவர்களுக்கு முன்னால் நாள் முழுவதும் வழிகாட்டியின் முனகல்களைக் கேட்டுக் கொண்டிருந்தார்கள். அவன் பின்னே அமைதியாகக் கஷ்டப்பட்டுக் கொண்டிருந்தான் நியாண்டே. காலையில் பெற்ற அடியால் அவன் முகம் மூர்க்கமாக வீங்கியிருந்தது. ஆண்கள் அனைவரும் சிரித்துக் கொண்டே தலையைக் குலுக்கிக்கொண்டு வந்தார்கள். தங்களுடைய கீழ்த்தரமான செயலுக்கு வெட்கினாலும் வழிகாட்டியின் வலியைக் கண்டு சிரிப்பைக் கட்டுப்படுத்த முடியாமல் போனது. எப்படி

அடித்தார் நியாபாரா, என்று பேசிக்கொண்டார்கள். ஓ, அந்த முஹமது அப்தல்லா மிருகம் போன்றவன், ஒரு கொலையாளி நியாண்டே, அவனுக்குத் தெரிந்திருக்க வேண்டும், நியாபாரா ஒருநாள் அவனைப் பிடிக்கப் போகிறார் என்று!

ஆறாம் நாள் முற்பகல் வெட்ட வெளி மைதானத்தை அடைந்தார்கள். மதியம் வரை ஓய்வெடுத்தவர்கள் அதன்பின் சாட்டுவின் ஊரை நோக்கி நடந்தார்கள். விளைச்சல் நிலங்களையும் சிறிய தானியக் களஞ்சியங்களையும் கடந்து அவர்களுடைய அணிவகுப்பு ஊரை அணுகிய போது அங்கிருந்த மக்கள் அவர்களிடமிருந்து விலகி ஓடுவதைக் கண்டார்கள். அவர்கள் சோர்வுற்றிருந்தாலும் இசைக்கலைஞர்கள் அணிவரிசை நெருங்குவதை அறிவிக்கத் தாளத்துடன் இசையை ஓங்கி ஒலிக்கவிட்டார்கள். ஒவ்வொருவரும் முடிந்தவரை விறைப்பாக நடந்தார்கள். புதர்களுக்குப் பின்னிருந்து அந்த ஊரின் கேவலமான பிறவிகள் கவனித்துக் கொண்டிருப்பார்களோ என்று நினைத்து இசைக்கலைஞர்களின் பின்னால் வழக்கம் போலத் தன்னுடைய நாடகத்தனத்தைக் காட்டியபடி செருக்குடன் நடந்து வந்தான் முஹமது அப்தல்லா. சுல்தானால் நியமிக்கப்பட்ட பெரியவர்களும் அவர்களுடன் சிரித்தபடி வந்த ஊர்மக்களும் கூட்டத்தினரைச் சந்தித்தார்கள். நீண்ட, தாழ்வான ஓலைக்கூரை வீடுகள் சூழ இருக்கும் அகன்ற திறந்த வெளிக்குப் பெரியவர்கள் அவர்களை இட்டுச் சென்றார்கள். கெட்டியான மண் சுவருக்குப் பின்னால் இருக்கும் பெரிய வீடுதான் சாட்டுவின் இருப்பிடம் என்று கூறினார்கள். அங்கே ஓய்வெடுக்குமாறும், அதன்பின் மக்கள் உணவுகளை விற்க அங்கு வருவார்கள் என்றும் கூறினார்கள்.

"சுல்தானுக்கு வந்தனம் கூற அனுமதி கிடைக்குமா என்று கேள்." நியாண்டேவிடம் கூறினார் வணிகர்.

"எதற்கு என்று அவர் கேட்கிறார்?" பெரியவர்களின் தலைவரிடம் பேசிவிட்டு வந்து கூறினான் நியாண்டே. தலைமுடியில் நரை விரவியிருக்கும் குள்ளமான அந்த மனிதர் பேசிக்கொண்டிருக்கும் போதே காயம்பட்ட நியாண்டேவின் முகத்தில் அவர் பார்வை அலைபாய்ந்தது. மிகவும் கோபமாக, காட்டமான கண்ணியம் மற்றும் உறுதியான விருப்பமின்மையுடனும் அவர் பேசினார். அந்தப் பெரியவரின் பெயர் மஃபிபோ என்று வணிகரிடம் கூறினான் நியாண்டே.

"கடந்த முறை இந்தப் பகுதியில் பயணம் செய்தபோது உங்கள் ஊருக்கு மிக அருகாகக் கடந்து சென்றோம். அப்போது உங்கள்

சுல்தானைப் பற்றி மிகவும் உயர்வாகக் கேள்விப்பட்டோம். அவருக்கு அன்பளிப்புகளை எடுத்துக்கொண்டும் அவருடைய மக்களுடன் வர்த்தகம் செய்யவும் திரும்பி வந்துள்ளோம்" என்றார் அஜீஸ் மாமா.

இதை மொழிபெயர்ப்பதில் நியாண்டேவுக்குச் சிரமம் ஏற்பட வழிகாட்டியின் உதவியை நாடினான். இந்த வார்த்தைப் பரிமாற்றங்களை அறிந்துகொள்ளக் கூட்டம் வற்புறுத்தினாலும் மஃபிபோ முறைத்துப் பார்த்ததும் பின்வாங்கிவிட்டார்கள். "அவருக்கு என்ன அன்பளிப்பு கொண்டு வந்திருக்கிறீர்கள் என்று மஃபிபோ கேட்கிறார்" பலமுறை பேசியபின் நியாண்டே கூறினான். "அவை விலைமதிப்புள்ள அன்பளிப்புகளாக இருப்பது நல்லது. ஏனென்றால் சாட்டு ஒரு உயர்வான அரசன். உங்களுடைய சின்னச் சின்ன சிற்றணிப் பேழைகள் அவருக்குத் தேவையில்லை." இதைக் கூறிவிட்டு நியாண்டே இளித்துக்கொண்டு நின்றான். பெரியவர் அதைவிட அதிகம் கூறியிருக்கிறார் என்பது தெளிவாகப் புரிந்தது.

அமைதியான நீண்ட பார்வை பார்த்துவிட்டுப் பின் கூறினார் வணிகர். "எங்கள் பரிசுகளை அவருக்கு அளிக்க விரும்புகிறோம். அது எங்களுக்கு மட்டற்ற மகிழ்ச்சியை அளிக்கும்" என்றார்.

வணிகரை இறுமாப்புடன் பார்த்த மஃபிபோ குறுஞ்சிரிப்பொன்றை வெளிப்படுத்தினார். நியாண்டேவுக்கு வசதியாக இடைவெளி விட்டு மெதுவாகப் பேசினார்." நமக்குத் தேவை ஓய்வும் மருந்துகளும்தான், வணிகம் அல்ல என்று கூறுகிறார். மருத்துவரை அனுப்புவதாகக் கூறுகிறார். சாட்டுவிற்கான அன்பளிப்புகளை இந்த இளைஞன் கொண்டு வரட்டும். அவர் குறிப்பிடுவது யூசுப்பை. அவன் சாட்டுவிடம் செல்ல வேண்டுமென்று அவர் விரும்புகிறார். சாட்டு மகிழ்ச்சியடைந்தால் உங்களுக்கும் அழைப்புவிடுவார். அதுதான் கூறினாரென்று எண்ணுகிறேன்."

"எல்லோருக்கும் யூசுப்தான் வேண்டும்" புன்னகையுடன் கூறினார் வணிகர்.

அவருடன் உரையாட எடுத்துக்கொண்ட முயற்சிகளைக் கண்டுகொள்ளாமல் அங்கிருந்து விரைந்தார். மஃபிபோ. சில அடிகள் எடுத்து வைத்தபின் திரும்பி வழிகாட்டியை அழைத்தார். வணிகரும் நியாபாராவும் ஒரு குறுகிய பார்வைப் பரிமாற்றம் செய்துகொண்டார்கள். ஊர்மக்கள் வணிகர்களுடன் வியாபாரம் செய்வதற்காக உணவை எடுத்து வந்தார்கள். அவர்களுடன்

இலகுவாகக் கலந்து கேள்விகள் கேட்டும் நகைச்சுவையாகப் பேசிக்கொண்டுமிருந்தனர். நியாண்டே அங்கிருந்து அவனுக்கு மொழிபெயர்க்க விருப்பப்பட்டாலொழிய அவர்கள் பேசிய ஒரு வார்த்தையைக் கூட ஊடுருவுவது கடினமாக இருந்தது. ஆனாலும் தேவையான அளவு புரிந்துகொண்டார்கள். அந்த நகரின் அளவையும் அவர்களுடைய ஆட்சியாளரின் தீரத்தைப் பற்றியும் பேசினார்கள். நீங்கள் இங்கு ஏதாவது பிரச்சினை செய்ய வந்திருந்தீர்களென்றால் வருத்தப்படப் போகிறீர்கள். என்ன பிரச்சினை செய்யப் போகிறீர்கள்? என்றான் ஒருவன். நாங்கள் வணிகர்கள். அமைதியை விரும்புபவர்கள். எங்களுடைய ஆர்வம் வியாபாரம் செய்வது மட்டுமே. ஒழுக்கமற்றவர்களுக்கும் சோம்பேறிகளுக்கும் மட்டுமே தொல்லை தருவோம். நோயுற்றவர்களுக்கும், கொண்டு வந்திருந்த வணிகப் பொருட்களுக்கும் தற்காலிகத் தங்குமிடம் கட்டுவதற்காக மரக்கட்டைகளையும் ஓலைகளையும் வாங்கினான் முஹமது அப்தல்லா. மங்கிய வெளிச்சத்தில் கட்டுமானப் பணிகளை மேற்பார்வை பார்த்தபடியே தன்னுடைய கூச்சலாலும் கேலிகளாலும் கூட்டத்தினரைச் சிரிக்க வைத்துக்கொண்டிருந்தான். பின்னர் அனைத்துப் பொதிகளையும் எடுத்து வந்து தங்குமிடத்தின் மத்தியில் நேர்த்தியாக அடுக்கி வைக்கும்படியும் அவற்றைத் தொடர்ந்து இடைவிடாமல் கண்காணிக்க வேண்டுமென்றும் கட்டளையிட்டான்.

வணிகர் தன்னைச் சுத்தப்படுத்திக் கொண்டு தொழுகை முடித்தவர் யூசுப்பைத் தன்னருகே அழைத்து சாட்டுக்கு அவன் எடுத்துச் செல்ல வேண்டிய அன்பளிப்புகளைப் பற்றி அவனுக்கு அறிவுறுத்தினார். நாம் இங்கு நல்ல முறையில் வர்த்தகம் செய்தால் இந்த முழுப் பயணத்தையும் ஈடு கட்டிவிடும் என்றார். இரவு முழுவதும் நல்ல வலுவுள்ள காவலரைப் பொறுப்பாக அமர வைத்துக் கண்காணித்து காலை வரை அவர்கள் காத்திருக்கலாம் என்று எண்ணினான் முஹமது அப்தல்லா. அவர்களுடைய இரண்டு துப்பாக்கிகளில் மட்டுமே ரவைகள் நிரப்பப்பட்டுள்ளன, உள்ளே பொதிக்குள் வைத்திருக்கும் மேலுமிரண்டு துப்பாக்கிகளையும் ஒருவேளை எடுத்து வைத்திருக்க வேண்டும். வணிகர் தலையை ஆட்டினார். அவர்களுடைய மரியாதை குறைவான செயலால் சுல்தான் வருத்தமடைந்து விடுவாரோ என்று நினைத்து இருள் கவிழும் முன்னரே அன்பளிப்புகளை அவருக்கு அனுப்பிவிட வேண்டுமென்பதில் முனைப்பாக இருந்தார் வணிகர். அஜீஸ் மாமா கவலையுடன் இருப்பதைப் பார்த்தான் யூசுப், ஒருவேளை

பரபரப்பாகவும் இருக்கலாம். அந்த மஃபிபோ தனக்காகக் குலைக்கிறானா அல்லது தன்னுடைய எஜமானருக்காகவா என்று பார்த்துவிடலாம் என்றார். யூசுப்புடன் செல்ல வேண்டிய சிம்பா வேனே வியாபாரப் பொருட்களைக் குவித்து அவற்றையெல்லாம் திறந்தவெளியைக் கடந்து சாட்டுவின் இருப்பிடத்துக்குச் சுமந்து செல்ல ஐந்து சுமைகூலிகளைத் தேர்ந்தெடுத்தான். அவர்களுடைய குரலாக நியாண்டேவும் செல்ல வேண்டியிருந்தது. தனக்கு அளிக்கப்பட்ட முக்கியத்துவத்தால் அவனது நகைச்சுவை கட்டுக்குள் இருந்தது. ஆனால் அவன் மொழிபெயர்க்கும் போது தனக்குத் தோன்றியதையும் கூறுகிறான் என்று மற்ற ஆண்கள் கேலி செய்தார்கள். தன்னையுமறியாமல் அடிக்கடி முகத்திலுள்ள தோல்தடிப்பைத் தொட்டுப் பார்த்துச் சிதைந்த சதையை வருடிக் கொண்டான்.

சுற்றுச் சுவர்களையுடைய சாட்டுவின் வீட்டு முற்றத்தில் எந்தவிதத் தடையுமின்றி நுழைந்தனர். முற்றத்தினுள் யாராவது வந்து அவர்களுக்கு வழிகாட்டக் காத்திருந்தனர். விரைவில் இரு இளைஞர்கள் வந்து தாங்கள் சாட்டுவின் மகன்கள் என்று அறிமுகம் செய்துகொண்டனர். வீட்டுக்கு வெளியே அமர்ந்திருந்த மக்களில் சிலர் அதிக அக்கறையின்றி அவர்கள் மீது பார்வையை ஓட்டினர். அங்குமிங்கும் ஓடிக்கொண்டிருந்த சிறுவர்கள் விளையாட்டில் கவனமாக இருந்தனர்.

“நாங்கள் சுல்தானுக்கு அன்பளிப்புகள் கொண்டு வந்திருக்கிறோம்” என்றான் யூசுப்.

“மேலும் செய்யிதின் வந்தனங்களையும் கூறுகிறோம். இதையும் சொல்” என்று கண்டிப்புடன் அந்த வார்த்தைகளைச் சேர்த்து யூசுப்பிடம் குறை காண்பவன் போல சிம்பா வேனே கூறினான்.

மற்ற வீடுகளிலிருந்து வித்தியாசமாக முன்னால் அகன்ற தளம் கொண்ட வீட்டின் முன் அவர்களை வழி நடத்திச் சென்றனர் இளைஞர்கள் இரண்டு பேரும். அங்குள்ள உயரம் குறைவான மர பெஞ்ச்சுகளில் பல நபர்கள் அமர்ந்திருந்தனர். மஃபிபோவும் மற்ற பெரியவர்களும் அவர்களுடன் இருந்தனர். அவர்களின் அருகே செல்கையில் ஒல்லியான ஒரு மனிதன் எழுந்து நின்று புன்னகையுடன் அவர்களுக்காகக் காத்திருந்தார். அவர்கள் போதிய நெருக்கத்தில் வந்ததும் கைகளை நீட்டிக்கொண்டு வரவேற்கும் சொற்களோடு மேல்தளத்திலிருந்து இறங்கி வந்தார், அவர்களைப் பார்த்ததில் மிக்க மகிழ்ச்சியடைந்தவர் போலத் தோன்றினார்.

சாட்டுவைப் பற்றி இதுவரை கேள்விப்பட்டதிலிருந்து, இந்தத் தோழமையையும் இலகுவான இனிமையையும் யூசுப் எதிர்பார்க்கவில்லை. அவர்களைத் தன் முற்றத்தின் அகன்ற தளத்திற்கு வழிநடத்திச் சென்றவர், வணிகர் அவருக்குக் கூறியிருந்த முகத்துதியுடன் கூடிய வந்தனங்களை நியாண்டே வாயிலாக சிம்பா வேனே எடுத்துரைத்த போது அவற்றை ஒருவிதமான சங்கடத்துடன் கேட்டுக் கொண்டிருந்தார். சில சமயம் நியாண்டே கூறியதைக் கேட்டு ஆச்சர்யமும் உடன் ஐயமும் அடைந்தார்.

"தன்னை மிகவும் கௌரவப்படுத்தி விட்டதாகக் கூறுகிறார்" என்றான் நியாண்டே. "பரிசுகளைப் பொருத்தவரை அந்தப் பரந்த மனதிற்கு என்னிடம் நன்றி தெரிவித்தார். இப்போது அமருமாறும் மேலும் சத்தம் எழுப்ப வேண்டாமென்றும் கூறுகிறார். என்னுடைய செய்தி என்னவென்று கூறுமாறு பணிக்கிறார்."

"முட்டாளாக இருக்காதே," அவனைப் பார்த்து உறுமினான் சிம்பா வேனே. "இங்கு நாம் விளையாட வரவில்லை. அவர் என்ன சொன்னார் என்று மட்டும் சொல், நகைச்சுவையைக் கண்டு கொள்ள வேண்டாம்."

"அவர் அமரச் சொல்கிறார்" நியாண்டே எதிர்த்துக் கூறினான். "என்னிடம் கத்தாதே, அப்படியென்றால் நீயே அவரிடம் பேசிக் கொள். எப்படியோ, அவர்கள் முன் நாம் எதற்காக வந்திருக்கிறோம் என்று கேட்கிறார்."

"வியாபாரம்" என்று கூறிய சிம்பா வேனே, அதை விவரித்துக் கூறுமாறு யூசுப்பின் மீது பார்வையை ஓட்டினான்.

தன்னுடைய மலர்ச்சியான இன்முகப் பார்வையை யூசுப் மீது பதித்த சாட்டு அவனுடைய முழு உருவத்தையும் நன்கு காணும் வகையில் இருக்கையில் சாய்ந்து அமர்ந்தார். சாட்டுவின் சாவகாசமான நுண் ஆய்வால் யூசுப்புக்கு ஒரு கணம் எதுவுமே பேச வரவில்லை. பதில் புன்னகை அளிக்க விரும்பினான் ஆனால் அவன் முகம் ஒத்துழைக்க மறுத்தது. தான் முட்டாளாகவும் அச்சமடைந்தவனாகவும் தெரிவோம் என்று அறிந்திருந்தான். மெல்லச் சிரித்தார் சாட்டு. மூழ்கும் ஒளியில் அவர் பற்கள் பளிச்சிட்டன. "தான் என்ன வியாபாரம் செய்ய வேண்டியுள்ளது என்பதை எங்கள் வணிகர் விளக்கிச் சொல்வார்" என ஒருவழியாகக் கூறிவிட்டான் யூசுப். அவன் இதயம் பதற்றத்தால் எடையற்றதாகிப் போனது. "அவருடைய மரியாதையைத் தங்களுக்குத் தெரிவிக்கும் நிமித்தமாக எங்களை

அனுப்பி வைத்தார். மேலும் நாளை உங்களைச் சந்திக்க அனுமதி வேண்டியுள்ளார்."

இது மொழிபெயர்க்கப்பட்டவுடன் சாட்டு ஆனந்தமாகச் சிரித்தார். "நீ எவ்வளவு அழகாகப் பேசுகிறாய் என்கிறார், நீ உன் இயல்பை விட அதிக அறிவுடையவனாகத் தெரியும்படி நீ கூறிய எல்லா வார்த்தைகளையும் மாற்றிச் சொன்னேன், ஆனால் எனக்கு நன்றியெல்லாம் கூறத் தேவையில்லை" என்று சாட்டுவின் இலகுத் தன்மையின் தாக்கத்தில் கூறினான் நியாண்டே. "வணிகரைப் பொருத்தவரை, யார் எப்போது வேண்டுமானாலும் அவரைச் சந்திக்க வரலாம் என்று கூறினார். தான் மக்களுடைய சேவகனன்றி வேறு யாரும் இல்லை என்கிறார். நீ வணிகருடைய சேவகரா அல்லது மகனா என்று அறிய விரும்புகிறார்."

"சேவகன்," அவமானத்தைச் சுவைத்துக் கொண்டே கூறினான் யூசுப்.

அவனிடமிருந்து திரும்பி சிம்பா வேனேவை நோக்கிச் சில நிமிடங்கள் பேசினார் சாட்டு. அந்தப் பேச்சை மொழிபெயர்க்கச் சிரமப்பட்ட நியாண்டே சாட்டுவின் நீண்ட நிமிடங்களுக்குப் பதிலாகச் சில நிமிடங்களே பேசினான். "எல்லாம் நல்லபடியாக இருந்தால் அவர் வணிகரை நாளை சந்திப்பார். நம்முடைய காட்டு வழிப் பயணத்தைப் பற்றி வழிகாட்டி அவரிடம் கூறியுள்ளான். நம்முடைய கூட்டத்தினர் விரைவில் நலம் பெறட்டும் எனக் கூறினார். ஓ, அவர் என்ன சொல்கிறாரென்று இப்போது கேள். இந்த அழகான இளைஞனை நன்றாகப் பார்த்துக் கொள்ளுமாறு கூறினார். அதுதான் கூறினார். இந்த அழகான இளைஞனை நன்றாகப் பார்த்துக்கொள்ளுங்கள். அவரிடம் உனக்கு நிச்சயம் செய்து வைக்கப் பெண் இருக்கிறதா என்று நான் கேட்க வேண்டுமென்று விரும்புகிறாயா? அல்லது அவர் தனக்காகவும் உன்னைக் கேட்கக் கூடும். சிம்பா, நம்மிடமிருந்து யாரும் இவனைத் திருடிக் கொள்ளாமல் கடற்புரத்திற்கு மீண்டும் அழைத்துச் செல்ல முடிந்தால் நாம் அதிர்ஷ்டசாலிகள்."

சிம்பா வேனே உற்சாகமான அறிக்கையை வணிகருக்கு அளித்தான். தன்னுடைய ஆர்வத்தை வணிகருக்கும் நியாபாராவுக்கும் கடத்தினான்... அவர் எவ்வளவு தோழமையானவர், மிகவும் நியாயமானவர். நாம் இங்கு நல்ல வியாபாரம் செய்யலாம். நிறைய தந்தங்கள் விற்பனைக்காக அவர்களிடம் உள்ளன என்று கேள்விப்பட்டேன் என்றார் வணிகர். பெரும்பாலான

ஆண்கள் களைப்பில் தரையிலேயே நீட்டிப் படுத்துவிட்டார்கள். விரைவில் பயணிகளின் முகாம் அமைதியில் ஆழ்ந்தது. காவலர்கள் கிடைத்த ஆதரவில் தங்களைத் தாங்களே ஆசுவாசப்படுத்திக் கொண்டனர். உடனே உறங்கிவிட்ட யூசுப் பேரிரைச்சலுக்கும் ஒளிரும் விளக்குகளுக்கும் மத்தியில் திடீரென்று கண் விழித்தான். துருத்திக் கொண்டிருக்கும் பாறைகளும் பதுங்கிக் கொண்டிருக்கும் மிருகங்களும் அச்சுறுத்த அவன் ஒரு செங்குத்தான மலை மீது போராடிக் கொண்டிருந்தான். குன்றின் விளிம்பிலிருந்து வெளியேறி வந்தபோது தனக்கு முன்பாக இடியோசையுடன் கூடிய நீரையும் அதற்கப்பால் நெருப்பு வாயில்கள்கொண்ட உயரமான சுவரையும் பார்த்தான். ஒளி வெளிர்பச்சை நிறத்திலும் பறவைகளின் பாடல் பெருந்தொற்றின் முன்னறிவிப்பாகவும் ஒலித்தது. நிழலுருவம் ஒன்று அவன் பக்கத்தில் வந்து நின்று, நீ நல்லபடியாக வளர்ந்து விட்டாய் என்று மென்மையாகக் கூறியது. குறைந்த பட்சம் எந்த அடிமை நாயும் அவனுக்குள் எதையும் துருவிப் பார்க்கவில்லை என்று தனக்குத்தானே வெறுமையுடன் நினைத்துக்கொண்டவன் பயத்தின் அதிர்வுகள் அவனுள் மெல்லக் குறைவதை அறிந்தான்... பிரயாணத்தின் இந்த அமைதியான நேரங்களில் தன்னுள் எழும் அச்சத்தை எண்ணி வெட்கினான். அவனைச் சுற்றிலும் உறங்கிக் கொண்டிருக்கும் ஆண்களை உற்றுப் பார்த்தவன் அறியப்பட்டதொரு உலகத்தின் விளிம்புகளுக்கு மிக அருகில் அவர்கள் இருக்கிறார்கள் என்பதை நினைவு கொள்ளாமலிருக்க முயன்றான்.

அவன் மீண்டும் உறங்கப் போனதும் சாட்டுவின் ஆட்கள் எல்லாப் பக்கங்களிலிருந்தும் அவர்கள் மீது பாய்ந்தார்கள். அவர்கள் காவலர்களை ஒரேயடியாக வெட்டிக் கொன்று அவர்களுடைய ஆயுதங்களைக் கைப்பற்றிய பின் உறங்கிக்கொண்டிருந்த ஆட்களை ஒருசேர எழுப்பினார்கள். எதிர்பாராத அதிர்ச்சியாக இருந்ததால் எந்த எதிர்ப்புக்கும் அங்கு இடமேயில்லை... கேலிக் கூவலிட்டு ஆனந்தக் கூத்தாடிய ஆட்களால் திறந்த வெளியின் மத்திக்குப் பயணிகள் ஓட்டிச் செல்லப்பட்டனர். தீப்பந்தங்கள் ஏற்றப்பட்டுக் கைகளைத் தலையின் மீது வைத்தவாறு குந்த வைக்கப்பட்டிருந்த கைதிகளின் கூட்டத்திற்கு மேலே உயரமாகப் பிடிக்கப்பட்டன. அவர்கள் தோளில் சுமந்து வந்திருந்த வியாபாரச் சரக்கு மூட்டைகள் சிரித்துக்கொண்டிருந்த ஆண்களாலும் பெண்களாலும் இருளினுள் எடுத்துச் செல்லப்பட்டன. காலையின் முதல் வெளிச்சம் வரை அவர்களைச் சிறைபிடித்தவர்கள் தங்களுடைய சேஷ்டைகளால்

எள்ளல் செய்தபடி எக்களிப்புடன் அவர்களைச் சுற்றி வட்டமடித்தனர். மேலும் சிலரை அடித்தனர்.

பயணிகள் ஒருவருக்கொருவர் ஊக்கம் தரும் வார்த்தைகளைக் கூச்சலிட்டனர். ஓலங்களுக்கும் முனகல்களுக்கும் மேலாக எழும்பிய முஹமது அப்தல்லாவின் குரல் ஆண்கள் அனைவரையும் உறுதியாக இருக்கும்படி கூறியது. அவர்களில் சில ஆண்கள் அழுது கொண்டிருந்தார்கள். நான்கு பேர் கொல்லப்பட்டும், பலர் காயமடைந்துமிருந்தார்கள். வெளிச்சத்தில் நியாபாராவும் தாக்கப்பட்டிருந்ததைக் கண்டான் யூசுப். அவருடைய முகத்தின் ஒரு பாகத்தையும் ஆடைகளையும் பச்சை ரத்தம் நனைத்திருந்தது. "இறந்தவர்களை மூடி விடுங்கள்" என்றான் முஹமது அப்தல்லா. "அவர்களைப் பாங்காக வைத்திருங்கள், இறைவன் அவர்கள் மீது கருணை காட்டட்டும்" யூசுப்பைப் பார்த்ததும் புன்னகை புரிந்தான். "நம்முடைய இளைஞன் இன்னும் நம்மோடுதான் இருக்கிறான். அவனை இழந்திருந்தால் அது துரதிர்ஷ்டத்தை அழைத்து வந்திருக்குமா?"

"சாத்தானின் அதிர்ஷ்டம்"யாரோ கத்தினார்கள். "இதுவரை என்ன அதிர்ஷ்டத்தை அழைத்து வந்திருக்கிறான் என்று பாருங்கள். நமக்கு எல்லாமே எப்படி மாறிவிட்டது பாருங்கள். நாம் எல்லாவற்றையும் இழந்துவிட்டோம்."

"அவர்கள் நம்மைக் கொல்லப் போகிறார்கள்" கத்தினான் ஒருவன்.

"இறைவன் மீது நம்பிக்கை வை" என்றார் வணிகர். எழாமல் வரிசை மாறி அஜீஸ் மாமாவின் அருகிலிருக்கும்படி வந்தான் யூசுப். புன்னகையுடன் அவன் தோளைத் தட்டிக் கொடுத்தார் வணிகர். "பயப்படாதே" என்று கூறினார்.

வெளிச்சம் வரத் தொடங்கியதும் கைதிகளைப் பார்க்க வந்தார்கள் ஊர்மக்கள். சிரித்துக்கொண்டே அவர்கள் மீது கல்லை எறிந்தார்கள். அவர்களுடைய வேலையை ஒதுக்கித்தள்ளி விட்டு விசித்திரமான அல்லது எதிர்பாராத செயலொன்றை அவர்கள் செய்யப் போகிறார்கள் என்று எதிர்பார்ப்பதைப் போலக் குவியலாக நின்றிருந்தவர்களைக் காலை நேரம் முழுவதும் கண்காணித்துக் கொண்டே இருந்தார்கள் மக்கள். கைதிகள் தாங்கள் அமர்ந்த இடத்திலேயே இயற்கை உபாதைகளைக் கழிக்க வேண்டியிருந்தது. நாய்களுக்கும் குழந்தைகளுக்கும் அது பெரும் பரபரப்பை உண்டாக்கியது. முற்பகலில் வணிகரைச் சாட்டு அழைப்பதாகக் கூற

மஃபிபோ வந்தார். இகழ்ச்சியுடன் உரத்த குரலில் ஒலித்தது அவர் பேச்சு. “அவரும் வர வேண்டுமென்று கூறுகிறார்” நியாபாராவை நோக்கிக் கைகாட்டிக் கூறினான் நியாண்டே. “அத்துடன் நேற்றிரவு சென்ற இருவரும்.”

பெரிய மனிதர்கள் சூழ சாட்டு மீண்டும் முற்றத்தின் தளத்தில்தான் அமர்ந்திருந்தார். முற்ற வெளியெங்கும் களிப்பும் புன்னகையுமாக மக்கள் நிறைந்திருந்தனர். சாட்டு எழுந்து நின்ற போதும் கைதிகளை நோக்கி வரவில்லை. அவர் முகம் உறுதியாக இருந்தது. நியாண்டேவை அவர் அழைத்த போது இணக்கமில்லாத மனதுடன் அவன் அருகே சென்றான். “நான் புரிந்துகொள்ளும் பொருட்டு அவர் மெதுவாகப் பேசுவதாகக் கூறுகிறார்” மற்றவர்களுக்கு அறிவித்தான் நியாண்டே. “நான் என்னால் இயன்ற அளவு உதவி புரிகிறேன் சகோதரர்களே, ஏதேனும் தவறாகப் புரிந்துகொண்டால் மன்னித்துக்கொள்ளுங்கள்.”

“கடவுளை நம்புங்கள்” என்று சாந்தமாகக் கூறினார் வணிகர்.

அவரை வெறுப்புடன் பார்த்துவிட்டுப் பேச ஆரம்பித்தான் சாட்டு. “இதுதான் அவர் சொல்வது” என நியாண்டே தொடர்ந்தான். ஒரு சில வார்த்தைகளுக்குப் பிறகு சாட்டு மீண்டும் பேசும் வரை இடை நிறுத்தினான். “நாங்கள் உங்களை இங்கு வருமாறு அழைக்கவில்லை. நாங்கள் உங்களை வரவேற்கவில்லை. உங்களுடைய நோக்கங்கள் உயர்வானவை அல்ல. எங்கள் மத்தியில் வருவதால் எங்களுக்கு சீரழிவை மட்டும்தான் ஏற்படுத்துகிறீர்கள். எங்களுக்குத் தீங்கு செய்ய வருகிறீர்கள். இதற்கு முன் வந்த உங்களைப் போன்றவர்களால் துன்பப்பட்டிருக்கிறோம், மீண்டும் அப்படித் துன்பப்படும் நோக்கமேதும் எங்களுக்கு இல்லை. எங்களுடைய அண்டை நிலத்துக்கு வந்து அவர்களைக் கைப்பற்றித் தங்களுடன் அழைத்துச் சென்றுவிட்டார்கள். அவர்களுடைய முதல் வருகைக்குப் பின் எங்கள் மீது பேரழிவுகள் நிகழத் தொடங்கின. எங்கள் பயிர்கள் விளையவில்லை, குழந்தைகள் ஊனத்துடனும் வியாதியுடனும் பிறந்தார்கள், கேள்வியேபட்டிராத வியாதியால் எங்கள் விலங்குகள் இறந்து போயின. நீங்கள் எங்களிடையே வந்ததிலிருந்து சொல்லொணாத் துயரச் சம்பவங்கள் நடந்தேறின. நீங்கள் தீமையை எங்கள் வாழ்விற்குள் அழைத்துவந்து விட்டீர்கள். அவர் கூறுவது இதுதான்.”

"நாங்கள் வியாபாரம் செய்ய மட்டுமே வந்தோம்" என்று கூறினார் வணிகர். ஆனால் அது மொழிபெயர்க்கப்படுவதற்காகச் சாட்டு காத்திருக்கவில்லை.

"அவர் நீங்கள் சொல்வதைக் கேட்க விரும்பவில்லை வானா தஜிரி" சாட்டுவின் வேகத்துக்கு ஈடு கொடுக்கச் சிரமப்பட்ட நியாண்டே அவசரமாக விளக்கம் கூறினான். "அவர்களை நீங்கள் அடிமையாக்கி அவர்கள் உலகத்தை விழுங்கிச் செரிக்கும் வரை காத்திருக்க மாட்டோம் என்று கூறுகிறார். உங்களைப் போன்றவர்கள் முதலில் இங்கு வந்த போது பசியுடனும் அம்மணத்தோடும் இருந்தார்கள். நாங்கள் உணவளித்தோம். நோய்வாய்ப்பட்டிருந்த சிலரை அவர்கள் குணமாகும் வரை பார்த்துக் கொண்டோம். அதன்பின் நீங்கள் பொய் சொல்லி எங்களை ஏமாற்றினீர்கள். அதுதான் அவர் சொல்வது. அவர் பேசுவதைக் கவனியுங்கள்! யார் பொய் சொல்கிறார்கள் இப்போது? அது போன்ற செயல்களைப் பொறுத்துக்கொண்டே இருப்பதற்கு நாங்களெல்லாம் மிருகங்களா? நீங்கள் கொண்டு வந்திருக்கும் எல்லாச் சரக்குகளும் எங்களுக்குச் சேர்ந்தவை ஏனென்றால் அவையனைத்தும் எங்களுக்குச் சொந்தமான நிலத்திலிருந்துதான் உற்பத்தி செய்யப்பட்டவை. அதனால் அவற்றை உங்களிடமிருந்து எடுத்துக் கொள்கிறோம். இதுதான் அவர் கூறுவது."

"அப்படியென்றால் நீங்கள் எங்களிடமிருந்து கொள்ளையடிக்கிறீர்கள்" என்றார் வணிகர். "அவர் மீண்டும் ஆரம்பிக்கும் முன் இதைச் சொல். நாங்கள் கொண்டுவந்திருக்கும் அனைத்தும் நியாயமான முறையில் எங்களுக்குச் சொந்தமானவை. அந்தப் பொருட்களை தந்தம், தங்கம் மற்றும் மதிப்பு மிக்க ஏதோவொன்றுக்காகப் பண்டமாற்று செய்ய வந்திருக்கிறோம்---"

சாட்டு குறுக்கிட்டு அதற்கான மொழிபெயர்ப்பைக் கோரினார். அதை அவர் கேட்டபோது கூட்டத்திலிருந்து கூவல்களும் ஏளனக் கூக்குரலும் எழுந்தன. சாட்டு மீண்டும் பேச ஆரம்பித்தார். அவர் முகத்தில் கோபமும் வெறுப்பும் தேங்கியிருந்தது. "நம்முடைய உயிர் மட்டுமே நமக்குச் சொந்தமானது என்று அவர் கூறுகிறார்" என்றான் நியாண்டே.

"அதற்காக நாங்கள் மிகவும் நன்றியுடையவர்களாக இருக்கிறோம்" என்று புன்னகையுடன் கூறினார் வணிகர். நியாண்டே அதை மொழிபெயர்க்கவில்லை. வணிகரின் பண இடுப்புப்பட்டியைச் சுட்டிக்காட்டி அதை அவரிடமிருந்து பிய்த்தெறியுமாறு தன் ஆட்கள் ஒருவனிடம் கட்டளையிட்டார்.

சாட்டு வணிகரின் மீது பார்வையை ஓட்டியபோது கூடியிருந்த கூட்டத்தினரிடமிருந்து பெருமூச்சொலி எழுந்தது. சில கணங்கள் கழித்து மெதுவாக அச்சுறுத்தலுடன் தன் கோபத்தையும் வெறுப்பையும் வார்த்தைகளுக்குள் நுழைத்து மீண்டும் பேச ஆரம்பித்தார். "அவர்கள் போதிய அளவு பேரழிவுக்கு ஆளாகி விட்டார்கள். அவருடைய நிலத்தில் நமது குருதி பாய்வதை அவர் விரும்பவில்லை. இல்லையென்றால் உறுதியாக நாம் உலகத்தில் எவரையுமே தொல்லை செய்ய முடியாதவாறு செய்திருப்பார். ஆனால் நாம் இங்கிருந்து வெளியேறும் முன் உங்கள் ஊழியர்களில் ஒருவருக்குக் கொஞ்சம் இங்கிதம் கற்றுத் தர வேண்டுமென்று விரும்புகிறார். இதுதான் அவர் கூறியது." சாட்டுவின் குறிப்பறிந்து காட்டுப் பயணத்தில் அவர்கள் வழிகாட்டியாக வந்தவன் கூட்டத்திலிருந்து முன்னே வந்து முஹமது அப்தல்லாவின் நெஞ்சைத் தொட்டான். தன்னிச்சையாக அருவருப்புடன் முகஞ்சுளித்தான் நியாபாரா. சாட்டு குறிப்புணர்த்தியவுடன் இரு ஆண்கள் முஹமது அப்தல்லாவைப் பிடித்துக்கொள்ள மற்றவர்கள் அவரைத் தடியால் அடிக்கத் தொடங்கினார்கள். அவனுடைய உடல் அடிகளின் கடுமையால் அதிர மூக்கிலிருந்து ரத்தம் பீய்ச்சி அடித்தது. நியாபாராவின் எந்தவொரு ஓலத்தையும் கூட்டத்தினரின் ஆனந்தக் கூச்சல் மூழ்கடித்து அவனுடைய வலிப்புகள் ஊமை நாடகத்தின் நடிப்பு போலக் காட்சியளித்தன... அவன் நிலத்தில் வீழ்ந்து அசைவற்றுக் கிடந்த போதும் அவர்கள் அடித்துக் கொண்டேயிருந்தார்கள். அவர்கள் நிறுத்தியதும் வலிப்பின் துடிப்புகள் அவனது உடலின் மீது ஓடிக் கொண்டிருந்தன.

அஜீஸ் மாமாவின் கண்களிலிருந்து நீர் வழிவதைக் கண்டான் யூசுப்.

சாட்டு மீண்டும் பேசினார். கூட்டம் ஏமாற்றத்தால் முணங்கியது, சிலர் தலையை ஆட்டித் தங்கள் மறுப்பை வெளிப்படுத்தினர். மறுப்பாளர்களின் முணுமுணுப்புக்கு எதிராகக் குரலை உயர்த்தி சாட்டு மீண்டும் பேச ஆரம்பித்தார். பேசும்போது நியாண்டேவின் மீது கண்களைப் பதித்திருந்தாலும் வணிகரைச் சுட்டியே அவை இருந்தன. "உங்களுடைய கேடுகெட்ட பயணக்கூட்டத்தை அழைத்துக்கொண்டு இங்கிருந்து செல்" என்கிறார் எனக் கூறினான் நியாண்டே. "அவருடைய மக்களுக்கு இது பிடிக்கவில்லை. ஆனால் இந்த நிலத்துக்கு இனிமேலும் எந்த அழிவையும் கூட்டிக்கொண்டு வர விரும்பவில்லை என்று அவர் கூறுகிறார். யூசுப்பைப் போன்ற இள வயதினரைப் பார்க்கும் போது நாம் எல்லோருமே கொடூரமான கடத்தல்காரர்களாகவும் சதைகளை வேட்டையாடுபவர்களாகவும்

இருக்க மாட்டோம் என்னும் நம்பிக்கை அவருள் பிறக்கிறது... அது அவருக்குக் கருணை உணர்வை அளிக்கிறது. அவருடைய மனது மாறி அன்பின் மனநிலையைத் திரும்பப் பெறுவதற்குள் உடனடியாகக் கிளம்புங்கள் என்று கூறுகிறார். ஒருவழியாக இந்த இளைஞன் நமக்கு அதிர்ஷ்டத்தைக் கொண்டு வந்துவிட்டான்."

"கருணை இறைவனுக்குரியது" என்றார் வணிகர். "அதை அவருக்குக் கூறுங்கள். மிகக் கவனமாகக் கூறுங்கள். கருணை இறைவனுக்குரியது. அளிப்பதற்கும் திரும்பப் பெறுவதற்கும் இவருக்கு உரிமையில்லை. அதை இவருக்குக் கவனமாகக் கூறுங்கள்."

நம்ப முடியாமல் வணிகரையே உற்றுப் பார்த்தார் சாட்டு. பெரியவர்களும் நியாண்டே கூறுவது காதில் விழுமளவு அவர் அண்மையில் இருந்தவர்களும் சிரித்து எக்காளமிட்டனர். "உங்களுடைய வாயில் துணிச்சலான நாக்கு கொண்டவராக நீங்கள் இருக்கிறீர்கள் என்கிறார். உங்களுடைய வழிகாட்டலில்லாமல் அதைச் சுழற்றிக் கொண்டிருக்கிறீர்கள். உங்களுடைய ஆட்களைக் கூட்டிக்கொண்டு போய்விடுங்கள். அதைத்தான் கூறுகிறார் வானா. அவர் மறுபடியும் கோபமடைகிறார் என்று நினைக்கிறேன்."

"நம்முடைய பொருட்களில்லாமல் செல்லப் போவதில்லை" என்றார் வணிகர். "நம்முடைய உயிரை வேண்டுமானாலும் அவர் எடுத்துக் கொள்ளட்டும் என்று கூறு. அது எந்த மதிப்பும் பெறாதது. ஆனால் நம் உயிர் நமக்குக் கிடைக்குமென்றால் நமது பொருட்களையும் நாம் கோருகிறோம். எந்த வியாபாரமுமில்லாமல் எவ்வளவு தூரம் செல்ல முடியும்? நம்முடைய பொருட்களில்லாமல் நாம் செல்லப் போவதில்லை என்று அவரிடம் சொல்."

6

சுல்தானின் அரண்மனையில் என்ன நடந்ததென்று தனது ஆட்களுக்கு விவரித்துக் கொண்டிருந்தார் வணிகர்; அவர்களுக்கெதிராகச் சாட்டு உபயோகித்த வசை மொழிகள், முஹமது அப்தல்லாவிற்கு விழுந்த அடிகள், பிடுங்கிக் கொள்ளப்பட்ட அவர்களுடைய சரக்குகள், நகரிலிருந்து அவர்களை வெளியேறக் கூறியது மற்றும் வெளியேறுவதற்கு வணிகர் தெரிவித்த மறுப்பு. அங்கிருந்து யாராவது செல்ல விரும்புகிறார்களா என அவர் அழைத்தார். அனைவரும் வணிகரின் மீதான தங்களது விசுவாசத்தை உரத்துக்

கூறி இறைவன் தங்களுக்கு விதித்ததை ஏற்றுக் கொள்வதாக வாக்குக் கொடுத்தனர். மோசமான நிலையிலிருந்து யூசுப்பின் இளமை அவர்களை எவ்வாறு காப்பாற்றியது என்று சிம்பா வேனே கூறிய போது அது அனைவரிடையேயும் உற்சாகக் கூக்குரலையும் கேளிக்கை வசவுகளையும் எழுப்பியது. அதன்பின் அவர்களைச் சிறை பிடித்தவர்களின் கட்டளையின்படி அமைதியாக அமர்ந்து காலி வயிறையும் சிகிச்சையிலிருக்கும் சக தோழர்களைப் பற்றிய நினைவையும் அசை போட்டனர். எரிக்கும் வெயிற்சூட்டிலிருந்து ஒளிந்துகொள்ள எந்த நிழலும் இல்லாததால் நேரம் நகர நகர அவர்களுடைய முனகல்கள் அதிகரித்தன. காயம்பட்டவர்களுக்காகத் தங்களுடைய துணிகளைக் குச்சிகளாலும் கயிறாலும் இணைத்து சிறிய மறைப்பை அமைத்தனர்.

நியாபாரா மனதளவில் மீண்டு விட்டானெனினும் காய்ச்சலின் ஆரம்ப நிலையில் பலவீனமாக நடுங்கிக்கொண்டிருந்தான். அரற்றிக் கொண்டே நிலத்தில் படுத்திருந்தவனின் வார்த்தைகளைப் புரிந்து கொள்ள யாரும் முயலவில்லை. சில நிமிடங்களுக்கொருமுறை கண் திறந்து மங்கலான பார்வையில் தான் எங்கிருக்கிறோம் என்றே அறியாதவன் போலத் தன்னைச் சுற்றிலும் பார்த்துக் கொண்டிருந்தான். வணிகரின் முடிவின் பொருட்டு அங்கே காத்திருந்தவர்கள் எது சிறந்த முடிவென்று தங்களுக்குள்ளே விவாதித்துக் கொண்டார்கள். தாங்கள் பத்திரமாக இருக்கையிலேயே சென்றுவிடுவது நல்லதில்லையா? சாட்டு அடுத்து என்ன செய்யப் போகிறார் என்று யாருக்குத் தெரியும்? அவர்கள் இப்போது என்ன செய்ய வேண்டும்? அந்த ஊரிலேயே தங்கியிருந்தாலும் பட்டினியால் சாகப் போகிறார்கள், தங்கள் பொருட்களில்லாமல் அங்கிருந்து சென்றாலும் பட்டினி கிடந்து சாகப் போகிறார்கள் அல்லது நிச்சயமாக வேறு யாரோ அவர்களைச் சிறை பிடிக்கப் போகிறார்கள்.

“பார், இந்த மனித உடல் என்பது எவ்வளவு முட்டாள்தனமானதென்று பார்” யூசுப்பிடம் கூறினார் அஜீஸ் மாமா. அவருடைய அழிக்கவியலாத நிலைத்த புன்னகை முகத்தின் விளிம்பில் மீண்டும் வட்டமடிக்கத் தொடங்கியது. “நம்முடைய வலிமை வாய்ந்த பின் அப்தல்லாவைப் பார், அவருடைய உடல் எவ்வளவு அபத்தமாக நோஞ்சானாகவும் நம்ப முடியாததாகவும் மாறிவிட்டது பார்” அது போன்ற அடியிலிருந்து பலவீனமான மனிதனால் ஒரு போதும் எழுந்து வர முடியாது ஆனால் அவர் மீண்டெழுந்துவிடுவார். நம்முடைய இயல்பும் கீழ்மையானதாகவும் துரோகமிழைப்பதாகவும்

இருந்திருந்தால் நிலைமை மேலும் மோசமானதாக இருந்திருக்கும். நான் மட்டும் வித்தியாசமானவனாக இல்லாமலிருந்தால் கோபமான சுல்தான் கூறிய அனைத்துக் குற்றச்சாட்டுகளையும் நம்பியிருப்பேன். நம்மிலுள்ள எதையோ கண்டு அதை அழிக்க விழைகிறார். ஏதேதோ கதைகள் சொல்வதால் அவரை மகிழ்ச்சியடைய வைக்க நாம் ஒப்புக் கொள்வோம் என நினைக்கிறார். நாம் நம்முடைய உடலை அதன் வசமே விட்டுவிட்டால் தன்னுடைய நலத்தை எப்படிப் பேணுவதென்றும் மகிழ்வாக இருப்பதென்பதையும் அதுவே பார்த்துக்கொள்ளும். ஆட்கள் புகார் சொல்வதை நீ கேட்கிறாய் யூசுப். நாம் என்ன செய்ய வேண்டுமென்று நீ நினைக்கிறாய்? ஒருவேளை இரவில் உனக்கொரு கனவு வந்திருக்கக்கூடும். யூசுப் செய்ததைப் போல நீயும் எங்களுடைய மீட்சிக்காக அதன் அர்த்தத்தை எங்களுக்குக் கூறலாம்" புன்னகையுடன் அஜீஸ் மாமா கூறினார்.

தலையைக் குலுக்கிக் கொண்ட யூசுப் அப்படி எந்த நம்பிக்கையையும் தான் பார்க்கவில்லை என்பதை அவரிடம் கூற முடியாத நிலையில் இருந்தான்.

"அப்படியென்றால் நாம் இங்கேயே தங்கிப் பட்டினி கிடக்கலாம். அது சுல்தானின் கொடூரத்தை அவமானம் அடையச் செய்யாதா?" என்று வணிகர் கேட்டது இரக்கத்தின் சிறு அசைவை யூசுப்பிடம் ஏற்படுத்தியது.

"சிம்பா", அவனை அருகே வரச் சொல்லி அழைத்தார் வணிகர். "நீ என்ன நினைக்கிறாய்? நாம் பொருட்களை விட்டுவிட்டு இங்கிருந்து போய்விடலாமா இல்லை அவை கிடைக்கும் வரை இங்கேயே தங்கியிருக்கலாமா?"

"நாம் இங்கிருந்து போய் விட்டு மீண்டும் யுத்தம் செய்ய வர வேண்டும்" கணநேரம் கூடத் தயங்காமல் கூறினான் சிம்பா வேனே.

"ஆயுதங்களின்றி அல்லது அவற்றை வாங்க எந்த வழியுமின்றி? அப்படி ஒரு யுத்தம் எப்படி முடியும்?" என்று கேட்டார் வணிகர்.

மதியம் அவர்களுக்காகச் சில பழுத்த வாழைப்பழங்கள், வேகவைத்த மரவள்ளிக் கிழங்கு மற்றும் விலங்கு இறைச்சி அனுப்பி வைத்தார் சாட்டு. ஊர் மக்கள் சிலர் அவர்கள் தங்களைச் சுத்தப்படுத்திக் கொள்ளவும் அருந்தவும் நீர் கொண்டு வந்து தந்தார்கள். பின்னர் சாட்டு வணிகரை அழைத்தபோது அவர்

தன்னுடன் நியாண்டே, சிம்பா வேனே மற்றும் யூசுப்பை அழைத்துக் கொண்டு சென்றார். இம்முறை சாட்டுவின் முற்றத்தில் கூட்டம் இல்லையென்ற போதும் பெரியோர்கள் அப்போதும் இருந்தார்கள். வழக்கமான சம்பிரதாய முறையைத் துறந்து சாவகாசமான வசதியான நிலையில் அமந்திருந்தார்கள். தங்கள் கடைகளிலுள்ள முதியவர்களைப் போல ஒருவேளை இவர்களும் எப்போதும் அங்குதான் இருப்பார்கள் போல என்று யூசுப் நினைத்துக் கொண்டான். நீண்ட சிந்தனைக்குப் பின் இந்த வார்த்தைகளைத் தேர்ந்தெடுத்தது போலச் சாட்டு நிதானமாகப் பேசினார். “இரண்டு வருடங்களுக்கு முன் கூட்டமாகச் சில ஆட்கள் இந்த வழியாக வந்தார்கள்” சுல்தானின் மெல்லிய குரலைக் கேட்கும் பொருட்டு முன்னால் சாய்ந்து நின்றான் நியாண்டே. “சிலர் உங்களைப் போல வெளுத்த தோலுடையவர்கள், வானா தாஜிரி, மற்றவர்கள் கருப்பு நிறம். அவர்களும் உங்களைப் போலவே வியாபாரம் செய்ய வந்ததாகக் கூறினார்கள். அவர்களுக்குத் தங்கமும் தந்தங்களும் சில நல்ல தோல்களும் கொடுத்ததாகக் கூறுகிறார். அவர்களுடைய வணிகர் தங்களிடம் திருப்பிச் செலுத்தப் போதிய பொருட்கள் இல்லையென்று கூறி இப்போது சென்றுவிட்டு பாக்கியைச் செலுத்த மீண்டும் வருவதாகக் கூறினார். அன்றிலிருந்து இன்றுவரை அவர்களைக் காணவில்லை. அந்த வியாபாரி நமது சகோதரர் என்று கூறுகிறார். அதனால் நமது சகோதரனின் கடனை நாம் செலுத்துகிறோம். இதுதான் அவர் கூறுவது.”

வணிகர் பேச முனைந்த போது சாட்டு மீண்டும் பேசி நியாண்டேவை அவரிடம் கவனம் செலுத்த நிர்ப்பந்தம் செய்தார். “இதைப் பற்றி நீங்கள் என்ன நினைக்கிறீர்கள் என்பதைத் தெரிந்து கொள்வதில் அவருக்கு விருப்பமில்லை. உங்களிடம் போதிய அளவு நேரத்தை வீணாக்கிவிட்டார். அவரை கோய்கோய்[2] என்று நினைத்துக் கொண்டீர்களா? கோய்கோய் நிலவின் கீழ் நடனம் ஆடிக் கொண்டிருக்கையில் அந்நியர்கள் தங்கள் பொருளைத் திருடிச் செல்ல விட்டுவிடுவார்கள். ஏதாவது கெட்டது நடக்கும் முன் நாம் இங்கிருந்து போய்விட வேண்டுமென்று கூறுகிறார். ஆனால் இந்த விஷயத்தை ஒரு முடிவுக்குக் கொண்டுவர நினைக்கிறார். நன்றாகச் சிந்தித்த பிறகு அவர் இந்த முடிவை எட்டியிருக்கிறார். இந்த நாட்டை விட்டு நாம் வெளியேறத் தேவையான அளவு பொருட்களை உங்களுக்குத் தருவார். இதற்குப் பதில் சொல்ல ஏதாவது இருக்கிறதா என்று தெரிந்துகொள்ள விரும்புகிறார்.”

2 சோம்பேறி, எதிலும் நாட்டமில்லாதவர்.

வணிகர் நீண்ட நேரம் அமைதியாக இருந்தார். "அவருடைய இந்த முடிவு அவர் ஒரு கூர்மதி உடைய அரசர் என்று தெரியப்படுத்துகிறது. ஆனால் அவருடைய தீர்ப்பு நியாயமானதல்ல என்று அவரிடம் கூறு" என்று இறுதியாகக் கூறினார்.

இது மொழியாக்கப்பட்டுத் தெரிவிக்கையில் சாட்டு புன்னகை புரிந்தார். "உங்களுடைய சொந்த இடத்திலிருந்து இவ்வளவு தொலைவு எது உங்களை அழைத்து வந்தது? நீதியின் தேடலா? இதுதான் அவர் கேட்டது. அப்படியென்றால் நீங்கள் அதைக் கண்டடைந்து விட்டீர்கள். நான் உங்களுடைய பொருட்களை எடுத்துக்கொள்கிறேன். அப்போதுதான் உங்கள் சகோதரர்களிடம் இழந்தவற்றிற்காக என் மக்களுக்கு நான் நீதி வழங்க முடியும். இப்போது நீங்கள் போய் உங்கள் சகோதரர்களைக் கண்டுபிடித்து உங்களுக்கான நீதியைப் பெற்றுக் கொள்ளுங்கள்... இதுதான் அவர் கூறுகிறார் என நினைக்கிறேன்."

அடுத்த நாள் மீண்டும் தொடர்ந்தார்கள். வணிகர் எவ்வளவு பொருட்கள் எடுத்துச் செல்ல அனுமதிக்கப்படலாம், எடுத்துக் கொண்டதன் மதிப்பு என்ன, சாட்டுவுக்கு எவ்வளவு கொடுக்க வேண்டியது என்பதைப் பற்றி விவாதித்தார்கள். அவர்களைச் சுற்றி அமர்ந்திருந்த பெரியோர்கள் தங்களால் இயன்ற அளவு வழங்கிய அறிவுரைகளைச் சாட்டு கண்ணியமாக ஒதுக்கிவிட்டார். காவலாட்களிடமிருந்து பறித்த மூன்று துப்பாக்கிகளைத் தாங்கள் வேட்டைக்குச் செல்லப் பயன்படுத்துவதற்காக இளைஞர் கூட்டம் கேட்ட போது சாட்டு அவர்களையும் கண்டுகொள்ளவில்லை. பெண்கள் தங்கள் வேலைகளின் பொருட்டு முற்றமெங்கும் அங்குமிங்கும் நடந்து கொண்டிருப்பதை யூசுப் பார்த்த போதும் அவர்களில் யாருமே எதுவும் கேட்க முன்வரவில்லை. அனைவரது பேச்சுகளையும் மொழிபெயர்க்க நியாண்டே தடுமாற இருபக்கமிருந்தும் அவனைச் சந்தேகத்துடன் நோக்கினார்கள். தங்களுடைய ஆட்கள் பயணம் செல்லும் அளவு குணமடையும் வரை சாட்டுவின் நாட்டில் இருக்க நேரிடுவதால் அவர்கள் சுதந்திரமாக நடமாடுவதற்கும், தங்கள் உணவுக்காக நகர மக்களுக்குச் சிறு சிறு வேலைகள் செய்து தரவும் அனுமதி கிடைக்குமா என்று வணிகர் வினவினார். யூசுப்பைப் பிணைக்கைதியாக விட்டுச் சென்றால் அதற்கு அனுமதிப்பதாகச் சாட்டு தெரிவித்தார். அன்றிரவு சாட்டுவின் முற்றத்திலிருக்கும் வீடுகளொன்றின் வாசல் தளத்தில் யூசுப் உறங்கிக் கொண்டிருக்கும்போது இரு பயணிகள் காவலுக்குத் தப்பி உதவி பெறுவதற்காக வெளியே சென்றுவிட்டார்கள்.

சாட்டுவின் வீட்டில் யூசுப் சிறப்பாக நடத்தப்பட்டான். சுல்தானே அவனிடம் நேரடியாகப் பேசினார், அவனுக்கு ஓரிரு வார்த்தைகளுக்கு மேல் எதுவும் புரியவில்லை அல்லது பல வார்த்தைகள் பரிச்சயமானவை போலத் தோன்றியதால் ஒரு வேளை புரிந்தது போலவும் தோன்றியது. சாட்டுவின் முகபாவனையிலிருந்தும் அவருடைய வார்த்தைகளிலிருந்து யூசுப் புரிந்துகொண்ட வகையிலும் அவருடைய கேள்விகளின் அடிப்படைப் பொருளை யூகித்து அதற்கான பதிலை அளித்தான். எவ்வளவு தொலைவு அவர்கள் பயணம் செய்தார்கள், அவர்கள் நாட்டில் எத்தனை பேர் வசிக்கிறார்கள், எது அவர்களை இவ்வளவு தொலைவு பயணம் செய்ய வைக்கிறது. அந்த விஷயங்களைப் பற்றியெல்லாம் மிகப் பணிவாகவே யூசுப் எடுத்துரைத்தாலும் சுல்தானோ, பெரியோர்களோ அவன் கூறுவது எதையும் புரிந்து கொண்டதாகத் தோன்றவில்லை. மறுநாள் அடுத்த சுற்றுப் பேச்சு வார்த்தைக்காக வணிகர் வந்த போது யூசுப்பைப் பார்வையில் தேடியவர் அவனைக்கண்டு புன்னகைத்தார்.

“நான் நலமாகவே இருக்கிறேன்” என்றான் யூசுப்.

“நீ நன்றாகக் கற்றுக்கொண்டாய்” என்ற அஜீஸ் மாமா அப்போதும் புன்னகைத்துக் கொண்டிருந்தார். “வா, வந்து என்னுடன் அமர்ந்து கொள், அப்போதுதான் சுல்தான் உன்னைப் பற்றிக் கூறும் கதைகளைக் கேட்க முடியும்.”

மதிற்சுவர் சூழ்ந்த முற்றத்திலிருந்து வெளியே செல்ல யூசுப்புக்கு அனுமதியில்லை, அழைத்தாலொழிய சாட்டுவும் பெரியோர்களும் அதிக நேரம் செலவிடும் தளத்துக்கு அவன் வர வேண்டுமென்று எதிர்பார்க்கப்படவில்லை. இந்தப் பெரியவர்களுக்குச் செய்வதற்குப் பிடித்தமான வேலையோ அல்லது கவனித்துக் கொள்ளவோ, மகிழ்ச்சியோடும் பெருமிதத்தோடும் கண்டு களிக்க விளைநிலம் ஏதுமில்லையா? ஒருவேளை நகரத்திலிருக்கும் பயணியர் கூட்டத்தின் இருப்பு மற்றெதையும் கைவிட வேண்டுகிறது போல. நாள் முழுவதும் நிழலில் அமர்ந்தபடி நேரம் கழியக் காத்துக்கொண்டிருக்கும் யூசுப் பெண்கள் வேலை செய்து கொண்டிருப்பதைப் பார்த்துக் கொண்டிருப்பான். ஒரு பார்வையாளருக்கு அவர்களில் எவரும் தங்கள் நாட்களில் செய்வதெல்லாம் நிழலில் அமர்ந்தபடி அவர்களுக்கு முன்னால் வெறித்துப் பார்ப்பது போலத் தோன்றியிருக்கும். பெண்கள் அவனைக் கிண்டல் செய்து புன்னகையுடன் அவனை நோக்கி

ஏதேதோ கூச்சலிட்டனர். இருப்பினும் அந்தப் புன்னகையோ, அவர்கள் கூறிய சொற்களோ முற்றிலும் அன்பானதாக அவன் உணரவில்லை. வயதில் இளைய பெண்களைச் சிறிய பரிசுகள் மற்றும் மனங்கவர் குறிப்புகளோடு அனுப்பினார்கள். யூசுப் அவற்றைக் குறிப்புகளாகவே எடுத்துக்கொண்டான். மேலும் நேரத்தைப் போக்குவதற்காக அவற்றைத் தனக்குத்தானே மொழிபெயர்த்துப் பார்த்தான். இன்று மதியம் என் கணவர் உறங்கும் போது என்னை வந்து பார்க்கவும். உனக்குக் கையால் ஸ்நானம் செய்ய வேண்டுமா? உனக்கு அரிப்பு ஏதாவது இருக்கிறதா? அதை நான் வந்துதான் சொறிய வேண்டுமென்று விரும்புகிறாயா? சில சமயங்களில் பலத்த சிரிப்புடன் கூவிக் கொண்டு அவனை நோக்கிக் கூச்சலிட்டனர். மேலும் வயதான பெண்களில் ஒருத்தி அவனைக் கடந்து செல்லும் போதெல்லாம் முத்தங்களைப் பறக்க விட்டுக் கொண்டும் புட்டத்தை ஆட்டிக் கொண்டும் போவாள். உணவு கொண்டு வரும் பெண் அவன் உணவருந்தும் போது சில அடிகள் தள்ளி அமர்ந்து வெட்கமில்லாமல் அவனை வெறித்துக் கொண்டிருப்பாள். அவ்வப்போது அவனிடம் முகத்தைச் சுளித்தவாறு கடுமையான தொனியில் பேச்சுக் கொடுப்பாள். சொற்பப் பகுதியே மறைக்கப்பட்டிருக்கும் அவள் மார்பிலிருந்து கண்களை விலக்கியே வைத்திருப்பான் யூசுப். தன் கழுத்தில் அணிந்திருந்த மணிகளின் மீது அவன் பார்வையைக் கவர்ந்து அவனது பாராட்டுதலுக்காக அவற்றை லேசாக உயர்த்தினாள்.

"மணிகள், அவை என்னவென்று எனக்குத் தெரியும்" என்றான் யூசுப். "மக்களுக்கு மணிகளை ஏன் இவ்வளவு பிடிக்கிறது என்று எனக்குப் புரியவில்லை. நாங்கள் கடந்து வந்த சில இடங்களில் ஒரு கைப்பிடி மணிகளுக்காக முழு ஆட்டையே விற்றுவிடுவார்கள். அவை வெறும் ஒப்பனைப் பொருட்கள். மணிகளை வைத்துக் கொண்டு என்ன செய்ய முடியும்?"

"உன் பெயர் என்ன?" மற்றொரு சமயத்தில் கேட்டான், ஆனால் அவளுக்குப் புரிய வைப்பதில் தோற்றுப் போனான். சிரிக்கும் கண்களுடனும் மெலிந்த கூர் முகத்துடனும் அவள் மிக அழகாகத் தோற்றமளிப்பதாக நினைத்தான். எதுவும் பேசாமல் மௌனமாக அடிக்கடி அவன் பக்கத்தில் அமர்ந்துகொள்வாள். அப்போதெல்லாம் தான் மேலும் ஆண்மையுடன் செயல்பட வேண்டுமென்று அவன் உணர்வான். ஆனால் அவளிடம் எந்த மரியாதைக் குறைவையும் காட்ட விரும்பவில்லை. தனக்கு ஏதாவது வேண்டுமென்று அவன் சைகை செய்யும் போதெல்லாம் அவள்தான் அழைத்து

சொர்க்கத்தின் பறவைகள் 🌼 213

வரப்பட்டாள். அஜீஸ் மாமா பேச்சு வார்த்தைக்கு வந்த போது சாட்டு கூட இதைப் பற்றிக் கூறி அவனைக் கிண்டல் செய்தார். நம்முடைய இளைஞன் ஏற்கெனவே அவர்களின் ஒரு பெண்ணைத் திருமணம் செய்துகொண்டான். அதனால், அதையும் நமது கடன்களில் சேர்த்துக்கொள்ள வேண்டுமென்று கூறுகிறார்" யூசுப்பைப் பார்த்துப் பல்லைக் காட்டிக்கொண்டே கூறினான் நியாண்டே. "நீ அதி வேகமாக வேலை செய்கிறாய், சாத்தான் பயலே." அவன் இங்கேயே தங்கி பட்டிக்குப் பிள்ளைகளைக் கொடுக்கட்டும் என்று சொல்கிறார். இந்த ஆரோக்கியமான இளைஞனுக்கும் வியாபாரத்துக்கும் என்ன சம்பந்தம்? அவன் இங்கேயே இருந்துவிடட்டும். பட்டி அவனுக்கு வாழ்க்கை பற்றிய பாடம் எடுப்பாள்."

பட்டி என்பது அவள் பெயர். பட்டி எப்போது அணுக்கமாக வந்தாலும் மற்றவர்கள் கவனித்து பார்வையைப் பரிமாறிக் கொண்டு புன்னகைப்பதைக் கண்டான். சாட்டுவின் முற்றத்தில் நான்காவது இரவில் அந்தப் பெண் அவனைப் பார்க்க இருட்டியதும் வந்தாள். பாயில் அமர்ந்து மெல்லிய கீதத்தை முணுமுணுத்தபடி அவனது முகத்தையும் சிகையையும் கைகளால் அளைந்து கொண்டிருந்தாள். எதுவும் பேசாமல் அவளை வருடிக்கொண்டிருந்த யூசுப் இந்த வருடல்களால் தான் உணரும் இன்பத்திலும் சுகத்திலும் மூழ்கிப் போனான். அவள் அதிக நேரம் தங்கவில்லை, ஏதோ ஒன்றை நினைத்துக்கொண்டவள் போலச் சட்டெனச் சென்றுவிட்டாள். அடுத்த நாள் முழுவதும் அவனால் மனதிலிருந்து அவளை நீக்கவே முடியவில்லை. அவளைக் காண நேரிடும் ஒவ்வொரு முறையும் சிரிக்கத் தவறவே இல்லை. அங்கிருந்த பெண்கள் அந்த நாடகத்தைக் கண்ட போதெல்லாம் கை தட்டியும் சத்தமெழுப்பியும் சிரித்தார்கள்.

அன்று மீண்டும் வருகை புரிந்த அஜீஸ் மாமா அவனுடன் உரையாடுவதற்கு உறுதியாக இருந்தார். "தயாராக இரு" என்றார். "விரைவில் ஒரு இரவில் நீங்கிச் செல்வோம். நம்முடைய பொருட்களை முயன்று வாங்கிவிட்டு இங்கிருந்து தப்பியோட வேண்டும். ஆபத்து உள்ளது."

அன்றிரவு அந்தப் பெண் மீண்டும் வந்து முன்பு போலவே அவன் பக்கத்தில் அமர்ந்துகொண்டாள். ஒருவருக்கொருவர் வருடிக் கொண்டே இருந்தவர்கள் ஒருவழியாகத் தரையில் படுத்தார்கள்.

இன்பப் பெருமூச்சுவிட்டான் அவன். ஆனால் அவளோ உடனடியாக எழுந்து கிளம்பத் தயாரானாள். "இரு" என்றான் அவன்.

எதையோ முணுமுணுத்தவள் தன்னுடைய உள்ளங்கையை அவன் வாய் மீது வைத்தாள். மகிழ்ச்சிப் பெருக்கில் தன் குரலை உயர்த்திய அவன், அவள் புன்னகைத்துக் கொண்டிருப்பதை இருளில் பார்த்தான். பக்கத்து வீட்டில் யாரோ இருமும் சப்தம் கேட்க பட்டி உடனடியாக இருளில் ஓடி மறைந்தாள். நீண்ட நேரம் கண் விழித்துப் படுத்திருந்த யூசுப் அந்தக் குறுகிய இன்பமயமான கணங்களை மீண்டும் வாழ்ந்து பார்த்தான். அவளைப் பார்க்கப் போகும் காலை நேரத்தை எதிர்நோக்கியிருந்தான். தன்னுடைய உடல் அவளுக்காக எவ்வளவு ஆர்வமாக இருக்கிறதென்பதையும் அவள் சட்டென்று எழுந்து சென்றுவிட்டதில் அது எவ்வளவு வேதனையடைந்தது என்பதையும் எண்ணி ஆச்சரியப்பட்டான். வணிகரையும் சாட்டுவையும் நினைத்துக்கொண்டவன் தான் செய்யும் இந்தச் செயலால் அவர்கள் எவ்வளவு சினம் கொள்வார்கள் என்பதை யூகித்தான். அந்த எண்ணம் அவனைப் பதற்றத்துக்குள்ளாக்கி பட்டி கிளர்த்தியிருந்த ஆவலாதியான உணர்வுகளைத் தணித்தது. பின்னர் தன்னிலிருந்து விலகி உறக்கத்தைத் தேடினான்.

காலையில் வயலில் பணி புரியச் செல்லும் பெண்களுடன் அவளும் முற்றத்திலிருந்து வெளியே செல்வதைப் பார்த்தான் யூசுப். அவள் தன் தோளைத் திருப்பி அவனைப் பார்த்த போது அவர்களிடையே நிகழ்வதை அவள் எவ்வாறு வெளிக்காட்டுகிறாளென்று கண்டு மற்ற பெண்கள் சிரித்தனர். இது காதல், என்று கத்தினர். திருமணம் எப்போது நடக்கும்? அல்லது அவர்கள் அப்படித்தான் கூறினார்கள் என்று யூசுப் எடுத்துக்கொண்டான்

7

முற்பகல் நேரத்தில் நகரினுள் ஒரு அணிவகுப்பு நுழைந்தது. ஒரு ஐரோப்பியனால் முன்னெடுக்கப்பட்டு நேராக சாட்டுவின் இருப்பிடத்துக்கு முன்னாலிருந்த வெட்ட வெளியை நோக்கி நடத்திச் செல்லப்பட்டது. பெரிய முகாம் ஒன்று விரைவில் நிறுவப்பட்டு கொடிக்கம்பம் எழுப்பப்பட்டது. வழுக்கைத் தலையும் பெரிய தாடியும் கொண்ட உயரமான அந்த ஐரோப்பியன் சட்டையும் கால்சராயும் அணிந்திருந்தான். அகலமான விளிம்புகளுடைய தொப்பியைத் தலையில் அலங்கரித்திருந்தான். அவனுடைய

ஆட்களால் அங்கு போடப்பட்டிருந்த மேசையின் பின் அமர்ந்தவன் உடனடியாக ஒரு புத்தகத்தில் எழுதத் தொடங்கினான். அவனுடைய அணிவகுப்பில் பல டஸன் அஸ்காரி[3]கள் மற்றும் சுமைகூலிகள் இருந்தனர். அனைவரும் அரைக்கால் சராயும் தளர்வான மேல்சட்டையும் அணிந்திருந்தார்கள். முகாமின் முன்னால் மக்கள் சேகரமாகத் தொடங்கினார்கள் ஆனால் அவர்கள் அனைவரும் ஆயுதம் தாங்கிய அஸ்காரிகளால் தொலைவிலேயே தடுத்து நிறுத்தப்பட்டார்கள். அணிவகுப்பின் வருகையை அறிந்த வணிகர் அந்த ஐரோப்பியனைக் காண விரைந்தார். காவலாட்களால் முதலிலேயே தடுத்து நிறுத்தப்பட்டாலும் ஐரோப்பியன் தன்னைப் பார்த்து விட வேண்டுமென்பதில் உறுதியாக இருந்தார். தன்னுடைய எழுத்து வேலையை முடித்தவுடன் தரை புரளும் வெண்ணிற கன்ஸு குர்த்தாவிலிருந்த மனிதனை நோக்கிய ஐரோப்பியன் அருகில் வருமாறு அவரை அழைத்தார் ஸ்வாஹிலி மொழி சரளமாகப் பேசத் தெரியும் தலைமை அஸ்காரி மொழிபெயர்ப்பதற்காக முன்னே வந்தார். அவசர அவசரமாகத் தன் கதையைக் கூறி முடித்த வணிகர் கொள்ளையடிக்கப்பட்ட தனது பொருள்கள் திருப்பித் தரப்பட வேண்டுமென்று முறையிட்டார். அவருடைய கதையைக் கேட்ட பின்பு கொட்டாவி விட்ட ஐரோப்பியன் தான் ஓய்வெடுக்கப் போவதாகவும் கண் விழித்ததும் சாட்டு தன்னைப் பார்க்க வர வேண்டுமென்றும் கூறினான்.

சாட்டுவும் வணிகரும் அவன் கண் விழிப்பதற்காக வெட்ட வெளியில் காத்திருந்தனர். பெரிய ஆள் இங்கிருக்கிறார் என அஜீஸ் மாமாவின் ஆட்கள் சாட்டுவை இடித்துக் காட்டிப் பேசினான். உன்னை மலம் தின்ன வைப்பான் திருடனே. இதற்கு முன் எப்போதாவது ஐரோப்பியர்களைப் பார்த்திருக்கிறாயா என்று நியாண்டேவிடம் கேட்டார் சாட்டு. அவர்களால் உலோகங்களைச் சாப்பிட முடியுமென்று கேள்விப்பட்டேன். அது உண்மையா? எப்படியோ, அழைத்ததும் வந்துவிட்டார். அதைவிட மண்டைக்குள் பெரிய சோகத்தையும் கொண்டுவந்திருக்கிறார். “அவர்கள் எப்படிப்பட்ட மனிதர்கள் என்று கேட்கிறார்” என்று வணிகரிடம் சொல்லிக் கொண்டிருந்தான் நியாண்டே.

“விரைவில் பார்க்கப் போகிறான் என்று சொல்” என்றார் வணிகர். “ஆனால் இந்த நாள் முடியும் முன் அவன் என்னுடைய சொத்தை எனக்குத் திருப்பித் தரப்போகிறான்.”

---

3 ஐரோப்பியக் காலனி அரசின் ராணுவத்தில் பணிபுரியும் ஆப்பிரிக்கர்கள். குறிப்பாகக் கிழக்கு ஆப்பிரிக்க வீரர்கள்.

சுல்தானின் வீட்டில் அவன் கழித்த விடுமுறையைப் பற்றிக் கிண்டல் செய்துகொண்டிருந்த சக பயணிகளுடன் நின்றுகொண்டிருந்தான் யூசுப். ஒருவழியாகத் தன்னுடைய முகாமிலிருந்து வெளியே வந்தான் ஐரோப்பியன். அவன் முகம் சிவந்து உறக்கம் அப்பிக் கிடந்தது. தன்னைச் சுற்றி நூற்றுக்கணக்கானவர்கள் இருந்தும் யாரும் இல்லாமல் தான் மட்டும் அங்கிருப்பது போலப் பாவித்து சுத்தமாகக் கழுவித் துடைத்துக்கொண்டு வந்தான். பின் வேலையாட்கள் மேசையின் மீது பரிமாறி வைத்திருந்த உணவை உண்டு முடித்ததும் சாட்டுவையும் வணிகரையும் அருகே வருமாறு அழைத்தான்.

“நீதான் சாட்டுவா?” என்று கேட்டான்.

ஐரோப்பியன் கூறியதை தலைமை அஸ்காரி சாட்டுவுக்கு மொழிபெயர்த்துச் சொல்ல, அஸ்காரியின் வார்த்தைகளை நியாண்டே வணிகருக்கு மொழிபெயர்த்தான். மொழிபெயர்ப்பாளனுக்குத் தலையை ஆட்டிய வணிகர் உடனடியாக ஐரோப்பியனை நோக்கித் திரும்பினார். காதுகளை மீறி வளர்ந்திருக்கும் சிகை கொண்ட பளபளக்கும் சிவப்பு மனிதனைப் போன்ற விசித்திரமான தோற்றம் கொண்ட எதையும் இதுவரை அவர் பார்த்திருக்கவில்லை. அதன்பின் அவன் கேட்டான்.

“ஏய், சாட்டு, நீ இவ்வளவு பெரிய ஆள் ஆகி விட்டாயா? இதுதானா நீ நினைத்துக் கொண்டிருப்பது?”

ஐரோப்பியன் பேசிய பின் மொழிபெயர்ப்பாளர் கூறினார். “மக்களின் உடைமைகளை எப்படி அபகரிக்கிறீர்கள்? அரசாங்கத்தின் சட்டங்களுக்குப் பயப்படவில்லையா?”

“என்ன அராசாங்கம்? நீங்கள் எதைப் பற்றிப் பேசுகிறீர்கள்?” சாட்டு மொழிபெயர்ப்பாளரிடம் குரலை உயர்த்திக் கூறினார்.

“என்ன அரசாங்கமா? என்ன அரசாங்கம் என்று பார்க்க வேண்டுமா? நீங்கள் என்னுடன் பேசும்போது கத்தாமல் இருப்பது நல்லது நண்பரே. உங்களைப் போன்ற வாயாடுபவர்களை அரசாங்கம் ஊமையாக்கிக் கட்டி வைத்திருப்பதைப் பற்றிக் கேள்விப்படவில்லையா?” மொழிபெயர்ப்பாளர் கடுமையான தொனியில் கேட்டார். இந்த வார்த்தைகளை ஓங்கிய குரலில் மொழிபெயர்த்தான் நியாண்டே. அது வணிகரின் ஆட்களிடம் ஆராவாரத்தை ஏற்படுத்தியது.

"அவர் அடிமைகளை அழைத்துச் செல்ல வந்திருக்கிறாரா? உங்களுடைய அந்தப் பெரிய மனிதன் அடிமைகளுக்காக இங்கே வந்திருக்கிறாரா?" கோபத்துடன் கேட்டார் சாட்டு.

எரிச்சலில் முகம் சிவந்து போகப் பொறுமையின்றிப் பேசினான் ஐரோப்பியன். "இந்த உதவாக்கரைப் பேச்சை நிறுத்து", மொழிபெயர்ப்பாளன் கூறினான். "அரசாங்கம் அடிமைகளை வாங்குவதில்லை. இந்த மனிதர்கள்தான் அடிமைகளை விலைக்கு வாங்குகிறார்கள். பெரியவர் அதைத் தடுத்து நிறுத்த வந்திருக்கிறார். போ, ஏதேனும் பிரச்சினை வரும் முன் இந்த மக்களின் உடைமைகளைக் கொண்டு வா."

"காரணமில்லாமல் அவர்களின் பொருட்களை எடுக்கவில்லை. அவர்களுடைய சகோதரன் ஒருவன் எங்களுடைய தந்தங்களையும் தங்கத்தையும் எடுத்துச் சென்றுவிட்டான்" புகார் கூறினார் சாட்டு. சிடுசிடுப்புடன் அவர் குரல் மீண்டும் உயர்ந்தது.

"அவர் அனைத்தையும் கேட்டுவிட்டார், இனிமேலும் அதைக் கேட்க விரும்பவில்லை" என்ற மொழிபெயர்ப்பாளர் விஷயம் முழுவதையும் தன் கையில் எடுத்துக்கொண்டார். "இந்த மக்களுக்குச் சொந்தமான எல்லாப் பொருட்களையும் எடுத்து வாருங்கள். இதுதான் பெரியவர் சொல்வது... இல்லாவிட்டால் அரசாங்கத்தால் என்ன செய்ய முடியும் என்பதை விரைவில் காண நேரிடும்."

என்ன செய்வதென்று முடிவெடுக்க முடியாமல் முகாமைச் சுற்று முற்றும் பார்த்தார் சாட்டு. சட்டென்று எழுந்த ஐரோப்பியன் சோம்பல் முறித்தான். "அவரால் உலோகத்தை உண்ண முடியுமா?" சாட்டு கேட்டார்.

"அவர் என்ன விரும்புகிறாரோ அதையெல்லாம் செய்ய முடியும். ஆனால் இப்போது நீ அவர் கூறியதைச் செய்யாவிட்டால் உன்னை மலம் தின்ன வைப்பார்" என்றார் மொழிபெயர்ப்பாளர்.

வணிகருடைய ஆட்கள் வெற்றிக் களிப்புடனும் எள்ளலுடனும் கத்தினார்கள். சாட்டுவை நோக்கி வசைகளைக் கூவியும் அவரையும் அவர் நாட்டையும் கடவுள் ஒதுக்க வேண்டுமெனக் கூச்சலிட்டனர். எஞ்சியிருந்த பொருட்களனைத்தும் கொண்டு வரப்பட்டன. மூன்று துப்பாக்கிகளை மட்டும் விட்டுவிட்டு வணிகரும் அவரது ஆட்களும் எங்கிருந்து வந்தார்களோ அங்கேயே திரும்பிச் செல்ல வேண்டுமென்று ஐரோப்பியன் கூறிவிட்டான். அரசாங்கம் அந்தப் பிரதேசமெங்கும் ஒழுங்கை நிலைநாட்டிவிட்டதால்

துப்பாக்கிகளுக்கு அவசியமில்லை என்றான். சண்டையிடவும் மக்களைக் கைப்பற்றவுமே துப்பாக்கிகள் தேவை. பெரியவருக்கு இந்தத் தலைவனிடம் வேலையிருக்கிறது" இப்போது நீங்கள் போகலாம்" என மொழிபெயர்ப்பாளர் கூறினார். காணாமல் போன சரக்குகளை வீடு வீடாகச் சென்று தேட விரும்பினார் வணிகர். ஆனால் அவர் வாதிடவில்லை. விரைவாக மூட்டை கட்டியவர்கள் தங்களுடைய விடுதலையால் உற்சாகமும் மகிழ்ச்சியும் அடைந்திருந்தனர். தன்னைச் சுற்றிலும் அனைத்துத் தயாரிப்புகளையும் விரைவாகச் செய்துகொண்டிருந்த கூட்டத்தினரைப் பார்த்த யூசுப், கடைசியாக ஒருமுறை பட்டியைக் காண முடியுமா என்று நினைத்தான். இரவு கவியும் முன்னரே அவர்கள் நாட்டை விட்டு வெளியே சென்றிருந்தனர். ஏரிக்கரையோரம் இருக்கும் மரிம்போ நகருக்கான வலி மிகுந்த பயணத்தின் வழித்தடத்தில் மீண்டும் நடந்தனர். பேரச்சத்திலும் அவசரத்திலும் செங்குத்தான பாதையில் தட்டி விழுந்தபடி முன்னர் வந்த பாதை குறித்த சிம்பா வேனேவின் ஞாபகத்தை நம்பியபடி சென்றார்கள். அவன் ஒருவனுக்குத்தான் காட்டுவழியே வந்த அவர்களுடைய முந்தைய பயணம் துர்க்கனவாகத் தங்கியிருக்கவில்லை.

சாட்டு என்கிற மலைப்பாம்பு எப்படி காதுகளை மீறி முடி வளர்ந்திருக்கும் ஒரு ஐரோப்பிய ஜின்னால் விழுங்கப்பட்டது என்பதை இட்டுக் கட்டிப் பாட்டுப் பாடினார்கள் ஆட்கள். ஆனால் காடு அவர்கள் குரலை ஊமையாக்கி அவர்கள் எதிரொலியை முடக்கியது. சுல்தானுக்கும் தங்களுக்குமிடையே உள்ள பிரச்சினையைப் பேச்சு வார்த்தையால் தீர்க்க முடியாதது பற்றிப் புலம்பிக் கொண்டிருந்தார் வணிகர். "இப்போது ஐரோப்பியன்கள் வந்துவிட்டனர், அவர்கள் கையில் முழுப் பிரதேசத்தையும் எடுத்துக் கொள்வார்கள்" என்று கூறினார்.

அவர்கள் பல வாரங்கள் மரிம்போ நகரில் தங்கி ஓய்வெடுத்தும், எவ்வளவு முடியுமோ அவ்வளவு வியாபாரம் செய்து கொண்டும் சாட்டுவின் நகரிலிருந்து தப்பியோடிய இருவர் வந்துவிடுவார்கள் என்ற நம்பிக்கையிலும் இருந்தனர். அவர்களுக்குச் செய்வதற்கு அதிக வேலைகள் இல்லை. முதலில் தாங்கள் தப்பித்துவிட்டதின் மகிழ்ச்சியில் உற்சாகமான சோம்பேறித்தனத்தில் திளைத்தார்கள். நடனங்களுக்கும் கொண்டாட்டங்களுக்கும் கூட்டு உணவுகளுக்கும் பணத்தைச் செலவழித்தார்கள். மாலையில் சீட்டு விளையாடியும் கதைகள் பேசிக்கொண்டும் தலைக்கு மேல் வட்டமாகச் சுற்றி அவர்களைத் துன்புறுத்தும் கொசுக்களைக் கைதட்டி விரட்டிக்

கொண்டுமிருந்தனர். நகர மக்களிடமிருந்து பியர் வாங்கி அதை ரகசியமாகக் குடித்தார்கள். ஆனால் அளவு கடந்த போதையில் தங்களுடைய இந்தத் துயர்மிகு நிலைக்கு ஆளாக்கிய விதியை நொந்தபடி இரவில் தெருக்களில் அழுது கத்தி ஆர்ப்பாட்டம் செய்தனர். நியாபாரா அடிகளின் காயத்திலிருந்து குணமடைந்து விட்டாலும் பின்னங்காலில் உள்ள ஒரு காயம் மட்டும் ஆறாமல் இருந்தது. ஆனால் வலியும் அவமானமும் அவனைப் பலவீனமாக்கி மௌனமாக்கி விட்டதால் ஆட்களை அடக்க ஏதும் செய்வதில்லை. அவர்கள் அனைவரிடமிருந்தும் தன்னைத் தனிமைப்படுத்திக் கொண்ட சிம்பா வேனே பகலில் வேலை செய்ய மீன்பிடி படகு ஒன்றை வாடகைக்கு எடுத்துக்கொண்டான். விரைவில் ஆண்களுக்கிடையே சச்சரவு ஏற்பட்டது. மிரட்டல்கள் பரிவர்த்தனை செய்யப்பட்டு கத்திகள் மின்னின. வணிகரிடம் அவரது ஆட்களின் பொறுப்பற்ற நடத்தையைப் பற்றிப் புகார் செய்தார் மரிம்போ. ஆனால் தொடர்ந்து அதைப் பொறுத்துக்கொள்வதற்கு ஈடாக மற்றொரு அன்பளிப்பை ஏற்றுக்கொண்டார். அஜீஸ் மாமாவின் மீது சோர்வு வந்து அமர்வதைக் கண்டுகொண்டான் யூசுப். எதுவுமே பேசாமல் தோளை வளைத்துக் கூன் போட்டபடி பல மணி நேரங்கள் அமர்ந்திருந்தார். மாலை மங்கிய நேரத்தில் அவரைப் பார்த்த போது, சிறிய மென்மையான விலங்கொன்று தன்னுடைய ஓட்டைத் தொலைத்து வெட்டவெளியில் வழிதவறி நின்றுகொண்டு நகர அச்சப்படுவது போலச் சட்டென்று யூசுப்புக்குத் தோன்றியது. யூசுப்பிடம் பேசுகையில் அப்போதும் அவர் குரல் மென்மையாகவும் சாந்தமாகவும் இருந்தது. ஆனால் அதில் கூர்மையோ இனிமையோ இல்லை. இந்தத் திக்குத் தெரியாத நிலப்பரப்பின் எல்லையில் தாங்கள் கைவிடப்பட்டு விடுவோமோ என்று பயப்படத் தொடங்கிவிட்டான் யூசுப். மாலையில் சில வேளைகளில் மறையும் சூரியனின் ஒளி அவர்கள் மீது படுகையில் தான் எரிவது போல உணர்ந்தான் யூசுப்.

"நாம் பயணப்படும் நேரம் அல்லவா?" ஒரு நாள் நியாபாராவிடம் கேட்டான் யூசுப். பாயில் ஒன்றாக அவர்கள் அமர்ந்திருந்தார்கள். அவனுடைய காலிலுள்ள பளபளப்பான காயத்திலிருந்து கண்களைத் திருப்பிக்கொண்டான் யூசுப். வானத்தைப் பார்த்தவனுக்கு அங்கு ஒளிரும் எண்ணிலடங்கா நட்சத்திரங்கள் மயக்கத்தை வரவழைத்தன. பிரகாசமான பாறைகளாலான சுவரொன்று சடசடவென்று அவர்கள் மீது சரிவது போலிருந்தது.

“செய்யிதுவிடம் பேசு” முஹமது அப்தல்லா அவனிடம் கூறினான். “அவர் இப்போதெல்லாம் நான் சொல்வதைக் கேட்பதில்லை. இந்த நரகத்தில் அழுகிச் சாவதற்குள் நாம் இங்கிருந்து போய்விட வேண்டுமென்று கூறினேன். ஆனால், ஏதோ ஒரு பெரிய பாரம் அவரை அழுத்துகிறது. நான் சொன்னதை அவர் கேட்கவில்லை.”

“நான் என்ன சொல்வேன்? அவரிடம் பேச எனக்குத் தைரியம் இல்லை” தன்னால் முடியுமென்று தெரிந்தாலும் அப்படிக் கூறினான் யூசுப்.

“அவருடைய இதயத்தில் உனக்கான ஒரு இடம் உள்ளது. அவரிடம் பேசி என்ன பதில் சொல்கிறார் என்று கவனி. அதன்பின் நாம் போயாக வேண்டுமென்று சொல். நீ இன்னும் சிறுவன் இல்லை” முஹமது அப்தல்லா பொதுவாகக் கூறினான். “அவர் ஏன் உன்னிடன் வாஞ்சையாக இருக்கிறார் தெரியுமா? ஏனென்றால் நீ அமைதியானவன், உறுதியானவன், இரவில் நாங்கள் யாரும் காண முடியாத காட்சிகளைப் பார்த்து நீ சிணுங்குகிறாய். ஒருவேளை, நீ ஆசீர்வதிக்கப்பட்டவன் என்று அவர் நினைக்கிறார் போல. நியாபாராவின் இரட்டை அர்த்த நகைச்சுவைக்குப் புன்னகைத்தான் யூசுப். ஆசீர்வாதம் என்பது பைத்தியக்காரன் என்பதைக் கனிவாகச் சொல்லுதல். தன்னுடைய நகைச்சுவையைப் புரிந்துகொண்டான் என அறிந்து அவனைப் பார்த்துப் பல்லைக் காட்டினான் முஹமது அப்தல்லா. பின்னர், யூசுப்பின் தொடையைத் தொட்டு மெல்ல அமுக்கினான்.

“இந்தப் பயணத்தில் நீ எவ்வளவு வளர்ந்துவிட்டாய்” என்று எங்கோ பார்த்தவாறு கூறினான். முஹமது அப்தல்லாவின் ஆடைகளுக்குக் கீழே அவனுடைய ஆண்குறி விறைப்பதைப் பார்த்த யூசுப் அங்கிருந்து உடனடியாக நகர எழுந்தான். நியாபாரா தனக்குள் கிளுகிளுப்பாகச் சிரிப்பதையும் பின் தொண்டையைச் செருமிக் கொள்வதையும் கேட்டான் யூசுப். அங்கிருந்து ஏரிப்பக்கம் சென்று மீனவர்கள் அன்றைய இறுதி மீன்பிடிப்பைக் கொண்டு வருவதைப் பார்க்கச் சென்றான்.

நாளின் கனம் அவர்கள் தோளில் முழுமையாக ஏறாத, இளவெயில் மெல்லப் படரும் முற்பகல் வேளை வரை காத்திருந்தான் யூசுப். “நாம் புறப்படும் நேரம் வந்துவிட்டதா அஜீஸ் மாமா?” என்று கேட்டான் யூசுப். சில அடிகள் தள்ளி அமர்ந்திருந்தவன் மரியாதையைத் தெரிவிக்கும் வகையில் முன்னால் வளைந்திருந்தான். முதலில் அவர் உன் மாமா இல்லை! அவனைப் பிணை எடுத்ததிலிருந்து

முதல்முறையாக அவரை மாமா என்று விளித்தது, ஆனால் சூழ்நிலை மிகவும் தனித்துவமானது.

“ஆமாம், பல நாட்களுக்கு முன்பே நாம் கிளம்பியிருக்க வேண்டும்” என்று கூறிய வணிகர் புன்னகைத்தார். “உனக்குக் கவலையாக இருக்கிறதா? நீ என் மீது ஒரு கண் வைத்திருப்பதை அறிவேன். ஏதோ ஒரு பாரம் என்னை இங்கே இருத்தி வைத்திருக்கிறது. மந்த நிலையும் களைப்பும்... நம்முடைய நாய்கள் மிக மோசமாக நடந்து கொள்கிறார்கள் என்று கேள்விப்பட்டேன், அவர்களை இங்கிருந்து கூட்டிச் செல்லும் நேரம் வந்துவிட்டது போல. நியாபாராவையும் சிம்பாவையும் அழைத்துப் பேசுவோம். அதற்கு முன் என் அருகில் அமர்ந்து இதிலிருந்து என்னவெல்லாம் நீ தெரிந்துகொண்டாய் என்று சொல்.”

சில நிமிடங்கள் மௌனமாக அமர்ந்திருந்தார்கள். தன்னுடைய வாழ்க்கையின் படச்சுருள் கைகளினூடாக ஓடுவதாக உணர்ந்த யூசுப் அதை எவ்வித எதிர்ப்புமின்றி ஓடவிட்டான். பின்னர் எழுந்து அங்கிருந்து அகன்றான். நீண்ட காலத்திற்குப் பிறகு தன்னுடைய பெற்றோர்களின் நினைவைப் பசுமையாக வைத்திருக்க இயலாததற்கான குற்ற உணர்வில் சலனமற்றுப் போய் தன்னுள்ளே ஆழ்ந்து மௌனமாக அமர்ந்திருந்தான். தன்னுடைய பெற்றோர்கள் இப்போதும் தன்னை நினைத்துக் கொள்வார்களா, இன்னும் உயிரோடு இருக்கிறார்களா என்று வியந்தவன் அப்படியே அவர்கள் இருந்தாலும் தான் அதைக் கண்டு பிடிக்கவே மாட்டோம் என்றும் அவனுக்குத் தெரியும். இந்த நிலையில் மற்ற ஞாபகங்கள் எழுவதையும் தடுக்க முடியவில்லை. அவன் கைவிடப்பட்ட காட்சிகள் கட்டுக்கடங்காமல் கண் முன்னே வந்தன. சுய புறக்கணிப்புக்காக அனைவரும் அவனுக்குக் கண்டனம் தெரிவித்தார்கள். நிகழ்வுகள் அவனது நாட்களை ஒழுங்கு படுத்தியிருந்தன. அத்தனை சிதைவுகளுக்கும் மேலாகத் தலை நிமிர்ந்து நின்று அருகிலுள்ள அடிவானத்தின் மீது கண்களைப் பதித்திருந்தான். வரவிருப்பதைப் பற்றிய பயனற்ற அறிவை விட அறியாமையைத் தேர்ந்தெடுத்துக் கொண்டான். அவன் வாழ்ந்த அடிமை வாழ்க்கையின் தளைகளைக் கட்டவிழ்த்து விடக்கூடிய எதையுமே அவனால் சிந்திக்க முடியவில்லை.

முதலில் அவர் உன் மாமா இல்லை. சூழ்ந்திருந்த இருண்மையையும் திடீரென்று உணர்ந்த சுய இரக்கத்தையும் பொருட்படுத்தாமல் கலீலை நினைவு கூர்ந்து புன்னகைத்தான். புத்திசாலியாக

இருந்திருந்தால் அப்படித்தான் ஆகியிருப்பான். கலீலைப் போல. பதற்றமான அதேநேரத்தில் போர்க்குணமிக்க, எல்லாப் பக்கமும் மடக்கப்பட்ட சார்ந்திருக்கும் தன்மை. திக்குத் தெரியாத இடத்தில் தொலைந்து போனது போல. வாடிக்கையாளர்களுடன் அவனுடைய இடைவிடாத வேடிக்கைப் பேச்சு, நம்பவே முடியாத உற்சாகம் போன்றவைகளையும் நினைத்துப் பார்த்தவன் அவை மறைக்கப்பட்ட காயங்களே என அறிந்திருந்தான்... ஆயிரம் மைல்களுக்கப்பாலிருக்கும் சொந்த மண்ணிலிருந்து வந்த காலாசிங்காவைப் போல. ஏதோவொரு நாற்றம் பிடித்த இடத்தில் மாட்டிக்கொண்டு ஏக்கத்தால் தாக்கப்பட்டு இழந்துபோன முழுமையின் தரிசனத்தால் ஆறுதல் கொள்ளும் அனைவரையும் போலத்தான்.

8

லாபம் எப்படியோ போகட்டும், இந்தப் பயணத்தைச் சரிக்கட்டவே அதிக மக்கள்திரள் கொண்ட பகுதிகளுக்கு மாறுபட்ட வழித்தடங்களில் பயணம் செய்வதுதான் ஒரே வழி என வணிகர் கூறினார். நிறைய நோய்வாய்ப்பட்டவர்கள் இருக்கையில் விரைவாகப் பயணம் செய்ய முடியாது, ஆனால் விரைவு அவர்களது மீச்சிறு கவலையாகத்தான் இருந்தது. பயணம் துவங்கிய போது இருந்தவர்களில் ஏறத்தாழ கால்வாசிப் பேரையும் மற்றும் அரைப் பங்கு பொருட்களை அன்பளிப்பிலும் சாட்டுவின் கொள்ளையிலும் அவர்கள் இழந்திருந்தார்கள்.

தெற்குப்பகுதியை நோக்கிச் செல்லும் வழியைத் தேர்ந்தெடுத்து ஏரியின் தெற்கு ஓரத்தைச் சுற்றிச் சென்றார்கள். நியாபாரா மீண்டும் பொறுப்பை எடுத்துக் கொண்டான் ஆனால் அவனுடைய பழைய ஆற்றல் மறைந்துவிட்டது. வணிகரும் அவனும் முன்பிருந்ததைக் காட்டிலும் அதிகம் சிம்பா வேனேவை சார்ந்திருந்தார்கள். அவர்கள் பயணம் செய்த பகுதிகளில் வியாபாரம் மிகுதியாக இருந்தது ஆனால் அவர்கள் எடுத்துச் சென்ற பொருட்களுக்கு அதிக மதிப்பு இல்லை. மேலும் அந்த இடத்தின் உற்பத்தியும் தந்தங்களைப் போல வெகுமதி நிறைந்ததல்ல. சில இடங்களில் காண்டாமிருகத்தின் கொம்புகளை வாங்க முடிந்தது, ஆனால் பெரும்பாலான இடங்களில் தோல் மற்றும் கோந்துகளில் மட்டுமே நிறைவடைய வேண்டியிருந்தது. சில நாட்களுக்குப் பின்னர், தொழிலுக்காக அவர்கள் சுற்றிச் சுற்றி வட்டமடித்தும்

தங்கள் சக்திக்கு மீறி குடியிருப்புகளையும் நகர்களையும் தேடி அலைந்துகொண்டிருக்கையில் ஒருவிதமான வடிவம் கிட்டத் துவங்கியது. அவர்களுடைய வெளியேறும் பயணத்தில் யூசுப்பின் மனதை நிரப்பிய அச்சமும் வியப்பும் நிறைந்த காட்சிகள் இப்போது தூசு மண்டிய மங்கலான துர்க்கனவாகப் படிந்து போயின. பூச்சிகளால் கடிபட்டு முட்களாலும் புதர்களாலும் கிழிக்கப்பட்டார்கள். ஒருநாள் மாலை குரங்குகளின் படை அவர்களைத் தாக்கித் தங்களால் எவ்வளவு முடியுமோ அவ்வளவு பொருட்களை எடுத்துச் சென்றுவிட்டன. ஒவ்வொரு இடைத்தங்கலிலும் தடுப்பு வேலிகள் அமைத்தாலும் துப்பாக்கி இல்லாததால் இரவுகளில் அலைந்துகொண்டிருக்கும் விலங்குகளின் மோசமான தாக்குதலுக்கு அஞ்சினார்கள். எங்கு சென்றாலும் ஜெர்மானியர்களைப் பற்றியும் மக்கள் அன்பளிப்புகள் கேட்பதை அவர்கள் தடை செய்துவிட்டதாகவும் காரணங்களே இல்லாமல் சிலரைத் தூக்கில் தொங்கவிட்டதாகவும் அவர்களுடைய கதைகளையும் கேட்டார்கள். ஜெர்மானியர்கள் இருப்பார்கள் எனத் தெரிய வரும் இடங்களையெல்லாம் சிம்பா வேனே கவனமாகத் தவிர்த்து அவர்களை வழிநடத்தினான்.

மெதுவாக நடந்த அவர்களுக்குச் சில சமயங்களில் உணவுக்காக வயல்களில் பணி புரிய வேண்டிய கட்டாயமும் ஏற்பட்டது. இப்படியாகத் திரும்பி வரும் பயணம் ஐந்து மாதங்கள் எடுத்தது. பெரிய நதியின் வடக்குப் புறத்திலுள்ள கலிகலி என்னும் நகரத்தில் சுல்தானின் கால்நடைகளுக்காகக் கழியரண் அமைத்துத் தரும் வரை எட்டு நாட்களுக்கு அங்கேயே தங்கியிருக்கக் கட்டாயப் படுத்தப்பட்டார்கள். பயணத்திற்கான உணவை அவர்களுக்கு விற்கும் முன் சுல்தான் அந்த நிபந்தனையை வலியுறுத்தினார்.

“உன்னுடைய பயண வர்த்தகம் ஒழிந்துவிட்டது” கலிகலியின் சுல்தான் கூறினார். இந்த டச்சி[4]கள்! அவர்களுக்குக் கருணையே இல்லை. நீங்கள் இங்கே வரக் கூடாது ஏனென்றால் நீங்கள் எங்களை அடிமையாக்கிவிடுவீர்கள் என்று அவர்கள் எங்களிடம் கூறினார்கள். எங்களை யாரும் அடிமைப்படுத்த முடியாது என்று நான் அவர்களிடம் கூறினேன். யாராலும் முடியாது! கடற்புரத்திலிருந்து வருபவர்களுக்கு நாங்கள் அடிமைகளை விற்பதுண்டு. அவர்களை எங்களுக்குத் தெரியும், அவர்கள் மீது எங்களுக்குப் பயம் எதுவும் இல்லை.”

4 ஜெர்மானியர்கள்

“ஐரோப்பியர்களும் இந்தியர்களும் எல்லாவற்றையும் எடுத்துக் கொள்வார்கள்” என்று வணிகர் கூறியது சுல்தானுக்குப் புன்னகையை வரவழைத்தது.

கிகோன்ங்கோவில் மண்வெட்டிகளை விற்கும் முன் அங்குள்ள முதியவர்களின் வயலில் கூலி வேலை செய்ய வேண்டியிருந்தது. அவர்கள் அங்கிருக்கும் போது வணிகருக்கு உடல் நலம் பாதிக்கப்பட்டது. தன்னைத் தூக்கிக் கொண்டு செல்ல அவர் அனுமதி அளிக்கவில்லை, மூன்று நாட்கள் கிகோங்கோவில் தங்கிய பிறகு அங்கிருந்து செல்லலாம் என்று வலியுறுத்தினார். ஒவ்வொரு நாளும் அவர்களிடமிருந்து நிறைய எடுத்துக்கொண்டு அதற்குப் பதிலாக அற்பப் பொருளைத் திருப்பித் தரும் திருடர்களுக்கு மத்தியில் தங்கியிருப்பது தாங்க முடியாததாக இருக்கிறது என்று அவர் கூறினார். அவருடைய உடல்நலக்குறைவால் அடிக்கடி அவர்கள் ஓய்வெடுத்துச் சென்றார்கள். அவர் களைப்புறும் போதெல்லாம் உதவி புரிய யூசுப் அவருக்கு அருகிலேயே நடந்து சென்றான். அவர்கள் பெவலி என்னும் நகரை அடைந்தபோது கடற்புரத்தை நெருங்கிவிட்டதை அறிந்தார்கள். அங்கே பல நாட்கள் தங்கி ஓய்வெடுத்தனர். அந்த நகரில் கடை நடத்திக் கொண்டிருக்கும் தனது பழைய நண்பரொருவரால் அஜீஸ் மாமா வரவேற்கப்பட்டார். அவர்களுடைய துர்பாக்கியத்தையும் துயர்மிகு பயணக் கதையையும் கண்களில் நீர் மல்கக் கேட்டார். இந்தியர்களுக்குத் திருப்பித் தருமளவு சம்பாதித்தாயா? என்று வணிகரைக் கேட்டார். அஜீஸ் மாமா தோளைக் குலுக்கினார்.

பெவலிக்குப் பிறகு கடற்புரத்தை நோக்கி விரைந்து பயணித்து அவர்களுடைய நகரின் எல்லையை ஆறு நாட்களில் அடைந்து விட்டனர். அவர்களுடைய மகிழ்ச்சி களைப்பிலும் தோல்வியிலும் நீர்மையாகிவிட்டது. அவர்கள் அணிந்திருந்த ஆடைகள் கந்தலைத் தவிர வேறெதுவுமில்லை, பசியும் பட்டினியும் அவர்கள் முகத்தை ஒட்டி உலர வைத்துத் துயரக் களையைத் தருவித்திருந்தது. ஒரு குளத்துக்கருகில் முகாமிட்டு எவ்வளவு முடியுமோ அவ்வளவும் தங்களைக் கழுவிக் கொண்டார்கள். அதன்பின் அவர்களைப் பிரார்த்தனைக்கு வழிநடத்திச் சென்ற வணிகர் இறைவனிடம் தாங்கள் ஏதாவது தவறு புரிந்திருந்தால் மன்னித்தருளுமாறு கேட்டுக் கொண்டார். எது நடந்திருந்த போதும் கொம்பூதிக் கொண்டுதான் செல்ல வேண்டும் என்று வலியுறுத்திய இசைக்கலைஞர் ஒருவரால் வழிநடத்தப்பட்டு மறுநாள் காலை நகரை நோக்கி அணிவகுத்துச் சென்றார்கள். தன்னம்பிக்கையுடன் ஒலிக்க முயற்சிகள் செய்தபோதும்

அவருடைய ஒடுங்கிய ராகங்கள் இரைச்சலாகவும் துயர்மிகு சங்கீதமாகவுமே ஒலித்தன.

ஆசையின் தோப்பு

1

பின்னர் யூசுப்பால் அவர்கள் வந்து சேர்ந்த தருணத்தை நினைவில்கொள்ள இயலவில்லை. அவர்கள் திரும்பியபின் வீட்டையும் முன்வாசல் தளத்தையும் சூழ்ந்துகொண்டு இரைச்சலிடும் மக்கள் கூட்டம் நாள் முழுவதும் நிரம்பி வழிந்தது. சுமைகூலிகளும் காவலர்களும் தங்களுக்குக் கிடைக்க வேண்டிய கூலிக்காகக் காத்திருக்கும் வேளையில் தாங்கள் வீர தீரமாக உயிர் பிழைத்து வந்த கதைகளைக் கூறிக் கொண்டும் தங்கள் துர்பாக்கியத்தை எண்ணிப் புலம்பிக்கொண்டுமிருந்தார்கள். வணிகரின் வீட்டு முன்பிருந்த பெரிய முற்ற வெளியில் முகாம்கள் அமைக்கப்பட்டும் அதன் முன் கணப்பு மூட்டிக் கொண்டும் ஒரு சிறு கிராமக் குடியிருப்பு உருவானது போல இருந்தது. ஆர்வமுள்ள சிறு தெரு வியாபாரிகள் அங்கு வந்து அவர்களுக்கு உணவும் காப்பியும் விற்றுக்கொண்டிருந்தார்கள். சாலைகளின் ஓரத்தில் தற்காலிகப் பந்தல் கூடாரங்கள் தோன்றின. வறுத்த மீன் மற்றும் நெருப்பில் வாட்டிய இறைச்சியின் நறுமணம் அவ்விடத்திற்கு மக்கள் கூட்டத்தை ஈர்த்தன. இறந்தவற்றை உண்ணும் காக்கைக் கூட்டங்கள் மரங்களில் சாய்ந்து பொழுதைப் போக்கும் தங்கள் பணியைத் துறந்து கூரிய பளபளக்கும் விழிகளால் கண்காணிக்கப்படாத ஏதேனும் ஒரு கவளத்துக்காகப் பார்த்துக்கொண்டிருந்தன. முகாம்களின் ஓரங்களில் குப்பைமேடுகள் முளைத்தன. நாட்கள் செல்லச்

செல்ல அவற்றிலிருந்து சேற்றுக் கழிவு நீர் மெல்லிய ஓடைகளாகக் கசியத் துவங்கின.

கடையின் முன்பகுதியிலுள்ள வாசல்தளத்தில் வணிகரைச் சந்திக்க விருந்தினர்கள் தொடர்ந்து வந்து கொண்டிருந்தார்கள். அங்கு வழக்கமாக அமர்ந்திருக்கும் முதியவர்கள் பெருந்தன்மையாக இடமளித்தனர், ஆனால் வெளியேற்றப்படுவதை அமைதியாக எதிர்த்தனர். வணிகரின் கூடடைதல் நாடகத்தின் அருகிலிருக்க அவர்களும் விரும்பினார்கள். வணிகரின் விருந்தினர்களின் நடத்தை மிகவும் ஆவலாதியுடன் இருந்தது. பல மணி நேரங்கள் வெட்டியாக அமர்ந்து வணிகரின் பயண விவரங்களைத் திடீர் ஆச்சரியக் குரலெழுப்பியோ அல்லது இரக்கத்தின் சிறு கூவலுடனோ கேட்டுக் கொண்டிருந்தார்கள். சில சமயங்களில் வந்தவர்களில் ஓரிருவர் குறிப்பேட்டை எடுத்து எதையோ எழுதினர் அல்லது வீட்டின் பக்கவாட்டிலுள்ள கடைகளைச் சுற்றி உலா வந்தனர். அந்தக் கடைகளில் ஒன்றில் முஹமது அப்தல்லா தங்க வைக்கப்பட்டிருந்தான். தன்னுடைய சோர்வு மற்றும் காய்ச்சலிலிருந்து இன்னமும் மீண்டு கொண்டிருந்தவன் சாட்டுவின் நகரில் பெற்ற அடிகளுக்குப் பின் ஆரம்பித்த விசித்திரமான உடல்வலியால் அவதிப்பட்டுக் கொண்டிருந்தான். அவனுடைய அறையின் திறந்த கதவின் முன் ஒரு நீண்ட துணி தொங்கிக்கொண்டிருந்தது. அவ்வப்போது வீசிய காற்றில் தளர்வாக அசைந்தாடியது. அங்கு வருபவர்கள் மற்ற கடைகளுக்குச் செல்லும் முன் அங்கு நின்று அவனுக்கு முகமன் கூறியும் குணமடைந்து நலம் பெற வாழ்த்தியும் சென்றனர்.

“செய்யிதுவின் எலும்புத் துண்டுகளைப் பொறுக்க வந்திருக்கிறார்கள்” என்று கூறினான் கலீல்.

அவனுடைய தலையில் நரையின் குறுமுடிகள் தெரிந்தன, அவனது ஒல்லியான முகம் யூசுப்பின் நினைவிலிருந்ததை விட மேலும் தீர்க்கமாக மாறியிருந்தது. அவர்களுடைய மீள் வருகையை வெறித்தனமான களிப்புடனும் உவகையுடனும் வரவேற்றான் கலீல். தனது மகிழ்ச்சியில் யூசுப்பை மூழ்கடித்து அவனைச் சுற்றிக் குதித்து, அமுக்கி பின் முதுகில் அறைந்தான். “அவன் திரும்பி வந்துவிட்டான்” என வாடிக்கையாளர்களிடம் கூறினான். “என் குட்டிச் சகோதரன் வந்துவிட்டான். அவன் எவ்வளவு பெரியவனாக வளர்ந்திருக்கிறான் என்று மட்டும் பாருங்கள்!” ஆரம்பக் கால ஆரவாரத்துக்குப் பின்னான நாட்களில் மீண்டும்

யூசுப்பைக் கடைக்குள் இழுத்துச் சென்று ஒரு மாற்றத்திற்காக சில அசலான வேலைகளை அவன் செய்ய வேண்டுமென்று பிடிவாதமாக வேண்டுகோள் விடுத்தான். அதைப் பார்த்து அஜீஸ் மாமாவும் நிறைவான புன்னகை புரிந்தபோது அவருடைய விருப்பமும் இதுதான் என யூசுப் புரிந்துகொண்டான். அவர் கூப்பிடும் தூரத்தில் அவன் இருக்க வேண்டுமென்று விரும்பினார் மற்றும் அவருடைய விருந்தினர்களுக்கு மரியாதை நிமித்தம் சிறிய வேலைகளைச் செய்ய அடிக்கடி அவனை அழைத்தார். அதற்கு வெகுமதியாக வழக்கமான ஒப்புதலின் அடையாளங்களான தலையாட்டல், புன்னகை போன்றவற்றை வழங்கினார். கலீல் அவனிடம் இடைவிடாமல் பேசினான். திரும்பி வந்த பயணியை ஆராதிக்கத் தான் அழைத்திருந்த வாடிக்கையாளர்களிடம் பேரம் செய்யும்போது மட்டும் இடை நிறுத்தினான். "அந்தத் தசைகளைப் பாருங்கள். பலவீனமான கிஃபா-உராங்கோ இப்படி மாறுவான் என்று யார் நினைத்தார்கள்? மலைக்குப் பின்னால் அவனுக்கு என்ன ஊட்டினார்களோ தெரியவில்லை, ஆனால் அது உங்கள் மகள்களில் யாரோ ஒருவருக்காக நன்றாக உருண்டு திரண்டு வர வைத்திருக்கிறது." இரவில் முகாம் முணுமுணுப்புகளால் ரீங்கரித்துக் கொண்டும், பாட்டாலோ சிரிப்பாலோ கலகலத்துக் கொண்டுமிருக்கும் வேளையில் அவர்களிருவரும் மாடியின் ஓரத்தில் தங்கள் படுக்கையை விரிப்பார்கள். ஒவ்வொரு இரவும் கலீல் கேட்பான், "சரி, இப்போது உன் பயணத்தின் சேதிகளைச் சொல்... எல்லாவற்றையும் நான் கேட்க விரும்புகிறேன்."

ஏதோ ஒரு துர்க்கனவிலிருந்து விழித்துக் கொண்டவன் போல உணர்ந்தான் யூசுப். பயணத்தின் போது தன்னுடைய பாதுகாப்பான ஓட்டை விட்டுப் பிரிந்து திறந்த வெளியில் மாட்டிக் கொண்ட மென் சதைப் பிராணியாகவும் சிதைவுகளுக்கும் முட்களுக்கும் குறுக்கே கண்மூடித்தனமாகத் தனது பாதையைத் தடவிக் கொண்டிருக்கும் கொடிய, விகாரத் தோற்றமுடைய மிருகமாகவும் தன்னை உணர்ந்ததைக் கூறினான்... திக்குத் தெரியாத வெளியில் சிக்கிக்கொண்டது போல அவர்கள் அனைவருமே அப்படித்தான் தடுமாறிக்கொண்டிருந்தார்கள் என அவன் நினைத்தான். அவன் உணர்ந்த பேரச்சம் என்பது சாதாரண பயத்தைப் போன்றதல்ல. தனக்கு உண்மையான இருப்பு இல்லை என்பது போல, கனவில் வாழ்ந்துகொண்டிருப்பது போல, அழிவின் விளிம்பிலிருந்தது போன்றது என்றான். இது போன்ற அதி பயங்கரங்களையெல்லாம் தாண்டி வியாபாரத்தைத் தேடிச் செல்லும் அளவுக்கு இந்த

மக்களுக்கு அப்படியென்ன தேவையென்று ஆச்சரியப்பட வைத்தது. அது எல்லாமே திகில் இல்லை. இல்லவே இல்லை. ஆனால் திகில்களுக்கெல்லாம் மொத்த வடிவம் கொடுத்தது அது. அவனது சிந்தையிலுள்ள எதுவுமே நினைத்துப் பார்க்க முடியாத காட்சிகளை அவன் பார்த்துவிட்டான்.

"மலையின் மேலே இருந்த வெளிச்சம் பச்சை" என்றான். நான் கற்பனையே செய்து பார்க்க முடியாத வெளிச்சம். அந்தக் காற்று தூய்மையாகக் கழுவப்பட்டது போல இருந்தது. காலையில் சூரிய ஒளி பனிச் சிகரத்தில் மோதும் போது அது மாறவே மாறாத ஒரு நித்திய கணம் போன்ற உணர்வைத் தரும். பிற்பகலில் தண்ணீருக்கருகில் ஒலிக்கும் குரலின் ஓசை வானத்தின் ஆழம் வரை எழும். ஒரு மாலை வேளையில் மலையை நோக்கிய பயணத்தில் ஓர் அருவிக்கருகில் நின்றோம். எல்லாமே முழுமையடைந்தது போன்ற பேரழகு. அந்த அளவுக்கு அழகானதொன்றை நான் ஒருபோதும் பார்த்ததில்லை. இறைவன் சுவாசிப்பதைக் கேட்க முடியும். ஆனால் ஒரு மனிதன் வந்து எங்களை விரட்ட முயன்றான். இரவும் பகலும் எங்கும் துடிதுடித்து, சலசலத்து சத்தத்தால் அதிர வைத்தது... ஒரு மதிய வேளையில் கோந்து மரத்தின் கிளையொன்றில் இரண்டு மீன் கழுகுகள் அமைதியாக அமர்ந்துகொண்டிருந்தன. பின்னர் திடீரென இரண்டும் மிகுந்த ஆற்றலுடன் உற்சாகமாகக் குரலெழுப்பின. இரண்டு மூன்று அலறல்களுக்குப் பின், கழுத்தைப் பின்னோக்கி வளைத்துத் திறந்த அலகுகள் வானத்தை நோக்கியிருக்க இறக்கைகள் விரிய உடலை இறுக்கி நீண்டன. சற்று நேரத்தில் எரியின் மறுபுறத்திலிருந்து மெல்லிய பதில் வந்தது. சில நிமிடங்களுக்குப் பிறகு ஆண் பறவையிலிருந்து ஒரு வெள்ளை இறகு தானாகப் பிரிந்து அந்தப் பேரமைதியில் மெதுவாகத் தரையை நோக்கி நகர்ந்து சென்றது.

எதுவும் பேசாமல் கேட்டுக்கொண்டிருந்தான் கலீல். அவ்வப்போது ஹெம் என்ற ஒத்தாசைக் குரலெழுப்பினான். கலீல் உறங்கி விட்டானென்று எண்ணி யூசுப் நிறுத்திய போது இருட்டிலிருந்து ஒரு கேள்வி எழுந்து வந்து அவனைத் தூண்டிவிடும். சில சமயங்களில் அகண்ட சிவப்பு நிலம், அதன் மக்கள் மற்றும் விலங்குகள், அனற்சுவர்கள் போல ஏரியிலிருந்து எழுந்து நிற்கும் செங்குத்தான பாறைக் குன்றுகளின் உருவம் போன்றவைகளின் ஞாபகங்களில் யூசுப்பே ஆச்சரியத்தில் ஊமையாகிவிடுவான்.

"சொர்க்கத்தின் வாயில்களைப் போல" என்றான் யூசுப்.

கலீல் நம்ப முடியாதவனாக மெல்லிய ஆச்சரியக் குரலெழுப்பினான். "அந்தச் சொர்க்கத்தில் யார் வாழ்கிறார்கள்? அப்பாவி வியாபாரிகளைக் கொள்ளையடிக்கும், அற்பச் சிற்றணிகளுக்காகத் தங்கள் சொந்தச் சகோதரர்களையே விற்கும் காட்டுமிராண்டிகளும் திருடர்களும்தான்" என்றான். மதமோ, இறைவனோ அல்லது அன்றாடம் கிடைக்கும் சிறு கருணையோகூட இன்றி இருப்பவர்கள். அவர்களுடன் வாழும் காட்டு விலங்குகள் போலத்தான் அவர்களுடைய இருப்பும் உள்ளது... இப்படி அவர்கள் ஒருவரையொருவர் தூண்டித்தான் சாட்டுவின் கதையை மீண்டும் சொல்ல வைக்கிறார்கள் என்று யூசுப்புக்குத் தெரியும். இருப்பினும் அவன் அமைதியாக இருந்தான். சாட்டுவின் நகரைப் பற்றி நினைக்கும் போதெல்லாம் பட்டியையும் அவளுடைய வெம்மையான சுவாசத்தின் தீண்டலையும் நினைத்துக் கொள்வான். கலீலுக்குத் தெரிந்தால் தன்னைப் பார்த்து எப்படிச் சிரிப்பான் என்று நினைக்கவே வெட்கமாக இருந்தது.

"அந்த முஹமது அப்தல்லா சாத்தான் எப்படி இருந்தான்? காட்டுமிராண்டி சுல்தான் அவனுக்கு உண்மையிலேயே நல்ல பாடம் கற்பித்துவிட்டான் இல்லையா? நீ அங்கிருந்தாய்! ஆனால் அதற்கு முன்... அதற்கு முன்னால் என்ன செய்தான்?" ஒவ்வொரு பயணத்திற்குப் பிறகும் மக்கள் பயங்கரமான கதைகளோடு வருவார்கள். ஆண்கள் மத்தியில் அவனுக்கென்ன மதிப்பென்று உனக்குத் தெரியும் அல்லவா?" என்று கேட்டான் கலீல்.

"என்னை அவர் அன்பாக நடத்தினார்" சில கணங்கள் கழித்துப் பதிலுரைத்தான் யூசுப். இறுமாப்பும் அகங்காரமும் கொப்பளிக்க நெருப்பொளியில் நியாபாரா மயங்கி நடனமாடியதையும் தன் தோள் வலியை மறைத்துக்கொள்ள அவர் முயன்றதையும் அந்த மௌனமான வேளையில் யூசுப்பால் நினைவில் காண முடிந்தது.

"நீ அவ்வளவு நம்பிக்கை வைக்கக்கூடாது" எரிச்சலுடன் கூறினான் கலீல். "அவன் ஒரு ஆபத்தான மனிதன். சரி, நீ ஓநாய் மனிதனைப் பார்த்தாயா? பார்த்திருப்பாய்தானே? இல்லையா? ஒருவேளை அவர்கள் அடர்காட்டில் காத்துக்கொண்டிருந்திருக்கலாம். அவர்கள் அந்த நாட்டில் பிரபலமானவர்கள் என்று எனக்குத் தெரியும். ஏதாவது விசித்திரமான விலங்குகளைப் பார்த்தாயா?"

"நான் எந்த ஓநாய் மனிதனையும் பார்க்கவில்லை. அவர்களுடைய நிலத்தில் திரிந்துகொண்டிருக்கும் விசித்திரமான காட்டு மிருகங்களிலிருந்து மறைந்துகொண்டிருக்கக் கூடும்" என்றான் யூசுப்.

கலீல் சிரித்தான். "அப்போ, இனிமேல் நீ ஓநாய் மனிதனைப் பார்த்து பயப்பட மாட்டாய். நீ எப்படி வளர்ந்துவிட்டாய்! உனக்கு ஒரு மனைவியைக் கொண்டு வர வேண்டும். அஜூஸா மா இன்னும் உனக்காகக் காத்திருக்கிறாள். வளர்ந்திருக்கிறதோ இல்லையோ, அடுத்த முறை உன்னைப் பார்க்கும் போது உன்னுடைய ஆண்குறியை மோப்பம் பிடிப்பாள். இத்தனை வருடங்களாக உனக்காக ஏங்கிக்கொண்டிருந்தாள்."

கடையில் அவனைப் பார்த்த போது உணர்ச்சிமிக்க ஆச்சரியத்தில் அஜூஸா மா வாயைப் பிளந்தாள். நீண்ட நேரத்துக்கு வார்த்தைகளற்று, செயலற்று நின்றாள். பின் மெல்ல ஆனந்தப் புன்னகை பூத்தாள். அவள் எவ்வளவு தூரம் மாறி இருக்கிறாள், அவளது முகம் எவ்வளவு சோர்வாக இருக்கிறதென்றும் பார்த்தான் யூசுப். "அட, என் கணவன் என்னிடமே திரும்பி வந்துவிட்டான், நன்றி இறைவனே! எவ்வளவு அழகாக இருக்கிறான். மற்ற பெண்களை இப்போது நான் கண்காணிக்க வேண்டும்." ஆனால் அவளது கிண்டலில் எந்த ஆர்வமும் இல்லை, அவளது குரலில் மன்னிப்புத் தொனியும் மரியாதையும் கோடிட்டிருந்தன. அவளிடம் அதிருப்தியடைந்துவிடுவானோ என்பது போன்ற அச்சமிருந்தது.

"உண்மையான காதலை அடையாளம் காணாத இந்தப் பலவீனமான இளைஞன் அழகனல்ல, நீதான் அழகாக இருக்கிறாய் அஜூஸா மா. நீ ஏன் என்னைத் தேர்ந்தெடுக்கக் கூடாது ஜுவார்டே? என்றான் கலீல். பொடி போட உனக்கு நிறைய புகையிலையைக் கொடுத்திருப்பேன். எப்படி இருக்கிறாய்? குடும்பம் எப்படி இருக்கு?"

"எப்படி இருக்கிறோமோ அப்படி இருக்கிறோம். இதைத்தான் அவர் நமக்குத் தேர்ந்தெடுத்திருக்கிறார் என்று இறைவனுக்கு நன்றி கூறுவோம்" என்று கூறுகையில் சுய இரக்கத்தில் அவள் குரலில் எழுந்தது. அவர் நம்மை செல்வந்தராக்குகிறார், ஏழையாக்குகிறார், அல்லது பலசாலியாகவும் பலவீனமாகவும் ஆக்குகிறார். எப்படியிருந்தாலும் நாம் சொல்ல வேண்டியதெல்லாம் அல்ஹம்துலில்லாஹ். நாங்கள் உமக்கு நன்றி பகர்கிறோம். சரி, இப்போது அமைதியாக இரு. என் கணவனிடம் என்னைப் பேச விடு. நீ வெளியே இருந்தபோது வேறெந்தப் பெண்ணுடனும் உன் விளையாட்டை வைத்துக்கொள்ளவில்லையென்று நான் நம்புகிறேன். என்னுடன் சேர்ந்து வாழ எப்போது நீ வீட்டுக்கு வரப் போகிறாய்? உனக்காக விருந்து காத்திருக்கிறது."

“அவனைத் தூண்டிவிடாதே அஜூஸா மா. இப்போது அவன் ஒரு ஓநாய் மனிதன். உன் வீட்டிற்கு வந்து உன்னையே சாப்பிட்டு விடுவான்” என்றான் கலீல்.

அதைக் கேட்டு சிறிய குலவையொலி எழுப்பினாள் அஜூஸா மா. அது கலீலை காமக் கிளர்ச்சியில் இடுப்பைச் சுழற்றி ஆட வைத்தது. அஜூஸா மா கேட்ட அனைத்தையும் தாராளமான அளவில் கொடுத்த கலீல் அவற்றுடன் ஒரு சர்க்கரைக் கூம்புப் பொட்டலத்தையும் சேர்த்துக் கொடுத்தான். “அப்படியானால் இன்றிரவு வழக்கமான நேரத்தில் உன்னை வந்து பார்க்கலாமா? எனக்கு ஒரு மசாஜ் தேவை” என்றான். “முதலில் என்னிடம் திருடுவாய், அப்பறம் என்னையே வம்புக்கிழுப்பாய்” கத்தினாள் அஜூஸா மா. “என்னிடமிருந்து தூரப் போ சாத்தானே.”

“பார்த்தாயா? அவள் இன்னும் உன்னைத்தான் காதலிக்கிறாள்” யூசுப்பிடம் கூறிய கலீல் அவனுக்குத் தைரியம் கொடுப்பதற்காகத் தோளைத் தட்டினான்.

2

அந்நியர்கள் நிறைய பேர் சுற்றிக் கொண்டிருந்ததால் தோட்டத்து மதில் சுவரின் கதவு மூடப்பட்டிருந்தது. கலீல், அஜீஸ் மாமா மற்றும் தோட்டக்கார முதியவர் மெஸீ ஹம்தானி மட்டுமே உள்ளே சென்றனர். சுவர்களை மீறித் தெரிந்த நெடிய மரங்களின் உச்சியைப் பார்த்தான் யூசுப். அதிகாலையில் ஒலிக்கும் பறவைகளின் கீதங்களையும் கேட்டவன் அந்த ஆசையின் சோலையில் மீண்டும் சுற்றியலைய ஏக்கம் கொண்டான். காலை வேளைகளில் மெஸீ ஹம்தானி தனது வழியிலுள்ள திறந்த வெளியில் கூடாரங்களையும் குப்பை மேடுகளையும் பார்க்காதவர் போலச் சுற்றி நடந்து, தனது பாதையை நயமாகத் தேர்ந்தெடுத்து வருவதைப் பார்த்தான் யூசுப். இடதுபுறமோ வலதுபுறமோ திரும்பாமல் நேராகத் தோட்டத்துச் சுவரின் கதவை நோக்கி நடந்தார். மதியம் அதே போல் அமைதியாக வெளியேறிச் சென்றார். அவர் தன்னைத் தவற விட முடியாத வகையில் இடம்பார்த்து நின்றுகொள்ளும் துணிச்சலைத் திரட்ட யூசுப்புக்குச் சில நாட்கள் பிடித்தன. அவனைப் பார்த்ததாக எந்த அறிகுறியையும் முதியவர் காண்பிக்கவில்லை. முதலில் வருத்தமடைந்த யூசுப் பின்னர் தனக்குள் சிரித்துக் கொண்டு பின்வாங்கினான்.

முற்ற வெளியிலிருந்து ஒவ்வொருவராக வெளியேற ஆரம்பித்தனர். கடன் கொடுத்தவர்களுடனும் வணிகர்களுடனும் அஜீஸ் மாமா இன்னும் பேச்சு வார்த்தை நடத்திக்கொண்டிருந்தார். ஆனால் ஆண்கள் சலிப்படைந்து தொல்லை தருபவர்களாகவும் ஆகிவிட்டார்கள்... வணிகருடனான அவர்களுடைய அசல் ஒப்பந்தத்தின் விதிமுறைகள் எழுதப்பட்ட சீட்டுகளை எடுத்துக்கொண்டு வந்தார்கள். முஹமது அப்தல்லாவும் சிம்பா வேனேயும் சாட்சிகளாக இருக்க வணிகரே பேரேட்டில் குறித்துக்கொண்டார். வணிகர் கொடுத்ததை பெற்றுக் கொண்டும் அவர் கொடுக்க வேண்டியதற்கு இன்னொரு சீட்டும் வாங்கிச் சென்றார்கள். வாக்குக் கொடுத்திருந்தபடி யாருக்கும் லாபத்தில் பங்கில்லை,. தனக்குக் கடன் தந்தவர்களுக்குத் திருப்பிச் செலுத்த வேறு அவரே எங்கிருந்தாவது பணத்தை ஏற்பாடு செய்ய வேண்டியுள்ளது என்று ஒவ்வொருவருக்கும் விளக்கிக் கூறினார் அஜீஸ் மாமா. ஆட்கள் அவரை நம்பவில்லை, ஆனால் அதைத் தங்களுக்குள்தான் பேசிக் கொண்டார்கள். பெரிய வணிகர்கள் தங்களுடன் பயணித்த ஆண்களை மோசடி செய்வதில் பெயர் பெற்றவர்கள். வணிகரிடம் கெஞ்சியும் குழைந்தும் புலம்பியும் மேலும் கொஞ்சம் தரவேண்டுமென்று கேட்டார்கள். நியாண்டே ஒரு மொழிபெயர்ப்பாளராகத் தன்னுடைய மதிப்புறு சேவையைக் கணக்கில் எடுத்துக்கொள்ள வேண்டுமென்று கேட்டான். தலையசைத்த வணிகர் அதற்கேற்றாற்போல் சீட்டை மாற்றியமைத்தார். தங்களுக்குத் தொகை செலுத்தப்பட்டதாக ஆண்கள் அனைவரும் பேரேட்டில் கையொப்பமிட்ட பிறகு அவர்களது சீட்டுகள் முஹமது அப்தல்லா மற்றும் சிம்பா வேனேவால் குறிக்கப்பட்டன. இருவருக்குமே எழுதவராது. சில ஆண்கள் தங்கள் சீட்டுகளை ஏற்றுக்கொள்வதில் தாமதப்படுத்திப் பின்னர் தகராறு செய்தனர். ஆனால் இறுதியில் அவர்கள் அனைவரும் வணிகர் என்ன வழங்கினாரோ அதை ஒப்புக்கொள்ள வேண்டியிருந்தது அல்லது ஏதுமில்லாமல் செல்ல வேண்டியதுதான் என்று ஆனது. பயணத்தின் போது இறந்துவிட்டவர்களின் குடும்பத்திற்கு இறந்தவருக்குக் கிடைக்க வேண்டிய தகுந்த தொகை அனுப்பப்பட்டது. நூற்றுக்கணக்கான மைல்களுக்கு அப்பால் அவர்களின் உடல் அடக்கம் செய்யப்பட்டிருந்தாலும் தேவையான அளவு வெள்ளைப் பருத்தித் துணியாலான சடலத்தைப் போர்த்தும் ஈமத்துகிலையும் அதனுடன் தன்னுடைய சொந்தப் பணத்திலிருந்தும் கொஞ்சம் சேர்த்து அனுப்பினார். யாரிடம் பணம் ஒப்படைக்கப்பட்டதோ அவரிடம் "ஈமச் சடங்குகளுக்காக" என்று கூறினார்.

சாட்டுவின் நகரத்திலிருந்து தப்பிச் சென்ற பின் திரும்பி வராத இரு நபர்களுக்குரிய பணத்தைத் தன்னிடமே வைத்துக் கொண்டார் அஜீஸ் மாமா. அவர்களுடைய குடும்பத்துக்குப் பணத்தை அனுப்பி வைத்தபின் அந்த இருவரும் திரும்ப வந்துவிட்டால் அது வாழ்நாள் முழுவதற்குமான சண்டையாகத் தொடரலாம்... அவன் திரும்ப வராவிட்டால் இப்போதோ எப்போதோ யாராவது உறவினர் வந்து உரிமை கோருவார்கள். வஞ்சனை செய்துவிட்டதாக அவருக்குச் சாபம் விடுவார்கள். ஆனால் அது எவ்வளவோ பரவாயில்லை என வணிகர் கூறினார்.

ஆண்கள் அனைவரும் சென்றுவிட்டனர். தெருக்கடை வியாபாரிகளும் உணவுக் கூண்டுகளும் உடன் மறைந்தன. காகங்கள் மட்டும் எஞ்சிய குப்பைகளைக் கிளறிக் கொண்டிருந்தன. ஆண்கள் கிளம்பிச் செல்கையில் "அடுத்த பயணத்துக்கு எங்களை மறந்து விடாதீர்கள்" என்று முஹமது அப்தல்லாவிடம் கூறினார்கள். நியாபாரா உடல் நலம் நலிந்தும் சோர்வாகவும் தன்னுடைய பலவீனத்தால் ஒடுங்கிப் போயிருப்பதும் வெளிப்படையாக இருப்பதால் மிகவும் கனிவுடன் இதைக் கூறினார்கள். "நாங்கள் உங்களுக்கு நன்றாக வேலை செய்யவில்லையா என்ன? இறைவன் இம்முறை நமது பயணத்தை ஆசீர்வதிக்கவில்லை. அதனால் எங்களை மறந்துவிடாதீர்கள் நியாபாரா."

"அடுத்து எந்தப் பயணம் போக விரும்புகிறாய்? அடுத்த பயணமெல்லாம் இருக்காது" என்றான் நியாபாரா. அவனுடைய ஆணவம் மிக்க முகத்தில் குரூரமும் எள்ளலும் தெரிந்தது. "ஐரோப்பியன்கள் எல்லாவற்றையும் எடுத்துக் கொண்டார்கள்."

கடைசியாகப் பணம் பெற்றுக்கொண்டவர்கள் முஹமது அப்தல்லாவும் சிம்பா வேனேவும். நன்றி வார்த்தைகளோடு தங்கள் பங்கைப் பெற்றுக்கொண்டவர்கள் அவர்களுக்கு வழங்கப்பட்டதை ஓரக்கண்ணால் கூடப் பார்க்கவில்லை. அதன்பின் வாசற்தளத்திலேயே அவருடன் பணிவாக அமர்ந்திருந்தார்கள். தங்களால் அவருக்கு ஏதேனும் பயனிருக்கிறதா என்று உறுதியாகத் தெரியாத போதும் தாங்களாகவே இவ்வளவு சீக்கிரமாக விலகிச் செல்வது அவருக்கிழைக்கும் குற்றமோ என்று தயங்கினார்கள். இருவருமே செல்ல எழுந்தபோது சிம்பா வேனேயின் கையைப் பிடித்து நிறுத்தினார் வணிகர். முஹமது அப்தல்லா ஒரு கணம் அப்படியே அசையாமல் கண்கள் நிலத்தை நோக்கியிருக்க உறைந்து நின்றான். பின் அமைதியாக வெளியே நடந்துசென்றான்.

சொர்க்கத்தின் பறவைகள் ❁ 235

இருவரும் முஹமது அப்தல்லாவின் விலக்கத்தைப் பார்த்துக் கொண்டிருந்தபோது யூசுப்பை இடித்தான் கலீல். ஏதோ ஒரு கலகத்தைத் தானே தனிப்பட்ட முறையில் கட்டமைத்தது போல வெற்றிக் களிப்பில் பிரகாசித்தது அவன் முகம். "அந்த அசிங்கம் பிடித்த நாய் ஒழிந்து போனது." இப்போது அவன் தன்னுடைய சொந்த வனாந்திரத்துக்குத் திரும்பிப்போய் அங்கிருக்கும் மிருகங்களைச் சித்திரவதை செய்யட்டும். இங்கிருந்து போய்த் தொலை, நாயே!"

கலீலின் வெறுப்பின் ஆழத்தைக் கண்டு யூசுப் வியந்தான். அதற்கு அவன் விளக்கம் தருவானென்ற எதிர்பார்ப்போடு அவனைப் பார்த்தான் யூசுப். ஆனால் கலீல் திரும்பி கடை மேடைகளின் மீது அரிசி பருப்புகளின் பெட்டிகளை மாற்றியடுக்கத் தொடங்கினான். அவனது கண்கள் வேகமாகப் படபடத்தன. தன்னைக் கட்டுப்படுத்திக்கொள்ள முடியாமல் தவிப்பவன் போல வாயைக் கோணினான். அவனுடைய இறுகிய முகத்திலுள்ள நரம்புகள் புடைத்துப் பார்ப்பதற்குப் பாதிக்கப்பட்டவன் போலத் தெரிந்தான். பதற்றத்துடன் யூசுப்பை நோக்கியவன் புன்னகைக்க முயன்றான். யூசுப் மற்றுமொரு விசாரணை பாவனையை முகத்தில்காட்ட அதைக் காணாதவன் போலப் பாசாங்கு செய்தான் கலீல். அதன்பின் கையைத் தட்டிக் கொண்டே பாட்டுப் பாடியவன் அலட்சியமாக வாடிக்கையாளர்கள் வருகிறார்களா என்று சாலையைக் கண்ணால் அளந்தான்.

அதே மதிய வேளையில் முஹமது அப்தல்லா வாசல் தளத்தில் தனது பக்கவாட்டில் பையுடன் கிளம்புவதற்கு ஆயத்தமாக. அமர்ந்தபடி மதிய தூக்கத்திலிருந்து வணிகர் விழிப்பதற்காகக் காத்திருந்தான். கடையின் முன் மேடைக்குப் பின்னால் தனியாக இருந்தான் யூசுப். ஆனால் வாடிக்கையாளர்கள் யாரும் இல்லை. கடையின் பின்புறம் படுக்கச் சென்றிருந்தான் கலீல். யூசுப்பை அழைத்துத் தன்னருகே வந்து பெஞ்சில் அமருமாறு கூறினான். "உனக்கு என்ன ஆகுமோ" என்று கரகரப்பாகக் கேட்டான். யூசுப் அமைதியாக அமர்ந்து முஹமது அப்தல்லா தன்னிடம் என்ன கூற விரும்புகிறான் என்பதை அறியக் காத்திருந்தான். சற்று நேரம் கழித்து ஏளனமாகச் செருமிக்கொண்டே தலையைக் குலுக்கிக் கொண்டான். "துர்க்கனவுகள்! நோயுற்ற குழந்தையைப் போல இரவில் பிதற்றுவது! நாம் கடந்து வந்த வன்கொடுமையை விட மோசமாக எதை உன் இரவுகளில் பார்த்துவிட்டாய்? மற்றபடி அழகான பையனே, நீ நன்றாகவே செயல்பட்டாய், எல்லாவற்றையும்

பொறுத்துக்கொண்டு விழிப்புடன் இருந்தாய் மற்றும் உன்னிடம் சொல்லப்பட்டவைகளை எல்லாம் செய்து முடித்தாய். இன்னொரு பயணத்திற்குப் பின் உலோகத்தைப் போல உறுதியானவனாக மாறிவிடுவாய். ஆனால் ஐரோப்பிய நாய்கள் எல்லா இடத்திலும் இருப்பதால் இனிமேல் பயணங்களே இருக்காது. நம்மை மொத்தமாக முடித்துவிடும் நேரத்தில் நம் உடம்பின் எல்லாக் குழிகளையும் புணர்ந்திருப்பார்கள். அடையாளம் தெரியாத அளவிற்கு நம்மைப் போட்டுத் தள்ளியிருப்பார்கள். அவர்கள் நம்மை உண்ண வைக்கும் மலத்தை விடக் கேவலமாக்கியிருப்பார்கள். நிர்வாணக் காட்டுமிராண்டிகள் கூட நம்மை வெறுக்குமளவுக்கு ஒவ்வொரு தீஞ்செயலும் நம்முடையதாக, இருக்கும். நமது மக்களின் குருதியாக இருக்கும், நீ பார்க்கத்தான் போகிறாய்.

முஹமது அப்தல்லாவின் மீது விழிகளைப் பதித்திருந்த யூசுப், கடையின் பின்புறத்திலிருந்து கலீல் வந்துவிட்டதை உணர்ந்தான். செய்யிது... இந்தப் பயணம் எப்படியிருந்தாலும் செய்யிது ஒரு வெற்றி வீரர். தொடர்ந்தான் முஹமது அப்தல்லா. கடந்த முறை நாங்கள் மன்யேமாவில் இருந்தபோது நீ அவரைப் பார்த்திருக்க வேண்டும். துணிச்சலான காரியங்கள் செய்ய அவர் ஒரு போதும் பின்வாங்கியதில்லை. எதற்கும் அஞ்சாதவர். எதற்குமே! அவரிடம் முட்டாள்தனமே கிடையாது. ஏனென்றால் இந்த உலகத்தை அதன் போக்கிலேயே பார்க்கிறார். இது ஒரு கொடூரமான மோசமான இடம். அது உனக்குத் தெரியும். அவரிடமிருந்து கற்றுக்கொள்! கூர்மையாகப் பார்! கூர்மையாக இரு! நீ கொஞ்ச நாள் வாழ்ந்த இடத்திலிருந்த அந்தக் குண்டான முட்டாள் போல உன்னையும் ஒரு கடைக்காரனாக உருவாக்கிவிடாதே. பெரிய புட்டமும் காலியான கடையும் கொண்ட ஹமீது. முயுங்குவானா, தன்னை ஒரு மரியாதைக்குரிய நபரென்று அழைத்துக்கொள்கிறான். ஆனால் அவன் தன்னுடைய புஷ்டியான புறாக்களைப் போல அரற்றிக் கொண்டிருக்கும் தடித்த ரொட்டித் துண்டைத் தவிர வேறொன்றுமில்லை. இந்த முறை செய்யிது அவனிடம் வியாபரம் முடித்துக்கொண்டால் அவனுக்கு எந்த மரியாதையும் இருக்காது. அல்லது அங்கிருக்கும் அந்தச் சிறிய பெண் அவள்! அவனைப் போல உன்னையும் உருவாக்க அவர்களை அனுமதிக்காதே என்று தனது பிரம்பை உயர்த்தி அவர்களைக் கண்காணித்தபடி கலீல் நின்று கொண்டிருந்த கடை மேடையைச் சுட்டினார். கலீலை எதிர்க்கத் துணிந்தவர் போல அவன் மீது பார்வையை ஓட்டினான் முஹமது அப்தல்லா. அவர் மேலும் ஏதும் சொல்லாத போது அங்கிருந்து

செல்ல எழுந்தான் யூசுப். "கூர்மையாகப் பார்" சிரித்தபடியே கூறினார் முஹமது அப்தல்லா.

3

அஜீஸ் மாமா தனக்குக் கடன் கொடுத்தவர்களிடம் பேச்சு வார்த்தை நடத்தி அவர்களுக்குத் திருப்பிச் செலுத்த வேண்டிய தொகைக்கான ஏற்பாடுகளைச் செய்வதற்காக நகரத்துக்குச் செல்கையில் சிம்பா வேனேவும் உடன் சென்றான். அவர்களுடைய கலந்துரையாடலில் இணைந்துகொள்ள அனுமதிக்கப்படவில்லையென்றாலும் நடக்கும் சில விஷயங்களைப் புரிந்துகொண்டதாகக் கூறினான். திரும்பி வந்ததும் யூசுப்பிடமும் கலீலிடமும் வணிகரின் தொழில் பற்றித் தான் அறிந்தவற்றைக் கூறினான். நஷ்டம் அளவுக்கதிகமாக இருப்பதால் கடன்தாரர்களும் அதில் ஒரு பங்கு ஏற்றுக் கொள்ளவேண்டும் இருப்பினும் வணிகரின் மீது மிகப்பெரிய பாரம் விழுந்துவிட்டது. "ஆனால் தன் மீதே எல்லாவற்றையும் இழுத்துப் போட்டுக் கொள்ளாத அளவுக்கு அவர் கூர்மதி கொண்டவர். அந்த இந்தியனும் பெரும்பணம் இழந்து விட்டதால் உதவுவதைத் தவிர அவனுக்கும் வேறு வழியில்லை. நாம் மற்றொரு பயணத்துக்கு ரயிலில் செல்ல வேண்டும். நம்முடைய வானா தனது விலைமதிப்பான பொருட்களை வைத்திருக்கும் இடம். ஆனால் நானும் வானா மட்டும்தான் செல்கிறோம்" என்று யூசுப்பைப் பார்த்துப் புன்னகைத்துக் கொண்டே தளுக்காகக் கூறினான் சிம்பா வேனே.

'எங்கே? என்ன விலைமதிப்பான பொருட்கள்? ஹமீதின் கடையிலிருக்கிறதா?" யூசுப் கேட்டான்.

"அவனுக்கு எதுவும் தெரியாது" என்றான் கலீல். ஆட்கள் அனைவரும் அங்கிருந்து சென்றுவிட்ட பிறகு சிம்பா வேனே தனது மிரட்டும் தொனியைக் கொஞ்சம் இழந்துவிட்டான். மேலும் கலீலின் உல்லாசப் போக்கைச் சமாளிப்பது சில சமயங்களில் கடினமாக இருந்தது. "அவன் பெரிதாகப் பேசுகிறான். அவ்வளவுதான். ஒன்றும் அறியாத சுமைகூலிகளிடமும் காட்டுவாசிகளிடமும் தோரணை காட்டப் பழகிவிட்டான். அதனால் நம்மையும் ஏமாற்றப் பார்க்கிறான். மதிப்புமிக்க ஏதாவது ஒன்றை இவனை நம்பி செய்யிது ஒப்படைப்பாரா என்ன?"

"யூசுப், அந்த இடம் உனக்குத் தெரியுமென்று நினைக்கிறேன். ஹமீதின் கடையில் சரக்ககத்தில் வைத்திருக்கும் விலைமதிப்பான வியாபாரப் பொருட்கள் என்னவென்று தெரியுமா? தெரியாவிட்டால் கேட்காமல் இருப்பதே நல்லது" என்று கலீலைப் புறக்கணித்து யூசுப்பிடம் சிரித்துக் கொண்டே கூறினான் சிம்பா வேனே...

"என்ன வியாபாரப் பொருட்கள்? சிம்பா வேனே?" மேலும் பேச வேண்டுமென்பதற்காகக் குழப்பமான அறியாமை பாவனையுடன் முகத்தைச் சுளித்தவாறு கேட்டான் யூசுப். "அங்கே காய்ந்த மக்காச்சோள மூட்டைகள்தான் இருந்தன."

"ஒருவேளை ரகசியப் பாதாள அறையொன்றில் ஒரு ஜின் தங்கம் மற்றும் நகைகளைச் சேமித்து வைத்திருக்கலாம்" என்றான் கலீல். இப்போது நமது ஓட்டை வாய் சிம்பா போய் அந்தப் புதையலை எடுத்து வந்து செய்யிதுவின் தொழிலைக் காப்பாற்றப் போகிறான்." அவனிடம் மட்டும்தான் மாய மோதிரம் இருக்கிறது, அவனுக்கு மட்டும்தான் வலுவான பித்தளைக் கதவுகளைத் திறக்கும் மந்திர வார்த்தைகள் தெரியும்" என்றான் கலீல்.

சிம்பா வேனே சிரித்தான். "நமது பயணத்தின் போது நியாண்டே கூறிய கதை உனக்கு நினைவிருக்கிறதா? அழகான இளவரசி ஒருத்தியை அவளுடைய நிச்சயதார்த்த இரவன்று ஒரு ஜின் அபகரித்துச் சென்றது... அது உனக்கு நினைவிருக்கிறதா? தங்கமும் நகைகளும் அறுசுவை உணவுகளும் மற்றும் அனைத்து வசதிகளையும் நிரப்பி வைத்திருந்த காட்டிலுள்ள பாதாள அறை ஒன்றில் அபகரிக்கப்பட்ட இளவரசியைக் குடி வைத்தான். பத்து நாட்களுக்கொரு முறை வந்து இளவரசியுடன் இரவைக் கழித்து விட்டுப் பின் மீண்டும் தன் ஜின் தொழிலைப் பார்க்கச் சென்றுவிடுவான். அங்கேயே பல ஆண்டுகளாக அந்த இளவரசி வாழ்ந்து வந்தாள். ஒருநாள் விறகுவெட்டி ஒருவனின் கால்விரல் அந்தப் பாதாள அறைக்கு இட்டுச் செல்லும் பொறிகதவின் மீது தவறுதலாகப் பட்டுவிட்டது. கதவைத் திறந்து படிகளில் இறங்கிப் பாதாள அறைக்குள் சென்று இளவரசியைக் கண்டவன். அவள் மீது அவன் உடனே காதல் கொண்டான். அவளும் அவன் மீது காதல்கொண்டு தனது பல வருடச் சிறைவாசத்தைப் பற்றிக் கூறினாள். அவள் வாழ்ந்துகொண்டிருக்கும் அதி ஆடம்பரமான வாழ்வைப் பார்த்தவனிடம் ஒரு பூக்குவளையைக் காண்பித்து உடனுக்குடன் ஜின் வரவேண்டுமென்று அவள் விரும்பினால் அதைத் தேய்த்தவுடன் ஜின் தோன்றிவிடுவான் என்று கூறினாள்.

சொர்க்கத்தின் பறவைகள் ❋ 239

நான்கு நாட்களும் நான்கு இரவுகளும் இளவரசியுடன் கழித்தபின் தன்னுடன் வர இளவரசியை வலியுறுத்தினான் விறகு வெட்டி. பத்து வயதில் தன் வீட்டிலிருந்து ஜின்னால் திருடப்பட்டு இங்கு கொண்டு வரப்பட்ட அவளுக்கு விடுதலையே இல்லையென்றும் அவள் எங்கு சென்றாலும் எப்படிக் கண்டு பிடிப்பது என ஜின்னுக்குத் தெரியுமென்றும் சிரித்துக் கொண்டே கூறினாள். காதலாலும் பொறாமையாலும் ஆட்கொள்ளப்பட்ட விறகுவெட்டி ஆத்திரத்தில் அந்தப் பூக்குவளையை எடுத்துச் சுவரை நோக்கி வீசியெறிந்தான்.

அடுத்த நொடியே தன் கையில் பளபளக்கும் வாளுடன் ஜின் தோன்றியது. குழப்பத்தில் விறகுவெட்டி படிகளில் ஏறித் தப்பிச் சென்றான். ஆனால் தன்னுடைய கோடாரியையும் செருப்புகளையும் அங்கேயே விட்டுவிட்டான். இளவரசி இன்னொரு ஆணை அங்கு அனுமதித்திருக்கிறாள் என்று அறிந்துகொண்ட ஜின் ஒரே வீச்சில் அவளது தலையை வெட்டித் துண்டாக்கியது.

“அந்த விறகு வெட்டி?” ஆர்வமாகக் கேட்டான் கலீல். “விறகு வெட்டிக்கு என்னவானது? அதைப் பற்றிச் சொல்.”

“அவனுடைய செருப்புகளையும் கோடாரியையும் வைத்து ஜின் அவனை எளிதாகக் கண்டுபிடித்துவிட்டது. பக்கத்து ஊரில் அவற்றைக் காட்டி அதன் சொந்தக்காரன் ஒரு நண்பன் எனக் கூறியதும் விறகுவெட்டியின் வீட்டிற்கு அவர்கள் அழைத்துச் சென்று விட்டார்கள். அவனை என்ன செய்ததென்று தெரியுமா? அவனை ஒரு தரிசு மலையுச்சிக்கு அழைத்துச் சென்று மனிதக்குரங்காக மாற்றிவிட்டது” மகிழ்ச்சி பொங்கக் கூறினான் சிம்பா வேனே. “ஜின் இல்லாத ஒன்பது நாட்களில் அவனால் ஏன் இளவரசியைப் பார்க்க முடியாமல் போனது? அதை உன்னால் கூற முடியுமா?”

“ஏனென்றால் அது அவனுடைய தலையெழுத்து” தயங்காமல் கூறினான் கலீல்.

“அப்படியாக அஜீஸ் மாமாவுக்கு ரகசிய அறையொன்று ஹமீதின்...” ஹமீதின் சரக்கு அறையில் இருக்கும் சட்டத்துக்குப் புறம்பான பொருட்களைப் பற்றிப் பேச்சைத் திசை திருப்ப விரும்பி ஆரம்பித்தான் யூசுப். கலீலின் முகத்தில் ஆச்சர்யப்பார்வை படர்வதைக் கண்டான் யூசுப். முதலில் அவர் உனக்கு மாமா இல்லை தெரியுமா. செய்யிது என்றழைக்கத் தன்னைத்தானே வலுக்கட்டாயமாகப் பழக்க வேண்டுமென யோசித்தபோதும்

அவனால் அது முடியவில்லை. "எப்படியோ போகட்டும், ஹமீதின் கடையில் இருக்கும் மதிப்பு மிக்க சரக்கு என்ன?"

"விபுஸா" கிசுகிசுத்தான் சிம்பா வேனே. காண்டாமிருகத்தின் கொம்பு. "ஆனால் நீங்கள் யாரிடமாவது எதையாவது சொல்லி வைத்தால் நம் எல்லோருக்கும் பிரச்சினை ஆகிவிடும்" டாச்சி[1] அரசு வர்த்தகத்தைத் தடை செய்துள்ளது. அதனால் அரசு மட்டுமே அனைத்து லாபங்களை எடுத்துக் கொள்ளலாம். அதனால்தான் நம் வானா சாவகாசமாக அமர்ந்துகொண்டு அந்தப் பொருளை இந்தியனுக்கு விற்கக் காத்திருக்கிறார். நாங்கள் விபுஸாவை இங்கு கொண்டு வர மாட்டோம். அதுதான் என் வேலை. மலையைத் தாண்டி, ஜுக்வ ஜு எல்லை வரை எடுத்துக்கொண்டு போய் குறிப்பிட்ட ஒரு இந்தியனிடம் அதை ஒப்படைப்பது. நம் வானாவுக்குப் பார்க்க வேண்டிய வேறு வேலைகள் இருப்பதால் இதையெல்லாமே என்னிடம் விட்டுவிட்டார். இந்தச் செய்தியை ஒரு ரகசியம் காப்பவனாக, முக்கியத்துவம் வாய்ந்தவனுக்கான பாவனையில் கூறினான் சிம்பா வேனே. அவன் வார்த்தைகளுக்கான எதிர்விளைவைக் காண அவர்களிருவரையும் உற்றுப் பார்த்தான் கலீலின் பிரமிப்பான பார்வையைக் கண்ட போது அவன் சிம்பாவைக் கிண்டல் செய்கிறான் என்று தெரிந்துகொண்டான்.

"இந்த வேலைக்காக ஒரு தைரியசாலியைத்தான் செய்யிது தேர்ந்தெடுத்திருக்கிறார். அசல் சிங்கம்!" என்றான் கலீல்.

"அது ஆபத்து மிகுந்த பாதை" கலீலின் கிண்டலைத் தன் சார்பான புகழுரை என எடுத்துக்கொண்டு சிரித்தவாறே கூறினான் சிம்பா வேனே. "அதுவும் குறிப்பாக எல்லைப் பகுதியில். அது போக ஆங்கிலேயருக்கும் ஜப்பானியர்களுக்கும் போர் மூளுமென்ற பேச்சும் எழுந்துள்ளது."

"ஏன் விபுஸா இவ்வளவு விலைமதிப்பற்றது? அது எதற்குப் பயன்படுகிறது?"

கண நேரம் யோசித்த சிம்பா வேனே பதிலை இட்டுக்கட்டுவதற்கான சாத்தியத்தைக் கைவிட்டான். "எனக்குத் தெரியாது, ஒருவேளை மருந்துக்காக இருக்கலாம். இந்த உலகம் போகும் போக்கை யார் கண்டது? எனக்குத் தெரிந்ததெல்லாம் இந்தியர்கள் அதை வாங்குகிறார்கள். அதன் பிறகு எங்கு வைத்தாலும் எனக்குக் கவலை

---

[1] ஜெர்மானியர்கள்

இல்லை. அவன் அதைச் சாப்பிடுவானென்று சொல்ல முடியாது. அதனால் மருந்துதான் என்று நினைக்கிறேன்” என்றான் சிம்பா.

அவர்களிடமிருந்து விலகிச் சென்றவன் முஹமது அப்தல்லா வெளியேறியதிலிருந்து தான் ஆக்கிரமித்துக் கொண்ட சரக்கு அறைக்குத் திரும்பினான். “தனக்குக் கடன் கொடுக்க வேண்டியவர்களைச் செய்யிது அழைப்பார். தன்னுடைய கடனைத் தீர்ப்பதற்கு. கையில் எப்போதும் ஏதாவது வைத்திருப்பார். அதுதான் அவர் வழி. அவருடைய நிலைமை மிக மோசமாகிவிட்டது எனத் தோன்றும் சமயத்தில் கூட அவர் அங்குமிங்கும் பயணம் போவார். விரைவில் எல்லாமே சரியாகிவிடும். அவர் உன் அப்பாவைக் கூடச் சந்திக்கக்கூடும். அவர்களுக்கிடையே எல்லாவற்றையும் சரி செய்து கொள்வார்கள். நீ இனிமேல் பிணையாளாக இருக்கமாட்டாய். பா அவரது கடனை அடைப்பார், செய்யிது தன்னுடைய கடனை அடைப்பார், அப்புறம் நீ விடுதலையாவாய். அதன்பின் என்ன செய்வாய்? அந்த மலைக்கே திரும்பச் சென்று ஸான்ஸிபாரின் துறவி போல வாழப் போகிறாயா? ஆனால் அதுபோல எதுவும் நடக்குமென்று எனக்குத் தோன்றவில்லை. உன்னுடைய பா இப்போது முற்றிலும் ஏழையாக இருப்பார். என்னுடைய மரேஹேமு பா போலவே, கடனை அடைக்கவே முடியாது. இம்மையிலும் மறுமையிலும்கூட. அதனால் மலைவாசஸ்தலம் உனக்கில்லை... ஆனாலும் செய்யிது அவரைக் கேட்கக் கூட மாட்டாரென்று நினைக்கிறேன். அவருக்கு உன்னைப் பிடிக்கும். அந்தக் கூச்சல்காரன் சிம்பாவையும் அவனுடைய தோரணையையும் பார்த்தாயா? அவனை ஒரு ஆபத்தான வேலைக்கு அனுப்புகிறார். ஏனென்றால் அவனுக்கு ஏதாவது ஆனாலும் செய்யிது அதைப் பற்றிக் கவலைப்பட மாட்டார்... இல்லாவிட்டால் உன்னை அனுப்பியிருப்பார்.

“அல்லது உன்னை” தோழமை மற்றும் விசுவாசத்தின் பொருட்டுக் கூறினான் யூசுப்.

கலீல் புன்னகைத்தவாறே அவனுக்குத் தலையசைத்தான், யூசுப்பின் அறியாமையை நினைத்துப் புலம்பும் இரக்கமான செய்கை அது. “அந்த எஜமானி, அரபி தெரியாமல் அவருடன் எப்படிப் பேசப் போகிறாய்? மேலும் உனக்காக இந்தக் கடையை நாசமாகப் போக விட்டு விடுவேனென்று நீ நினைத்தால்... எல்லாக் கடனையும் செய்யிதுவால் அடைக்க முடியாவிட்டால் இந்தக் கடை ஒன்றுதான்

அவருடைய வாழ்வாதாரம். உனக்கு அவர் வேறு ஏதாவது பார்த்துக் கொடுத்துவிடுவார். அவருக்கு உன்னைப் பிடிக்கும்.''

யூசுப் நடுங்கினான். ''என்றாலும் அவர் உன் மாமா இல்லை'' என்றான் கலீல். யூசுப்பின் தலைக்குப் பின்னால் அடிக்க வந்தான். எளிதாக அடிக்குத் தப்பினான் யூசுப்.

உட்பகுதிக்குத் திரும்பவும் செல்லும் பயணத்திற்கு முந்திய மாலை அவர்களைத் தன்னுடன் உணவருந்த அழைத்தார் அஜீஸ் மாமா. குறிப்பிட்ட நேரத்தில், சூரியாஸ்தமனத் தொழுகைக்குப் பின் உடனடியாக சிம்பா வேனேயும் யூசுப்பையும் தோட்டத்திற்குள் அழைத்துச் சென்றான் கலீல். மங்கிய இருளும் அமைதியும் நீரின் மெல்லிய ஓசையுடன் மிகவும் பரிசுத்தமாக இருந்தது, காற்றில் நறுமணம் கலந்திருக்க அவர்களுடைய புலன்களைச் சங்கீதம் மயக்கியது. தொலைவில் தோட்டத்தின் ஓரத்திலுள்ள தூண்களில் தொங்கவிடப்பட்ட விளக்குகள் வாசல் தளத்தை ஒளிரச் செய்து ஆழ்ந்த இருளில் ஒரு பொன்னாலான அரங்கத்தை வடிவமைத்தது. அதன் பிரதிபலிப்பு நீர்த்தடங்களில் மங்கலான உலோகப் பாதைகளாகக் காட்டியது. தளத்தில் விரிப்புகள் விரிக்கப்பட்டன. அவற்றிலிருந்து சந்தனம் மற்றும் அம்பரின் நறுமணப் புகை எழும்பியது.

அவர்கள் அமர்ந்தபோது உள்முற்றத்திலிருந்து வெளிப்பட்டார் வணிகர். மிக மெல்லிய பருத்தித் துணியாலான அங்கி அணிந்திருந்தார். அவர்களை நோக்கி அவர் நடந்து வந்த போது அது தவழ்ந்து அலையலையாகச் சுழன்றது. பொன்னிறப் பட்டால் பின்னல் வேலைப்பாடு செய்யப்பட்டிருந்த குல்லாவை அணிந்திருந்தார். அவருக்கு வந்தனம் கூற அனைவரும் எழுந்த போது அவர்களை நோக்கிப் புன்னகையுடன் கீழே அமருமாறு கையசைத்து விட்டுத் தானும் அவர்கள் மத்தியில் அமர்ந்தார். அவரைப் பார்த்த யூசுப் இவர்தான் தான் பார்த்த அந்த செய்யிது என உணர்ந்தான். தன்னுடைய வீட்டிலிருந்தும் பெற்றோர்களிடமிருந்தும் வெகு சாதாரணமாகத் தன்னை எடுத்து வந்தவர், கடினமான நிலங்களிலும் ஏரிக்கரைகளிலும் சமநிலையுடன் நிதானமாக நடந்து வந்தவர், சாட்டுவின் நகரத்தில் தங்களுடைய மிக மோசமான நிலையிலும் அவருடைய கண்ணியமும் மனவுறுதியும் வெளிப்பட்டு அது அனைவரையும் ஆதுரமாக அரவணைத்துக்கொண்டது. பயணத்திலிருந்து திரும்பிய அவர்கள் வந்த நாளிலிருந்து மனக்கலக்கம் ஆட்கொண்டு அவரது ஆளுமையைக் குலைத்து உடன் பயணித்தவர்களின் சச்சரவுகளுக்கும் கோரிக்கைகளுக்கும் முன்னால்

அவரைக் கிடத்திவிட்டது. ஆனால், அவர் மீண்டும் செய்யிதுவாக, சாந்தமானவராகவும் கலக்கமற்றவராகவும் அவருக்கேயுரிய மந்தகாசப் புன்னகை சற்றும் விலகாதவராகக் காணப்பட்டார்.

பயணத்தைப் பற்றி நினைவுகூரத் தொடங்கினார். ஆனால் அவர் அதில் இல்லாதது போலவும் மற்றொருவரின் பயண விவரங்களைக் கூறுவது போலவும் இலகுவாகப் பேசினார். அவ்வப்போது பார்வைகளாலும் சைகைகளாலும் சிம்பா வேனேயை அழைத்து விவரங்களை உறுதிப்படுத்திக் கொண்டவர் ஞாபகங்கள் திரும்பியதும் நிறைவுடன் தலையசைத்துக் கொண்டார். அங்கு என்ன நடக்கிறதென்று சிம்பா வேனே புரிந்துகொண்டான் என யூசுப் யூகித்தான். இருப்பினும் அவனுடைய ஆனந்தமான சிரிப்பிலும், அவனுடைய குரல் உயர்ந்தும் தாழ்ந்தும் ஒலிப்பதிலும் வணிகரின் முகத்துதியால் தன்னைக் கட்டுப்படுத்த இயலாமல் இருக்கிறான் என்றும் தெரிந்தது. அதன் பின்னர் சிம்பா வேனே தொடர்ந்து வாய் ஓயாமல் பேசினான், அவ்வப்போது ஒரு கதையிலிருந்து இன்னொரு கதைக்குத் தாவ சற்றே உந்திவிட வேண்டியிருந்தது. ஏதோ அவர்கள் மீண்டும் ஒருமுறை காட்டின் நடுவே நெருப்பைச் சுற்றி வருவது போலவே பேசினான்.

முற்றத்தின் கதவு மிக மெல்லத் திறக்கையில் சமிக்ஞை கிடைத்தது போல கலீல் எழுந்தான். உள்ளே மறைந்தவன் சற்று நேரம் கழித்து அரிசிச் சாப்பாட்டுத் தட்டுடன் வெளியே வந்தான். மீண்டும் மீண்டும் சென்றவன் பொறித்த மீன்கள் நிறைந்த தட்டு, சமைத்த இறைச்சிகள், காய்கறிகள், ரொட்டி மற்றும் கூடை நிறைய பழங்களைக் கொண்டு வந்தான். முதல் தவணை உணவு வந்ததும் அவர்கள் உரையாடலை நிறுத்திவிட்டு கலீல் உள்ளும் புறமுமான தனது நடையை மேற்கொள்கையில் கண்ணியத்துடன் அமைதியாகக் காத்திருந்தார்கள். உணவைப் பார்க்காமலிருக்க முயன்றான் யூசுப். ஆனால் நெய்யின் பளபளப்போடு உலர்திராட்சைகளும் முந்திரிப் பருப்பு வகையறாக்களும் புள்ளிகள் போல அலங்கரிக்கப்பட்டிருக்கும் அரிசிச் சாப்பாட்டிலிருந்து அவனால் பார்வையை அகற்ற முடியவில்லை. அவர்கள் அமர்ந்திருந்த நிசப்தத்தில் அவனைத் தோட்டத்திலிருந்து விரட்டும் அந்தக் குரலைக் கேட்டான் யூசுப். அதை இனங்கண்டது வாஞ்சையான ஞாபகங்களுக்கு இட்டுச் சென்றது. இறுதியில் கையில் பித்தளை ஜாடியும் சிறிய குவளையும் எடுத்துக் கொண்டு அவனுடைய முன்னங்கையில் துண்டைச் சுற்றிக் கொண்டும் வந்தான் கலீல். ஒருவருக்குப் பின் ஒருவராக அவர்கள் கை கழுவிக்கொள்ளும் பொருட்டுத் தண்ணீரை ஊற்றினான். சிம்பா

வேனே அவன் வாயையும் கொப்பளித்து அந்த எச்சில் நீரைச் சத்தமாகத் தோட்டத்தில் உமிழ்ந்தான். பிஸ்மில்லாஹ் என்று கூறிய அஜீஸ் மாமா அவர்களை உணவருந்த அழைத்தார்.

அவர்கள் உண்ணும் போது தங்கு தடையில்லாமல் தன் பேச்சைத் தொடர்ந்த சிம்பா வேனே வணிகரை சுதந்திரமாகக் குறிப்பிட்டான். பயணத்தின் தோல்விக்கான பழியை நியாபாராவின் மீது போட முனைந்தான். காட்டில் அந்த மனிதனை அடிக்காமல் இருந்திருந்தால் சாட்டு இவ்வளவு தூரம் நமக்கெதிராக இருந்திருக்கமாட்டார் என்று கடுமையான குரலில் கூறினான். "அனைவரையும் வேலைக்காரர்கள் மற்றும் அடிமைகள் போல எண்ணி நடத்தினார். இது போன்ற வழிமுறைகள் முன்பு எடுபட்டிருக்கலாம். இப்போதெல்லாம் அதை யாரும் பொறுத்துக்கொள்ள மாட்டார்கள். சாட்டு என்ன நினைத்திருப்பார்? நம்மையெல்லாம் ஆள் கடத்திகளாகவும் சதை வியாபாரிகளாகவும் எண்ணியிருப்பார். அவருக்கு நீங்கள் இவ்வளவு சுதந்திரம் கொடுத்திருக்கக் கூடாது வானா. ஹே, அவர் ஒரு கடுமையான மனிதர். துளி இரக்கம் கூட இல்லாதவர். ஆனால் சாட்டு அவரைவிடக் கடுமையானவர்."

அஜீஸ் மாமா முரண்படாமல் அமைதியாகத் தலையசைத்தார். சிம்பா வேனே பேசிக்கொண்டே இருந்தான். அவனுடைய உரத்த குரல் மரங்கள் மற்றும் செறிவான தாவரங்களின் அமைதியான சலசலப்பை மூழ்கடித்துத் தோட்டத்தை இரைச்சலால் நிரப்பியது. அவன் பேசுவது அவனுக்கே கேட்காதா என வியந்தான் யூசுப். ஆனால் அவனோ போதையேறியவன் போலத் தொடர்ந்துகொண்டிருந்தான். வணிகரின் கண்கள் இரக்கமின்றி அவன் மீது பதிந்தன. ஹமீதின் கடையில் ஒளிந்திருக்கும் விபுஸாவை எடுத்து வர அவன் தகுதியானவனா என்று சிம்பா வேனேவை அவர் எடை போட்டுக்கொண்டிருக்கிறார் என்பதை யூசுப்பால் காண முடிந்தது. முடிவில், கலீலிடம் அரபியில் அஜீஸ் மாமா கூற சூறையாடப்பட்ட தட்டுகளை வீட்டிற்குள் எடுத்துச் செல்லத் தொடங்கினான் கலீல். அதற்கு முன் ஒவ்வொரு விருந்தினர் முன்னும் தட்டுடன் குனிந்து நின்றான்.

"அந்த வாயாடி தோட்டத்துக்குள் தண்ணீரைத் துப்பிய போது செய்யிதுவின் முகம் போன போக்கைப் பர்த்தாயா? அல்லது பயணத்தில் என்ன தவறாகிப் போனதென்று அவன் பேசிக் கொண்டிருக்கும் போது? மகிழ்ச்சியில் கெக்கலித்தபடி கிசுகிசுத்தான் கலீல். கடையின் வாசல் தளத்தில் பாய் விரித்துத் தலைகளை ஒட்டிக்கொண்டு நெருக்கமாகப் படுத்திருந்தனர். "அவனை நம்ப

முடியாதென்று தெரிந்தாலும் அவருக்கு வேறு தேர்வுகள் இல்லை. உன்னுடைய மாமாவுக்கு ஏகப்பட்ட பிரச்சினைகள். அதில் அந்த சிம்பா வேனே வேறு கழுதைப் புலி போலக் குரைத்துக் கொண்டிருக்கிறான்.

“அவன் ஒன்றும் முட்டாள் இல்லை” என்றான் யூசுப். “பயணத்தின் போது அவன் மட்டுமே புத்திசாலித்தனமாக நடந்துகொண்ட நேரங்கள் உண்டு.”

“அவனுடைய புத்திசாலித்தனம்,” சிரித்தான் கலீல். “என்ன மாதிரியான பேச்சு இது? இப்படிப் பேச எங்கே கற்றுக் கொண்டாய்? பயணங்களில் உயர்பண்பாளர்களுடன் சுற்றிக்கொண்டிருந்ததால் வந்திருக்கும். உன்னுடைய வயதான காலத்தில் நீ ஒரு ஹக்கீமாகக் கூட ஆக முடியும். அவன் ஒரு முட்டாளில்லை எனக் கூறுகிறாய். அப்படியென்றால் ஏன் முட்டாள்களைப் போல நடந்து கொள்கிறான்? அவன் ஏதாவது செய்ய நினைத்திருந்தாலொழிய, ஏதாவது எரிச்சலூட்டும்படி செய்து அதைச் செய்யிது பார்க்க வேண்டுமென விரும்பினாலொழிய அவன் இப்படி ஏன் இருக்க வேண்டும். அவர்களுடைய காலத்தில் செய்யிதுவும் முஹமது அப்தல்லாவும் இந்த சிம்பாவை அப்படியே சுருட்டிக் கீரைக்குள் வைத்து மதிய உணவுக்குச் சாப்பிட்டிருப்பார்கள். அப்தல்லா ஒழிந்து விட்டான், செய்யிதுக்கு நீ இருக்கிறாய். அவன் மோசமாக நடந்து கொள்கிறான் என்று நீ அவருக்கு உணர வைக்கிறாய். நீ அவரை ஏதோ ஒரு வகையில் வித்தியாசமாகவும் உணர வைக்கிறாய் என நினைக்கிறேன். அவரை எந்நேரமும் பார்த்துக் கொண்டிருக்கிறாய். எப்படியோ அவருடைய நாற்றம் பிடித்த காண்டாமிருகக் கொம்பு பத்திரமாக இருக்கிறதென்று தெரியும்வரை சில இரவுகளுக்கு உன் மாமா நிம்மதியாக உறங்க மாட்டார்.” தன்னுடைய தொகுப்புரையில் திருப்தியடைந்தவனாகக் கூறி முடித்தான் கலீல்.

“என்னது அது... நான் அவரைப் பார்க்கிறேன் என்று சொல்வது” கோபத்தில் முகம் சுளித்தவாறு கேட்டான் யூசுப். “நான் ஏன் அவரைப் பார்க்கக் கூடாது? நான் உன்னையும்தான் பார்க்கிறேன்.”

“நீ எல்லோரையும், எல்லாவற்றையும் பார்க்கிறாய்” என்று சவாலான குரலில் கூறினான் கலீல். “யாருக்கு இது தெரியாது? உனது துயர்மிகு விழிகள் திறந்திருப்பதையும் அதிலிருந்து எதுவுமே தப்பிவிடக்கூடாது என்று நீ ஆசைப்படுவதையும் யாராலும் பார்க்க முடியும்... என்னாலேயே அதைப் பார்க்க முடிகிறதென்றால் செய்யிதைப் போன்ற அறிவாளி எதைப் பார்ப்பார் என்று நினைக்கிறாய்? ஹே,

என்னுடைய சகோதரனே, உன்னுடைய கண்கள் அவருள் கீறிப் பாய்வதை அவர் உணர்கிறார். உனக்கு அது தெரியவில்லையா? அவரை நான் என்ன பார்ப்பது! ஈக்களுக்குப் பயந்துவிடும் இழிந்த நாய்களுக்கு நீ பயந்து ஒடுங்குவதை நான் பார்த்திருக்கிறேன். அவற்றில் நீ எதையோ பார்த்திருக்கிறாய். ஒருவேளை ஓநாய் மனிதர்களைப் பார்த்திருப்பாய். அந்த மிருகம் முஹமது அப்தல்லா பேயைப் பற்றிப் பேசியதைக் கேட்டாயல்லவா. அந்த இழிவான நாட்களெல்லாம் போய்விட்டன! என்னவொரு வாயாடி! எவ்வளவு சாப்பிட்டான் என்று பார்த்தாயா?"

காலையில் அஜீஸ் மாமாவுக்கு விடை கொடுக்கும்போது அவரது கைகளை மரியாதையுடன் பலமுறை முத்தமிட்டான் கலீல். பின் அவருக்குப் பக்கவாட்டில் நின்றபடி கடைசியாக அவர் கொடுக்கும் கட்டளைகளுக்கு அவசரமாகத் தலையசைத்துக் கொண்டிருந்தான். யூசுப்பை அருகில் அழைத்த அஜீஸ் மாமா ரயில் நிலையத்துக்குச் செல்லும் பாதி வழி வரை அவனை உடன் வரச் சொன்னார். சிம்பா வேனேக்குக் கிளம்புமாறு சமிக்ஞை கொடுத்தவர் சில அடிகள் பின்னால் தொடருமாறு கூறினார்.

"நான் திரும்பி வந்ததும் பேசலாம்" என்று யூசுப்பிடம் கூறினார் அஜீஸ் மாமா. "நீ நன்றாக வளர்ந்துவிட்டாய், நீ செய்வதற்குத் தகுந்த அர்த்தமுள்ள வேலையைக் கண்டுபிடிக்க வேண்டும். இங்கு என்னிடம் உனக்கொரு வீடு உள்ளது. உனக்குத் தெரியும் என நினைக்கிறேன். இதை உன் வீடாக்கிக் கொள், நான் திரும்பி வந்ததும் பேசலாம்."

'நன்றி' என்று கூறிய யூசுப் தன்னுள் நடுக்கம் பெருகிப் பரவுவதை உணர்ந்து அதை அடக்க மிகவும் சிரமப்பட்டான்.

"ஹமீது சொன்னது சரிதான். உனக்கொரு மனைவியைக் கண்டுபிடிக்கும் நேரம் வந்துவிட்டது போல... விரிந்த புன்னகையுடன் கூறினார் அஜீஸ் மாமா. அவரது கண்கள் யூசுப்பின் முகத்தை ஆராய்ந்தன. அவருடைய புன்னகை மகிழ்ச்சியான குறுஞ்சிரிப்பாக மாறியது. என் பயணங்களில் என் கண்களை நன்றாகத் திறந்து வைத்துக்கொள்கிறேன். நான் கேள்விப்படும் அழகிகளின் கதைகளைக் கொண்டுவருகிறேன். இப்படி பயந்து போய்ப் பார்க்காதே" என்றார்.

அதன்பின் யூசுப் முத்தமிடுவதற்காகத் தனது கைகளை நீட்டினார்.

4

கிடைத்த முதல் வாய்ப்பில் அவர்கள் நகரத்துக்குச் சென்றார்கள். அவர்களுக்கு முன்னரே தெரிந்திருந்த அனைத்து இடங்களுக்கும் செல்ல விரும்பினான் கலீல். ஒவ்வொரு வெள்ளிக்கிழமையும் தாங்கள் இருவரும் சேர்ந்து வந்த சிறு பயணங்களைப் பற்றி நினைத்துக் கொண்டாலும் யூசுப் வெளியே இருந்த இத்தனை வருடங்களில் தான் நகரத்திற்கு வரவே இல்லை என்றான். "நானாக எங்கே போவேன்? எனக்கு யாரைத் தெரியும்?" மசூதியில் தன்னுடைய குர்ஆன் ஞானத்தைப் பற்றிப் பீற்றிக் கொள்வதைக் கட்டுப்படுத்த முடியாமல் பின்னர் தனது அவமானத்தின் மற்றும் கண்டறிந்ததன் கதையைக் கூறினான் யூசுப். "குர்ஆனை அறிந்து கொள்வது உனக்கு எப்போதும் உதவியாக இருக்கும்" என்று கூறினான் கலீல். "உன்னால் அந்த வார்த்தைகளைப் புரிந்து கொள்ள முடியாவிட்டாலும் நீ ஆழ் குகையிலோ அல்லது இருளான காட்டிலோ தொலைந்துபோய்விட்டால் கூட." குர்ஆனை மொழிபெயர்க்கும் காலாசிங்காவின் திட்டத்தையும். அப்படிச் செய்தால்தான் ஸ்வாஹிலி மக்குளுக்குத் தாங்கள் எப்படியான கொடுமையான இறைவனை வணங்கிக்கொண்டிருக்கிறோம் என்பது புரியுமென்று அவன் குறிப்பிட்டதையும் கூறினான். ஒரு நாத்திகனிடமிருந்து வெளிப்பட்ட இறைநிந்தனையை எப்படி அமைதியாகக் கேட்டுக்கொண்டிருந்தாய் என சினத்துடன் ஆச்சரியப்பட்டான் கலீல். நான் என்ன செய்திருக்க வேண்டும் அவனைக் கல்லால் அடித்துக் கொன்றிருப்பதா? என்று கேட்டான் யூசுப். இந்தியத் திருமண ஊர்கோலம் நிகழ்ந்த இடம் மற்றும் விருந்தினர்களுக்காகப் பாடகன் பாடிய தெருவைச் சென்று பார்த்தார்கள். சிலசமயங்களில் இரு சிறுவர்கள் தெருவில் விளையாடிக் கொள்வது போல ஒருவர் மீது ஒருவர் அழுகிய பழங்களை வீசிக் கொண்டும் அந்நியர்களின் கூட்டத்துக்குள் ஓடிப் புகுந்து கொண்டுமிருந்தார்கள். அவர்கள் கடற்கரையை அடையும்போது ஏற்கெனவே இரவு கவிந்துவிட்டது. ஆனால் கடல் வெள்ளியாக ஒளிர்ந்து தளதளத்துக் கொண்டிருந்தது. அவர்களுடைய கால்களை நனைக்கும் அலைகள் உயர எழும்பி நுரைத்துக் கொண்டிருந்தன. திரும்பி வரும் வழியில் ஒரு உணவகத்தில் நின்று இறைச்சி, பருப்பு, ரொட்டித் துண்டுகள் மற்றும் இனிப்புத் தேநீர் ஆகியவற்றைத் தங்களுக்காக வாங்கினார்கள். இந்த உணவகத்தில் பகிர்ந்து கொண்டதைப் போன்ற அதீத சுவையான பருப்பை இதுவரை சுவைத்ததில்லை என இருவருமே ஒப்புக்கொண்டார்கள்.

தன்னுடைய நேரம் வரும்வரை மெஸீ ஹம்தானியிடம் பொறுமை காத்தான் யூசுப். அந்தத் தோட்டக்காரர் முன்பை விட இப்போது வயதானவராகத் தெரிந்தார். ஆனால் இன்னும் அதே நோக்கத்தோடும் முன்பிருந்ததை விட யாரையும் அணுகவிடாமல் இருப்பதில் மூர்க்கத்தனமாக இருந்ததையும் பார்த்தான் யூசுப். ஒரு வெக்கையான நாளில் வாளிகளில் நீர் பிடிப்பதற்கு அவர் சிரமப்படுவதைக் காணும் வரை காத்திருந்த யூசுப் அன்றுதான் அவருக்கு உதவ முன் வந்தான். அதை வேண்டாமென்று எதிர்க்க முடியாத அளவுக்கு ஆச்சரியமடைந்தார் மெஸீ ஹம்தானி. ஒருவேளை அந்த வெயிலில் தண்ணீர் குழாய்க்கும் தோட்டத்துக்கும் அவர் ஏற்கெனவே நடந்திருந்த நடைகளால் ஓய்வெடுப்பதற்குக் கொஞ்சம் இடைவேளை கிடைத்தது போலிருந்திருக்கலாம். தன்னுடைய யுக்திக்குக் கிடைத்த சிறிய பலனுக்காக யூசுப் அவரைப் பார்த்து நாணத்துடன் வெற்றிச் சிரிப்பு சிரித்த போது வயதானவரின் கண்கள் அதைக் கவனிக்காமலில்லை. தினமும் இரண்டு வாளிகளில் தண்ணீரை நிரப்பி அதை அவர் உபயோகிப்பதற்காகச் சுவர்களுக்கு உள்புறமாக வரிசையாக வைத்துவிடுவான். பகல் வெளிச்சத்தில் தோட்டம் எப்படி வளர்ந்திருக்கிறதென்று பார்த்தான். தொலைவில் சுவரோரமாக இருந்த இளம் ஆரஞ்சு மரங்கள் உறுதியாகவும் அடர்த்தியாகவும் செழித்திருந்தன. மாதுளைகளும் பனைகளும் காலத்துக்கும் அழியாதவை போலச் சற்றுப் பெருத்தும் வலுவாகவும் இருந்தன. வட்டமாகவும் மிதமான அளவும் வளர்ந்திருந்த புளிப்புச் செர்ரியை வெள்ளைப் பூக்கள் மூடியிருந்தன. ஆனால் பயிர்ச் செடிகளுக்கும் புற்களுக்கும் மத்தியில் உயரமாக வளர்ந்திருந்த அரிப்புச் செடியையும் காட்டுக் கீரைக் கொத்துகளையும் கண்டான். புதர் போல மண்டியிருந்த லில்லி மற்றும் ஐரிஸ் மலர்களுக்கிடையே வாவண்டர் மலர்கள் சிரமத்துடன் மலர்ந்திருந்தன. நீர்வழித்தடங்களிலிருந்து நீர் பாய்ந்தோடும் குளத்தின் ஓரங்கள் பாசி படர்ந்தும், நீர்த்தடங்களே சேற்றுக் குழம்பாகவுமிருந்தன. மரங்களில் தொங்கிக்கொண்டிருந்த கண்ணாடிகள் முழுவதும் அகற்றப்பட்டிருந்தன.

அதிகாலையில் பெரும்பாலும் மெஸீ ஹம்தானி வரும் முன்பே அவன் தோட்டத்திற்குச் சென்றுவிடுவான். புற்களைக் களையெடுத்தும், லில்லி மலர்களைச் சீராக வெட்டியும், நீர்த்தடங்களைத் தூய்மைப்படுத்தவும் தொடங்கியிருந்தான். அமைதியாக அவனுக்கு இடமளித்த தோட்டக்காரர் அவன் வேலையில் ஏதாவது தவறிழைத்தால் மட்டும் சரிசெய்ய எரிச்சலுடன்

அணுகுவார். மெஸீ ஹம்தானி தன்னுடைய பிரார்த்தனையில் முன்பை விட அதிக நேரங்கள் செலவிடுவதை யூசுப் கவனித்தான். அவருடைய பாடல்கள் முன்பு போல ஏற்ற இறக்கத்துடனும் பரவசத்துடனும் கூடிய பழைய கஸீதாக்களைப் போலல்லாமல் வருத்தமும் துயரமும் வலியும் தோய்ந்த நீண்ட இசைக்குறிப்புகளாக இருந்தன.

தனக்கு உதவி தேவைப்படும் போதோ அல்லது அஜூஸா மா கடைக்கு வரும்போதோ யூசுப்பை அழைத்தான் கலீல். மற்ற நேரங்களில் அவனுடைய தோட்டத்திற்கான பெருவிருப்பத்தைப் புகார்களின்றிப் பொறுத்துக்கொண்டான். வாடிக்கையாளர்களிடம் அவனைப் பற்றி நகைச்சுவையாகப் பேசுவது மட்டுமே யூசுப்பை மனம் தளர வைக்கும் செயலாக இருந்தது. பிற்பகல் நேரத்திலும் யூசுப் தோட்டத்தில் இருந்தால் மட்டுமே பதற்றமாகி அவனை அழைக்க வருவான். “உன் வயிறுக்குக் கொட்டத்தான் நான் வியர்வை சிந்த உழைக்கிறேன். மூட ஸ்வாஹிலிப் பயலே, உனக்கு நாள் முழுக்கத் தோட்டத்தில் விளையாட வேண்டும். வந்து வெளி முற்றத்தைப் பெருக்கு, அப்புறம் இந்த சாக்கு மூட்டையைப் பிடிக்க ஒரு கை கொடு. இங்கு வருபவர்கள் அனைவரும் உன்னைக் கேட்கிறார்கள். முதியவர்களுக்கு உன் பயணக் கதை பற்றிய விவரங்கள் வேண்டுமாம். வாடிக்கையாளர்கள் உனக்கு வந்தனம் சொல்ல விரும்புகிறார்கள். எங்கே உன் சின்னத் தம்பி? என்று கேட்கிறார்கள். சின்னத் தம்பி! அந்தப் பெரிய மட்டிப்பிள்ளை தோட்டத்தில் விளையாடுகிறது என்று சொல்வேன். தான் ஒரு பெரிய வணிகருக்கு மருமகன் என்று நினைத்துக்கொண்டு ஆரஞ்சு மரத்தடியில் படுத்தவாறு சொர்க்கத்தைக் கனவு கண்டு கொண்டிருக்கிறான்.” ஆனால் மாலை நெருங்குகையில் தான் தோட்டத்தில் இருப்பதை எஜமானி விரும்பவில்லை என யூசுப் யூகித்தான். ஒருவேளை அந்த வேளையில்தான் தோட்டத்திற்குள் வர விரும்புகிறார் போல, அங்கு அவனது இருப்பு அவர் வரவைத் தடுக்கிறது.

ஒருநாள் பிற்பகலில் குளத்திற்குள் செல்லும் நான்கு நீர்த்தடங்களில் ஒன்றை விரிவுபடுத்துவதை இடைநிறுத்திவிட்டுப் பார்க்கையில் சிறிய கருநிறக் கல்லொன்று அவன் தோண்டியிருந்த ஆழமற்ற பகுதியில் துருத்திக் கொண்டிருந்தது. நிதானமாகக் குனிந்து அதை எடுத்துப் பார்த்தபோது அது கல் அல்ல, சிறிய தோல்பை என்று தெரிந்தது. மண்ணால் சிதைந்து கரடுமுரடாகி, நீரில் ஊறித் தோல்

கருமையாகியிருந்தது. ஆனால் அதுவொரு ஹிரிஸி, கையில் கட்டப்படும் தாயத்து என்று தெரியுமளவு பழுதடையாமலிருந்தது. அது அணிந்திருப்பவரின் நன்மைக்காகப் பிரார்த்தனை வார்த்தைகளை உள்ளடக்கியதாக இருக்கும். அதன் தையல் ஒரு ஓரத்தில் பிரிந்திருந்தது, அதன் விரிசல் வழியாகப் பைக்குள் சின்னஞ்சிறிய உலோகப்பேழை இருந்ததைப் பார்த்தான். தாயத்தைக் குலுக்கிப் பார்த்த போது அது கலகலவென ஓசையெழுப்பியதைக் கேட்டான். அப்போது அதனுள் இருந்த எதுவும் நிலத்தினடியில் அழுகிப் போகாமல் உறுதியாக இருக்கிறது. ஒரு சிறிய மரக்குச்சியை எடுத்து விரிசல் மீதிருந்த எஞ்சிய அழுக்கையும் அகற்றி உலோகப் பேழையின் மீதுள்ள வடிவமைப்பைப் பற்றிய குறிப்பைக் கண்டான். தாயத்துகளின் மந்திர சக்திகளைப் பற்றியும் அதைத் தேய்த்தால் குகைகளில் வாழும் ஜின்களை எப்படி அந்தரத்தில் வரவழைக்க முடியும் என்பதைப் பற்றிய கதைகளையும் நினைவு கூர்ந்தான். அந்த உலோகத் தகடைத் தொட முடியுமா என்று தன் சுண்டுவிரலின் சதை நுனியை அந்த விரிசலில் நுழைக்க முயன்றான். ஒரு உரத்த குரல் கேட்டு நிமிர்ந்தான். அஜீஸ் மாமா விருந்து கொடுத்த அன்று கலீல் உள்ளேயும் வெளியேயும் சென்று கொண்டிருந்த முற்றத்துக் கதவு ஒருக்களித்துத் திறந்திருந்தது. அந்தக் குரல் மீண்டும் எழும்ப, இப்போது அது எஜமானியின் குரலென்று அடையாளம் கண்டுகொண்டான் யூசுப். அந்த உருவம் நகர்ந்து சென்றவுடன் சிறு கீற்று வெளிச்சம் கதவருகே விழுந்தது, அதன்பின் கதவு உடனே மூடப்பட்டுவிட்டது.

அன்று மாலை உணவை எடுத்து வர அந்த வீட்டிற்குள் சென்ற கலீல் வெளியே வர நீண்ட நேரம் எடுத்துக்கொண்டான். தான் அதிக நேரம் தோட்டத்தில் செலவிட்டதுதான் எஜமானியின் கோபமான புகார்களுக்குக் காரணமாக இருக்குமென்று யூசுப் கற்பனை செய்தான். குறிப்பிட்ட நேரத்தில் அவன் தோட்டத்திற்குள் இருக்கக் கூடாதென்று விரும்பினால் அவர் செய்ய வேண்டியதெல்லாம் அவனிடம் அதைக் கூறுவது மட்டும்தான். இந்தந்த நேரத்தில் அவன் தோட்டத்திற்குள் இருக்கக் கூடாது. அவ்வளவுதான், அவன் உறுதியாக அங்கு இருக்கமாட்டான். அந்த ரகசியத் தன்மையும் கிசுகிசுப்புகளும் அவனை ஒரு சிறுவன் போல உணர வைத்தன... தனது பாவம் நிறைந்த பார்வையால் எஜமானியின் நன்மதிப்புக்குக் களங்கம் உண்டாக்கத் தான் ஆசைப்படுவதாக நினைக்கப்படுவது அவனுக்கு எரிச்சலை ஏற்படுத்தியது. கலீல் என்னென்ன கோபம் தோய்ந்த தடைகளைக் கொண்டு வரப்

போகிறானோ என்று திகைப்பாக இருந்தது. அவனுடைய விரல்கள் தாயத்தின் விரிசலில் வேலை செய்துகொண்டே இருந்ததில் மேலும் கொஞ்சம் வெள்ளிப்பேழையின் பகுதி தெரிந்தது. அதனுடைய குளிர்ந்த தீண்டலை உணர்ந்தவன் இப்போது ஜின்னை அழைத்துத் தன்னைக் காப்பாற்றும்படி கூறவா அல்லது எதிர்கொள்ளப் போகும் ஏதேனும் புதிய இடருக்காக அப்படியே அதை விட்டு வைப்பதா என்று யோசித்தான். ஏதோ ஒரு நினைவில் அவனுக்கு மூர்க்கமான ஜின் உருவில் சாட்டு தெரிந்தார். அந்த நினைவு அவனை உற்சாகப்படுத்தியது. முற்றத்தில் அவன் சிறைப் பிடிக்கப்பட்டுக் கழித்த நாட்களின் நினைவுகள் மனதில் புரண்டன. உடனே அந்தப் பெண்ணின் வெம்மையான மூச்சுக்காற்றை மீண்டும் தன் கழுத்தில் உணர்ந்தான்.

வெளியே வரும்போது கலீல் கோபமாக இருந்தான். அவர்கள் முன் குளிர்ந்த அரிசி சாதம் மற்றும் புளிச்ச கீரை நிரம்பிய தட்டை வைத்துவிட்டு எதுவும் பேசாமல் சாப்பிட ஆரம்பித்தான். அந்த வேளையிலும் திறந்திருந்த கடையிலிருந்து வந்த வெளிச்சத்தில் சாப்பிட்டார்கள். அதன்பின் தட்டை அலசி வைத்த கலீல் கடையின் உள்ளே சென்று அந்த நாளைய விற்பனையைக் கணக்கெடுத்த பின் அடுக்குகளில் மீண்டும் பொருட்களை நிரப்ப ஆரம்பித்தான். உண்டு முடித்துத் தட்டைக் கழுவிய பின் கலீலுக்கு உதவி புரியத் தானும் கடையினுள் சென்றான் யூசுப். அவன் முடிப்பதற்காகக் காத்திருந்த கலீல் தட்டுகளை எடுத்துக்கொண்டு மீண்டும் வீட்டினுள் சென்றான். அவன் மிகுந்த மன அழுத்தத்திலும் சோர்விலும் இருப்பதாகத் தெரிந்ததால் தன் நுனி நாக்கில் அமர்ந்திருந்த கோபமான வார்த்தைகளை யூசுப் கூறவில்லை. எதற்கு இத்தனை பீடிகை?

கலீல் வாசல் தளத்துக்கு வரும் முன்பே அவன் இருட்டில் பாயில் படுத்துக்கொண்டிருந்தான். வந்தவன் சில அடிகள் தள்ளித் தன் வழக்கமான இடத்தில் படுத்துக்கொண்டான். நீண்ட மௌனத்துக்குப் பின் கூறினான், “எஜமானிக்குப் பைத்தியம் பிடித்து விட்டது” என்று மெதுவாகக் கூறினான்.

“ஏனென்றால் நான் ரொம்ப நேரம் தோட்டத்தில் இருந்ததாலா?” தன் குரலிலிருந்த நம்பிக்கையற்ற தொனி அவன் உணர்ந்த எரிச்சலைக் கொஞ்சம் வெளிப்படுத்தியது.

கலீல் சட்டென்று இருளில் சிரித்தான். “தோட்டம்! இந்தத் தோட்டத்தைத் தவிர நீ எதையுமே நினைப்பதில்லை. நீயும்

ஒரு பைத்தியம்" சிரிப்பினூடே கூறினான் கலீல். உன்னுடைய சக்தியையெல்லாம் பயன்படுத்த நீ வேறு எதையாவது கண்டுபிடிக்கலாம். நீ ஏன் பெண்களின் பின்னால் போகக் கூடாது? அல்லது ஒரு துறவியாக ஆகக் கூடாது? அதற்குப் பதிலாக நீ மெஸீ ஹம்தானி போல ஆக நினைக்கிறாய். நீ ஏன் பெண்களின் பின்னால் துரத்திச் செல்லக் கூடாது? அது ஒரு உல்லாசமான பொழுதுபோக்கு. உன்னுடைய அழகான தோற்றத்தால் முழு உலகத்தையும் பெற முடியும். அப்படி அதில் வெற்றி ஏதும் கிடைக்காவிட்டால், உனக்காக இருக்கவே இருக்கிறார், எந்நேரமும் காத்துக்கொண்டு, அஜூஸா மா."

"திரும்பவும் அதை ஆரம்பிக்காதே" என்று சினத்துடன் கூறினான் யூசுப். "அஜூஸா மா வயதானவர். மரியாதைக்கு உகந்தவர்..."

"வயதானவரா? யார் சொன்னது? நான் அவளைப் பயன்படுத்தி இருக்கிறேன். அவர் வயதானவரில்லை. நான் உறுதியளிக்கிறேன், நான் அவளுடன் இருந்திருக்கிறேன்" என்றான் கலீல். அந்த அமைதியான வேளையில் கலீல் மெல்லப் பெருமூச்சு விடுவதைக் கேட்டான் யூசுப். அதன்பின் சட்டென்று இகழ்ச்சியுடன் செறுமினான் "உனக்கு இது அருவருப்பாகத் தெரிகிறது, அப்படித்தானே? எனக்கும் ஒரு தேவை இருந்தது, அதனால் அவளிடம் சென்றேன். அவள் செலுத்த வேண்டிய கடன் தொகைக்கு அவள் உடலைப் பயன்படுத்திக்கொண்டேன். அவளுக்கும் தேவைகள் இருந்தன. அது கொடூரமானதாக இருக்கலாம், ஆனால் எங்கள் இருவருக்குமே வேறு தேர்வுகள் இல்லை. நான் என்ன செய்ய வேண்டுமென்று நீ நினைக்கிறாய்? ஒரு இளவரசி கடைக்கு சோப்பு வாங்க வருகையில் என் மீது காதலில் விழுவதற்காகக் காத்திருக்க வேண்டுமா? அல்லது ஒரு அழகான ஜின்னாகவே என்னுடைய நிச்சயதார்த்த இரவில் என்னைக் கடத்திச் சென்று தனது பாலியல் அடிமையாகப் பாதாளச் சிறையில் வைத்திருக்க வேண்டுமென்றா?"

யூசுப் பதிலேதும் கூறவில்லை. சிறிது நேர மௌனத்திற்குப் பிறகு கலீல் பெருமூச்சுவிட்டான். "பரவாயில்லை, உனது இளவரசிக்காக நீ உன்னைத் தூய்மையாக வைத்திரு. கேள், எஜமானி உன்னைப் பார்க்க விரும்புகிறார்" என்றான்.

"ஓ, வேண்டாம்!" யூசுப் சோர்வுடன் பெருமூச்சுவிட்டான். "இந்த விஷயம் வெகுதூரம் செல்கிறது. எதற்காக? நான் அங்கு வருவது அவருக்கு விருப்பமில்லையென்றால் நான் தோட்டத்திற்கு வெளியே சென்றுவிடுவேன் என அவரிடம் கூறிவிடு."

"மறுபடியும் தோட்டத்தைப் பற்றியே பேசுகிறாய்" கலீல் எரிச்சலுடன் கூறினான். தொடர்ந்து பேசும் முன் இருமுறை கொட்டாவிவிட்டான். "அதற்கும் இதற்கும் சம்பந்தமில்லை! நீ நினைப்பது போல இல்லை இது."

"என்னால் அவரைப் புரிந்துகொள்ளவே முடியாது" சிறிது நேரம் கழித்துக் கூறினான் யூசுப்.

கலீல் சிரித்தான். "இல்லை, உன்னால் முடியாது. அவர் உன்னுடன் பேச விரும்பவில்லையென்றாலும் கூட உன்னைப் பார்க்க விரும்புகிறார். தோட்டத்தில் அவர் உன்னைப் பார்ப்பதாக உன்னிடம் சொல்லியிருக்கிறேன். முன்பே சொல்லியிருக்கிறேன். இப்போது உன்னை அண்மையில் பார்க்க விரும்புகிறார். நீ அவர் முன்னால் இருக்க வேண்டுமென்று விரும்புகிறார். நாளை!"

"எதற்காக? ஏன்? கலீலின் வார்த்தைகளாலும் அவற்றை அவன் கூறும் விதத்தாலும் யூசுப் குழப்பமடைந்தான். அவற்றில் ஒரு பதற்றமும் தோல்வியும் மிரட்டலுக்கு அடிபணிதலும் மற்றும் தவிர்க்க முடியாத கஷ்டங்களும் இருந்தன. அதைப் பற்றிச் சொல். கத்த வேண்டுமென்று நினைத்தான் யூசுப். இதெல்லாம் என்ன? நான் குழந்தை இல்லை. என்னை எதற்காகத் தயார் படுத்துகிறாய்? கொட்டாவி விட்ட கலீல் மென்மையாகப் பேச எத்தனிப்பதைப் போலத் தன்னை யூசுப்புக்கு அருகில் நகர்த்திக்கொண்டான். அதன்பின் கொட்டாவி விட்டுக்கொண்டே விலகிச்சென்றான். "அது ஒரு பெரிய கதை, உண்மையிலேயே நான் இப்போது ரொம்பக் களைப்பாக இருக்கிறேன். நாளை வெள்ளிக் கிழமை. நாம் நகருக்குச் செல்லும்போது கூறுகிறேன்" என்றான்.

5

"கேள்" என்றான் கலீல். ஜும்மா தொழுகைக்குச் சென்றவர்கள் எதுவும் பேசிக் கொள்ளாமல் கடைவீதியில் சுற்றியலைந்த பின் துறைமுகத்தின் அருகே கடற்தடுப்புச் சுவரில் அமர்ந்திருந்தார்கள். "நீ மிகப் பொறுமையுடன் இருந்திருக்கிறாய். இதைப் பற்றி உனக்கு ஏதாவது தெரியுமா, உனக்கு எவ்வளவு சொல்லப்பட்டிருக்கிறது அல்லது நீ எந்தளவு புரிந்துகொண்டாய் என்று எனக்குத் தெரியாது. அதனால் தொடக்கத்திலிருந்தே சொல்கிறேன். நீ இப்போது சிறுவனல்ல. அதனால் உன்னிடம் இதைச் சொல்லாமலிருப்பது முறையான செயல் அல்ல. நாம் எப்படியோ நமது ரகசியங்களும்

அப்படித்தான். ஏறக்குறைய பன்னிரண்டு வருடங்குகளுக்கு முன்பு செய்யிது எஜமானியை மணந்தார். அவர் ஒரு சிறு வியாபாரி. இந்த இடத்திற்கும் ஸான்ஸிபாருக்குமிடையே பயணம் செய்து துணி, உபகரணங்கள் மற்றும் புகையிலை, கருவாடு ஆகியவற்றை அங்கிருந்து கொண்டு வந்தார். கால்நடைகள் மற்றும் மரத்துண்டுகள் ஆகியவற்றை இங்கிருந்து எடுத்துச் சென்றார். அந்தப் பெண் சமீபத்தில்தான் விதவையானவர். ஆனால் பணம் படைத்தவர்... அவரது கணவருக்குச் சொந்தமாகப் பல மரக்கலங்கள் இருந்தன. அவை கடற்புறம் வழியாகப் பயணித்து அனைத்து வகையான சரக்குகளையும் ஏற்றிச் சென்றன. பெம்பாவிலிருந்து தானியம் மற்றும் அரிசி, தெற்கிலிருந்து அடிமைகள், ஸான்ஸிபாரிலிருந்து மசாலா மற்றும் எள். அவர் இளமையாக இல்லாத போதும் அவரது செல்வம் பெயர்பெற்ற குடும்பத்து ஆண்களையும் லட்சியம் கொண்ட ஆண்களையும் ஈர்த்தது. ஏறக்குறைய ஒரு வருடம் அனைவரையும் நிராகரித்து அதற்கான மதிப்பீட்டையும் பெற ஆரம்பித்தார். பெண்கள் திருமணப் பொருத்தத்தை நிராகரித்தால் எப்படி இருக்குமென்று உனக்கே தெரியும். அந்தப் பெண்ணிடம் ஏதேனும் ஒரு குறை இருக்க வேண்டும். சிலர் அவர் உடல் நலம் சரியில்லாதவளாக இருக்க வேண்டும் அல்லது துக்கத்தால் மனப்பிறழ்வு ஏற்பட்டிருக்கக்கூடும் என்றனர். மலடி என்றும் ஆண்களை விடப் பெண்களை விரும்பினாளென்றும் வேறு ஒரு பேச்சு இருந்தது. எஜமானிக்குத் திருமண விண்ணப்பங்களைக் கொண்டு வந்த பெண்கள் அவருடைய மறுமொழியை அந்த ஆண்களின் குடும்பங்களுக்குக் கொண்டு சேர்க்கையில் இப்படிப்பட்ட அவலட்சணமானவளுக்கு இருக்கும் அகங்காரத்தைப் பாரேன் என்று கூறியிருக்கிறார்கள்.

தன்னைவிடப் பல வயது இளையவரான செய்யிதுவைப் பற்றி வியாபார வட்டங்களில் பேசப்பட்ட வம்புகள் மூலம் கேட்டறிந்தார். அனைவரும் செய்யிதுவைப் பற்றி நல்ல முறையில் கூறவும் பெரும் வசதி படைத்த இணையர்கள் காத்திருந்த போதும் அவரைத் தேர்ந்தெடுத்தார். அவரை ஒப்புக் கொள்ள வைக்க ரகசியமாகச் செய்தி அனுப்பப்பட்டது. சில பரிசுகள் கைமாறின. சில வாரங்களிலேயே அவர்கள் திருமணமும் நடந்து விட்டது. என்னென்ன ஒப்பந்தங்கள் போடப்பட்டன என்று எனக்குத் தெரியாது ஆனால் செய்யிது வியாபாரப் பொறுப்பை எடுத்துக்கொண்டு அதைச் செழிக்கச் செய்தார். அவர் பாய்மரக்கல வர்த்தகத்திலிருந்து வெளியேறி அனைத்துக் கலங்களையும் விற்று

விட்டார். அதற்குப் பிறகுதான் இப்போது நாம் அறியும் செய்யிது ஆனார். வியாபாரத்தின் பொருட்டு உள்நாட்டில் வெகுதூரம் பயணம் செய்தார்.

பாகமோயோவுக்குத் தெற்கே மிரிமா கடற்கரையில் என்னுடைய பா ஒரு சிறிய கடை வைத்திருந்தார். இதை நான் முன்பே உனக்குக் கூறியிருக்கிறேன். அங்கே என் மா மற்றும் என் இரு மூத்த சகோதரர்களும் ஒரு சகோதரியும் இருந்தனர். அது ஒரு ஏழ்மையான வாழ்க்கை, சில வேளைகளில் என் சகோதரர்கள் படகுகளில் வேலை தேடிச் சென்றனர். முன்பு செய்யிது எங்களைப் பார்க்க வந்ததாக நினைவு இல்லை, ஆனால் நான் மிகவும் சிறுபிள்ளையாக இருந்திருக்கலாம். ஒருநாள் அவரைப் பார்த்தது எனக்குத் தெரியும். என்னுடைய பா அதுவரை யாரிடமும் அப்படிப் பேசி நான் பார்த்திராத வகையில் அவரிடம் பேசிக் கொண்டிருந்தார். என்னிடம் எதுவும் கூறப்படவில்லை. நான் சிறுவன். ஆனால் செய்யிது அங்கிருந்து சென்றதும் அவர்கள் அவரைப் பற்றிப் பேசியதைக் கேட்டேன். அவர் சாத்தானின் மகனென்றும் இப்போது இப்லிஸ்[2] அல்லது அஃப்ரீத்[3]களால் ஆட்கொள்ளப்பட்டிருக்கிறார் என்றும் கூறினார். அவரை நாயென்றும் நாயின் மகனென்றும் குறிப்பிட்டார்... மற்றும் மந்திர தந்திரங்கள் செய்கிறாரென்றும் கூறினார். அது போன்ற பைத்தியக்காரத்தனமான பேச்சு. பல மாதங்களுக்குப் பிறகு செய்யிது மீண்டும் வந்த போது இரண்டு நாட்கள் எங்களுடன் கழித்தார். அவர் எனக்கு ஒரு பரிசைக் கொண்டு வந்தார். மல்லிகைச் செடி பிறைநிலவு வடிவங்களும் பின்னலிடப்பட்ட சரிகைத் தொப்பி. அது இன்னும் என்னிடம் உள்ளது. ஆனால் நான் ஒட்டுக் கேட்டதிலிருந்து இப்போது எல்லாவற்றையும் அறிந்துகொண்டேன். என்னுடைய அண்ணனுடைய சிறு தொழில் ஒன்றின் பங்குப் பணத்திற்காக செய்யிதுவிடம் கடன் வாங்கியிருந்தார் என் பா. அந்தத் தொழில் நஷ்டமடைந்துவிட்டது. அந்தக் கடனை செய்யிதுவுக்குத் திருப்பிச் செலுத்த வேண்டும். என்னுடைய அண்ணனும் அவருடைய நண்பனும் மிகோகோனியில் ஒரு மீன்பிடிப் படகு வாங்கியிருக்கிறார்கள். அந்தப் படகு கடற்பாறைகளில் சிக்கி விட்டது. எப்படி இருந்தாலும் பணத்தைத் திருப்பிச் செலுத்த முடியாத அளவுக்குச் சிறியது எங்கள் கடை. இரண்டு நாட்கள் கழித்து செய்யிது போய்விட்டார். அவர் விடைபெறும் போது என்

---

[2] சாத்தான்களின் தலைவன், இறையை வணங்க மறுத்தவன் என இஸ்லாத்தில் குறிப்பிடப்படுகிறது.

[3] கொடூரமான சாத்தான்.

பா பலமுறை அவருடைய கையை முத்தமிடுவதை நான் பார்த்தேன். பின்னர் செய்யிது என்னிடம் வந்து ஒரு நாணயத்தைக் கொடுத்தார். எனது பாவின் நன்றியுணர்வால் அவருக்கு அதிக அவகாசம் கொடுக்கச் செய்யிது ஒத்துக்கொண்டார் என நினைத்தேன். ஆனால் அப்போது நான் எதையும் புரிந்துகொண்டதாக நினைக்கவில்லை. அந்த நேரத்தில் எனக்கு எதுவும் கூறப்படவில்லை. பா எப்படி துயருற்றவராகவும் மோசமான குணமுடையராகவும் ஆகிப் போனார் என்பதைக் காணாதிருப்பது சாத்தியமே இல்லை. எங்கள் அனைவரையும் பார்த்துக் கத்தியவாறும் பிரார்த்தனை விரிப்பின் மீது பலமணி நேரங்கள் செலவழித்தவாறும் இருந்தார். ஒருமுறை என்னுடைய மூத்த அண்ணனை விறகுக் கட்டையால் அடித்து விட்டார். அவரை யாராலும் தடுக்க முடியவில்லை ஏனென்றால் என் அம்மாவோ, இன்னொரு அண்ணனோ பக்கத்தில் சென்றால் அவர் வேதனையோடும் கண்ணீரோடும் அலறினார். அவமானத்தால் அழுதுகொண்டே தன் மகனை அடித்தார்.

"அதன்பின் ஒருநாள் அந்தப் பிசாசு முஹமது அப்தல்லா வந்து என்னையும் என் தங்கையையும் அழைத்துக்கொண்டு இங்கு கொண்டு வந்துவிட்டான். எங்கள் பா பணத்தைத் திருப்பிச் செலுத்தும்வரை நாங்கள் பிணைகளாக இங்கு இருக்க வேண்டும். பரிதாபத்துக்குரிய என்னுடைய பா வெகு விரைவில் இறந்து விட்டார், எங்களை இங்கேயே விட்டுவிட்டு என் மாவும் அண்ணன்களும் அரேபியாவுக்குத் திரும்பிச் சென்றுவிட்டார்கள். எங்களை இங்கே விட்டுவிட்டு அப்படியே அவர்கள் சென்று விட்டார்கள்."

கலீல் அமைதியாக அமர்ந்து கடலைப் பார்த்துக் கொண்டிருந்தான். கடலின் உப்புக்காற்று தன் கண்களைக் கரிப்பதை உணர்ந்தான் யூசுப். பிறகு பலமுறை தலையை ஆட்டிக்கொண்டே தொடர்ந்தான் கலீல்.

ஒன்பது வருடங்களாக செய்யிதுடன் நான் இருக்கிறேன். நாங்கள் முதலில் வந்தபோது கடையில் வேறொரு ஆள் இருந்தான். அவனுக்கு அப்போது என் வயது இருக்கும். வேலைகளைச் செய்வது எப்படி என்று கற்றுக்கொடுத்தான். அவன் பெயர் முஹமது. மாலையில் கடையை மூடிய பிறகு பல ஹஷீஷ் சுருட்டுகளைப் புகைத்த பின்பு பாலியல் தேவையை நாடி வெளியே சென்று விடுவான். என்னுடைய சகோதரிக்கு எஜமானியம்மாவுக்கு ஊழியம் புரியும் வேலை. அவள் ஏழு வயதுச் சிறுமி, இருப்பினும் எஜமானி

சொர்க்கத்தின் பறவைகள் 257

அவளைப் பயமுறுத்தி வைத்திருந்தார்." தனது தொடையைத் தட்டிக் கொண்டு திடீரெனச் சிரித்தான் கலீல். "மாஷா அல்லாஹ், அவள் அப்படியொரு அழுகை அழுவாள், அவளுடன் பேசிச் சமாதானப்படுத்த என்னை அழைக்க வேண்டியிருக்கும். அதனால் வீட்டில், வாசலில் எல்லாம் உறங்கியிருக்கிறேன். மழை பெய்தால் மளிகை சரக்ககத்தில் உறங்கினேன். கடையை மூடிய பிறகு, முஹமது தனது இழிவான விவகாரத்துக்காகச் சென்றுவிடும்போது நான் உள்ளே சென்று தூங்குவேன். எஜமானியம்மா அன்றும் கூட பைத்தியக்காரிதான். அவருக்கு ஒரு வியாதி இருக்கிறது, முகத்தின் இடது கன்னத்திலிருந்து கழுத்து வரை நீண்ட மிகப் பெரிய தழும்பு உள்ளது. நான் அருகில் இருக்கும்போது ஒரு சால்வையால் முகத்தை மூடிக்கொள்வார். ஆனால் அவள் கூறிவிட்டாள், அதுதான் என் சகோதரி... எஜமானி அடிக்கடி கண்ணாடியில் தன்னைப் பார்த்து அழுவாளென்று கூறினாள். முற்றத்தில் படுத்துக் கொண்டிருந்த போது அவர் வந்து என்னைப் பார்ப்பதுண்டு. நான் உறங்குவது போலப் பாசாங்கு செய்வேன். என்னைச் சுற்றி நடந்து கொண்டே பிரார்த்தனை செய்வார். தன்னை இந்த வலியிலிருந்து விடுவிக்குமாறு இறைஞ்சுவார். செய்யிது வீட்டிலிருக்கும் போது அமைதியாக இருப்பார். தன் துயரத்தையெல்லாம் ஆமினாவுக்கும் எனக்கும் எதிராகத் திருப்புவார். எல்லாவற்றிற்கும் எங்கள் மீது பழியைப் போட்டு மோசமான வசைச் சொற்களால் திட்டுவார். செய்யிது கிளம்பிச் சென்றதும் மீண்டும் பைத்தியமாகி இருளில் அலைந்து கொண்டிருப்பார்.

"அதன்பின் நீ வந்தாய்" யூசுப்பைப் பார்த்துச் சிரித்துக் கொண்டே அவன் தாடையைப் பிடித்துத் தலையை இப்படியும் அப்படியும் ஆட்டினான்.

"முஹமது என்ன ஆனான்?" என்று கேட்டான் யூசுப்.

ஒருநாள் கடை வியாபாரத்தின் புள்ளி விவரங்கள் தவறாக இருந்ததைக் கண்ட செய்யிது அவனை அடிக்கக் கையுயர்த்திய போது அவன் வெளியேறிவிட்டான். அப்படியே எழுந்து போய் விட்டான். அவன் உறவுக்காரனா என்று தெரியவில்லை, கடையைத் தவிர எதைப் பற்றியும் அவன் என்னிடம் பேசியதில்லை. சில நாட்களுக்கு வெளியே சென்ற செய்யிது உன்னுடன் திரும்பி வந்தார். எங்கிருந்தோ வந்த பரிதாபமான குட்டி ஸ்வாஹிலி பையன், என்னுடைய பா எவ்வளவு பெரிய முட்டாளோ அதே போல முட்டாள் அவனுடைய பா. அவருக்காக நான் மேலும்

வேலை செய்ய விரும்பாத நாளில் கடை வேலையைக் கற்றுக் கொள்ள எனக்குப் பதிலாக இன்னொருவரைக் கொண்டு வர அவர் விரும்பினார் என நினைக்கிறேன். எனவே நீ வந்து என் குட்டிச் சகோதரனாகிவிட்டாய்" என்று கூறிய கலீல் மீண்டும் யூசுப்பின் தாடையைத் தொடக் கையை நீட்டியபோது அதைத் தட்டிவிட்டான் அவன்.

"மேலும் சொல்" என்றான் யூசுப்.

"எஜமானி மக்களிடமிருந்து ஒளிந்துகொண்டார். ஒருபோதும் வெளியே செல்வதில்லை. அவரைப் பார்க்க வரும் சில பெண்கள் அவருடைய உறவினர்களாகவோ அல்லது அவரால் தவிர்க்க முடியாதவர்களாகவோ இருப்பார்கள். தோட்டத்தைப் பார்க்கும்படி அந்தக் கண்ணாடிகளை மரங்களின் மீது என்னை வைக்கச் செய்தார். அப்படித்தான் அவர் உன்னைப் பார்த்தார். நீ தினமும் தோட்டத்தில் வேலை செய்யப் போகும்போது அவர் உன்னைக் கண்ணாடியில் பார்த்தார். ஏற்கெனவே இருந்ததை விட மேலும் அவரைப் பைத்தியமாக்கினாய் நீ. அவரைக் குணப்படுத்த இறைவன் உன்னை அவரிடம் அனுப்பி வைத்ததாகக் கூறினார்."

பிரமிப்புக்கும் விட்டுப் போன சிரிப்புக்குமிடையே இதைப்பற்றி நீண்ட நேரம் யோசித்த யூசுப் "எப்படி?" என்று மட்டும் கேட்டான்.

"முதலில் அவருக்காக நீ பிரார்த்தனை செய்தால் அதன்பின் குணமாகிவிடுவேன் என்று கூறினார். அதன்பின் நீ அவர் மீது துப்ப வேண்டும் என்று கூறினார். இறைவனின் கருணை கிட்டியவர்களின் உமிழ்நீர் சிறப்பான ஆற்றல் பெற்றதெனக் கூறினார். ஒருநாள் நீ உன் உள்ளங்கையில் ஒரு ரோஜா மலரை ஏந்திக் கொண்டிருப்பதைப் பார்த்துவிட்டார். அந்த ரோஜாவைப் பிடித்திருந்ததைப் போல அவர் முகத்தையும் உன் கைகளில் ஏந்தினால் அதன்பின் அவர் வியாதியெல்லாம் மறைந்துவிடும் என்றார். அந்தத் தோட்டத்துக்குச் செல்ல வேண்டாமென உன்னைத் தடுக்க முயற்சி செய்தேன். ஆனால் நீயோ அதன் மீது பித்துப் பிடித்துக் கிடந்தாய். செய்யிது திரும்பி வந்ததும் தன்னுடைய பைத்தியகார எண்ணத்தை அடக்கி வைக்க முடியாமல் அவரிடம் கூறிவிட்டார் எஜமானி. அந்தச் சிறுவனின் ஒரு தீண்டல் தன் இதயத்திலுள்ள இந்தக் காயத்தை ஆற்றிவிடும். அந்த நேரத்தில்தான் செய்யிது உன்னைத் தன்னோடு கூட்டிச் சென்று மலைகளில் உன்னை விட்டு வந்துவிட்டார். உனக்குச் சந்தேகமே வரவில்லையா? நீ தோட்டத்தில் இருந்தபோது

எஜமானி சுவருக்கருகே நின்று தன் மீது கருணை வைக்குமாறு கூறுவார். அவர் கூறியது எதுவுமே உனக்குக் கேட்கவில்லையா?"

யூசுப் தலையசைத்தான். "அந்தக் குரலைக் கேட்டதுண்டு. ஆனால் அவர் என்னிடம் சிடுசிடுப்பாக வெளியே போகச் சொல்கிறார் என்று நினைத்துக் கொண்டேன். சில சமயம் அவர் பாடுவதுண்டு."

"அவர் ஒருபோதும் பாடுவதில்லை" என்று கூறிய கலீல் முகத்தைச் சுருக்கினான். "அவர் பாடிக் கேட்டதாக எனக்கு நினைவேயில்லை."

"நான் அதைக் கற்பனை செய்திருக்க வேண்டும். இரவு நேரங்களில் தோட்டத்திலிருந்து வரும் இசை என் காதில் விழுந்தது போல நினைத்த நேரங்களுண்டு. ஆனால் அது அப்படி இல்லை. ஹமீதைச் சந்திக்க வந்த பயணி ஒருவர் ஹேரட்டிலுள்ள ஒரு அழகான தோட்டத்தைப் பற்றிய கதையைச் சொன்னார். அதைப் பார்க்கச் சென்ற அனைவரும் புலன்களை மயங்கச் செய்யும் இசையை அங்கு கேட்டனர் என்று கூறினார். அப்படித்தான் ஒரு கவிஞர் விவரித்தார். ஒருவேளை அதுதான் என் மண்டைக்குள் அந்தக் கருத்தை நுழைத்திருக்கக் கூடும்."

"அந்த மலைக்காற்று உன்னையும் பித்தனாக்கிவிட்டது" என்று கலீல் ஆயாசத்துடன் கூறினான். "உன்னுடைய இரைச்சலான கனவுகள் போதாதென்று இப்போ இசை வேறு கேட்கிறது. என் கைவசம் இரண்டு பைத்தியங்கள் உள்ளன. எவ்வளவு அதிர்ஷ்டசாலி நான். உன்னை அவளுடன் இங்கே விட்டுச் செல்லக் கவலைப்பட்டார் செய்யிது, ஆனால் பயணத்தில் நீ இணைவதையும் அவர் விரும்பவில்லை. ஒருவேளை அவர் உன் பா வைச் சந்திக்கக் கூடும். அப்போது எந்தவிதக் குழப்பமான நாடகத்தையும் அவர் விரும்பவில்லை. அல்லது ஏமாற்று வேலையில் அவர் எவ்வளவு பெரிய கில்லாடி என்பதை நீ அறிந்துகொள்வதை அவர் விரும்பவில்லை. எப்படியும் இன்னும் அது உனக்குப் புரியவில்லை... இப்போது அந்த எஜமானிக்கு நீவேண்டும்., அதிர்ஷ்டக்காரப் பிசாசே. உன்னை அவரால் இப்போது பார்க்க முடிவதில்லை. உன்னை அழைத்துச் சென்ற பிறகு அத்தனை கண்ணாடிகளையும் அகற்றச் சொல்லி செய்யிது கட்டளையிட்டுவிட்டார். ஆனால் அவரால் நீ பேசுவதைக் கேட்க முடியும்."

"அவர் நேற்று கதவருகிலிருந்து என்னைப் பார்த்தார்" என்றான் யூசுப்.

முகத்தைச் சுளித்தான் கலீல். “அப்படி நான் நினைக்கவில்லை. அவர் எதுவும் சொல்லவில்லை. ஆனால் நாம் செய்யிதுவுடன் உணவருந்திய போது பார்த்திருக்கிறார். இப்போது ஒரு புதிய பைத்தியம் பிடித்திருக்கிறது, அது மிகவும் ஆபத்தானது. கேள், நீ இப்போது ஒரு ஆண் எனவும் அவருடைய காயத்தைக் குணப்படுத்தும் வழி என்னவென்றால் அவளுடைய முழு இதயத்தையும் உன் கையில் எடுத்துக் கொள்வது என்கிறார். உனக்குப் புரிகிறதா? அவர் மனதிலிருப்பதை என்னால் சொல்ல முடியாது ஆனால் அவர் எந்த திசையில் செல்கிறார் என்று உனக்குப் புரியுமென்று நம்புகிறேன். உனக்குப் புரிகிறதா? அல்லது நீ இன்னும் அறியாத வயதிலிருக்கிறாயா? தூய்மையான எண்ணங்களோடு?”

யூசுப் தலையாட்டினான். அவனுடைய மறுமொழியில் கலீல் முழுத் திருப்தியடையவில்லை, ஆனால் ஒரு கணம் கழித்து அவனும் தலையாட்டினான். “அவர் உன்னைப் பார்க்க வேண்டுமென்று கேட்டார். கட்டளையிட்டு, கெஞ்சி, புலம்பி உன்னை அழைத்து வரக் கூறினார். நான் உன்னை அழைத்து வரவில்லையென்றால் வெளியில் வந்துதானே உன்னைக் கூட்டிப் போவதாகக் கூறினார். செய்யிது வரும் வரை அவரை அமைதியாக வைத்திருக்க நம்மால் முடிந்ததைச் செய்ய வேண்டும். அவரை எப்படிக் கையாள்வதென்று செய்யிதுக்குத் தெரியும். அவரைப் பார்ப்பதற்கு உன்னை அழைத்து வருவதாக வாக்குறுதி கொடுத்துவிட்டேன். அவரிடமிருந்து எவ்வளவு விலகியிருக்க முடியுமோ அவ்வளவு தூரம் விலகி இரு. அவர் என்ன பேசினாலும் என்ன செய்தாலும் தொட்டுவிடாதே. எனக்கு நெருக்கமாக நின்றுகொள், அவர் நெருங்கி வந்தால் உங்களிருவருக்குமிடையே நான் இருக்குமாறு பார்த்துக்கொள். செய்யிது திரும்பி வந்தால் என்ன செய்வாரென்று தெரியவில்லை. ஆனால் அவரைத் தொட்டு விட்டதாகவோ, அவரது எஜமானிக்கு மானக்கேடு விளைவித்ததாகக் கண்டுபிடித்தால் உன் வாழ்க்கை மிகக் கடினமாகிவிடும் என்று மட்டும் எனக்குத் தெரியும். அவருக்கு வேறு வழியில்லை.”

“பார்க்க மாட்டேனென்று என்னால் ஏன் மறுக்க முடியாது...?” ஆரம்பித்தான் யூசுப்.

“ஏனென்றால் எஜமானி என்ன செய்வாரென்று எனக்குத் தெரியாது. கெஞ்சும் தொனி போல கலீலின் குரல் உயர்ந்தது. “அவர் மோசமான

ஏதாவதைச் செய்யக் கூடியவர். அவருடன் என் தங்கையும் உள்ளே இருக்கிறாள். நான் எப்பொழுதும் உன்னுடன்தான் இருப்பேன்."

"இதையெல்லாம் முன்பே என்னிடம் ஏன் கூறவில்லை?"

"உனக்குத் தெரியாமலிருப்பதே நல்லது" என்றான் கலீல். "எந்தத் தவறுகளையுமே அறியாத அப்பாவி என்பது தெளிவாகத் தெரிந்தது."

சில நிமிடங்கள் கழித்து யூசுப் கூறினான், "நேற்று கதவருகே நின்று என்னைக் கவனித்தது உன்னுடைய சகோதரி. ஏதோ விநோதமாக இருப்பதாக உணர்ந்தேன். அது வேறொரு இடத்திலிருந்து வந்த குரலாக இருக்க வேண்டும். உன்னுடைய சகோதரியைப் பற்றி நீ சொன்ன போதுதான் அது ஒரு இளம் பெண்ணாகத்தான் இருக்குமென்று நினைத்தேன், இப்போது புரிகிறது, நான் பார்த்தது அவளாகத்தான் இருக்கக் கூடும்..."

"அவள் திருமணமான பெண்" என்று சுருக்கமாகக் கூறினான் கலீல்.

நம்ப முடியாமல் தன் இதயம் துள்ளிக் குதித்ததாய் உணர்ந்தான் யூசுப். "அஜீஸ் மாமா?"

கலீல் வாய்க்குள் சிரித்தான். "இந்த மாமா என்று சொல்வதை ஒருபோதும் நீ விட மாட்டாய், அப்படித்தானே? ஆமாம். உன் அஜீஸ் மாமாதான் கடந்த வருடம் அவளைத் திருமணம் செய்து கொண்டார். அதனால் அவர் என் சகோதரனும் உன் மாமாவும் ஆவார், நாமெல்லாம் இந்த சொர்க்கத்தின் தோட்டத்தில் ஒரு மகிழ்ச்சியான குடும்பம். என்னுடைய பா வின் கடனுக்குத் திருப்பிச் செலுத்திய தொகை அவள். அவளை எடுத்துக்கொண்ட போது கடனை அவர் மறந்துவிட்டார்."

"அப்போ இங்கிருந்து செல்ல உனக்கு விடுதலை."

"எங்கு செல்வது? செல்வதற்கு எந்த இடமும் எனக்கு இல்லை" என்று அமைதியாகக் கூறினான் கலீல். "அப்புறம் என் தங்கை இன்னும் இங்கிருக்கிறாள்."

6

தலைவிரி கோலமான, அர்த்தமில்லாத கோரிக்கைகளுடன் ஆத்திரமாகப் பேசி அவன் மீது பாயப்போகும் ஒரு பெண்ணைச் சந்திப்பதைத்தான் அவன் எதிர்பார்த்திருந்தான். சுவர்களால் மறைக்கப்பட்ட முன் முற்றத்தைப் பார்த்தபடி ஜன்னல் அமைந்திருந்த வீட்டின் பெரிய அறைக்குள் அவனை வரவேற்றார் எஜமானி. தடிமனான, அலங்கார வேலைப்பாடுடைய விரிப்புகளால் தரை மூடப்பட்டிருந்தது. பின்னல் வேலைப்பாடுகள் நிறைந்த பெரிய மெத்தைகள் இடைவெளி விடப்பட்டு வரிசையாகச் சுவரோரமாக போடப்பட்டிருந்தன. குர்ஆன் பொறிக்கப்பட்ட பட்டயங்கள் மற்றும் காபாவின் அச்சிடப்பட்ட தாளும் சட்டகமிடப்பட்டு வெள்ளையடிக்கப்பட்ட சுவர்களில் தொங்கின. நீண்ட சுவரருகில் கதவை நோக்கியபடி நிமிர்ந்து நேராக அமர்ந்திருந்தார் எஜமானி. அவருக்கருகிலிருந்த அரக்குச் சாயம் பூசிய தட்டில் தூபக்காலும் பன்னீர் தெளிக்கும் செம்பும் இருந்தன. நறுமணக் கோந்து காற்றில் சுகந்தம் கலந்தது. அவருக்கு முகமன் கூறிவிட்டுச் சில அடிகள் தள்ளித் தரையில் அமர்ந்தான் கலீல். அவனுக்குப் பக்கத்தில் அமர்ந்தான் யூசுப்.

அவருடைய முகத்தின் பாதி பகுதி முகத்திரையால் மூடப்பட்டிருந்தது, ஆனால் சருமம் மங்கிய செம்பு நிறத்திலிருந்ததையும் அவருடைய கண்கள் அவர்கள் மீது நிலைத்த பார்வை கொண்டிருந்ததையும் பார்த்தான். கலீல் முதலில் பேசினான், சிறிது நேரம் கழித்து அவர் பதிலுரைத்தார். அவருடைய குரல் அறை முழுக்க நிரம்பியது மற்றும் உச்சரிப்பின் தகவேற்றம் குரலுக்கு ஒரு அதிகார மிடுக்கையும் உறுதித்தன்மையையும் அளித்தன. பேசும்போது முகத்திரையைச் சரி செய்கையில் அவன் எதிர்பார்த்திராத வகையில் அவருடைய முகத்தின் வரைவுகள் சிறப்பாகச் செதுக்கப்பட்டு அதற்குத் துறுதுறுப்பும் தீர்க்கமும் கொண்ட தோற்றத்தை அளித்தன. கலீல் மீண்டும் பேசத் துவங்குகையில் அவர் மெல்லக் குறுக்கிட்டு யூசுப்பின் பக்கம் பார்வையை ஓட்டினார். தன்னுடைய கண்கள் அவருடைய கண்களைச் சந்திக்கும் முன்பே வேறெங்கோ பார்த்துக் கொண்டிருந்தான் யூசுப்.

“நீ நலமாக இருக்கிறாயா? அவர் உன்னை வீட்டிற்கு மீண்டும் வரவேற்கிறார்” என்கிறார்.

அவன் பக்கம் பாதி திரும்பிக் கூறினான் கலீல்.

எஜமானி மீண்டும் பேச ஆரம்பித்தார். "உன் பெற்றோர்கள் நலமாக இருக்கிறார்கள் என அவர் நம்புகிறார். இறைவன் அவர்களைத் தொடர்ந்து நலமாக வைத்திருக்கட்டும்" என்றான் கலீல்."அடுத்த முறை அவர்களைப் பார்க்கும் போது அவர்களிடம் தன்னைப் பற்றியும் அன்புடன் உன்னை நினைவு கூரச் சொன்னார். உன்னுடைய திட்டங்கள் அனைத்தும் ஆசிர்வதிக்கப்படட்டும், உன் ஆசைகள் அனைத்தும் நிறைவேறட்டும் மற்றும் அதைப் போல பல வார்த்தைகள். இறைவன் உங்களுக்குப் பல குழந்தைகளைத் வழங்கட்டும்" என்று சொல்கிறார்.

யூசுப் தலையசைத்தான். அவரது நிலைத்த பார்வையைச் சந்திப்பதைத் தவிர்ப்பதில் இம்முறை அவன் வேகம் காட்டவில்லை. அவர் கண்கள் ஆழமானதாக, அவதானிப்பதாக, அவனை அளவெடுப்பதாக இருந்தன மற்றும் அவன் பார்வையைத் திருப்பிக் கொள்ளாததால் கொஞ்சம் பிரகாசமானதையும் பார்த்தான். அவர் மீண்டும் பேச ஆரம்பித்தவுடனேயே யூசுப் தன் கண்களைத் தாழ்த்திக்கொண்டான். சில நிமிடங்கள் பேசினார், குரல் ஏற்ற இறக்கங்களுடன் வசீகரிக்கும் முயற்சியில் ஒலித்தன.

"இப்போது ஆரம்பிக்கலாம் என் குட்டித் தம்பியே" சிறு பெருமூச்சுடன் தன்னைத் தயார் படுத்திக்கொண்டான் கலீல். "நீ தோட்டத்தில் வேலை செய்ததையும் மற்றும் உன்னிடம் ஒரு... ஆசீர்வாதம், இறைவன் தந்த பரிசு இருப்பதைப் பார்த்ததாகவும் கூறுகிறார். நீ தொட்டதெல்லாம் மலர்ந்து விகசிக்கிறது. இறைவன் ஒரு தேவதூதரின் தோற்றத்தைக் கொடுத்து இங்கே நல்ல பணிகள் செய்ய அனுப்பி இருக்கிறார். இது இறைநிந்தனை அல்ல என்கிறார். எந்தப் பணியை நிறைவேற்ற நீ இங்கு அனுப்பி வைக்கப்பட்டாயோ அதைச் செய்யத் தவறினால் அது மேலும் மோசமானதாகும். இப்படித்தான் அடுக்கிக்கொண்டே இருக்கிறார், நான் உனக்குச் சொல்லியதை விட அதிகமாகவே சொல்லிக்கொண்டிருக்கிறார்."

தலையை உயர்த்திப் பார்க்கவில்லை யூசுப். ஆனால் எஜமானி மீண்டும் ஆரம்பிப்பதைக் கேட்டான். அவர் குரலில் கெஞ்சும் பாவனை தலைகாட்டத் துவங்கியது மற்றும் இறைவனின் பெயரைப் பலமுறை குறிப்பிடுவது அவன் காதில் விழுந்தது. பேசிக் கொண்டிருக்கையில் படிப்படியாகச் சமநிலைக்கு வந்தவர் அவர்களுக்கு முகமன் கூறுகையில் குரலிலிருந்த அதே நிதானம் கூடிய ஏற்ற இறக்கங்களுடன் முடித்தார்.

“கொடூரமான நோயால் பாதிக்கப்பட்டிருப்பதாகக் கூறுகிறார். ஆனால் அதைப் பற்றிப் புகார்களேதும் செய்ய விரும்பவில்லை. இதைத்தான் பலமுறை கூறுகிறார். நோய் ஒரு சுமையாக அழுத்துகிறது ஆனால் புகார் செய்ய விரும்பவில்லை என்று திரும்பத் திரும்பக் கூறுகிறார். அனைத்து வகை மருந்துகளாலும் பிரார்த்தனைகளாலும் இந்த நோயைக் குணப்படுத்த முடியவில்லை. ஏனென்றால் அவர்கள் ஆசீர்வதிக்கப்பட்டவர்கள் இல்லை என்று அவரே பார்த்திருக்கிறார். உன்னால் குணப்படுத்த முடியுமா என்று கேட்கிறார். அதற்குப் பிரதிபலனாக இவ்வுலகில் உனக்கு வெகுமதி அளிப்பார், மறுமையிலும் உன்னதமான வெகுமதிகளைப் பெறப் பிரார்த்தனை செய்யப் போவதாகக் கூறுகிறார். ஒரு வார்த்தை கூடப் பேசாதே!”

சட்டென்று எஜமானி தன் முகத்திரையை அகற்றினார். அவருடைய சிகை முகத்திலிருந்து பின்னால் விலக, கூர்மையான முகவெட்டுடன் மிக அழகாக இருந்தது முகம். இடது பக்க முகத்தை ஒரு ஊதா வண்ணத் திட்டு கறைப்படுத்திக் காத்திரமாக மேடுபள்ளமாக்கியிருந்தது. யூசுப்பின் கண்களில் திகிலைக் காண்பதற்காக அவனையே அமைதியாக பார்த்துக்கொண்டிருந்தார் எஜமானி. அவனுக்குத் திகிலேதும் ஏற்படவில்லை, தன்னிடம் அவர் இவ்வளவு எதிர்பார்க்க வேண்டியிருக்கிறதே என்ற சோகம்தான் அவனுள் ததும்பியது. சற்று நேரம் கழித்து தன் முகத்தை மூடிக் கொண்டவர் மெல்லிய குரலில் சில வார்த்தைகள் பேசினார்.

“அவர் சொல்கிறார், இது அவருடைய...” எந்த வார்த்தையென்று யோசிக்கச் சற்றுத் தயங்கி நிறுத்திய கலீல் பொறுமையின்றி எரிச்சலில் உச்சுக் கொட்டினான்.

“கடுந்துயர் தரும் நோய்மை” பின்னாலிருந்து மற்றொரு குரல் ஒலித்ததது. தனக்குப் பின்னால் அறையில் ஓர் உருவம் இருப்பதை ஓரக்கண்ணால் பார்த்துவிட்டான் யூசுப். மற்றொருவரின் இருப்பை உணர்ந்திருந்த போதும் பார்க்கவில்லை யூசுப். தற்போது அந்தப் பக்கமாகத் திரும்பிப் பார்த்தபோது வெள்ளி நூலால் பின்னல் வேலைகள் செய்யப்பட்ட பழுப்பு வண்ண நீள அங்கி அணிந்திருந்த இளம் பெண்ணைக் கண்டான். அவளும் முகத்திரை அணிந்திருந்தாள், ஆனால், முகமும் கூந்தலின் ஒரு பகுதியும் தெரிவதற்காக அது பின்னோக்கி ஒதுக்கப்பட்டிருந்தது. ஆமினா என்று நினைத்தவனால் புன்னகைக்காமலிருக்க முடியவில்லை. பார்வையைத் திருப்பும்

முன் அவள் கலீலைப் போல இல்லாமல் வட்டமான முகவெட்டும் அவனைவிடக் கருப்பாகவும் இருந்தாளென்பது சட்டெனத் தோன்றியது. அறையிலிருந்த விளக்குகளின் வெளிச்சத்தில் அவளுடைய சருமம் பளபளத்தது. எஜமானியம்மாவை நோக்கித் திரும்புகையிலும் அவன் முகத்தில் அவனறியாமலே புன்னகை மீதமிருந்தது. எஜமானி மேலும் அதிகமாகத் தன் முகத்தை முகத்திரைக்குள் இழுத்துக் கொண்டார் அப்போதுதான் அவருடைய முக அமைப்பும் கூர்ந்து கவனிக்கும் கண்கள் மட்டுமே அவன் பார்வைக்குத் தெரியும். அவரிடம் பேசி விட்டு அதை யூசுப்புக்கு மொழிபெயர்த்தான் கலீல். "அவர் சொல்வதைக் கேட்டுக் கொண்டாய், அவர் காண்பிக்க விரும்பியதைப் பார்த்துவிட்டாய். அவர் உணரும் வலியை எண்ணி நீ வருத்தப்படுகிறாய். உனக்கு வியாதிகளைப் பற்றி எதுவும் தெரியாதென்று, அதனால் அவருக்கு உதவ எந்த விதமான சாத்தியக்கூறுகளும் இல்லை. ஆகவே, இன்னும் ஏதாவது சேர்க்க விரும்புகிறாயா? கடுமையான வார்த்தைகளாக இருக்கட்டும்."

யூசுப் தலையசைத்தான்.

கலீல் நிறுத்தியவுடன் எஜமானி சீற்றத்துடன் கலீலிடம் ஏதோ கூற சில நிமிடங்களுக்கு அவர்கள் கோபமான வார்த்தைகளைப் பரிமாறிக்கொண்டார்கள். அதை மொழியாக்கம் செய்யப் பொருட்படுத்தவில்லை கலீல். "உன்னுடைய அறிவு அல்ல, உன்னுடைய அருள்தான் அவரைக் குணப்படுத்தப் போகிறது, நீ அவருக்காகப் பிரார்த்தனை செய்ய வேண்டுமென்று கூறுகிறார். மற்றும்... மற்றும்... அங்கே தொட வேண்டுமெனக் கூறுகிறார். அதைச் செய்யாதே! அவர் என்ன சொன்னாலும் அதைச் செய்யாதே! உனக்குத் தெரிந்தால் ஒரு பிரார்த்தனையை மட்டும் செய், ஆனால் அவரிடம் நெருங்காதே. அவருடைய இதயத்தைத் தொட்டு அந்தக் காயத்தை நீ ஆற்ற வேண்டுமெனக் கூறுகிறார். ஒரு பிரார்த்தனை மட்டும் செய்துவிட்டு நாம் போய்விடலாம். உனக்கு அது தெரியாத மாதிரியே பாசாங்கு செய்."

கண நேரம் தலை குனிந்து அமர்ந்திருந்த யூசுப் அதன்பின் மசூதியின் இமாம் அவனுக்குக் கற்றுக் கொடுத்தவைகளிலிருந்து நினைவுக்கு வந்த வரிகளை முணுமுணுக்க ஆரம்பித்தான். முட்டாள்தனமாக உணர்ந்தான். அவன் ஆமின் என்று கூறிய போது அந்த அருளாசியை உரத்த குரலில் எதிரொலித்தான் கலீல். ஆமினாவும் எஜமானியும் கூட அதே போலச் சொன்னார்கள். கலீல்

தன்னருகில் யூசுப்பை இழுத்துக்கொண்டான். அங்கிருந்து செல்லும் முன்பு அவர்களுடைய கைகளில் பன்னீரைத் தெளிக்கும்படியும் தூபத்தை அவர்கள் முன்னால் காட்டும்படியும் கூறினார் எஜமானி. ஆமினா அவர்களை அணுகுகையில் தன் கண்களைத் தாழ்த்த மறந்த யூசுப் அதற்கு முன்பு அவள் கண்களில் ஒளிந்திருந்த ஆர்வத்தைப் பார்த்தான்.

7

"யாரிடமும் சொல்லாதே" கலீல் எச்சரித்தான். மறுநாள் அவர்கள் மீண்டும் அழைக்கப்பட்டார்கள், ஆனால் கலீல் தானாகவே உள்ளே சென்றான். நாம் இதைச் செய்ய முடியாது. சரியா? என்றான். வாக்குவாதம் நீண்ட நேரம் நீடித்தது. குறைந்த பட்சம் ஒரு மணி நேரம். மிகவும் சோர்வுற்றவனாகவும் தோல்வியுற்றவனாகவும் வெளியே வந்தான். "நீ நாளைக்குச் சென்று பிரார்த்தனை வாசிப்பாய் என்று வாக்குக் கொடுத்திருக்கிறேன். செய்யிது என்னைக் கொல்லப் போகிறார்."

"பரவாயில்லை, நான் ஒரு அவசரப் பிரார்த்தனையைச் சொல்கிறேன், பின் நாம் போய்விடலாம் என்றான் யூசுப். சிகிச்சை நம் கைவசம் இருக்கையில் பாவம், அந்த நோயாளிப் பெண்ணை அப்படியே கவனிக்காமல் விட்டுவிடக்கூடாது. என்னுடைய நாளைய பிரார்த்தனையில் மேலும் வலு சேர்க்கிறேன். எப்படியிருந்தாலும் அது இமாமின் சக்தி வாய்ந்த பிரார்த்தனை..."

"ஏமாற்றிக்கொண்டு திரியாதே" ஆத்திரமடைந்தான் கலீல். "இதென்ன அபத்தமான நகைச்சுவை? நீ கவனமாக இல்லையென்றால் சீக்கிரமே சிரிக்கக்கூடாத இடத்தில் சிரிப்பாய் தெரியுமா?"

"உனக்கு என்ன ஆனது? அவருக்கு ஒரு பிரார்த்தனை வேண்டுமென்றால் நாம் கொடுத்துவிடுவோம்" மகிழ்ச்சியாகக் கூறினான் யூசுப். "இறைவன் அவருக்கு அனுப்பிய பரிசை நீ மறுப்பாயா என்ன?"

"இந்த விஷயத்தில் நீ இப்படி முட்டாளாக நடந்து கொள்வது எனக்கு சுத்தமாகப் பிடிக்கவில்லை. இது தீவிரமான விஷயம், அல்லது அப்படி ஆகக் கூடும். அதுவும் முக்கியமாக உனக்குத்தான். அவர் மனதில் என்ன இருக்கிறதென்பது எனக்கு அச்சமூட்டுகிறது." என்று கூறினான் கலீல்.

“அது என்ன?” என்று கேட்டவன் அப்போதும் சிரித்துக் கொண்டிருந்தான், ஆனால் கலீலின் பதற்றத்தைக் கண்டு கலக்கமடைந்தான்.

“அவருடைய பைத்தியக்கார மனதில் என்ன இருக்கிறதென்று யாருக்குத் தெரியும்? ஆனால் மோசமான ஒன்றை யூகிக்கிறேன்” எதைப் பற்றியும் அக்கறை கொள்ளாமலிருக்கும் போக்கு அல்லது தான் செய்யும் செயலுக்கு எந்தப் பயமும் இல்லாதது. அதுபோக இந்தப் புகழ்ச்சி... இறைவனின் தேவ தூதனாம். இது பைத்தியக்காரப் பேச்சைவிட அதிகம்... நீ தேவதூதனுமில்லை. உன்னிடம் அருளேதும் இல்லை. மற்றும் இந்த முழு விவகாரத்துக்கு நீ பயப்பட வேண்டும் என்று நினைவில் கொள்வது நல்லது.”

மறுநாள் அவர்கள் உள்ளே வரும்போது எஜமானி புன்னகைத்தார். அது பின்மதிய நேரமாகிவிட்டதால் உள் முற்றம் மிதமான வெம்மையில் துவண்டிருந்தது. எஜமானி அவர்களை வரவேற்ற அறையில் மெல்லிய திரைச்சீலையை ஊடுருவியிருந்தது சூரியன். தூபக்காலில் உதியின் சிறு துகள்கள் எரிந்து புகையைப் பரப்பிக் கொண்டிருந்தன. அவர்களின் முதல் வருகையின் போலல்லாமல் இப்போது பதற்றம் குறைந்தவராகத் தெரிந்தவர் மெத்தையின் மீது சற்றுச் சாய்ந்து அமர்ந்திருந்தார், கண்கள் மட்டும் இப்போதும் கவனத்துடன் ஒளிர்ந்தன. முன்பிருந்த அதே இடத்தில் அமர்ந்திருந்த ஆமினாவும் தன் பக்கமாக யூசுப் பார்த்தபோது புன்னகைத்தாள். தன்னுடைய பிரார்த்தனையைத் தொடங்குவதற்காக உள்ளங்கைகளை நோக்கிக் கண்களைத் தாழ்த்திய யூசுப் அந்த அறையில் ஆழந்த மௌனம் கவிவதை உணர்ந்தான். தோட்டத்திலிருந்து ஒலிக்கும் பறவைகளின் கீதங்களையும், ஓடும் நீரின் மெல்லிய சலசலப்பையும் கேட்டான். புன்னகையை அடக்கிக்கொண்டே எவ்வளவு நேரம் முடியுமோ அவ்வளவு நேரம் அந்த மௌனத்தை நீட்டிக்கவிட்டு பின் இறுதிக் கட்டத்தை நெருங்குவது போல முணுமுணுத்தான். அவனுடைய ஆமின் சத்தமாக ஒலித்தது. அதற்குப் பின் உடனே பேச ஆரம்பித்த எஜமானியின் கண்கள் பேரானந்தத்தில் மின்னிக் கொண்டிருந்ததைப் பார்த்தான்.

“உன்னுடைய முதல் பிரார்த்தனைக்குப் பிறகு பலனை உணர்ந்ததாகக் கூறுகிறார்” என்று முறைத்துக் கொண்டே கூறினான் கலீல். அதைவிட அதிகமாகப் பேசியிருந்தார் எஜமானி. கலீலின் சுருக்கமான மொழிபெயர்ப்பு மிக வெளிப்படையாகத் தெரிந்ததால் எஜமானி விசாரிக்கும் பாவனையுடன் ஆமினாவின் பக்கம்

திரும்பினார். "மீண்டும் பிரார்த்தனை படிக்க நீ வர வேண்டுமென அவர் விரும்புகிறார்" விருப்பமற்றுத் தொடர்ந்தான் கலீல். "நாம் இருவரும் வீட்டில் சாப்பிட வேண்டுமென்றும்... அவர் சொல்கிறார். நாம் வீட்டுக்கு வெளியே நாய்களைப் போலவும் நாடோடிகளைப் போலவும் சாப்பிடுகிறோம். தினமும் நீ இங்கு வந்து சாப்பிட வேண்டுமென்கிறார். இது பிரச்சினை என்று நினைக்கிறேன். உனக்கு இது சாத்தியமேயில்லை என்று நீ கூற வேண்டும்... இல்லாவிட்டால்... இல்லாவிட்டால்... உன்னுடைய அருள் தீங்காக முடியும்."

"நீயே அவரிடம் சொல்" என்றான் யூசுப்.

"நான் சொன்னேன். ஆனால் உனக்காக நீ பேச வேண்டுமென்று விரும்புகிறார். அதை நான் மொழிபெயர்க்கிறேன். ஏதோ சொல், ஆனால் இல்லையென்று சொல்வது போலச் சிலமுறை தலையாட்டு... உறுதியான ஓரிரு தலையாட்டல் போதும்."

"அவருடைய வீட்டில் நாம் சாப்பிடுவது பற்றிய, நடக்க முடியாத விஷயங்களைப் பற்றிய உரையாடலை நான் முட்டாள்தனமாக உணர்கிறேன் என்று சொல்" என்று கூறிய யூசுப் ஆமினா பின்னால் நின்று புன்னகைப்பதை உணர்ந்தான் அல்லது அப்படி இருக்குமென நம்பினான். கலீல் அவனை முறைத்தான்.

அவர்கள் மறுநாளும் அதற்கு மறுநாளும் கூடச் சென்றார்கள். கடையில் வேலை செய்யும் போது எஜமானியைப் பற்றி அரிதாகவே பேசுவார்கள் ஆனால் அவருடைய காயத்துக்காக பிரார்த்தனை செய்யச் சென்று வந்ததற்குப் பிறகு அதைத் தவிர வேறு எதையுமே பேசுவதில்லை. அவனுடைய பதற்றத்தை தணிக்கும் முயற்சியில் யூசுப் அவனைக் கிண்டல் செய்வான், ஆனால் கலீலால் தனது கவலைகளையும் புலம்பல்களையும் முடிவுக்குக் கொண்டு வர முடியவில்லை. அந்தப் பைத்தியக்காரப் பெண்மணியின் முகஸ்துதியை ஆனந்தமாக அனுபவிக்கும் யூசுப்புக்கு அவன் எவ்வகையான ஆபத்தில் மாட்டியிருக்கிறான் என்று புரியவில்லை என்றான் கலீல். இதில் நான் ஏதோ விளையாடிவிட்டேன் என்று செய்யிது கூறுவார். என்னைத்தான் குற்றம் சாட்டுவார். செய்யிதுவால் என்ன செய்ய முடியுமென்று உனக்குப் புரியாதா?

தோட்டத்துக்குச் சென்று வேலை செய்ய யூசுப்புக்குச் சில நாட்கள் பிடித்தது. அங்கு மீண்டும் போக வேண்டாமென்று கலீல் கோரியிருந்தான், ஆனால் சில நாட்கள் கழித்து அதை

உதறிவிட்டுச் சென்றான். அதற்குக் கலீல் அதீத கோபத்தில் முகம் சுளித்துக்கொண்டான். நீ ஏன் திரும்ப அங்கு செல்ல வேண்டும்? என்று கேட்டான். இங்கே வெளியில் சொந்தமாக நீ தோட்டம் போட்டு வளர்க்க முடியாதா? முதலில், அவர்களுடைய ரகசியக் கிசுகிசுப்புகளில் தானொரு பாகமாக இருந்ததைக் கண்டு கொண்டதும் சங்கடமாக உணர்ந்தான். தான் வேலை செய்கையில் எஜமானி வெறித்துப் பார்ப்பதும் அதன் தொடர்பாக அவர் தன் மாயப்புனைவுகளை உருவாக்குகிறார் என்பதும் அவனுக்கு நெருடலாக இருந்தது. அவன் இல்லாததை மெஸீ ஹம்தானி கவனிக்கவில்லை அல்லது கவனித்ததற்கான எந்த அறிகுறியும் இல்லை. ஈச்ச மரத்தின் நிழலிருந்து அவரது இறையின் மீதான பாடல்கள் மட்டும் மேலும் தெளிவாக மிதந்து வந்தன. ஒரு நாள் மதியம் கடையில் செய்ய வேண்டிய வேலை குறைவாக இருந்தது. தோளைக் குலுக்கிவிட்டு யூசுப் தோட்டத்திற்குள் சென்றுவிட்டதும் கலீல் மிகவும் கலக்கமடைந்தான். மெஸீ ஹம்தானி அவனை அமைதியாக வரவேற்றார். மேலும் வழக்கத்தை விட அதிக நேரம் அங்கிருந்தார். பயணத்தில் தான் கற்றிருந்த பாடலொன்றை மெல்ல முணுமுணுத்துக் கொண்டே குளத்தைச் சுத்தம் செய்து புற்களைக் களையெடுத்தான் யூசுப். யாரேனும் நிற்கிறார்களா என்று முற்றத்தின் வாசலைப் பார்க்கும் ஆர்வத்தைக் கட்டுப்படுத்த முயன்றான், ஆனால் இயலவில்லை. ஏதோ எதிர்பார்ப்பு உணர்வுடன் வீட்டினுள் தாங்கள் செல்வதற்காகக் காத்திருந்தான்.

"நீ இன்று தோட்டத்தில் வேலை செய்ததைக் கேட்டதாக அவர் கூறினார். நீ அங்கு அடிக்கடி வேலை செய்யவேண்டும். எப்போது வேண்டுமானாலும் போய்க் கொள்ளலாம் என்கிறார்" என்றான் கலீல்.

எஜமானி நிறைய பேசினார். "மீண்டும் மீண்டும் நீ வரம் வாங்கி வந்திருக்கிறாய் என்று கூறுகிறார். இதைத்தான் எப்போதும் கூறிக் கொண்டிருக்கிறார்... உன்னிடம் அருள் இருக்கிறது, உன்னிடம் அருள் இருக்கிறது" பேசிக்கொண்டிருந்த கலீல் சரியான வார்த்தைகளைத் தேடுவது போலச் சற்றே நிறுத்தினான். "தோட்டம் உன்னை அவ்வளவு மகிழ்வூட்டுகிறதென்றால் அது... ம்ம்... இது..."

"அவருக்கும் அது உவகையளிக்கிறது" என்றாள் ஆமினா. அவள் குறைவாகவே பேசினாலும், அதுவும் கலீல் சரியான சொற்களுக்காகத் தடுமாறும்போது மட்டும். இருப்பினும் அவள்

தன் வலது தோளுக்குப் பின்னால் நின்றுகொண்டிருப்பதை யூசுப் எப்போதும் அறிவான்.

“அவருக்கு நீ பாடுவது பிடித்திருக்கிறது” தன்னையே நம்ப முடியாமல் தலையை ஆட்டிக்கொண்டே கூறினான். “நான் இங்கே உட்கார்ந்துகொண்டு இந்த வேலையைச் செய்கிறேன் என்று நம்ப முடியவில்லை. சிரிக்காதே. இது நகைச்சுவையாகத் தோன்றுகிறதா? உன்னுடைய குரல் அவருடைய இதயத்திற்கு இதமாக இருக்கிறது. இறைவன் உனக்குப் பாடக் கற்றுக் கொடுத்து மருத்துவ தேவதூதனாக உன்னை அனுப்பியிருக்கிறதாகக் கூறுகிறார்.”

கலீலின் அசௌகரியத்தைப் பார்த்துச் சிரித்தான் யூசுப். எஜமானியின் மீது பார்வையை ஓட்டிய போது அவரும் சிரித்துக்கொண்டிருந்தார், சந்தோஷத்தில் முகம் மாறியிருந்தது. சட்டென்று அவனை அழைத்தார், மிகத் துல்லியமாக இருந்த அந்த அழைப்பை யூசுப்புக்கு மறுக்க வழியே இல்லை. அவன் அருகில் வந்ததும் தன்னுடைய திரைத்துகிலை முழங்கை வரை இறக்கினார். பளபளக்கும் நீல வண்ண ரவிக்கை கழுத்தைச் சுற்றி சதுரமாக வெட்டித் தைக்கப்பட்டு அதன் ஓரங்களில் சிறு வெள்ளிக் குமிழி தொங்கும் பின்னல் வேலைப்பாடுகளைக் கொண்டிருந்தது. தன் கன்னத்திலுள்ள தழும்பைத் தொட்டுக் காட்டியவர் அதை கைகளால் தொட்டுப் பார்க்குமாறு யூசுப்பை அழைத்தார். அவருடைய சிரிப்பு மென்மையான புன்னகையாக மாற தனக்குள் ஒரு அசட்டுத் துணிச்சல் பிறப்பதை உணர்ந்தான் யூசுப். வேண்டாம், வேண்டாம் என மெதுவாகக் கூறினான் கலீல். முகத்திரையை மெல்லத் தன் முகத்தின் மீது போட்டுக் கொண்ட எஜமானி அல்ஹம்துலில்லாஹ் என்று முணுமுணுத்தார். அவரிடமிருந்து பின் வாங்கிய யூசுப் கலீல் பெருமூச்செறிவதைக் கேட்டான்.

“அவரருகில் மறுபடியும் போகாதே” பின்னர் கூறினான் கலீல். என்ன நடந்திருக்கக்கூடுமென்று உனக்குப் புரியவில்லையா? அப்புறம் அந்தத் தோட்டத்திலிருந்து விலகி இரு... இனிமேல் பாடாதே.”

ஆனால், அவன் விலகி நிற்கவில்லை. அவனைக் கூடுதலான சந்தேகத்துடன் கண்காணித்த கலீல் விலகியிரு என்று சினம் பொங்க வாதிட்டான். ஆனால் முன்னெப்போதையும் விட அதிக நேரம் தோட்டத்தில் செலவிட்ட யூசுப் வீட்டிலிருந்து ஏதாவது சப்தமோ அசைவுகளோ தெரிகிறதா என்று கண்களையும் காதுகளையும் கூர்

தீட்டிக் கொண்டிருந்தான். அவனையே வேலைகளைச் செய்ய விட்டு விட்டு இறைவனைத் துதிக்கும் ஆனந்தமான கஸீதாக்களைப் பாடிக் கொண்டு பெரும்பான்மையான நேரத்தை மரநிழலில் கழித்தார் மெஸீ ஹம்தானி. சில வேளைகளில் ஆமினா பாடுவது யூசுப்புக்குக் கேட்கும். அப்போது அவன் உடலில் ஏற்படும் உணர்வுகளை அவனாக அழைக்கவுமில்லை, அதை மறுக்கவுமில்லை, மற்றும் சில சமயங்களில் லேசாகத் திறந்திருக்கும் கதவோரம் ஒரு நிழல் விழும். ரகசியக் காதலின் இன்பத்தைத் தான் உணர்ந்து கொண்டோமென்று யூசுப் நினைத்தான். மாலை வேளையானதும் கலீலின் அதீத மறுப்பையும் கலக்கத்தையும் பொருட்படுத்தாமல் வீட்டிலிருந்து வரும் அழைப்பாணைகளுக்காக ஆவலுடன் காத்திருப்பான். ஒரு நாள் கலீல் மிக ஆயாசமடைந்து அழைப்பு வந்தபோது அதைச் செவி மடுக்க மறுத்துவிட்டான்.

“அவர் எங்கேயோ போய்த் தொலையட்டும். நாம் போகப் போவதில்லை. இங்கு நடப்பதை யாராவது கண்டுபிடித்து விட்டால் நாம் கேலிக்கூத்தாகவும் அதைவிட அசிங்கமானதாகவும் ஆகிவிடுவோம். நாம் பைத்தியக்காரன்கள் என்று அவர்கள் எண்ணுவார்கள். அறிவில்லாத அந்தக் காய்கறிகளைப் போலப் பைத்தியம். செய்யிதுவுக்கு ஏற்படும் அவமானத்தை நினைத்துப் பார்!”

“அப்படியென்றால் நானே போய்க்கொள்கிறேன்.”

“ஏன்? என்ன நடக்கிறதென்று உனக்குத் தெரியவில்லையா? கலீல் எழுந்து நின்று கேட்டபோது குரல் வேதனை கலந்த கூக்குரலாக உயர்ந்தது. யூசுப்புக்குப் புரிய வைக்க அவனை அடிக்கவும் தயாரானான். அவர் வஞ்சகமான காரியங்கள் செய்து விட்டு உன் மீது பழியைப் போட்டுவிடுவார், நீ இதை ஒரு நகைச்சுவை போல நீ நினைத்துக்கொண்டிருப்பது எனக்குப் பிடிக்கவில்லை. நீ காடுகளில் ஓநாய் மனிதர்களுடன் வசித்து வந்திருக்கிறாய். எப்போதும் நீங்காத வெட்கக்கேட்டுடன் ஏன் உன்னை அடையாளப்படுத்த விரும்புகிறாய்?

“அதில் எந்த வெட்ககேடும் இல்லை” அமைதியாகக் கூறினான் யூசுப். “அவர் எனக்கு எந்தத் தீங்கையும் இழைக்கமாட்டார்.”

தன் இடது உள்ளங்கையில் தலையைத் தாங்கிப் பிடித்துக் கொண்டான் யூசுப். பல நிமிடங்கள் அமைதியாக அமர்ந்திருந்தார்கள். முகத்தை நிமிர்த்தி யூசுப்பை விசித்திரமாகப் பார்த்தான் கலீல். சட்டென

ஏதோ புரிந்து போனதில் அவனது பார்வையில் மேலும் அதிர்ச்சி கூடியது. அவனது கண்கள் கோபத்தாலும் வலியாலும் சூடாகின, உதட்டோரங்கள் நடுங்கின. எதுவும் பேசாமல் மீண்டும் விரிப்பில் அமர்ந்துகொண்டு தொலைவை வெறித்தான். உள்ளே செல்வதற்காக யூசுப் எழுந்தபோது திரும்பிப் பார்த்தான்.

"உட்கார் என்ன குட்டித் தம்பியே, போகாதே" என்றான். வாசல் தளத்திலிருந்து தோட்டத்தை நோக்கிச் செல்ல அடியெடுத்து வைத்தான் யூசுப். "இங்கே உட்கார். நாம் இதைப் பற்றிய அனைத்தையும் பேசுவோம். உனக்கு அவமானத்தை ஏற்படுத்திக் கொள்ளாதே. நீ என்ன யோசிக்கிறாய் என்று எனக்குப் புரியவில்லை, ஆனால், இது மிக மோசமாக முடியும். இது தேவதைக் கதை அல்ல. நீ புரிந்து கொள்ளாத பல விஷயங்கள் இன்னும் இங்குள்ளன."

"அப்படியென்றால் சொல்" அமைதியாக, ஆனால் மிக உறுதியாகக் கூறினான் யூசுப்.

சினம் தாங்காமல் எரிச்சலில் தலையைக் குலுக்கிக்கொண்டான் கலீல். "சில விஷயங்களை அப்படியே சும்மா கூறிவிட முடியாது. இங்கே உட்கார், ஆரம்பிக்கலாம். நீ உள்ளே சென்றால் உனக்கும், எங்கள் அனைவருக்கும் அவமானத்தைக் கொண்டு வருவாய்."

8

"அவர் பெயர் ஸுலேக்கா. அவர் பெயர் உனக்குத் தெரிய வேண்டுமென்பதில் உறுதியாக இருக்கிறார்" என்றாள் ஆமினா. அவனுக்கு முன்னால் வலது புறமாக, ஆனால் எஜமானிக்குச் சற்றுத் தள்ளி அமர்ந்திருந்தாள். அவள் கூறுவதைக் கவனிக்கும் பாவனையில் அவள் முகத்தைப் படித்தான். அவனது அவசரப் பார்வைகள் நம்பியதைவிடக் கூடுதல் வட்டமாகவே முகம் இருந்தது. மேலும் அவளது அகமலர்ச்சி போலக் கண்களில் விளையாட்டுத்தனமான உல்லாசம் இருந்தது. தலையசைத்தவன் அவளுடைய புன்னகையைக் கண்டான், ஆனால் எஜமானியின் கண்கள் கூர்மையாக அவன் மீது படிந்திருந்ததால் திரும்பிப் புன்னகைக்காதபடி தன்னைக் கட்டுப்படுத்திக்கொண்டான்.

"அவர் சொல்லும் அனைத்தையும் கலீல் உன்னிடம் கூறியதில்லை, அது அவருக்கும் தெரியும். அவன் என்ன சொல்ல விரும்புகிறானோ அதை மட்டும் சொல்வான். ஒருவேளை அவனுக்கு அதற்குப்

பொருத்தமான வார்த்தைகள் கிடைக்காமலிருந்திருக்கலாம்... அவர் மிகக் கடினமான மொழியைக் கையாளும்போது."

"நீ அவனைவிட நன்றாகப் பேசுகிறாய். அதை அவனிடம் சொல்கிறேன். அது என்ன? என்னிடம் சொல்லாதது?"

அந்தக் கேள்விகளைப் புறக்கணித்துவிட்டு எஜமானியின் பக்கம் திரும்பி அவருடைய பேச்சுக்காகக் காத்திருந்தாள். எஜமானி மிகச் சுருக்கமாக, வருடிவிடுவது போன்ற தொனியில் மென்மையாகப் பேசினார். பின் அவனைப் பார்க்க வேண்டி ஆமினாவிடமிருந்து பார்வையைத் திருப்பினார். "அவருடைய இதயம் அவமானத்தாலும் வலியாலும் காயப்பட்டிருப்பதைக் கலீல் விளக்கமாகக் கூறவில்லை. அந்த வலி தசைநார்களை முறுக்கியபோதும் மகிழ்ச்சியையே அளிக்கிறது. உன்னுடைய பிரார்த்தனை பலனளித்துவிட்டது என நினைக்கிறேன். அவரும் அதையே சொல்கிறார்."

யூசுப் அதற்கு எதிர்ப்பு தெரிவிக்க விரும்பினான். அந்த விஷயங்களையெல்லாம் கவனிக்க வேண்டாம். அவன் எஜமானியின் கண்களைப் பார்த்தபோது அவை ஈரத்தில் பளபளத்தன. பிரார்த்தனையைக் கூற அவசரமாகத் தலையைக் குனிந்து கொண்டவனுக்கு இந்த நிலையைத் தாங்கிக் கொள்வது இயலாத காரியமென்று உறுதியாகத் தெரிந்துபோனது.

"இங்கு நீ மாலையில் உள்ளே வந்து சாப்பிட வேண்டுமென்று அவர் விருப்பப்படுகிறார், அல்லது நீ விரும்பினால் இங்கு முற்றத்தில் கூடப் படுத்துக்கொள்ளலாம்" என்று கூறிய ஆமினா வெளிப்படையாகச் சிரித்தாள். கலீல் உன்னை வீட்டிற்குள் உறங்க அனுமதிக்க மாட்டான் என்றாலும் கூட. அவன் ஏதாவது அமளி செய்து எஜமானியைத் தடுத்துவிடுவான். ஆனால் எப்போது விருப்பப்பட்டாலும் இங்கு நீ வரலாமென்றும் அவருடைய அழைப்பிற்காகக் காத்திருக்க வேண்டாமென்றும் கூறினார்."

"அவருக்கு என் நன்றியைத் தெரிவித்துவிடு" என்றான் யூசுப்.

"நன்றியெல்லாம் கூறத் தேவையில்லை" எஜமானிக்காகப் பேசும் ஆமினா நிதானமாகக் கூறினாள். உன்னுடைய இருப்பு அவருக்கு மகிழ்ச்சியைக் கொடுக்கிறது. அதனால் அவர்தான் நன்றியுணர்வுடன் இருக்க வேண்டும். நீ பேச வேண்டும், எங்கிருந்து வந்தாய், எங்கெல்லாம் இருந்தாய் என்பதைப் பற்றியெல்லாம் மேலும் அவரிடம் நீ உரையாட வேண்டுமென்று ஆசைப்படுகிறார். அப்போதுதான் உன்னைப் பற்றித் தெரிந்துகொள்ள முடியும்.

அதற்கு ஈடாக, இங்கு உன் வாழ்க்கையை சௌகரியமாக மாற்ற ஏதாவது செய்ய வேண்டுமென்றால் அவரிடம் கூறலாம் என்கிறார்."

"இந்தச் சில வார்த்தைகளில் இதையெல்லாம் சொல்லிவிட்டாரா?"

"இதுவும், இதைவிட அதிகமாகக் கலீல் சொல்ல மறுத்ததையும் கூறியிருக்கிறார்" என்றாள் ஆமினா. "அவருடைய வார்த்தைகள் அவனை பயமுறுத்தின."

"அவை உன்னைப் பயமுறுத்தவில்லையா?"

சிரித்துக்கொண்ட அமீனா பதிலளிக்கவில்லை. எஜமானி ஏதோ கேட்க முகத்தில் சிரிப்பு மாறாது அவர் பக்கம் திரும்பினாள் அமீனா. அவள் கூறியது எஜமானிக்கும் சிரிப்பை வரவழைத்தது. அவர்களைப் பார்த்துக்கொண்டிருக்கையில் தன்னிச்சையாக உடல் அதிர்ந்து விநோதமான சங்கட நிலைக்கு ஆளானான் யூசுப். எழுந்துநின்று கிளம்ப ஆயத்தமானான். எஜமானி அவனை முன்பு போலவே அருகில் வரச்சொல்லி முகத்தை வெளிக்காட்டத் தன் முகத்திரையை இறக்கினார். அவன் கையை நீட்டி அந்த வெளிர் நீலத் தழும்பைத் தொட்டபோது உள்ளங்கையில் அதன் வெம்மையை உணர்ந்தான். மீண்டும் அவர் கேட்டால் தான் செய்வோமென்று அவனுக்குத் தெரியும். மெல்ல முனகியபடி இறைவனுக்கு நன்றி செலுத்தினார். பெருமூச்செறிந்தவாறே ஆமினா எழுந்து நிற்பது காதில் விழுந்தது. அவள் அவனுடன் தோட்டத்தின் வாசல்கதவு வரை உடன் வந்தாள். அவனை அனுப்பி விட்டு உடனே அவள் கதவை மூடாமலிருந்ததால் திரும்பி நின்று அவளிடம் பேசினான். அவளுடைய முகத்தைப் பார்க்க இயலவில்லை. ஆனால் உதயமான நிலவின் நிழலொளி அவள் முக வடிவைத் துல்லியமாகக் கோடிட்டுக் காட்டியது.

"அண்ணன் தங்கையாக இருந்தாலும் நீயும் கலீலும் மிக வித்தியாசமாக இருக்கிறீர்கள். அவர்கள் ஒன்று போல இல்லாதது அவனைப் பாதிக்கவில்லையென்றாலும் அவனால் முடிந்த அளவு அவளை அங்கேயே நிறுத்தி வைப்பதில் ஆர்வமாக இருந்தான்.

அவள் பதிலேதும் கூறவில்லை, அத்துடன் எந்த அசைவுமின்றி அவள் நின்றதால் பதில் கூறும் எண்ணமும் அவளுக்கிருக்குமென யூசுப்புக்குத் தோன்றவில்லை. சிறிது நேரம் கழித்து அவளும் அவனை நிறுத்தி வைக்க முயற்சி செய்வாளா என்று சோதித்துப் பார்க்கத் திரும்பி இருளார்ந்த தோட்டத்தினூடே நடக்க ஆரம்பித்தான்.

"அவ்வப்போது நான் இங்கிருந்து உன்னைப் பார்ப்பேன்" என்றாள்.

நின்று திரும்பிப் பார்த்தவன் அவளை நோக்கி மெதுவாக நடக்கத் தொடங்கினான்.

"அதை மகிழ்ச்சியானதென்பது போலத் தோன்ற வைத்துவிட்டாய்... இந்த வேலையை" தன் வார்த்தைகளிலிருந்த அழுத்தத்தையும் ஆழத்தையும் வேண்டுமென்றே நீக்கிவிட்டு மிகச் சாதாரணமாகப் பேசினாள். "உன்னைப் பார்க்கும்போது பொறாமை கொள்வேன். நீர்த்தடங்களை நீ தோண்டுவதைப் பார்க்கும்போது அந்தக் காட்சி எவ்வளவு ஈர்க்கிறது என்று நினைத்துக்கொள்வேன். வணிகர் வெளியே இருக்கும் நேரங்களில் சில சமயம் இரவில் தோட்டத்தில் நடப்பேன். ஒருமுறை நீ தோட்டத்தில் தாயத்தைக் கண்டெடுத்தாய்..."

"ஆமாம்" ஒரு நூலில் கோத்துக் கழுத்தில் கட்டியிருந்த தாயத்தை சட்டையினூடாகத் தொட்டுப் பார்த்தான். "அதைத் தேய்ப்பதின் மூலம் ஒரு நல்ல ஜின்னை வரவழைக்க முடியும், அது நான் எந்தக் கட்டளையிட்டாலும் செய்து முடிக்குமென்பதையும் கண்டுபிடித்தேன்."

குரலைத் தாழ்த்திக்கொண்டு மெல்லச் சிரித்தவள் மீண்டும் பெருமூச்செறிந்தாள். "உன்னுடைய அந்த நல்ல ஜின் உனக்கு என்ன கொடுத்தது?"

"நான் இதுவரை அவரிடம் எதுவும் கேட்கவில்லை. என்ன கேட்கலாமென்ற என்னுடைய திட்டங்களை வகுத்துக் கொண்டிருக்கிறேன். அவரது மும்முரமான வேலைகளுக்கு நடுவில் அழைத்து ஒரு சிற்றணிப் பெட்டி கேட்பதில் பயனேதுமில்லை. அப்படி ஏதாவது முட்டாள்தனமாகக் கேட்டு அவருக்கு கோபம் வந்து விட்டால் மறுபடி வரவே மாட்டார்" என்றான்

"நான் இங்கு வந்தபோது என்னிடமும் ஒரு தாயத்து இருந்தது. ஆனால் அதைச் சுவற்றில் வீசி எறிந்துவிட்டேன்."

"ஒருவேளை இதுதான் அதுவோ?"

"அதனுடன் ஒரு நல்ல ஜின் வருமானால் அது இல்லை."

"அதை ஏன் தூக்கி எறிந்தாய்?"

“அது தீமையிலிருந்து என்னைப் பாதுகாக்குமென என்னிடம் கூறப்பட்டது. ஆனால் அப்படி இல்லை. நான் தூக்கி எறிந்ததை விட உன்னுடைய கழுத்திலிருக்கும் தாயத்து மேன்மையானதாக இருக்குமென்றும் அது எனக்குச் செய்தது போலல்லாமல் உன்னை நன்றாகப் பாதுகாக்குமென்றும் நம்புகிறேன்.”

“தீமையிலிருந்து நம்மை எதுவுமே பாதுகாக்க முடியாது” என்று கூறியவாறே கதவருகிலிருந்த நிழலை நோக்கி நகரத் தொடங்கினான். பின்வாங்கிய அமீனா கதவுக்குப் பல அடிகள் தூரத்தில் அவன் இருக்கும் போதே கதவை மூடிவிட்டாள்.

யூசுப் திரும்பி வந்தபோது கடை அடைக்கப்பட்டிருந்தது, கண்ணுக்கெட்டியவரை கலீலைக் காணவில்லை. உறங்குவதற்காகப் பாய்கள் ஏற்கெனவே விரிக்கப்பட்டிருந்தன. காலை நீட்டிப் படுத்த யூசுப் திரும்பி வந்தவுடன் கலீல் கேட்கும் கேள்விகளை நினைத்தபடியே அவற்றிற்குத் தன்னைத் தயார்படுத்திக் கொண்டான். அவன் வருகைக்காகப் பொறுமையுடன் காத்திருந்தான், தான் எதிர்பார்த்ததை விட அதிக நேரம் கிடைத்ததை எண்ணி மகிழ்ச்சியடைந்தான். காத்திருப்பு நீண்ட போது கலீலை எண்ணிக் கவலை கொண்டான். எங்கு சென்றிருக்க முடியும்? வானில் கால் பாகம் உதயமாகியிருந்த பெரிய நிலவு மிக அருகிலிருப்பதாகவும் கனமாக இருப்பதாகவும் அதைக் காண்பது பெருஞ்சுமையானதாகவும் அவனுக்குத் தோன்றியது. கருமுகில்கள் திரண்டு சிதைவுற்ற குவியல்களாவும் வடிவங்களாகவும் ஒளிவட்டத்தை நோக்கி உருண்டோடின. இருண்ட மேகங்கள் அவன் பின்னிருந்த வானத்தை நிரப்பி நட்சத்திரங்களை உள்ளிழுத்துக்கொண்டன.

புயல் வெடிப்பில் கூரான கழியால் தாக்கப்பட்டவன் போல சட்டென்று விழித்தான். அவனைச் சுற்றிப் பலத்த மழை பெய்து, காற்றின் தாக்கத்தால் முன்வாசல் தளமெங்கும் பரவிக் கொண்டிருந்தது. நிலவு மறைந்துவிட்டது. ஆனால் கீழே விழும் நீர் தரும் சாம்பல் வண்ண மின்னும் ஒளி இருண்ட புதர்ச்செறிவுகளையும் மரங்களையும் கடற்தளத்தின் பெரிய கற்பாறைகளைப் போல ஒளிரச் செய்தது.

ஒருகுருதித் திரள்

1

ஆமினாவைப் பற்றி யூசுப் விசாரித்தபோது, "அவளே தன்னைப் பற்றிக் கூறட்டும்" எறான் கலீல். புயலடித்த இரவின் அதிகாலையில் களைப்பாகவும் அலங்கோலமாகவும் திரும்பி வந்தான். அவனுடைய முடி சிறு சிடுக்கு முடிச்சுகளாகவும் அதில் காய்ந்த சருகுகளும் சிறு துரும்புகளும் சிக்கிக் கொண்டிருந்தன. எந்தவிதமான நாடகத் தனத்தையும் தவிர்த்து கவனமாகக் கடையைத் திறந்தவன் தான் இல்லாமல் போனதற்கு எந்தவித விளக்கமும் அளிக்கவில்லை. வெளிப்படையான விரோதம் ஏதுமின்றி யூசுப்பிடமிருந்து விலகியிருந்தான். யூசுப்பின் நெருக்கத்துக்கான அனைத்து முயற்சிகளையும் நாள் முழுவதும் மறுத்தவன் ஆரம்பக்கால நகைச்சுவையான தோழமையின் முடக்கப்பட்ட வடிவத்துக்குத் திரும்பி விட்டான். புயல் மழையில் நனைவதை எப்படித் தவிர்த்தாய் என்று யூசுப் கேட்டபோது அதைக் காதில் வாங்கிக்கொண்டதாய் எந்த அறிகுறியும் காட்டவில்லை கலீல். அவனைச் சமாதானப்படுத்த மற்ற முயற்சிகளையும் மேற்கொண்டான் யூசுப், ஆனால் இறுதியில் களைப்படைந்து அவனுடைய வலியுடனேயே இருக்க விட்டு விட்டான்.

மாலையில் உணவுத் தட்டுகளை எடுத்துக் கொண்டு தன்னுடைய துயரத்தையும் கோபத்தையும் மறைக்கத் தவறும் இறுக்கமான பாசாங்குப் புன்னகையுடன் வெளியே வருவான். ஏன் பேச மாட்டாய்? என்று

யூசுப் கேட்ட போது தட்டுகளைச் சுட்டிக் காட்டி விட்டு சாப்பிடத் தொடங்கினான். மௌனமாக உணவருந்தினார்கள். பின்னர் தட்டுகளைத் திருப்பித் தர எழுந்து எஜமானியையும் ஆமினவையும் அழைத்தான். உள்ளே இருக்கும்போது கலீல் ஏதாவது கூறி வலுக்கட்டாயமாகப் பிரச்சினையை ஏற்படுத்தித் தடைகளையும் மிரட்டல்களையும் விதித்திருப்பான் என நினைத்தான் யூசுப். தன்னைத் தடுத்து நிறுத்துவான், வன்முறையைக் கூடக் கையாளக்கூடும் என எண்ணினான். ஆனால் யூசுப் எழுந்தபோது அவன் பக்கம் கூடத் திரும்பிப் பார்க்கவில்லை கலீல்.

எஜமானி முகமெல்லாம் புன்னகையாக வரவேற்றார், உரத்து ஒலிக்கும் அவருடைய குரலின் ஏற்ற இறக்கங்கள் சீரிய மெல்லிசையாக அறையை நிரப்பியது. பேசுவதற்கு மிக ஆர்வமாக இருந்தார். அந்த வீட்டிற்குத் தன்னுடைய வருகை, முதல் கணவருடன் சேர்ந்து வாழ வந்தது (இறைவன் அவருக்குக் கருணை காட்டட்டும்) என அனைத்தையும் கூறினார். அவருடைய கணவர் வயது முதிர்ந்தவர், ஐம்பது அல்லது அதற்கு அதிகமாகவே வயதிருக்கலாம், எஜமானிக்கு அப்போது பதினைந்து வயது, நோய் மற்றும் பிறரின் பொறாமை காரணமாகச் சில மாதங்களுக்கு முன்புதான் அவர் தன் மனைவியையும் கைக்குழந்தையையும் இழந்திருந்தார். அந்தக் கைக்குழந்தை மட்டும்தான் சில வாரங்களே உயிர் பிழைத்திருந்த அவரது ஒரே மகன். மற்ற குழந்தைகளெல்லாம் பெயர் வைக்கும் காலம் வரை இருந்தார்கள், அவர்கள் ஒவ்வொருவரையும் அவர் நினைவு வைத்திருந்தார். அவருடைய இறுதி நாட்களில் கூட மனைவியையும் குழந்தைகளையும் பற்றிக் கண்ணீரின்றி அவரால் பேச முடியாது. அனைவர் மீதும் இறைவன் கருணை காட்டட்டும். எஜமானி நகரத்தில் வளர்ந்தவர், கணவரின் துயரங்களை அறிந்தவர். அது அவர் கணவருக்கு நற்பெயரை அளித்தது என அனைவரும் எண்ணினார்கள். மனச்சுமைகள் இருந்தாலும் அவர் கணவர் எஜமானியிடம் வாஞ்சையாகவே இருந்தார். இறப்புக்கு ஓரிரு வருடங்களுக்கு முன்புதான் அவரது உடல்நிலை சிடுசிடுப்பானவராகவும் கடினமானவராகவும் அவரை மாற்றிவிட்டது. அப்படித்தான் இந்த வீட்டிற்கு அவர் வாழ வந்தார். அப்போது மெஸீ ஹம்தானிக்கு அதிகம் வயதாகவில்லை என்ற போதும் எஜமானி அவரையும் உடன் அழைத்து வந்து விட்டார்.

பிறகு மெஸீ ஹம்தானிதான் இந்தத் தோட்டத்தை உருவாக்கினார். அப்போதும் தோட்டம் காலியாக இல்லை. ஏற்கெனவே சில வயதான மரங்கள் இங்கிருந்தன, ஆனால் நிலத்தைச் சுத்தப்படுத்திக்

குளங்களைக் கட்டினார். ஒரு குழந்தையைப் போல நாளின் எல்லா நேரமும் அங்கேயே விளையாடிக் கொண்டிருந்தார். அவருடைய பாடல்கள் மட்டும் என் கணவருக்கு எரிச்சலூட்டியதால் அதற்கு அவர் தடை விதிக்க வேண்டியதாகிவிட்டது. எஜமானியின் தந்தை திருமணப் பரிசாகத் தோட்டக்காரரை அவருக்கு அளித்தார். குழந்தைப் பருவத்திலிருந்தே அவரையும் ஷேபே என்னும் மற்றொரு அடிமையையும் அவருக்குத் தெரியும். ஷேபே இறந்து விட்டான், இறைவன் அவருக்குக் கருணை புரியட்டும். பத்து வருடங்களுக்கு முன்பு செய்யிதுவுடன் நடந்த தன் திருமணத்தின் போது மெஸீ ஹம்தானிக்கு விடுதலையைப் பரிசாக அளித்தார். அப்போது மக்களை வாங்குவதும் விற்பதும் சட்டப்படி தடை செய்யப்பட்டதாக இருந்தாலும் ஏற்கெனவே அடிமையாக இருந்தவர்களை அவர்கள் கடமையிலிருந்து விடுதலை செய்யத் தேவையில்லை. ஆனால் மெஸீ ஹம்தானிக்கு அவர் விடுதலை அளித்த போது அவர் மறுத்துவிட்டார். அதனால் அந்த வயதான மனிதன் தோட்டத்தில் தன்னுடைய கஸீதாக்களைப் பாடிக் கொண்டு இங்குதான் இருக்கிறார்.

“அவர் ஹம்தானி என்று ஏன் அழைக்கப்படுகிறார் தெரியுமா என்று அவர் கேட்கிறார்?” ஆமினாவின் கண்கள் சோர்வாகத் தொலைவை வெறித்தன. “ஏனென்றால் அவருடைய அன்னை, ஓர் அடிமைப் பெண். வயதான காலத்தில் அவனைப் பெற்றெடுத்தாள். இறைவனுக்கு நன்றி கூறும் வகையில் அவனுக்கு ஹம்தானி, எனப் பெயரிட்டார். அந்த அன்னை இறந்த பின் அவனுக்கு உரிமையாளராக இருந்த குடும்பத்திலிருந்து எஜமானியின் தந்தை அவனை வாங்கிக்கொண்டு வந்தார். அது கடனில் மூழ்கியிருந்த ஏழைக் குடும்பம்.”

அங்கு நிலவிய மௌனத்தில் எஜமானி நீண்ட நேரம் உற்சாகத்துடன் புன்னகைத்தபடி யூசுப்பையே உற்றுப் பார்த்துக்கொண்டிருந்தார். மீண்டும் தொடர்ந்த போது அந்தப் புன்னகை முகத்தில் நிலைபெற்றிருந்தாலும் அதிக நேரம் பேசவில்லை.

“நீ அருகில் வந்து அமர வேண்டுமென்கிறார்” என்றாள் ஆமினா. ஏதாவதொரு வழி சொல்லமாட்டாளா என்று அவள் கண்களைப் பார்க்க முயன்ற போது அவள் தன்னை வேலைகளில் ஈடுபடுத்திக் கொண்டு அவனைப் பார்ப்பதைத் தவிர்த்தாள். தன்னிடமிருந்து ஓர் அடி தூரத்தில் விரிப்பைத் தட்டி அவனைக் கூச்சம் மிகுந்த குழந்தையைப் பார்ப்பது போல் பார்த்தார். அவன் அமர்ந்த பிறகு

அவனுடைய கையை எடுத்துத் தன் காயத்தின் மீது வைத்துத் தன் கையை அவன் கைக்கு மேலே வைத்தார். கண்களை மூடிக் கொண்டு தணிப்புக்கும் இன்பத்துக்கும் இடைப்பட்ட நீண்ட ஹிஸ்ஸென்ற ஒலியை எழுப்பினார். எஜமானிக்கு நெருக்கமாக அமர்ந்திருந்தவன் அவருடைய கழுத்து மற்றும் முகத்தின் சதைகள் உறுதியாகவும் ஈரமாகவும் இருந்ததைக் கண்டான். சில கணங்கள் கழித்து அவன் கையை அவர் விடுவிக்க அவசரமாக எழுந்து பின்வாங்கினான் யூசுப்.

"நீ பிரார்த்தனை ஏதும் செய்யவில்லை" என்று கூறுகிறார் என்றாள் ஆமினா. அவள் குரல் தணிந்தும் வெறுமையுடனும் இருந்தது. அவனது வழக்கமான பாசாங்கை முணுமுணுத்து விட்டு விரைவில் அகன்றவனின் கையில் எஜமானியுடைய முகத்தின் வெதுவெதுப்பு இன்னும் மீதமிருந்தது.

அதன் பிறகுதான் கலீலிடம் ஆமினாவைப் பற்றிக் கேட்டான். வெறுப்புடன் அவனைப் பார்த்தான் கலீல். அவனுடைய ஒல்லியான முகம் வெறுப்பில் கோணியதைப் பார்த்துத் தன் மீது காறி உமிழ்ந்து விடுவான் என்று நினைத்தான் யூசுப். "அவளே சொல்லட்டும்" என்று கூறிவிட்டுச் சர்க்கரைப் பொட்டலங்களைக் கடை மேடையின் மீது அடுக்கத் தொடங்கினான். மாலை முழுவதும் இருவரிடையேயும் கடும் சங்கடமான அமைதி நிலவியது. அதைக் கலைக்க எந்தவிதமான பதற்றமும் கொள்ளவில்லை யூசுப். அவ்வப்போது கலீல் தன்னுடைய கோபத்தையும் ஆத்திரத்தையும் கொட்டுவதற்காகவாவது தன்னிடம் வந்து பேசுவான் என்று நினைத்தான். தான் செய்யும் காரியத்தின்பால் கொண்ட அமைதியான பிடிவாதத்தை உணர்ந்தவன் இந்த விஷயம் தன்னை எவ்வளவு தூரத்துக்கு எடுத்துச் செல்ல அனுமதிக்கும் என்பதைப் பற்றி நிச்சயமில்லாமல் இருந்தான். குறைந்த பட்சம் அந்த இடத்தின் மறைபொருளையும் கிசுகிசுப்பையுமாவது அவனால் புரிந்துகொள்ள முடியும். மேலும் ஆமினாவைப் பார்ப்பதிலும் அவள் பேசுவதைக் கேட்பதிலும் கட்டுப்படுத்தவியலாத இன்பமிருப்பதைக் கண்டறிந்தான். இப்படி நடந்து கொள்ளுமளவு பலத்தை எங்கிருந்து பெற்றானெனத் தெரியவில்லை. கலீல் என்ன சொல்லியிருந்தாலும், தானே அறிந்திருந்தாலும் அதைத் தனக்குத் தானே கூறிக்கொண்டாலும் உள்ளே வரச் சொல்லி அழைப்பு வந்தால் மறுக்காமல் செல்வான்.

அடுத்த நாள் ஈச்ச மர நிழலில் தனது கஸீதா புத்தகத்தோடு அமர்ந்திருந்த மெஸீ ஹம்தானியைத் தேடிச் சென்றான். எரிச்சலடைந்த முதியவர் தான் நிம்மதியாக அமர மற்றொரு மரத்தைத் தேர்ந்தெடுக்கும் பாவனையில் சுற்று முற்றும் பார்த்தார்.

"தயவு செய்து போகாதீர்கள்" என்றான் யூசுப். அவன் குரலிலிருந்த ஏதோ ஒரு அந்தரங்கமான தொனி முதியவரைத் தயக்கமுறச் செய்தது. சற்றே காத்திருந்த மெஸீ ஹம்தானி தனது முகத்தசையின் இறுக்கங்களைத் தளர அனுமதித்தார். பொறுமையில்லாமல் தலையாட்டினார். எப்போதும் போல எவரொருவரின் பேச்சையும் இடையூறு செய்யும் விருப்பமற்ற மனநிலை. "சொல்லித் தொலை."

"அவர், எஜமானி உங்களுக்கு விடுதலை தர முன்வந்தபோது அதை ஏன் மறுத்துவிட்டீர்கள்?" அவர் மீது எரிச்சல்கொண்டு முன்னால் சாய்ந்து முறைத்தான் யூசுப்.

நிலத்தைப் பார்த்தவாறு நீண்ட நேரம் அமைதி காத்தார். பின் புன்னகை புரிந்தார், மூப்பின் காரணமாக அவருடைய சில பற்கள் நீலமாகவும் மஞ்சளாகவும் இருந்தன. "வாழ்க்கை என்னை இப்படித்தான் கண்டடைந்தது" என்றார். அவர் பிடிகொடுக்காமல் பேசுகிறார் என்று எண்ணிய யூசுப் சமாதானமடையாமல் தோட்டக்காரரைப் பார்த்து அவசரமாகத் தலைசைத்தான். "ஆனால் நீங்கள் அவரது அடிமையாக இருந்திருக்கிறீர்கள்... இருக்கிறீர்கள். அப்படித்தான் இருக்க விரும்புகிறீர்களா? உங்களுக்கான விடுதலையை அவர் வழங்கிய போது அதை ஏன் ஏற்க மறுத்துவிட்டீர்கள்?"

மெஸீ ஹம்தானி பெருமூச்சு விட்டார். "உனக்கு ஒன்றும் தெரியாதா? என்று வெடுக்கெனக் கேட்டவர் அதற்கு மேல் எதுவும் சொல்ல மாட்டார் என்பது போல இடைநிறுத்தினார். சற்று நேரம் கழித்து மீண்டும் தொடங்கினார். அவர்கள் விடுதலையை ஒரு பரிசு போல எனக்கு வழங்கினார்கள். அவள் கொடுத்தாள். அதை வழங்கியாக வேண்டுமென்று யார் அவளுக்குச் சொன்னார்கள்? நீ கூறும் சுதந்திரத்தைப் பற்றி எனக்குத் தெரியும். நான் பிறந்த கணத்திலேயே எனக்கு அந்த விடுதலை கிடைத்துவிட்டது. நீ எனக்கு உடைமையானவன், நான் உனது உரிமையாளன் என்று இவர்கள் கூறும்போது, அது மழைக்காலம் கழிந்து சென்றதைப் போலவோ அல்லது நாளின் முடிவில் மறையும் சூரியனைப் போலவோதான். அவர்கள் விரும்புகிறார்களோ இல்லையோ அடுத்த நாள் சூரியன் உதிக்கத்தான் போகிறது. அதே போல்தான் விடுதலையும். அவர்கள் உன்னைப் பூட்டி வைக்கலாம், சங்கிலி மாட்டி விலங்கிடலாம்,

உன்னுடைய சின்னச் சின்ன ஏக்கங்களை இழிவுபடுத்தலாம். ஆனால் விடுதலை என்பதை உன்னிடமிருந்து அவர்கள் பறித்துக் கொள்ள முடியாதது. உன்னுடன் எல்லா வேலையும் முடிந்த பிறகு, நீ பிறந்த போது உன்னை உடைமையாக்கும் முன் எவ்வளவு தொலைவில் இருந்தார்களோ அதே அளவு தொலைவுக்குச் சென்று விடுவார்கள். நான் சொல்வதைப் புரிந்துகொள்ள முடிகிறதா? இந்த வேலை எனக்குக் கொடுக்கப்பட்டுள்ளது. இதைவிடச் சுதந்திரமான வேறு எதை உள்ளே இருப்பவரால் எனக்கு வழங்கி விட முடியும்?"

அது ஒரு முதியவரின் பேச்சு என நினைத்தான் யூசுப். அதில் ஞானம் இருந்தது என்பதில் சந்தேகம் இல்லை, ஆனால் அது சகிப்புத்தன்மையின், இயலாமையின் ஞானம், அதன் போக்கில் போற்றத்தக்கதாக இருக்கலாம். ஆனால் கொடுமை செய்பவர்கள் உன் மேலேறி அமர்ந்துகொண்டு தங்கள் நாற்றம் பிடித்த வாயுக்களை விட்டுக் கொண்டிருக்கும் போது கூறத் தக்கதல்ல. தான் முதியவரை துக்கப்படுத்தியதை அறிந்தான். அவர் இதுவரை தன்னிடம் ஒருபோதும் இவ்வளவு வார்த்தைகள் பேசியதில்லை, ஒருவேளை இப்போது அவ்வாறு செய்திருக்கக்கூடாதென்றும் நினைத்துக்கொண்டிருக்கலாம்.

"நீங்கள் எந்த ஊரைச் சேர்ந்தவர்? அவரைப் புகழ்ந்து பேசி சமாதானம் செய்யும் பொருட்டுக் கேட்டான். ஏனென்றால் அவருடைய தாயைப் பற்றிக் கேட்க விரும்பினான். மெஸீ ஹம்தானியிடம் அவருக்கு என்ன நேர்ந்தது எனக் கூற விரும்பினான், அதனுடன் தானும் தன் தாயை இழந்தது பற்றிக் கூற நினைத்தான். பதிலேதும் அளிக்காமல் தன்னுடைய கஸீதா புத்தகத்தை எடுத்துக் கொண்டவர் பின் யூசுப்பை நோக்கி அங்கிருந்து போகச் சொல்லிக் கையசைத்தார்.

2

மூன்று நாட்களாக கலீலின் மௌன வெறுப்பைப் பொறுத்துக் கொண்டு ஒவ்வொரு மாலை வேளையும் வீட்டினுள் சென்று வந்தான் யூசுப். கலீலைப் பேச வைக்க எடுத்த அனைத்து முயற்சிகளும் தோல்வியடைந்தன. வாடிக்கையாளர்கள் கூட அவனிடம் கனிவாகக் கேட்டார்கள். மூன்றாவது நாள் இரவு தோட்டத்திற்குள் அழைத்துச் செல்லும் இருளை யூசுப்

அணுகுகையில் கலீல் அவனை அழைத்தான். சற்றே தயங்கிய யூசுப் அதன்பின் அவனை உதாசீனப் படுத்திவிட்டுத் தனக்காக ஒருக்களித்துத் திறந்திருக்கும் முற்றத்தின் கதவிற்கு இட்டுச் செல்லும் கண்ணுக்குத் தெரியாத பாதையில் நடந்து சென்றான். எஜமானி அவனுடைய தாயைப் பற்றி, உள்நாட்டிற்கான பயணம், மற்றும் மலைநகரங்களுக்கான பயணம் பற்றியெல்லாம் அவன் முன் வைத்த கேள்விகளனைத்துக்கும் பதிலளித்தான். அவன் பதில் கூறுகையில் சுவரின் மீது சாய்ந்தவாறு புன்னகைத்துக் கொண்டிருந்தார். ஆமினா மொழிபெயர்க்கும்போதும் கூட விழிகளை அவன் மீதே பதித்திருந்தார். அவரது முகத்திரை சில சமயங்களில் தோளுக்குக் கீழே சரிந்து காயம்பட்டிருந்த கழுத்தையும் மார்பையும் வெளிக்காட்டியது, ஆனால் அதை மீண்டும் எடுத்துப் போட்டுக்கொள்ள அக்கறை கொண்டவராகத் தெரியவில்லை. அவர் சாய்ந்திருப்பதைப் பார்த்த போது தனிமையின் கடுமையான சில்லிப்பை உணர்ந்தான். அவனும் கேள்விகள் கேட்டான், ஆமினாவை முன்வைத்தே கேட்டான். நீண்ட பதில்களால் அவற்றை மடைமாற்றி எஜமானி பற்றி விரிவாக எடுத்துரைத்தாள் ஆமினா. கேட்பதிலேயே திருப்தி கொண்டான் அவன். “அவர் இளமையாக இருக்கும் போதே, முதல் கணவருடன் திருமணமானவுடனேயே அவருக்குக் காயம் ஏற்பட்டு விட்டது. முதலில் லேசான கீறல் போல இருந்தது, பின் நாட்கள் செல்லச் செல்ல கொஞ்சம் கொஞ்சமாக ஆழமாகி அவர் இதயம் வரை அது சென்றுவிட்டது. பிறருடன் சேர்ந்து அமர்ந்திருப்பதைத் தாங்கிக்கொள்ள முடியாத அளவுக்குப் பெருவலியாக அது இருந்தது. அனைவருமே அவரது சிதைந்த உடலமைப்பையும் வேதனை தாளாமல் அவர் அலறுவதையும் கண்டு கேலி செய்பவர்களாக இருந்தார்கள். இப்போதோ நீ உனது பிரார்த்தனைகளாலும் தீண்டல்களாலும் அவரைக் குணப்படுத்திக் கொண்டிருக்கிறாய். அவரால் நிம்மதியை உணர முடிகிறது” என்றாள் ஆமினா...

“நீ முதலில் இங்கு வந்தபோது எப்படி இருந்தது? என்ன நினைத்தாய்... எதற்காக வந்தோம் என்பதைப் பற்றி?” ஆமினாவைக் கேட்டான் யூசுப்.

“அதைப் பற்றியெல்லாம் யோசிக்க முடியாத அளவுக்கு நான் சிறு வயதாக இருந்தேன்.” அமைதியாகக் கூறினாள். “நாகரீகமான மனிதர்களிடையே நான் இருந்ததால் பயப்பட ஒன்றுமில்லை. ஸுலேகா அத்தை தனது அன்புக்கும் கருணைக்கும் பெயர் பெற்றவர், அதுபோக இந்தத் தோட்டமும் வீடும் சொர்க்கமாக

இருந்தது, குறிப்பாக என்னைப் போன்ற ஏழை கிராமத்துப் பெண்ணுக்கு. மக்கள் இங்கு வருகை புரிந்தபோது தோட்டத்தின் அழகைக் கண்டு பொறாமையால் துடித்துப் போனார்கள். நான் சொல்வதை நம்ப முடியாவிட்டால் ஊரிலிருக்கும் யாரையாவது கேட்டுப் பார். ஒவ்வொரு ஆண்டும் தான நேரத்தில் ஸுலேகா அத்தை ஏழைகளுக்கு மேலும் மேலும் அள்ளித் தருவார். இந்த வீட்டிலிருந்து வெறுங்கையுடன் யாரும் திரும்பிச் சென்றதே இல்லை. செய்யிதுவின் விஷயங்களனைத்தும் அபரிதமாக ஆசிர்வாதம் பெற்றன, ஆனால் அதே வேளை எஜமானி விநோதமான நோயால் துன்பப்பட்டார். அதுதான் இறைவனின் வழி, நாம் யாருமே கணிக்க முடியாத ஞானம் கொண்ட இறைவனின் வழி அதுதான்."

அவனால் புன்னகைக்காமலிருக்க முடியவில்லை. "நான் கேட்ட எளிய கேள்விக்கு ஏன் இப்படிச் சுற்றி வளைத்துப் பதில் தருகிறாய்?"

திடீரென்று எஜமானி பேசினார். அவர் குரலில் கட்டுப்படுத்தும் தொனி இருந்தது, ஆனால் சில நிமிடங்கள் கழித்து அது மென்மையானதாக மாறியது. மொழிபெயர்க்கத் துவங்கும் முன் ஒரு நிச்சயமற்ற தன்மையுடன் சற்றே இடைநிறுத்தினாள் ஆமினா. "நான் பேசுவதை அவர் அதிகம் கேட்க விரும்பவில்லை, நீ பேசுவதைக் கேட்க வேண்டுமென்கிறார். நீ பேசும் வார்த்தைகள் அவருக்குத் தெரியாதவையென்றாலும் நீ எவ்வளவு அழகாகப் பேசுகிறாய் என்று கூறுகிறார். நீ அசையாமல் அமர்ந்திருக்கும் போது கூட உன் கண்களிலிருந்தும் உன் தேகத்தின் சதைகளிலிருந்தும் ஓர் ஒளி பிரகாசிக்கிறது. உன் தலைமுடியும் அழகாய் உள்ளது."

யூசுப் பேராச்சரியத்துடன் எஜமானியைப் பார்த்தான். அவர் கண்களிலிருந்து நீர் வடிவதையும் தைரியத்தின் காரணமாக முகம் பிரகாசிப்பதையும் பார்த்தான். ஆமினாவைப் பார்த்த போது அவளது முகம் தாழ்ந்திருப்பதைக் கண்டான். "உன் மூச்சுக்காற்றை அவர் முகத்தின் மீது படியவிட்டு அவரை மீட்டெடுக்கக் கூறுகிறார்" என்றாள்.

"இப்போது நான் செல்வதுதான் நல்லது போல" நீண்ட அச்சுறுத்தும் மௌனத்துக்குப் பின் கூறினான் யூசுப்.

"உன்னைப் பார்ப்பதில் கிடைக்கும் அளவற்ற இன்பம் அவருக்கு வலியைக் கூட ஏற்படுத்துகிறது என்று கூறுகிறார்" என்ற

அமீனாவின் முகம் அப்போது குனிந்திருந்தது. ஆனாலும் அவள் குரலிலிருந்த சிரிப்பு இப்போது தெளிவாக இருந்தது.

அவளிடம் ஏதோ கோபமாகப் பேசினார் எஜமானி, யூசுப்பால் அந்த வார்த்தைகளைப் புரிந்துகொள்ள முடியவில்லையென்றாலும் அவர் ஆமினாவைப் போகச் சொல்கிறார் என்பது தெரிந்தது. ஆமினா அறையைவிட்டு அகன்றதும் சில நிமிடங்களில் அவனும் அங்கிருந்து செல்ல எழுந்து நின்றான், எப்படி வெளியேறுவது என்ற குழப்பத்தில் இருந்தான். கோபத்துடன் நேராக நிமிர்ந்து அமர்ந்திருந்தார் எஜமானி. அவர் முகத்தைத் துயரம் சீண்டியிருந்தது. அவருடைய கோபத்தின் குமிழிகள் மெல்ல மெல்ல ஆமிழ்ந்த பின் அருகே வருமாறு யூசுப்பை அழைத்தார். அந்த அறையிலிருந்து வெளியேறும் முன் ஊதா வண்ணத்தில் பளபளக்கும் காயத்தைத் தீண்டியவன் தனது கரத்தினடியில் அது துடித்துக்கொண்டிருப்பதாக உணர்ந்தான்.

முற்றத்தின் கதவருகே இருந்த நிழலிருட்டில் அவனுக்காகக் காத்திருந்தாள் அமீனா. அவள் முன்னே நின்றவன் கைகளை நீட்டி அவளை அரவணைக்க விரும்பினான், ஆனால் அப்படிச் செய்தால் அதன்பின் அவனிடம் எதுவுமே வைத்துக்கொள்ள மாட்டாள் என்று பயந்தான். “நான் போக வேண்டும். தோட்டத்தில் எனக்காகக் காத்திரு... காத்திரு” என்று கிசுகிசுப்பாகக் கூறினாள்.

அவன் தோட்டத்தில் காத்திருந்தான். அவனுடைய மனதில் அனைத்துச் சாத்தியக் கூறுகளும் வேகமாக ஓடின. மரங்கள், புதர்களினூடாக மெல்லிய காற்று வீசியது, இரவுப் பூச்சிகளின் ஆழ்ந்த நிறைவமைதியான இசைத் துடிப்புகள் நறுமணம் மிக்க காற்றை நிரப்பின. எஜமானி விஷயத்தில் கலீலின் எச்சரிக்கைகளையும் தடைகளையும் தானும் எதிரொலித்து அவனைக் கண்டிக்கப் போகிறாள் அல்லது ஒவ்வொரு மாலையும் அவன் அந்த வீட்டிற்குத் திரும்பவும் வருவது தன்னுடன் அமர்வதற்குத்தான் ஏனென்றால் பேதைமையான கனவுகளை அவன் வளர்த்துக்கொண்டிருக்கிறான் என்று கூறப் போகிறாள். நேரம் செல்லச் செல்ல காத்திருத்தல் சலிப்பாகத் தோன்றியபோது அவனது பதற்றம் மேலும் கூடியது. அடர் இரவில் தோட்டத்தில் பதுங்கிக்கொண்டு வெட்கக்கேடான சதித் திட்டம் தீட்டுபவனாக அவனைக் கண்டுபிடித்துவிடுவார்கள். கலீல் அவனைத் தேடி வந்து பெரிதாகச் சண்டையிழுக்கப் போகிறானென்று சட்டெனத் தோன்றிய கள்ளத்தனம் சிந்திக்க வைத்தது. அங்கிருந்து வெளியேறும் எண்ணத்தைப் பலமுறை

அவனே அடக்க வேண்டியிருந்தது. கடைசியில் முற்றத்தில் சத்தம் கேட்டதும் நிம்மதியுடன் அங்கே விரைந்தான்.

அவன் அருகே வந்ததும் உஷ்ஷென்று அவனை அடக்கினாள். "நான் நீண்ட நேரம் இருக்க முடியாது" என்று கிசுகிசுத்தாள். "எஜமானி இப்போது என்ன செய்ய நினைத்திருக்கிறார் என்று பார்த்தாயா? அவர் என்ன கூறினாரென்று உனக்கு நான் சொல்லியிருக்க வேண்டும், ஆனால் அவர் என்ன செய்ய உத்தேசித்திருக்கிறார் என்று இப்போதாவது பார், அவர் இந்த விஷயத்தில் கடும் பித்தேறி இருக்கிறார்... நீ கவனமாக இருக்க வேண்டும்... அவரிடமிருந்து விலகி இரு."

"நான் விலகியிருந்தால் உன்னைப் பார்க்க முடியாது" என்றான். நீண்ட மௌனத்திற்குப் பின் தொடர்ந்தான், "என்னுடைய எந்தக் கேள்விகளுக்கும் நீ பதிலளிக்காத போதும் உன்னைப் பார்த்துக் கொண்டேயிருக்க வேண்டுமென்று நான் விரும்புகிறேன். போதும்..."

"என்ன கேள்விகள்?" என்று அவள் கேட்டபோது இருளில் அவளுடைய புன்னகையைக் கண்டது போல எண்ணினான். "கேள்விகளுக்கு நேரமேயில்லை, அவர் காதில் விழுந்துவிடும்" என்றாள்.

"அப்புறம்" என்றான். அவனது உடல் பாடியது. "அவர் உறங்கச் சென்றதும் நீ தோட்டத்துக்குள் வரலாம்."

"அவர் கோபமாக இருக்கிறார். நாங்கள் ஒரே அறையில் தூங்குகிறோம். அவருக்குக் கேட்கும்..."

"நான் உனக்காக இங்கு காத்திருப்பேன்" என்றான் யூசுப்.

"இல்லை, எனக்குத் தெரியாது" என்றாள் ஆமினா... அங்கிருந்து நகர்ந்து முற்றத்தின் கதவை மூடிவிட்டுச் சில நிமிடங்கள் கழித்துத் திரும்பி வந்தாள். "அவர் அயர்ந்து உறங்குகிறார் அல்லது அப்படிப் பாசாங்கு செய்கிறார். என்ன கேள்விகள்?"

அவனுக்குக் கேள்விகள் பற்றி எந்த அக்கறையுமில்லை, ஆனால் அவளைத் தொடக் கையை நீட்டினால் அதன்பின் அவளருகில் கூடத் தன்னை வரவிடமாட்டாள் என்று பயந்தான். "நீயும் கலீலும் ஏன் ஒரே சாயலில் இல்லாமலிருக்கிறீர்கள்? நீங்கள் பேசுவதும் மிக

வித்தியாசமாக இருக்கிறது. ஒரு அண்ணன் தங்கையாக... நீங்கள் இருவரும் வெவ்வேறு மொழிகளைப் பேசுவது போல."

"நாங்கள் அண்ணன் தங்கை இல்லை. அவன் உன்னிடம் சொல்லவில்லையா? சில நபர்கள் இரண்டு சிறுமிகளைப் படகில் ஏற்றிக் கடத்தப் போராடிக்கொண்டிருப்பதை அவனுடைய அப்பா பார்த்துவிட்டார். ஆழமற்ற நீரில் நடந்து கொண்டிருந்தார்கள், அந்தச் சிறுமிகள் அழுதுகொண்டிருந்தார்கள். கலீலின் தந்தை அவர்களைக் கத்திக் கூப்பிட்டுக் கொண்டே ஆற்றில் ஓடினார். கடத்தல்காரர்கள் சிறுமிகளில் ஒருத்தியைக் கைவிட்டு விட்டு இன்னொருத்தியுடன் எப்படியோ ஓடிவிட்டார்கள். என்னை வீட்டிற்கு அழைத்துச் சென்றார், அதன்பின் நான் தத்தெடுக்கப்பட்டேன். நாங்களிருவரும் அண்ணன் தங்கை போல வளர்ந்தோம் ஆனால் எங்களுக்குள் ரத்த பந்தம் இல்லை என்று கூறவில்லையா?"

"இல்லை, அவன் என்னிடம் சொல்லவில்லை" யூசுப் நிதானமாகக் கூறினான். "அந்த மற்றொரு பெண் என்ன ஆனாள்?"

"என்னுடைய சகோதரி? அவளுக்கு என்ன ஆனதென்று எனக்குத் தெரியவில்லை, என் அம்மாவுக்கும் கூட." என் அப்பாவைப் பற்றிய எந்த ஞாபகமும் எனக்கில்லை. எதுவுமேயில்லை. எங்கள் தூக்கத்திலிருந்து எடுத்துச் செல்லப்பட்டோம். சில நாட்கள் நடந்தோமென்று எனக்கு நினைவிருக்கிறது. வேறு ஏதாவது கேள்விகள் இருக்கின்றனவா?" கசந்த கேலிக்குரலில் அவள் கேட்டதை இருளில் தெளிவாகப் புரிந்துகொண்ட யூசுப்பின் முகம் வேதனையில் சுருங்கியது.

"உன்னுடைய வீடு நினைவிலிருக்கிறதா... அதாவது எந்த இடமென்று?"

"நினைவிலிருக்கிறதுதான்... அது இப்படித்தான் அழைக்கப்படும்... வும்பா அல்லது ஃபும்பா, கடலுக்கு அருகிலிருக்கிறது என நினைக்கிறேன். எனக்கு அப்போது மூன்று அல்லது நான்கு வயதுதான். அம்மாவின் முகம் எப்படி இருக்குமென்று கூட எனக்கு ஞாபகமில்லை. சரி, நான் இப்போது போக வேண்டும்."

"இரு" என்றவன் அவளைத் தாமதப்படுத்தக் கைகளை நீட்டினான். அவளை அணைத்துக்கொண்டபோது தன்னை விடுவித்துக்கொள்ள அவள் எந்த முயற்சியும் எடுக்கவில்லை. "அவருடன் உனக்குத் திருமணமாகிவிட்டதா? அவர் உன் கணவரா?"

"ஆமாம்" அமைதியாகக் கூறினாள்.

"இல்லை" என்றான். அவன் குரலில் வேதனை நிரம்பியிருந்தது.

"ஆமாம், அதுவும் உனக்குத் தெரியாதா? அது அப்படித்தானென்று எப்போதும் தெரிந்ததுதான்... நான் முதன்முதலில் இங்கு வந்த போது அவள் எல்லாவற்றையும் விளக்கினாள். நீ கண்டெடுத்த அந்தத் தாயத்து, கலீலின் தந்தை என்னைத் தத்தெடுத்தபோது எனக்கு வழங்கப்பட்டது. ஒரு ஆள் வந்து தத்தெடுப்பு ஆவணங்களைத் தயார்படுத்தித் தருவார், அவர்தான் எனக்கு ஒரு தாயத்தும் செய்தார். அது என்னை எப்போதும் பாதுகாக்குமென்று கூறினார், ஆனால் அப்படியெதுவும் நடக்கவில்லை... குறைந்த பட்சம் ஏதோ வாழ்க்கை கிடைத்திருக்கிறது. அது இருக்கிறதென்பது கூட அதன் வெறுமையாலும், எனக்கு மறுக்கப்பட்ட ஏதோ ஒன்றை உணர்வதாலும் எனக்குப் புரிகிறது. அவர், அதுதான் செய்யிது சொர்க்கத்தில் வசிப்பவர்களில் பெரும்பாலும் ஏழைகளென்றும் நரகவாசிகளில் பெரும்பாலானோர் பெண்களென்றும் சொல்லிக் கொண்டிருப்பார். பூமியில் நரகமென்று ஏதாவது இருக்குமானால் அது இங்குதான் இருக்கிறது."

என்ன சொல்வதென்று அவனால் சிந்திக்கக் கூட முடியவில்லை. தன்னுடைய கசப்பையும் தோல்வியையும் பற்றி ஆழ்ந்த நிதானத்துடன் அவள் பேசியதில் தன்னை இழந்தவன் அவளுடைய கைகளை விடுவித்தான். நிச்சலனமான புன்னகைகள், தன்னம்பிக்கை மிகுந்த மௌனங்கள் போன்றவற்றைப் பார்க்கையில் அவற்றின் பின்னே இப்படியானதொரு துக்கங்களைக் கட்டுக்குள் வைத்திருக்கிறாளென அவனால் ஒருபோதும் யூகித்திருக்க முடியாது.

"நீ தோட்டத்தில் வேலை செய்வதை நான் பார்த்துக் கொண்டிருப்பேன்" என்றாள். "நீ உன்னைப் பற்றியும் இங்கே எப்படிக் கொண்டு வரப்பட்டாய் என்பதையும் கலீல் சொல்லியிருக்கிறான். உன்னிடமிருந்து அபகரிக்கப்பட்டதின் வலியைக் குறைக்க இந்த மர நிழலும் நீரும் மண்ணும் உனக்கு உதவி புரிவதாக எண்ணிக் கொள்வேன். உன் மீது நான் பொறாமைப்பட்டேன், ஒருநாள் வாசற்கதவில் என்னைப் பார்த்து வெளியே வரச் சொல்லி வற்புறுத்துவாய் என நினைத்தேன். வா, வெளியே வந்து விளையாடு, இப்படிச் சொல்வாய் எனக் கற்பனை செய்வேன். அதன்பின் எஜமானிக்கு உன் மீது பைத்தியம் பிடித்துவிட்டதால் நீயும் இங்கிருந்து வெளியே அனுப்பப்பட்டாய். எப்படியோ, ம்ம்...

பேசியதெல்லாம் போதும்... வேறு ஏதாவது கேள்விகள் கேட்க நினைத்தாயா?"

"ஆமாம்" என்றான். "நீ அவரை விட்டுவிடுவாயா?"

அவள் மெல்லச் சிரித்து அவன் கன்னத்தைத் தொட்டாள். "நீ ஒரு கனவுலகவாசி என்று என்னால் கூற முடியும். தோட்டத்தில் உன்னைப் பார்த்த போது நீ கனவுலகவாசி என்று நினைத்துக் கொள்வேன். எஜமானி மீண்டும் ஆரம்பிக்கும் முன் நான் உள்ளே செல்வது நல்லது. அவரிடமிருந்து விலகியே இரு. என்ன கேட்டதா?"

"இரு! நான் உள்ளே வராவிட்டால் உன்னை எப்படிப் பார்ப்பது?"

"வேண்டாம்" என்றாள். "பார்ப்பதற்கு என்ன இருக்கிறது? எனக்குத் தெரியவில்லை"

அவள் சென்ற பிறகு அவள் ஸ்பரிசம் தன் கன்னத்தில் தழும்பு போல் பதிந்ததாக உணர்ந்தவன், அது ஒளிர்கிறதா என்று தொட்டுப் பார்த்தான்.

3

"அந்த விஷயத்தை ஏன் இவ்வளவு மர்மமாக வைத்துக்கொண்டு இப்படி பயங்கரமாக பிணங்கிக்கொண்டிருந்தாய்? இதை என்னிடம் எளிமையாகச் சொல்லியிருக்கலாம்" ஏற்கெனவே தனது பாயில் படுத்துவிட்ட கலீலின் அருகில் அமர்ந்தபடி கேட்டான் யூசுப்.

"சொல்லியிருக்க முடியும்தான்" மனமில்லாமல் கூறினான் கலீல்.

"ஏன் சொல்லவில்லை?"

"அவர்களைச் சுற்றி ஊளையிடும் கொசுக்களிடமிருந்து பாதுகாத்துக் கொள்ளப் போர்வையைத் தோள்வரை போர்த்துக்கொண்டு எழுந்து அமர்ந்தான் கலீல். "ஏனென்றால் அது எளிதல்ல. எதுவுமே அப்படி இல்லை... அப்படியிருக்க இதை மட்டும் என்னால் எப்படி எளிதாகக் கூற முடியும்?" என்றான் கலீல். "அப்புறம் நீ சொல்கிறாயே, பயங்கரமாகப் பிணங்கிக் கொண்டேனென்று, ஏனென்றால் நீ என்னை வெட்கப்பட வைத்துவிட்டாய்."

"சரி, நீ உண்மையில் பிணங்கவில்லை, என்னால் நீ வெட்கமடைந்ததற்கு மன்னித்துக்கொள். ஆனால், ஒருவேளை இப்போது எது அவ்வளவு எளிதில்லை என்பதைப் பற்றி மேலும் கொஞ்சம் உன்னால் சொல்ல முடியும்."

"அவள் ஏதாவது உன்னிடம் கூறினாளா? அவளைப் பற்றி..." கலீல் கேட்டான்.

"கடத்துபவர்களிடமிருந்து உன் அப்பா அவளை மீட்டு மகளாகத் தத்தெடுத்துக் கொண்டார் என்று கூறினாள்."

"அவ்வளவுதானா? ஓ, அது ஒன்றுமில்லை, தோளை முன்னால் சாய்த்துக்கொண்டே சலிப்பாகக் கூறினான். "அந்த நலிந்த வயதான கடைக்காரருக்கு அவ்வளவு துணிச்சல் எங்கிருந்து வந்ததோ தெரியவில்லை. அந்த நபர்களிடம் துப்பாக்கி இருந்திருக்கக் கூடும். அந்தக் குழந்தைகளை விட்டுவிடுமாறு கத்திக்கொண்டே தண்ணீருக்குள் தெறித்து ஓடியிருக்கிறார். அவரால் நீந்தக்கூட முடியாது."

நாங்கள் இங்கிருந்து தெற்காக ஒரு சிறிய நகரத்தில், வறிய இடத்தில் வாழ்ந்து வந்தோம். அதை பற்றிச் சொல்லியிருக்கிறேன். மீனவர்களும் சிறு விவசாயிகளும் தங்கள் காய்கறிகளையும் முட்டைகளையும் ஒரு கைப்பிடி ஆணிகளுக்கோ அல்லது ஒரு துண்டு துணிக்கோ அல்லது ஒரு பவுண்டு சர்க்கரைக்கோ விற்க வருவார்கள் மற்றும் அதிர்ஷ்டவசமாகக் கொஞ்ச நஞ்சம் சிக்கும் எந்த வகைக் கள்ளக் கடத்தல் பொருளும் வரவேற்கப்படும். அப்படி வந்தவள்தான் அவள்... அவளுடைய சகோதரியைப் போலவே அவளும் எங்கேயோ விற்கப்ப வேண்டிய மேகேண்டோ, கடத்தல் பொருள். அவள் வந்தபோது எப்படியிருந்தாளென்று எனக்கு நினைவிருக்கிறது, மிக அழுக்காக... அழுதபடியே... பெரும்பீதியுடன். ஊரிலுள்ள எல்லோருக்கும் அவளது கதை தெரியும், ஆனால் ஒருவர் கூட அவளை விசாரித்துக்கொண்டு வரவில்லை, அதனால் அவள் எங்கள் வீட்டிலேயே வசிக்க ஆரம்பித்தாள். என்னுடைய பா அவளை கிஃபா-உராங்கோ என்று அழைப்பாரென்று கூறியவன் புன்னகைத்தான். "காலையில் என் பா ரொட்டியைச் சாப்பிடத் தயாரானவுடன் அவளை அழைப்பார். அவள் அதைக்கொண்டு வந்து அவருடனேயே அமர்ந்து கொள்வாள். அவர் அவளுக்குச் சிறு சிறு துண்டுகளாக ஊட்டி விடுவார். அவள் ஒரு பறவைக்குஞ்சு போல. தினம் காலையில் தினை ரொட்டியும் உருக்கிய நெய்யும், அவருடைய அருகிலேயே

அமர்ந்து பேசிக்கொண்டே அவர் அவளுக்கெனப் பிய்த்துத் தரும் சிறுதுண்டுகளை ஏந்திக்கொள்ள வாயை அகலமாகத் திறப்பாள். அம்மா வேலை செய்யும்போது அவரையே பின் தொடர்வாள் அல்லது நான் வெளியே சென்றால் என்னுடன் வந்துவிடுவாள். பிறகு ஒருநாள் நாம் அவளுக்கு நம் பெயரைக் கொடுத்து விடலாம் அதன்பின் அவள் நம்மில் ஒருத்தியாகிவிடுவாள் என்று பா கூறினார், இறைவன் நம் எல்லோரையும் ஒரே குருதிக் கட்டியிலிருந்துதான் படைத்தார் என்று அவர் அடிக்கடிச் சொல்வார். அங்குள்ள மக்களிடம் எங்களை எல்லாம் விட நன்றாக அவளால் பேச முடியும். கொஞ்சம் மாறுபட்ட வழக்கில் பேசினாலும் அவள் உன்னைப் போல ஒரு ஸ்வாஹிலி."

"அதன்பின் செய்யிது வந்தார். இந்தப் பகுதி வெகு எளிமையானது. அவளுக்கு ஏழு வயதாகும் போது என் ஏழை முட்டாள் பா, இறைவன் அவருக்குக் கருணை புரியட்டும், செய்யிதுக்குச் செலுத்த வேண்டிய தொகையின் ஒரு பங்காக அவளை வழங்கினார். அவளுக்குத் திருமணமாகும் வரையோ அல்லது பா அதற்கு முன் என்னை மீட்கும் வரையிலோ நான் அவருக்குப் பிணையாளாக இருக்க வேண்டும். ஆனால் பா இறந்து போனார் மா மற்றும் சகோதரர்கள் எங்களை, எங்களுடைய அவமானத்துடன் இங்கேயே விட்டு விட்டு அரேபியாவுக்குத் திரும்பிச் சென்றுவிட்டார்கள். எங்களை அள்ளிச் செல்ல அந்த சாத்தான் முஹமது அப்தல்லா வந்த போது அவளது ஆடைகளைக் களைந்து நிர்வாணப்படுத்தி அவனுடைய இழிந்த கரங்களால் அவள் உடலைத் தடவியிருக்கிறான்."

கலீல் மெல்ல விசும்ப ஆரம்பித்தான், முகத்தில் கண்ணீர் மெலிதாக வழிந்தோடியது.

"திருமணத்திற்குப் பின்பு நான் இங்கேயே இருக்க விரும்பினால் இருக்கலாம்" எனக் கூறிவிட்டார். அதனால் என் பா அடிமையாக விற்ற அந்தப் பரிதாபமான பெண்ணுக்குச் சேவை செய்ய இங்கேயே இருந்துவிட்டேன்."

"ஆனால் நீங்கள் இருவருமே இனிமேல் இங்கு தங்க வேண்டிய அவசியமில்லை. அவள் விரும்பினால் போய் விடலாம். யார் அவளைத் தடுப்பது?" யூசுப் கத்தினான்.

"என் சகோதரனே, எவ்வளவு தைரியசாலி நீ? கண்ணீருடன் சிரித்துக் கொண்டே சொன்னான் கலீல். "நாம் எல்லோருமே இங்கிருந்து ஓடிப் போய் மலையில் வாழலாம். வெளியேறுவதென்பது அவள்

இஷ்டம்... செய்யிதுவின் விருப்பமில்லாமல் அவள் போய் விட்டால் கடனை அடைப்பதற்கு மீண்டும் நான் பிணையாளாக மாற வேண்டும். இதுதான் ஒப்பந்தம். இதுதான் நேர்மையாக இருக்கத் தேவையானது... அதனால் அவள் வெளியேற மாட்டாள். அவள் இருக்கும் போது நானும் இருப்பேன்."

"நீ எப்படி நேர்மை பற்றிப் பேசலாம்?"

"வேறு எதைப்பற்றி நான் பேச வேண்டுமென்று நினைக்கிறாய்?" கலீல் கேட்டான். "என்னுடைய பரிதாபமான பா மற்றும் செய்யிது இருவரும் மற்ற அனைத்தையும் என்னிடமிருந்து பறித்து விட்டனர். நீ பார்க்கும் இந்தக் கையாலாகாதக் கோழையை அவர்களைத் தவிர வேறு யார் உருவாக்கினார்கள்? ஒருவேளை அதற்கான இயல்பு என்னிடம் இருக்கலாம், அல்லது நாங்கள் வாழும் முறையே அதுவாகிப் போனதோ என்னவோ... நம்முடைய பாரம்பரியம். ஆனால் அவள், அவளுடைய இதயத்தை அவர்கள் உடைத்து விட்டனர். இதைவிட உயர்வாகச் சொல்ல வேறென்ன எஞ்சியுள்ளது? அதை நேர்மை என்று நான் சொல்வதை நீ விரும்பவில்லையென்றால் வேறு எதையாவது சொல்லிக்கொள்."

"எனக்கு உன்னுடைய நேர்மை பற்றியெல்லாம் அக்கறையில்லை" கோபமாகச் சொன்னான் யூசுப். "ஒளிந்து கொள்வதற்கான மற்றொரு உயர்வான வார்த்தை. இந்த இடத்திலிருந்து நான் அவளை வெளியே அழைத்துச் செல்லப் போகிறேன்."

பாயில் படுத்து உடலை நீட்டிக் கொண்டான் கலீல். "பல வருடங்களுக்கு முன்பு நாம் பார்த்த இந்தியத் திருமணம் போன்ற காட்சி இல்லையென்றாலும் கூட செய்யிது அவளை மணந்த இரவன்று நான் மகிழ்ச்சியாக இருந்தேன். பாடல்களும் நகைகளும் இல்லை... விருந்தினர்கள் கூட இல்லை. கூண்டிலடைக்கப்பட்ட சிறு பறவை தனது உடைந்த பாடல்களைப் பாடிக்கொண்டிருப்பதைப் போல இனி இருக்கமாட்டாள் என்று எண்ணினேன். சிலசமயம் இரவுகளில் அவள் பாடிக் கொண்டிருப்பதைக் கேட்டிருக்கிறாயா? திருமணம் அவளுடைய அவமானத்தையெல்லாம் துடைத்துவிடும் என நினைத்தேன். அவள் விருப்பப்பட்டால் வெளியேறலாம்! இத்தனை வருடங்களாக உன்னைப் போகவிடாமல் யார் தடுத்தது? அவளோடு நீ எங்கே செல்வாய்? செய்யிது உன்னை நோக்கிக் கையைக் கூட உயர்த்தத் தேவையில்லை. அனைவரின் பார்வையும் குற்றம்சாட்டும், சர்வ நிச்சயமாக. ஒரு குற்றவாளி. நீ இந்த

நகரிலேயே இருந்தால் உனக்குப் பாதுகாப்பு கூட இல்லை. அவள் ஏதாவது கூறினாளா? அதாவது ஏதேனும் வாக்கு கொடுத்தாளா?"

யூசுப் பதிலளிக்கவில்லை. ஆனால் தன்னுடைய உளக்கொதிப்பு தணிவதையும், பொறுப்பற்ற மனத்துணிபும் கேள்விக்குள்ளாக்கப்படுவதில் ஒரு நிம்மதி உருவாவதை உணர்ந்தான். ஒருவேளை அந்த விவகாரத்தில் அவன் செய்வதற்கு எதுவுமே இல்லை போல. முற்றத்தின் கதவருகே இருளில் நின்ற ஆமினாவின் ஞாபகங்கள் அவன் கைகளில் இன்னும் கதகதப்பாக இருந்த போதிலும் அது அவனுள் நிலைபெற்றது போல, அமைதியான தருணத்தில் அவிழ்க்கப்பட வேண்டிய அன்பான பொக்கிஷம் போல ஏற்கெனவே குளிர்ந்து கொண்டிருப்பதை உணர்ந்தான். அவளுடன் வெளியேறுவது பற்றி அவன் எப்படிப் பேச முடியும்? அவன் முகத்தைப் பார்த்துச் சிரித்துவிட்டுப் பிறகு உதவி செய்ய அழைப்பாள். அப்போது அஜீஸ் மாமாவைப் பற்றிப் பேசும்போதும் தன்னுடைய வாழ்க்கையை நரகம் என்று சொல்லும் போதும் அவள் குரலிலிருக்கும் கசப்பு அவன் செவியில் ஒலித்தது. அவளுடைய கையைத் தன் கன்னத்தில் உணர்ந்தான். அஜீஸ் மாமாவை உதறிவிட்டு வருவாயா என்ற கேள்விக்கு அவள் சிரித்ததும் நினைவுக்கு வந்தது.

"இல்லை, அவள் ஒன்றும் சொல்லவில்லை. நான் ஒரு கனவுலகவாசி என்று நினைத்துக் கொண்டிருக்கிறாள்" நீண்ட அமைதிக்குப் பின் யூசுப் பதிலளித்தான். கலீல் மேலும் கேள்விகள் கேட்பான் என்று எதிர்பார்த்தான். ஆனால் சில நிமிடங்க்ளில் ஒரு பெருமூச்சுடன் அவன் உறங்கப் போய்விட்டதும் கேட்டது.

சோர்வாகவும் தவறிழைத்த உணர்வோடும் எழுந்தான் யூசுப். இரவு முழுவதும் உறங்கியும் விழித்துமிருக்கையில் விஷயத்தை அப்படியே விட்டுவிடுவதா அல்லது ஆமினாவுடன் பேசி அவளை இதற்காக வலியுறுத்துவதா என்று தன்னுள் வாதிட்டுக் கொண்டேயிருந்தான். தன்னுடைய மற்றும் அவளுடைய வாழ்க்கையைப் பற்றி அவள் பேசிய விதம், அவனை எப்படிப் பார்த்துக் கொண்டிருந்தாள் என்றும் இருவரின் வாழ்க்கையையும் அவள் ஒரே கோட்டில் வைத்ததையும் யோசிக்கையில் அவனிடமிருந்து விலக மாட்டாள் என்றும் நினைத்தான். அவள் மீது அவனுக்கேற்பட்ட ஆசையிலும் அதேபோலத்தான் ஏதோ உணர்ந்தான். அந்த ஆசையைப் பற்றி எடுத்துச் சொல்ல அவன் கைவசம் வார்த்தைகள் இல்லையென்ற போதும் அது முழுக்க முழுக்கத் தன்னுடைய அழைப்பால்

மட்டுமே எழுந்ததல்ல என்று அவனுக்குத் தெரியும். அவளுக்கும் விருப்பமிருந்திருந்தால் நடக்கக்கூடிய பின்விளைவுகளோடு ஒப்பிட்டால் இவையெல்லாம் மெல்லிய முணுமுணுப்புகள் மட்டுமே. இருந்த போதிலும் அவளிடம் பேச வேண்டுமென்பதில் உறுதியாக இருந்தான்: *இது நரகமென்றால் வெளியேறு. என்னையும் உன்னுடன் வர விடு. அவர்கள் நம்மை எளிதில் மருளுகிறவர்களாகவும் கீழ்படிபவர்களாகவும், அவர்கள் நம்மைத் தவறாகப் பயன்படுத்தினாலும் கூட மதிக்கச் சொல்லியே வளர்த்தார்கள். கிளம்பு, நானும் உன்னுடன் வருகிறேன். நாம் திக்குத் தெரியாத இடத்தின் மத்தியில் இருக்கிறோம். வேறெங்கு இதைவிட மோசமாக இருக்க முடியும்? வலுவான சைப்ரஸ் மரங்கள், அமைதியற்ற புதர்கள், மற்றும் பழ மரங்களும் எதிர்பார்த்தேயிராத பிரகாசமான மலர்களும் கொண்ட மதில் அரண் தோட்டம் இருக்காது. பகலில் ஆரஞ்சின் கசப்பான வாசமும் இரவில் மல்லிகை நறுமணத்தின் ஆழ்ந்த அரவணைப்பும் இருக்காது. மாதுளை விதைகளின் வாசனையோ அல்லது பாத்திகளின் ஓரங்களில் இனிப்பான மூலிகைச் செடிகளோ கூட இருக்காது. குளத்திலும் நீர்த்தடத்திலும் இருக்கும் நீரிலிருந்து எழும் ஓசையும் கூட இருக்காது. புலன்களை மகிழ்விக்கும் இசை அங்கு இருக்காது. அது ஒரு நாடு கடத்தல் போல இருக்கும். ஆனால் இதை விட எப்படி மோசமாக இருக்க முடியும்?* அவள் சிரித்தவாறே தன் கையால் அவன் கன்னத்தைத் தொட்டு அதை ஒளிர வைப்பாள். *நீ ஒரு கனவுலகவாசி* என்று அவனிடம் சொல்லக் கூடும். அதன்பின் அவர்கள் அதைவிட முழுமையான ஒரு தோட்டத்தை உருவாக்கலாம் என்று உறுதியளிப்பாள்.

தன்னுடைய பெற்றோர்களின் பொருட்டு எந்த வித வருத்தமுமில்லை எனத் தனக்குள் கூறிக்கொண்டான். தங்களுடைய சுதந்திரத்திற்காக அவனைக் கைவிட்டார்கள், இப்போது அவன் அவர்களைக் கைவிடுகிறான். அவனுடைய சிறையிருப்பிலிருந்து அவர்கள் ஏதாவது நிவாரணம் பெற்றிருந்தால் அது இப்போது முடிவுக்கு வந்துவிடும், ஏனென்றால் அவன் தனக்கென ஒரு வாழ்க்கையை அமைத்துக்கொள்ளப் போகிறான். அவன் சமவெளிகளில் சுதந்திரமாகச் சுற்றித் திரியும்போது அவர்களைச் சந்திக்கவும் கூடும். இன்று தன்னைச் செதுக்கிக்கொள்ள ஏதுவாக வாழ்க்கையின் கடினமான பாடங்களை அவனுக்கு வழங்கியதற்கு அவர்களுக்கு நன்றி சொல்லவும் கூடும்.

4

கடை அன்று சுறுசுறுப்பாக இருந்தது. மிகுந்த களிப்புடனும் அர்ப்பணிப்புடனும் இருந்த கலீலின் செயல்பாடு உற்சாகமற்ற வாடிக்கையாளர்களையும் கூடப் புன்னகைக்க வைத்தது. அவன் தன்னுடைய ஆர்வத்தைத் திரும்பப் பெற்றுவிட்டானென்று கூறினார்கள். எல்லாப் புகழும் இறைவனுக்கே! அவனுடைய வேடிக்கைப் பேச்சு புதிய தைரியமான உச்சத்தைத் தொட்டது, சில சமயங்களில் பரிகாசத்தின் விளிம்புக்கே சென்றாலும் அதைத் தவிர்க்கவியலாத இனிய நட்புரிமையுடன் அவன் வெளிப்படுத்தியதால் யாருமே அதைக் குற்றமாக எடுத்துக் கொள்ளவில்லை. "அவனுக்கு என்ன ஆனது?" என வாடிக்கையாளர்கள் கேட்டார்கள். சிரித்துக் கொண்டே தலையசைத்த யூசுப் மெல்லத் தனது இடது நெற்றிப்பொட்டில் கை வைத்துக் காட்டினான். பல விளக்கங்கள் முன்வைக்கப்பட்டன. இளமையின் உற்சாகம், இந்த இடத்திற்கு உகந்ததில்லையென்றாலும் ஆரோக்கியமானதாகவும் மகிழ்ச்சியாகவும் இருக்கின்றது. வாழ்க்கை தன் முடிச்சை இறுக்கும் வரையில் இப்படிச் சிரித்துக்கொள்ளலாம். ஹஷீஷ் சுருட்டுகள் செய்த வேலையாகக் கூட இருக்குமென யாரோ கருத்துக் கூறினார்கள். அதற்குப் பழக்கமில்லாமலிருக்கலாம் அதனால் அவன் மனதில் சூடு கிளம்பிவிட்டது என்றார். தன் தலைமுடிக்குத் தடவ இரண்டு அவுன்ஸ் தேங்காய் எண்ணெய் வாங்க வந்த பெண், எண்ணெய் மசாஜ் பற்றிக் கலீல் செப்பிய காவியக் கவிதை வரிகளைக் கேட்டபின் இந்த இளைஞனுடைய ஆணுறுப்பில் யாராவது மிளகாயைத் தேய்த்துவிட்டார்களா என்று திகைத்தாள். வாசல்தளத்திலிருந்த முதியவர்கள் வேடிக்கை பார்த்துக் கெக்கலித்தனர். யூசுப்பின் பார்வையை அவன் தவிர்த்த போதிலும் தன்னுடைய கூரிய கண்ணசைவில் அவனுடைய வெறித்தனமான சந்தோஷத்தைக் கண்ட யூசுப் அவனுடைய பாதையிலிருந்து விலகி நின்றான்.

மதிய வேளையில் அந்த வேகம் தணிந்த போது கலீல் ஒரு பெட்டியை எடுத்துக் கடையின் மூலையில் குறுக்காகப் பகட்டுடன் போட்டு அதன் மீது உறங்குவதற்காக அமர்ந்தான். அவன் இதைப்போல முன்னெப்போதும் செய்ததாக யூசுப்புக்கு நினைவில்லை. இந்த திடீர் சரிவைக் கலீலின் பிணக்கு மற்றும் பைத்தியகாரத்தனத்தின் தொடர்ச்சி என்றே எடுத்துக்கொண்டான். தண்ணீர் வாளிகளுடன் சிரமப்பட்டுக் கொண்டிருந்த மெஸீ ஹம்தானியைப் பார்த்த

போது அவர் குளங்களை மறுபடியும் நிரப்பப் போகிறார் என யூகித்தான். அவர் அந்த வாளிகளை எடுத்துக் கொண்டு சில அடிகள் நடக்கும் முன்பே தண்ணீர் சிந்தியும் தளும்பியும் அவர் காலடியில் இறைந்து நிலத்தைச் சேறாக்கியது. அவரை எரிச்சலுடனும் பொறாமையுடனும் பார்த்துக்கொண்டிருந்த யூசுப் அவருக்கு உதவும் பொருட்டு விரைந்தோடவில்லை, ஆனால் எப்போதும் போல தன்னுள் மூழ்கியிருந்த முதியவர் அவன் இருப்பதை அறிந்ததற்கான எந்த அறிகுறியும் காட்டவில்லை. அதன்பின் திரும்பிப் பார்க்காமல் திறந்த வெளியில் விசைகொண்ட மரவட்டையின் சீரான வேகத்தில் தள்ளாடிக் கொண்டே திறந்தவெளியின் குறுக்கே நடந்து சென்றார், இடையிடையே குரலை உயர்த்தி அவர் பாடிய இறைப் பாடலைத் தெளிவாகப் புரிந்துகொள்வது சாத்தியமற்ற காரியம். வார்த்தைகளைப் பின்னோக்கிப் போட்டுப் பாடியது போன்று அது ஒலித்தது.

மாலையில் தனது வழக்கமான நேரத்தில் உள்ளே சென்ற யூசுப் இதுதான் கடைசி முறை எனத் தனக்குள் கூறிக் கொண்டான். எஜமானிக்காக ஒரு அவசரப் பிரார்த்தனையைச் செய்து முடித்துவிட்டு அதன்பின் ஆமினாவைப் பார்த்து... அவனுக்குத் துணிச்சல் இருக்கும் பட்சத்தில் தன்னுடன் அவளை வெளியேறுமாறு கூற வேண்டும். முற்றத்தின் கதவு ஒருக்களித்திருக்கத் தன்னுடைய வருகையை அறிவிக்க மெல்லக் குரல் கொடுத்துக்கொண்டே உள்ளே நடந்தான். அறையெங்கும் ஊதுபத்தி மணம் வீசிக்கொண்டிருக்க எஜமானி தனியாக அமர்ந்து அவனுக்காகக் காத்திருந்தார். உள்ளே நுழைய அஞ்சி கதவருகே தனியே நின்றான் யூசுப். புன்னகைத்த எஜமானி அவனை உள்ளே வர அழைப்பாணை விடுத்தார். அவர் ஆடம்பரமாக உடையணிந்திருப்பதையும் தந்த நிற நீளமான ஆடை அம்பர் நூலால் மின்னுவதையும் கண்டான். தன் சால்வையை விலக்கி விட்டு முன்னோக்கிச் சாய்ந்து வற்புறுத்தலான அவசரத்துடன் அவனை அருகே வருமாறு கையசைத்தார். இரண்டடிகள் எடுத்து வைத்தவன் நின்றான், உடனே வெளியேறி விட வேண்டுமெனத் தெரிந்ததும் அவனது இதயம் படபடவெனத் துடித்தது, அவனிடம் நிதானமாகப் பேசினார். குரல் உணர்வுப்பூர்வமாக இருந்தது, பேசுகையில் புன்னகை மென்மையாக விரிந்தது. தான் என்ன செய்ய வேண்டுமென அவர் விரும்புகிறார் என்பதைப் பற்றி யூசுப்புக்கு உறுதியாகத் தெரியவில்லை, ஆனால் முகத்தில் திகழ்ந்த பேருணர்ச்சிப் பார்வையையும் தாபத்தையும் தவறாமல் புரிந்து கொண்டான். தன்னுடைய மார்பில் உள்ளங்கையை வைத்து

அழுத்திக்கொண்டே எழுந்தார் எஜமானி. அவர் தன்னுடைய கையை அவனுடைய தோள் மீது வைத்தபோது நடுங்கினான் யூசுப். அவன் பின்னோக்கி நடக்க ஆரம்பிக்க அவர் அவனைத் தொடர்ந்தார். தப்பியோடத் திரும்பியவனின் சட்டையைப் பின்னாலிருந்து அவர் இழுத்துப் பிடிக்கையில் அது அவர் கைபட்டுக் கிழிவதை அவன் உணர்ந்தான். அறையைவிட்டு அவன் வெளியே ஓடியபோது எஜமானியின் வேதனையின் அலறலை அவன் கேட்டான், ஆனால் திரும்பிப் பார்க்கவோ தயங்கி நிற்கவோ இல்லை.

"என்ன செய்தாய்?" இருளடர்ந்து கொண்டிருந்த தோட்டத்தில் அவனிடம் வேகமாக ஓடிவந்த கலீல் கத்தினான். முன் வாசல் தளத்தில் மரத்துப்போன, அருவருப்பான உணர்வுடன் தாளமுடியாத இழிவு நிலை அவனை ஆட்கொண்டது. வெட்கத்துக்கும் கோபத்திற்குமிடையே ஊசலாடிக்கொண்டு அங்கேயே பல மணி நேரங்களாக நீண்ட காலத்துளிகளுக்கு முன் வாசல் தளத்திலேயே அமர்ந்திருந்தான். ஒருவேளை, நடக்கப் போகும் சீர்குலைவான பல பின்விளைவுகளுக்கு முன்பாக அப்போதே தான் அங்கிருந்து சென்றுவிட வேண்டுமோ என யோசித்தான். ஆனால் வெட்கக்கேடான எதையும் அவன் செய்யவில்லை, அப்படித்தான் அவன் வாழ வேண்டுமென்று அவர்கள் வலியுறுத்திய விதம், அவர்கள் அனைவரையுமே அப்படி வாழ வலியுறுத்தியதுதான் வெட்கக்கேடான செயல். அவர்களுடைய சூழ்ச்சிகளும் வெறுப்பும் பழிவாங்கும் முறையில் அபகரித்தலும் எளிமையான நல்லொழுக்கங்களைக் கூடப் பேரம் மற்றும் பண்டமாற்றுக்கான அடையாளங்களாக வலியுறுத்தின. அவன் போய்விடலாம், அதைவிட எளிமையானதென்று எதுவுமே இல்லை. அவன் மீதுள்ள அடக்குமுறை கோரும் அனைத்திலிருந்தும் எங்காவது தப்பிச் சென்று விட முடியும். ஆனால் இடம்பெயர்ந்த அவனுடைய இதயத்தில் வெகுகாலத்துக்கு முன்பே தனிமையின் கடினமான கட்டியொன்று உருவாகியிருந்தது. அவன் எங்கே சென்றாலும் அது அவனுடனேயே இருக்கும், சிறிய தன்னிறைவுக்காக அவன் முன்னெடுக்கும் எந்தத் திட்டத்தையும் அது ஒடுக்கிக் கலைத்துப்போட்டுவிடும். மலை நகருக்குச் சென்றுவிடலாம், அங்கே தன்னொழுக்கத்தைப் பற்றிக் கேள்விகள் கேட்டு ஹமீது வறுத்தெடுப்பான், காலாசிங்கா தன்னுடைய மாய யதார்த்தங்களால் அவனை திசை மாற்றக்கூடும் அல்லது ஹுஸேனுடன் மலை வாசஸ்தலத்தில் இணைந்து கொள்ளலாம். அங்கே கொஞ்சம் மனநிறைவு கிட்டும், அல்லது சாட்டுவிடம் செல்லலாம், பிரபுக்களின் ஆக்கிரமிப்பில் சிதிலமாகிய

அவருடைய அரசவையின் கோமாளியாகி விடலாம், அல்லது விட்டு நகருக்கே செல்லலாம், ஹஷீஷ் புகைக்கும் முஹமதுவிற்காக அவன் தாயையும் சட்டமீறல்களால் அவன் இழந்த அழகிய நிலத்தையும் தேடிக் கண்டுபிடிக்கச் செல்லலாம். ஆனால் எல்லாப் பக்கமும் அவனுடைய தாய், தந்தை, சகோதரன், சகோதரியைப் பற்றியும் மற்றும் அவன் என்ன கொண்டு வந்தான், எதை எடுத்துச் செல்லும் நம்பிக்கை கொண்டிருக்கிறானென்றும் கேட்பார்கள். அனைத்துக் கேள்விகளுக்கும் மழுப்பலான பதில்களைத் தவிர வேறெதுவுமே அவனிடம் இல்லை. வாசனைத் திரவியம் மணக்க புதிய விந்தையான நிலங்களின் உட்புறம் வரை செய்யிதுவால் பயணிக்க முடியும். சிற்றணிப் பெட்டிகள் நிறைந்த பைகளை மட்டும் எடுத்துக்கொண்டு, தன்னுடைய உறுதியான உயர்குடி அறிவுச் செருக்கோடு செல்ல முடியும். காட்டிலிருக்கும் வெள்ளைக்காரர்கள் சுற்றிலும் ஆயுதம் தாங்கிய வீரகள் புடைசூழ எதற்கும் அஞ்சாமல் தங்கள் கொடியின் கீழ் அமர்ந்திருப்பார்கள். ஆனால் யூசுப்பிடம் கொடியுமில்லை, உயரிய மரியாதையைக் கோருமளவு நேர்மையான அறிவாற்றலுமில்லை. அவனறிந்த சிறிய உலகம் மட்டுமே அவனிடம் உள்ளது என்பதைப் புரிந்துகொண்டான்.

யூசுப்பைத் தாக்கப்போவதைப் போலக் கையை உயர்த்திக் கொண்டே இருளிலிருந்து ஓடி வந்தான் கலீல். "இது உனக்குப் பிரச்சினையைக் கொண்டு வருமென்று சொன்னேன் அல்லவா?" என்று கோபத்துடன் கூறினான். அவனைக் காலடியில் தள்ளிப் போட்டு இழுத்துக்கொண்டே நடந்தான். "நாம் இங்கிருந்து போய்விடலாம். நகரத்துக்குப் போய்விடலாம். முட்டாளே... முட்டாளே... அவள் என்ன சொல்கிறாளென்று நான் கூறட்டுமா? அவள் உன்னை மிகவும் அன்பாக நடத்திய பிறகு நீ அவளைத் தாக்கிவிட்டு அவளுடைய ஆடைகளை ஒரு மிருகத்தைப் போலக் கிழித்தாய். நான் ஊருக்குள்ளிருந்து ஆட்களை அழைத்து வர வேண்டுமென்று கூறுகிறாள். அப்போதுதான் சாட்சிகள் முன் இந்தக் குற்றச்சாட்டை வைக்க முடியும். அவர்கள் உன்னை அடித்து உன் மீது காறி உமிழ்வார்கள்... அதன்பின் என்னென்ன நடக்குமோ யாருக்குத் தெரியும்?"

"நான் அவரைத் தொடவே இல்லை" என்றான் யூசுப்.

யூசுப்பின் கையை உதறிவிட்டு அவனை அடிக்கத் தொடங்கினான். கடுங்கோபத்தில் அவன்மீது விழுந்து புரண்டான். "எனக்குத் தெரியும், எனக்குத் தெரியும்! நீ என் பேச்சை ஏன் கேட்கவில்லை?"

என்று கத்தினான். "நான் அவரைத் தொடவே இல்லை! அவள் கூட்டும் கூட்டத்தின் முன் இதைச் சொல்லிப் பார்."

"என்ன நடக்கும்?" கோபத்துடன் கலீலைத் தள்ளிவிட்டு எழுந்து நின்றான் யூசுப்.

"நீ இங்கிருந்து போயாக வேண்டும்."

"ஒரு குற்றவாளியைப் போலவா? நான் எங்கு போவேன்? எனக்கு விருப்பமிருக்கும்போது போய்க்கொள்கிறேன். அப்புறம் நான் கண்டுபிடிக்கப்பட்டால் என்ன நடக்கும்?"

"எல்லோரும் அவளைத்தான் நம்புவார்கள்" என்றான் கலீல். அவளுக்கு வேண்டிய ஆட்களை ஊரிலிருந்து அழைத்து வருகிறேன் என்று கூறியிருக்கிறேன். இல்லையேல் உதவி கேட்டு அலறுவாள். அவள் சொல்வதை அப்படியே அவர்கள் நம்புவார்கள். நாம் அவளைக் கண்டுகொள்ளாவிட்டால் ஒருவேளை நாளை காலையில் அவள் இதை நிறுத்திவிடக் கூடும். ஆனால் அப்படி நடக்குமென்று நான் நினைக்கவில்லை. நீ போயே ஆக வேண்டும். இந்த ஆட்களை உனக்குத் தெரியாதா? உன்னைக் கொன்று விடுவார்கள்."

"அவர் என் சட்டையைப் பின்னாலிருந்து கிழித்திருக்கிறார். நான் அவரிடமிருந்து தப்பி ஓடினேன் என்பதை அது நிரூபிக்கிறது."

"பைத்தியக்காரத்தனமாகப் பேசாதே' கத்திய கலீல் நம்பமுடியாமல் சிரித்தான். "அதையெல்லாம் கேட்குமளவு உன்னிடம் யாருக்கு அக்கறை? பின்னாலிருந்தா? கேட்க யாருக்கு நேரமிருக்கும்? யூசுப்பின் முதுகுப் பக்கம் பார்வையை ஓட்டியவனால் கிறுக்குத்தனமான இளிப்பை அடக்க முடியவில்லை. சற்று நேரம் யோசனையில் ஆழ்ந்தவன் எதையோ நினைவுகூர முயற்சி செய்தான்.

நீர்நிலைக்கு முன்பக்கம் விரைந்துசென்று முன்பு அவர்கள் மணிக்கணக்காக அமர்ந்து பேசிக் கொண்டிருக்கும் இருண்ட இடத்தைத் தேர்ந்தெடுத்தனர். நள்ளிரவில் ஒரு குற்றவாளியைப் போல வெளியேற யூசுப் மறுத்துவிட்டான். கலீலின் வற்புறுத்தலுக்குப் பின்னும் குற்றச்சாட்டை முன்வைக்கும் வரை காத்திருப்பதாகவும் அப்போதுதான் அங்கிருந்து செல்வதற்கு முன் தன்னுடைய பக்க நியாயத்தை எடுத்துச் சொல்ல முடியுமென்றும் கூறிவிட்டான். இல்லை, இல்லை, இல்லை, கலீல் அவனை நோக்கிக் கத்தினான். அமைதியற்ற கடல் அவர்கள் காலடியிலுள்ள சுவரின் மீது மோதும் சீறல் ஓசையைக் கீறிச் சென்றது அவனுடைய குரல்.

அவர்கள் கடைக்குத் திரும்பும் போது நள்ளிரவை நெருங்கி விட்டது. நகரம் பின்விளைவுகளுக்குத் தயாராகும் அமைதியில் அடங்கியிருந்தது. யூசுப்பின் கனவுகளைத் துரத்தும் மெலிந்த நாய்கள் அங்கே ரோந்து சுற்றிக்கொண்டிருந்தன. அவர்கள் கடையை அடைந்ததுமே அவர்களில்லாத போது ஏதோ நடந்திருக்கிறது என்பது போன்றதொரு சஞ்சலத்தை அந்தச் சூழலில் உணர்ந்தான் யூசுப். சில நிமிடங்களில் சந்தேகத்துக்கிடமின்றி என்ன நடந்ததென்று அவனுக்குத் தெரிந்து போனது. அஜீஸ் மாமாவின் வருகையை அறிவித்தது வாசனைத் திரவியத்தின் நறுமணம். கலீலை நோக்கியவன் அவனுக்கும் தெரிந்துவிட்டதை அறிந்தான். பேரோ[1] மன்னர் வந்துவிட்டார்.

“செய்யிது” சுரத்தில்லாமல் கிசுகிசுத்தான் கலீல். “அவர் மாலையில் வந்திருக்கக் கூடும். இப்போது இறைவனால் மட்டுமே உன்னைக் காப்பாற்ற முடியும்.”

அனைத்தையும் மீறி அஜீஸ் மாமா திரும்பி வந்ததில் ஒரு சிலிர்ப்பான மகிழ்ச்சியை உணர்ந்தான் யூசுப். வணிகரிடம் தான் பயமேதும் உணரவில்லை என்பது அவனுக்கு ஆச்சரியத்தை அளித்தது. அந்தக் குற்றசாட்டுகளைப் பற்றி அவர் எப்படிப் பேசுவாரென்று பார்க்க ஆர்வமும் பரபரப்புமாக இருந்தது. விறகுவெட்டியை ஜின் மாற்றியது போல வணிகர் தன்னை ஒரு குரங்காக மாற்றி தரிசு மலையின் உச்சிக்கு அனுப்பிவிடுவாரா? யூசுப்புக்குக் காத்திருக்கும் பயங்கரமான தலைவிதியைப் பற்றி கலீல் பேசுகையில் அவன் தன் பாயை விரித்து எரிச்சலூட்டும் நிதானத்துடன் படுத்துக்கொண்டபோது கலீலும் அமைதியாக இருக்கும் நிலைக்குத் தள்ளப்பட்டான்.

5

அதிகாலையின் முதல் வெளிச்சத்திற்கே வெளியே வந்தார் அஜீஸ் மாமா. பார்த்தவுடன் வழக்கமான உவகையுடன் வணிகரின் கைகளை நோக்கிக் குனிந்து தனது வழக்கமான உணர்ச்சிப்பூர்வ முகமன்களுக்கிடையில் அவரது கைகளை முத்தமிட்டுக்கொண்டிருந்தான். அவர் வெண்ணிற கன்ஸு மற்றும் காலில் செருப்பும் அணிந்திருந்தார், ஆனால் தலையில்

1 எகிப்து அரசர் இரண்டாம் ரெமெஸிஸ். பேரோ அரசர்கள் மக்களை வழிநடத்த வந்த கடவுள்களாகவே அவர்கள் கருதப்பட்டனர். இவர்கள் ஆட்சியில் இருந்த ஆண்டு 13ஆம் நூற்றாண்டு என வரலாறு குறிக்கிறது.

தொப்பி இல்லாமலிருந்தார். அந்தச் சிறிய முறைமைத் தளர்வு சௌகர்யமாகவும் தகைமையாகவும் இருப்பவராக அவரைக் காட்டியது. யூசுப்பை நோக்கித் திரும்பிய முகம் இறுக்கமாக இருந்தது, எப்போதும் போல அவன் முத்தமிடுவதற்காகத் தனது கைகளை அவர் நீட்டவில்லை.

"உன் விநோதமான நடத்தையைப் பற்றி நான் கேள்விப்பட்டது என்ன?" என்று கேட்டவர் யூசுப்பைப் பாயிலேயே மீண்டும் அமரச் சொல்லிச் சைகை செய்தார். "உன் புத்தியைத் தொலைத்துவிட்டாய் என்று நினைக்கிறேன். என்னிடம் கூற ஏதாவது விளக்கங்கள் இருக்கின்றனவா?"

"நான் அவருக்கு எந்தத் தவறுமிழைக்கவில்லை. அவர் அழைத்ததால்தான் நான் சென்று அவருடன் அமர்ந்தேன். என்னுடைய சட்டை பின்னாலிருந்து கிழிந்துவிட்டது" என்று கூறினான் யூசுப். அவன் குரல் எதிர்பாராதவகையில் எரிச்சலில் நடுங்கியது. "நான் அங்கிருந்து ஓடினேன் என்பதை அது தெரிவிக்கிறது."

புன்னகைத்த அஜீஸ் மாமா பின் அடக்க முடியாமல் சிரித்து விட்டார். "ஓ, யூசுப்" என்று ஏளனமாகக் கூறினார். "நம் அனைவரின் இயல்பும் கீழ்மையானவை என்று சொல்லியிருக்கிறேன் அல்லவா? நீ ஏன் அதையெல்லாம் மீண்டும் வாழ்ந்து பார்க்க வேண்டும்? நீ இப்படிச் செய்வாயென்று யாரால் நினைத்துப் பார்க்க முடியும்? பின்னாலிருந்து? அது நிரூபிக்கிறது... நீ எந்தக் கெடுதலும் செய்ய நினைக்கவில்லை ஏனென்றால் உன் சட்டை பின்னாலிருந்து கிழிந்திருக்கிறது."

கலீல் அரபியில் விளக்கங்களை அளிக்கத் தொடங்கிய போது சற்று நேரம் கேட்டவர் பின் கையசைத்து நிறுத்தினார். "அவனுக்காக அவனே பேசட்டும்."

"நான் எதுவுமே செய்யவில்லை" என்றான் யூசுப்.

"நீ அடிக்கடி வீட்டினுள்ளே சென்றிருக்கிறாய்" அஜீஸ் மாமாவின் முகம் மீண்டும் கடினமாகியது. இப்படிப்பட்ட பழக்க வழக்கங்களை எங்கிருந்து கற்றுக்கொண்டாய்? என் வீட்டை உன்னிடம் விட்டுவிட்டுப் போகிறேன். அதை நீ வதந்திக்கும் அவமதிப்புக்குமுள்ளான இடமாக மாற்றிவிட்டாய்."

"அவர் அழைத்ததால்தான் உள்ளே சென்றேன், அவர் என்னைப் பிரார்த்தனை செய்யச் சொன்னார். தன் காயங்களுக்காக..."

அடுத்து என்ன சொல்ல வேண்டும் அல்லது என்ன செய்ய வேண்டும் எனத் தனக்குள் வாதிடுபவர்போல அவனை மௌனமாக உற்றுப் பார்த்துக்கொண்டிருந்தார் அஜீஸ் மாமா. உள் நாட்டிற்குச் செல்லும் பயணத்திலிருந்து அந்தப் பார்வைக்குப் பரிச்சயப்பட்டிருந்தான் யூசுப். அத்தகைய சிந்தனையோட்டங்களுக்குப் பின் ஏறத்தாழ எப்போதுமே விஷயங்களில் தலையிடுவதற்குப் பதிலாக அவற்றைத் தன் போக்கில் செல்லவிட்டுவிடுவார் வணிகர். பேரழிவு நிகழ அனுமதிக்கும் முன் கடைப்பிடிக்கும் அமைதியான தருணம். "உன்னை என்னுடன் அழைத்துச் சென்றிருக்க வேண்டும்" என்று இறுதியில் கூறினார். "நான் எதிர்பார்த்திருக்க வேண்டும்... எஜமானிக்கு உடல்நிலை சரியில்லை. எந்த அவச்செயலும் நடக்கவில்லையென்றால் நாம் விவகாரத்தை இப்படியே விட்டுவிட வேண்டும். குறிப்பாக உன் சட்டை பின்னாலிருந்து கிழிந்திருப்பதால். ஆனால், இந்த முழு விஷயமும் வெளியில் பேசப்படக் கூடாது. அப்போதும் கூட நீ அடிக்கடி உள்ளே சென்றது தவறான செயல்தான்."

அவசரமாக மீண்டும் அரபியில் ஏதோ கூறினான் கலீல். அஜீஸ் மாமா கூர்ந்து கேட்டுச் சில சமயங்களில் தலையாட்டிவிட்டுப் பின் அரபியிலேயே திருப்பிப் பேசினார். சில வார்த்தைப் பரிமாற்றங்களுக்குப் பின் வெடுக்கென்று தனது தாடையைத் திருப்பிக் கடையைச் சுட்டினார் அஜீஸ் மாமா.

"நீ ஏன் அடிக்கடி உள்ளே சென்றாய்?" கலீல் கடையைத் திறக்கச் சென்றுவிட்ட பிறகு அவனிடம் கேட்டார்.

பதிலளிக்காமல் வணிகரையே பார்த்துக்கொண்டிருந்தான் யூசுப். கலீல் படுத்திருந்த பாயில் இப்போது அவர் அமர்ந்திருந்தார். ஒரு காலை தனக்குக் கீழே மடக்கி வெளியே நீட்டியிருந்த கையின் மீது சாய்ந்திருந்தார். தான் பேசுவதற்காகக் காத்திருந்த வேளையில் அவர் முகத்தில் அமைதியான மந்தகாசப் புன்னகை விரியத் துவங்குவதைக் கண்டான் யூசுப்.

"ஆமினாவைப் பார்ப்பதற்காக" என்றான் யூசுப். அந்த வார்த்தைகள் அவன் வாயிலிருந்து வர வெகுநேரம் பிடித்தது. அஜீஸ் மாமாவின் புன்னகை விரிந்து அவரது உதடுகளில் சாவதானமாக நிலைபெற்றது. அதன்பின் வணிகர் கடைப் பக்கம் பார்வையை ஓட்ட யூசுப்பும்

அவரது பார்வையைத் தொடர்ந்தான். கடையின் மேடைப்பக்கம் நின்றிருந்த கலீல் ஆத்திரத்துடனும் வெறுப்புடனும் அவர்களை முறைத்துப் பார்த்துக்கொண்டிருந்தான். திரும்பி நின்று கடையின் தடுப்புப் பலகைகளைத் திறப்பதைத் தொடர்ந்தான்.

"இன்னும் ஏதாவது இருக்கிறதா?" யூசுப்பின் பக்கம் திரும்பிக் கேட்டார் அஜீஸ் மாமா. "நீ உண்மையிலேயே பெரிய தைரியசாலி ஆகியிருக்கிறாய்... கடந்த சில வாரங்களில் எப்படி உன்னை மாற்றிக் கொண்டிருக்கிறாய்?"

யூசுப் பதிலளிக்க நீண்ட நேரம் எடுத்துக் கொண்டதாலும், எவ்வளவு சொல்ல வேண்டும், அது என்ன வித்தியாசத்தை ஏற்படுத்தும் என்று மனதில் விவாதித்துக்கொண்டிருந்ததாலும் வணிகரே மீண்டும் பேச ஆரம்பித்தார். "எனது பயணத்தின் போது உன்னுடைய பழைய நகரத்திற்கும் சென்றேன், அங்கு உன்னுடைய தந்தையைச் சந்திக்கச் சென்றேன். நீ இங்கேயே தங்கி சம்பளத்திற்கு என்னிடம் வேலை செய்ய வேண்டும். அதற்குப் பதிலாக அவர் எனக்குச் செலுத்த வேண்டிய அனைத்தையும் ரத்து செய்து விடுவதாகக் கூறி ஒரு ஒப்பந்தம் செய்ய விரும்பினேன். ஆனால் உன் தந்தை காலமாகி விட்டதாக அறிந்தேன். இறைவன் அவர் ஆன்மா மீது கருணை காட்டட்டும். உன்னுடைய தாய் இப்போது அங்கு வசிப்பதில்லை, அவர் எங்கு போனாரென்று யாருக்கும் சொல்லத் தெரியவில்லை. ஒருவேளை அவர் தன் சொந்த ஊருக்குச் சென்றிருக்கலாம். அது எங்கே உள்ளது?"

"எனக்குத் தெரியாது" என்றான் யூசுப். அவனுக்கு இழப்புணர்வு ஏதும் ஏற்படவில்லை, ஆனால் தன் தாயும் எங்கோ ஓரிடத்தில் கைவிடப்பட்டதின் திடீர் துக்கம் ஆட்கொண்டது. அவன் கண்களில் நீர் திரண்டது. அந்தத் துக்கத்தின் வெளிப்பாட்டைச் சிறிய தலையசைத்தல் மூலம் அஜீஸ் மாமா ஆமோதித்ததைப் பார்த்தான் யூசுப். எவ்வளவு தூரம் இந்த விஷயங்களை எடுத்துச் செல்வது என்று யூசுப்பே முடிவு செய்யட்டும் என்று அமைதியடைந்தவரைப் போலக் காத்திருந்தார். அந்த நீண்ட மௌனத்தில் தன்னுள் எரிந்துகொண்டிருக்கும் அந்த வார்த்தைகளை யூசுப்பால் எடுத்துரைக்க முடியவில்லை. *நான் அவளை அழைத்துச் செல்ல விரும்புகிறேன். நீங்கள் அவளைத் திருமணம் செய்து கொண்டது தவறு. அவளுக்கென்று எதுவுமேயில்லை என்பது போல அவளை முறையற்றுப் பயன்படுத்திக் கொண்டது தவறு. எங்களை உடைமைப் பொருளாக்கியது போல அவளையும் உடைமையாக்கியது தவறு.*

இறுதியில் எழுந்து நின்று யூசுப் முத்தமிடுவதற்காகத் தன் கையை நீட்டினார். வாசனைத் திரவிய மேகத்திரளை நோக்கி யூசுப் குனிந்த போது அஜீஸ் மாமாவின் மற்றொரு கை வினாடி நேரத்துக்கு அவன் தலை மீது நின்று அதன்பின் பட்டென்று அவனைத் தட்டிக் கொடுத்தது.

"நீ எனக்காக எந்தப் பணியைத் திறம்படச் செய்ய முடியும் என்பதைப் பற்றிய திட்டங்களைப் பின்னர் விவாதிப்போம்" என்று சாந்தமாகக் கூறினார். "நீ எனக்காகச் சிலவற்றைச் செய்ய முடியும். உன்னுடைய பழைய நண்பர் சாட்டுவைக் கூடச் சந்திக்கக் கூடும். எப்படியோ, நீங்கள் இருவரும் உங்களைக் கவனித்துக் கொள்ளுங்கள். கலீல்! நீயும்தான். வடக்கு எல்லையில் ஆங்கிலேயருக்கும் ஜெர்மானியர்களுக்குமிடையே போர் நிகழலாம் என்ற பேச்சு இருக்கிறது. நேற்று மதியம் இங்கு வந்தபோது ஊரிலுள்ள வியாபாரிகள் சொன்னதைக் கேட்டேன். எப்போது வேண்டுமானாலும் ஜெர்மானியர்கள் தங்கள் ராணுவத்திற்குச் சுமைகூலிகளாக்குவதற்கு மக்களைக் கடத்தத் துவங்குவார்கள். எனவே விழிப்புடன் இருங்கள். அவர்கள் வருவதைக் கண்டால் உடனே கடையை அடைத்துவிட்டுக் கண்காணாமல் ஓடிவிடுங்கள். ஜெர்மானியர்களால் என்ன செய்ய முடியுமென்று நீங்கள் கேள்விப்பட்டிருப்பீர்கள் இல்லையா? சரி, உங்கள் வேலையைப் போய்ப் பாருங்கள்."

6

"அவருக்கு உன்னைப் பிடிக்கும்" மகிழ்வுடன் கூறினான் கலீல். "எப்போதுமே இதைச் சொல்வேன். செய்யிது ஒரு வெற்றி வீரன், யாரால் அதைச் சந்தேகிக்க முடியும்? திரும்பி வந்தார், எஜமானியை ஒரு பார்வை பார்த்தவுடன் மனதில் நினைத்திருப்பார், இந்தப் பைத்தியக்காரப் பெண் என்னுடைய அழகு இளைஞனைத் துன்புறுத்தியிருப்பாள். பெண்களென்றால் எப்போதுமே தொல்லை, அதிலும் என்னுடைய ஆள் முதல்தரமான குரங்கு. சனியன்" அவள் ஒரு பைத்தியக்காரி என்று யாராலும் சொல்ல முடியும், அந்தச் சிணுங்கும் குரலும் புண், காயம் என்ற விவகாரங்களும்... அப்புறம் உன்னுடைய கிழிந்த சட்டை! என்னவொரு கதை! உன்னுடைய விஷயங்களையெல்லாம் கையாளுவதற்கு உனக்குச் சில நல்ல தேவதைகள் இருக்கின்றன. இனி உன்னைச் சிக்கல்களிருந்து விலக்கி வைக்க உனக்கொரு நல்ல மனைவியைத் தேடிப்

பிடிப்பார் செய்யிது. ஊரிலிருக்கும் கடையில் வசிக்கும் நல்ல அழகான சின்னப் பெண்களில் ஒருத்தி. அவர் கிளம்புவதற்கு முன்பேயே உனக்காக யாரோ ஒருத்தியை மனதில் வைத்திருந்தார் என எண்ணுகிறேன். ஒருவேளை எனக்கும் ஒரு பெண்ணை வாங்கக்கூடும், நாம் இரட்டைத் திருமணத்தை நடத்தலாம். ஒருவேளை அவர்கள் சகோதரிகளாக இருக்கக்கூடும். ஒரே நேரத்தில் இருவரைப் பெறுவதென்பது மலிவானதாக இருக்கும். திருமணச் சடங்கை நடத்தும் காதிக்குக் கொடுக்கும் தொகையில் பாதி மற்றும் திருமண இரவுக்குப் பின் நடக்கும் விருந்தும் ஒன்றே ஒன்றாக முடிந்துவிடும். சாலையின் மறுபக்கத்திலிருக்கும் வீடுகளில் ஒன்றை வாடகைக்கு எடுத்துச் சேர்ந்தே வாழலாம். நம் மனைவிகளும் இரட்டையர்களைப் பெறுவார்கள் மற்றும் கடினமான வீட்டு வேலைகளில் ஒருவருக்கொருவர் உதவி செய்து கொள்வார்கள். நாம் வீட்டின் முன்தளத்தில் பாயில் அமர்ந்து கொண்டு பேசலாம், இந்த உலகத்தின் நிலையைப் பற்றி... அந்த உரையாடல் நன்றாக இருக்கும், அல்லது இறைவன் நிறைவேற்றிய வாக்குறுதிகள். அதன்பின் காலையில் செய்யிதுவின் தொழிலைக் கவனித்துக் கொள்ளச் சாலையைக் கடந்து இங்கு வருவோம்... நீ என்ன நினைக்கிறாய்?"

வரவிருக்கும் இரட்டைத் திருமணத்தைப் பற்றி வாடிக்கையாளர்களுக்கு அறிவித்தான் கலீல். அவர்களுடைய செய்யிது வாக்களித்த திருமண விருந்திற்கு அவர்களை அழைத்தான். அவர்களிடம், "உங்களுக்குத் தெரியுமல்லவா? எல்லாமே ஹலால் மற்றும் தூய்மையானதாக இருக்கும். மனமகிழ் நிகழ்வுகளைப் பற்றி விவரித்தான்;நடனக் கலைஞர்கள், பாடகர்கள், குச்சியாட்டக் கலைஞர்கள், தூபத்தட்டுகளை ஏந்திக்கொண்டு ஊர்வலமாக வரும் ஆண்கள், பெண்கள், அவர்களுக்கு இருமருங்கிலும் நின்றபடி பன்னீரைத் தூவும் ஆண்கள் பெயரைச் சொல்லுங்கள். எல்லா வகையான பதார்த்தங்களுடன் கூடிய விருந்து மற்றும் இரவு முழுவதும் நல்ல இசை என்று அடுக்கினான். மற்றவர்களுடன் சேர்ந்து யூசுப்பும் புன்னகைத்தான். கலீலின் கட்டுக்கடங்காத உற்சாகத்துடன் கூடிய அலங்கார வார்த்தைகளைக் கண்டு புன்னகைக்காமலிருக்க முடியவில்லை. அது உண்மைதானா என்று வாடிக்கையளர்கள் யூசுப்பிடம் உறுதிப்படுத்தக் கேட்டபோது கலீலுக்குப் புத்தி பிறழ்ந்து விட்டது எனக் கூறினான்." அவன் காய்ச்சலில் பிதற்றுகிறான், அவனைக் கண்டு கொள்ளாதீர்கள். இல்லையெனில் உங்களையும் பதற்றத்துக்குள்ளாக்கித் தானும் மோசமாகிவிடுவான்" என்றான்.

தன்னுடைய தினசரி நடவடிக்கைகளுக்காக மெஸீ ஹம்தானி தோட்டத்துக்கு வந்தபோது அவரை அழைத்தான் கலீல். “வாலி, புனிதமானவரே, எங்களுக்குத் திருமணமாகப் போகிறது, இருவருக்குமே. உங்களுக்கு ஆச்சரியமாக இல்லையா? செய்யிது எங்களை வாழ்க்கைக்குத் தயாராக்குகிறார். உங்களுக்கு நேரமிருக்கும் போது எங்களுக்காகக் கஸீதா ஒன்று பாடுங்கள். எங்களுடைய அதிர்ஷ்டத்தை யாரால் கணித்திருக்க முடியும்? எப்படியோ, இனிமேல் இந்தப் பையன் உங்கள் தோட்டத்துக்குக் கிடைக்க மாட்டான். அவனுக்கு மற்ற பாத்திகளைக் கிளற வேண்டும், மற்ற புதர்களைக் கத்தரிக்க வேண்டும்.”

விஷயங்கள் முற்றி மோசமாகப் போகமலிருந்ததற்காகக் கலீலின் கோமாளித்தனமான இளைப்பாறுதலின் வெளிப்பாடுதான் இதுவென்று முதலில் யூசுப் நினைத்தான். எஜமானியுடனான விவகாரத்தை அஜீஸ் மாமா இலகுவாக ஒதுக்கிவிட்டார். ஆமினா மீதான கேள்விகளைக் கேட்கும் துணிச்சல் யூசுப்புக்கு வரவில்லை. அதற்கு அவன் ஆயத்தமாகியிருந்தால் கூட அதையும் தனக்குத் தோதான வழிகளில் கையாளுவார். கலீல் தன்னைப் பரிகசித்தான் என்பதைப் பின்னர் அறிந்துகொண்டான். முன்பு பேசிய அனைத்து உணர்வுப்பூர்வமான, துணிச்சலான பேச்சுக்குப் பின்னும் கூட வணிகரின் அச்சுறுத்தும் அழைப்புக்கு முன் தோற்கடிக்கப்பட்ட அமைதியுடன்தான் இருக்க வேண்டும். அவர்களிருவரும் இப்போதும் அப்படியேதான் இருக்கிறார்கள் என நினைத்தான்... இருவருமே வணிகரின் சேவையில் சுதந்திரமாக. கைகளை முத்தமிடுபவர்கள். தன்னுடைய ஜடத்தன்மைக்கு ஏதாவதொரு விளக்கத்தை வர்ணிப்பான் கலீல். தன்னுடைய தந்தை ஆமினாவுக்கு இழைத்த தவறுக்குத் தான் பிராயச்சித்தம் செய்வதாகக் கூறுவான். வணிகரின் சேவகத்தில் நீடித்திருப்பதற்கு யூசுப்புக்கு எந்தவொரு விளக்கமுமில்லை.

“செய்யிது, இப்போதாவது நீ அப்படிச் சொல்லக் கற்றுக் கொள்வது நல்லது” என்று கலீல் சிரித்தான்.

7

கடையைத் தாண்டி சாலையில் ஆட்கள் ஓடுவதைப் பார்த்த போதுதான் ராணுவ வீரர்களைப் பற்றி முதன்முதலாக அவர்களுக்குத் தெரிந்தது. குளிர்ச்சியான தெருக்களில் காற்று வாங்கவும் அரட்டை அடிக்கவும் மக்கள் உலாப் போகும் நேரம். மேலும் பலர்

நகரத்திலிருந்து வீடு திரும்பும் நேரமான பிற்பகல் பொழுது அது. திடீரென்று அஸ்காரிகள் பற்றிக் கத்திக் கொண்டு சிறு சிறு குழுவாக மக்கள் சிதறி சாலையை விட்டோ அல்லது கிராமத்தை நோக்கியோ ஓடினார்கள். எச்சரிக்கைக் குரல் கொடுத்துக்கொண்டே கலீல் உள்ளே ஓடினான், யூசுப் முடிந்தவரை விரைவாக மரப்பலகைகளால் கடையை மூடினான். இருளடைந்த குகை போன்ற கடைக்குள் இதயம் படபடக்க ஒருவரையொருவர் பற்களைக் காட்டிக்கொண்டு அமர்ந்திருந்தார்கள். முதலில் அங்கிருந்த வணிகச் சரக்குகளின் வாசம் மூச்சைத் திணறடித்தது. ஆனால் அந்த அடைசலான சூழலுக்குப் பொருந்திக் கொண்டபின் எளிதாகச் சுவாசித்தார்கள். மரப்பலகைகளுக்கிடையே இருந்த விரிசல் வழியாக சாலையையும் திறந்த வெளியின் ஒரு பகுதியையும் அவர்களால் பார்க்க முடிந்தது. வெண்ணிறச் சீருடை அணிந்திருந்த ஐரோப்பிய அதிகாரியின் பின் ராணுவ வீரர்கள் அவசரப்படாமல் துல்லியமாக அணிவகுத்துச் செல்வதைக் கண்டனர். அணிவகுப்பு அருகே வந்தபோது அந்த ஜெர்மானியன் உயரமான, ஒல்லியான இளைஞனாக இருப்பதையும் புன்னகைத்துக் கொண்டிருப்பதையும் கண்டார்கள். யூசுப்பும் கலீலும் தங்களுக்குள் புன்னகையைப் பரிமாறிக் கொண்டார்கள், தடுப்புப் பலகையிலிருந்த ஒற்றுத்துளையிலிருந்து விலகி வந்து பெருமூச்சுடன் அமர்ந்தான் கலீல்.

அஸ்காரிகள் வெறுங்காலுடன் கச்சிதமாக அணிவகுத்துச் சென்றனர். கடையின் முன்னிருந்த வெற்றிடத்தை நோக்கி அதிகாரி முகத்தைத் திருப்பியபோது அனைவரும் அவருடன் மிகச் சரியாகத் திரும்பினார்கள். திறந்தவெளியை அடைந்ததும் இழை அறுந்துவிழுந்த கழுத்தணி போல் அணிவரிசை கலைந்து சிதறியது. அமைதியாகத் தங்களால் இயன்றவரை கிடைத்த நிழலிடத்தைக் கண்டுபிடித்து விரிந்த புன்னகையுடனும் பெருமூச்சுடனும் தங்களையும் சுமைகளையும் கீழே கிடத்தினர். மூடிய கடையையும் வீட்டையும் அதிகாரி சில கணங்கள் நின்று பார்த்தார். அதன் பின்பு சிரித்துக்கொண்டே அவர்களிடம் எந்த அவசரமும் காட்டாமல் மெல்ல நடக்க ஆரம்பித்தார். அதிகாரி அங்கிருந்து அகன்றதும் அந்த நபர்கள் தங்களுக்குள் பேசிச் சிரிக்க ஆரம்பித்தனர். அவர்களில் ஒருவன் வசவு மொழியொன்றை உரத்துக் கூவினான். ஒற்றுத்துளையிலிருந்து கண்ணை அகற்றாத யூசுப் புன்னகைத்துக்கொண்டிருந்த ஜெர்மானியனை அச்சத்தில் முகம்கோணப் பார்த்துக்கொண்டிருந்தான். முன்தளத்தில் வந்து

---

2 ஜெர்மானிய இராணுவத்திலிருக்கும் ஆப்பிரிக்கர்கள்.

நின்ற அதிகாரி பிறகு யூசுப்பின் பார்வையிலிருந்து மறைந்து விட்டார். கூச்சலான உத்தரவுகளுக்கு மத்தியில் ஓய்வெடுத்துக் கொண்டிருந்த அஸ்காரிகளிடமிருந்து ஒரு முகாம் நாற்காலியும் மடக்கு மேசையும் வாசற்தளத்துக்குக் கொண்டு வரப்பட்டன. அதில் அமர்ந்த அதிகாரியின் முகம் கடைப்பலகைக்கு மறுபக்கத்தில் சில அங்குலங்கள் தூரத்திலிருந்தன. அப்போது தான் நினைத்த அளவுக்கு அந்த அதிகாரி இளமையானவரில்லை எனத் தெரிந்தது. நெருப்புக் காயம் அல்லது நோயினால் பாதிக்கப்பட்டது போல அவரது முகச் சருமம் இறுக்கமாக இழுத்துக் கட்டப்பட்டும் மிருதுவாகவும் இருந்தது. அவருடைய புன்னகை ஊனமுற்ற நிலையின் நிரந்தரக் கோணல்போலத் தோன்றியது. முகத்தில் இழுக்கப்பட்டிருந்த இறுக்கமான சதை ஏற்கெனவே அழுகத் தொடங்கி வாயைச் சுற்றி உரிந்துவிட்டதைப் போலப் பற்கள் வெளியே தெரிந்தன. அது ஒரு சடலத்தின் முகம், அதன் அசிங்கத்தையும் கொடூரத்தையும் கண்ட யூசுப் அதிர்ச்சியடைந்தான்.

யூசுப்புக்கு சிம்பா வேனேவை நினைவுறுத்தும்படியான வலுவான தோற்றமுடைய சார்ஜண்ட் ஒருவனால் அஸ்காரிகள் அனைவரும் விரைவில் எழுவதற்காகக் கட்டாயப்படுத்தினார்கள். அதிருப்தியடைந்த குழு எழுந்து நின்று காத்திருந்தது. அவர்கள் அனைவரும் ஜெர்மானிய அதிகாரி இருந்த திசையையே பார்த்துக் கொண்டிருந்தனர். நேராக வெறித்துப் பார்த்துக்கொண்டு அமர்ந்திருந்த அதிகாரி அவ்வப்போது தன் உதடுகளை நோக்கிக் கண்ணாடிக் கோப்பையை உயர்த்திக் கொண்டிருந்தார். அவர் கோப்பையிலிருந்த பானத்தைப் பருகவில்லை, கோப்பையின் விளிம்பைத் தன் நோய் கொண்ட வாயில் வைத்து ஊற்றிக்கொண்டார். இறுதியில் அவர் வீரர்களைப் பார்த்துத் தலையசைப்பதை யூசுப்பால் பார்க்க முடிந்தது.

சார்ஜண்ட்டின் வாயிலிருந்து வார்த்தைகள் வெளிவருவதற்குள் அஸ்காரிகள் செயலில் இறங்கினார்கள். அதிசயத்தக்க வேகத்துடனும் துல்லியத்துடனும் விறைப்பாக ஒருவர் பின் ஒருவராக நின்று அதன்பின் மூன்றாகப் பிரிந்து வெவ்வேறு திசைகளில் ஓடினர். மூன்று வீரர்கள் தலைவரைக் காக்க அவர்கள் பின்னால் நின்றனர். கடையின் முகப்பில் இரு பக்கமும் முறையே இரு அஸ்காரிகள் நின்றுகொண்டிருக்க மூன்றாமவன் பக்கவாட்டில் சுற்றிச் சென்று இறுதியில் தோட்டத்துக் கதவை வலுக்கட்டாயமாகத் திறந்தான். அதிகாரி கோப்பையைத் தன் இதழ்களுக்கருகில் உயர்த்தி அதன் நுனியிலிருந்து திரவத்தைத் தனது வாயில் ஊற்றினார்... பேராசையுடன் அதை உறிஞ்சியவரின் முகம் அதற்காக அவர்

எடுத்த முனைப்பில் சிவந்துவிட்டது. அந்த வெளிர்நிறத் திரவம் கொஞ்சமாக அவர் கன்னத்தில் ஒழுகியபோது புறங்கையால் அதைத் துடைத்துக்கொண்டார்.

தோட்டத்திற்குள் சென்ற அஸ்காரி திரும்ப வந்து அவனது அறிக்கையைக் கூறினான். அவன் ஸ்வாஹிலியில்தான் பேசுகிறான் என்பதையும் தோட்டத்தில் சில பழங்கள் இருக்கின்றன, அவ்வளவுதான், அங்கிருந்த வீட்டின் கதவுகள் பூட்டப்பட்டிருக்கின்றன என அவன் கூறியதையும் புரிந்துகொள்ளச் யூசுப்புக்குச் சிறிது நேரம் எடுத்தது. அதிகாரி அவன் முகத்தைப் பார்க்கவில்லை, ஆனால் அவன் கூறி முடித்ததும் மீண்டும் மரத்தடிக்கு இளைப்பாறச் சென்றவர் தன் பின்னால் தடுப்புப் பலகைகளால் மூடப்பட்டிருந்த கடையையே உற்றுப் பார்த்துக் கொண்டிருந்தார். அவர் தன் கண்களை நேருக்கு நேர் பார்ப்பது போல யூசுப்புக்குத் தோன்றியது.

நீண்ட நேரத்துக்குப் பிறகே அஸ்காரிகள் திரும்பி வரத் தொடங்கியிருந்தார்கள். அவர்கள் பாடிக்கொண்டும் கூச்சலிட்டுக் கொண்டும் தாங்கள் சிறை பிடித்தவர்களை முன்னால் நடத்திக் கொண்டு வந்தார்கள். மனிதர்களின் கூட்டத்தால் திறந்த வெளி முழுவதும் நிரம்பி வழிந்தது. அதிகாரி எழுந்து பின்னால் கையைக் கட்டிக்கொண்டே முன்தளத்தின் ஓரம் வரை நடந்தார்கள்... காக்-மேகோக்[3] என்று யூசுப்பின் காதில் கிசுகிசுத்தான் கலீல். கூட்டத்தின் மத்தியில் ஓட்டிக்கொண்டு வரப்பட்ட போது பெரும்பாலான ஆண்கள் பீதியுடைந்தார்கள். பரிச்சயமற்ற சூழலில் தாங்கள் இருப்பதைப் போல அமைதியாகச் சுற்று முற்றும் பார்த்தார்கள். மற்ற சிலர் மகிழ்ச்சியாக இருப்பது போலத் தோன்றினர். அவர்களுக்குள் பேசிக்கொண்டு தோழமையான வசவுச் சொற்களை அஸ்காரிகளை நோக்கிக் கூவினர், அது அஸ்காரிகளுக்கு வேடிக்கையாக இருந்ததாகத் தெரியவில்லை. அந்தக் கோமாளிகளுக்கு நடுவில் செல்லும் முன் சற்று நேரம் காத்திருந்தவர்கள், பின் அவர்களை நன்றாக அடித்துத் துவைத்து அவர்கள் முகத்திலிருந்த சிரிப்பைத் துடைத்தெறிந்தார்கள்.

---

3 Gog and Magog – இவ்விரு பெயர்களும் கிறித்துவ, இஸ்லாமிய, யூத, ரோமானிய மற்றும் பல்வேறு மனிதகுல வரலாறுப் புத்தகங்களில் மனித மாமிசம் உண்ணும் அரக்கர்கள் எனக் குறிப்பிடப்படுகின்றனர் மற்றும் இவர்களைப் பற்றிப் பல கதைகள் எழுதப்பட்டுள்ளன. இங்கு அவர்கள் குர்ஆனில் குறிப்பிடப்படும் துல் குரானைன் என்னும் அரசர் மற்றும் அலெக்சாண்டரின் வரலாறோடு இணைக்கப்படுகிறார்கள்.

அனைத்து அஸ்காரிகளும் திரும்பி வந்ததும், சிறைப்பிடிக்கப் பட்டவர்கள் அனைவரும் புன்னகையின்றி நடுவில் கூடியதும், தனது உத்தரவைப் பெற சார்ஜண்ட் முன் தளத்திற்கு அணிவகுத்துச் சென்றார். ஜெர்மன் அதிகாரி தலையசைத்ததும் திருப்தியாக உறுமிய சார்ஜண்ட் ஆட்களின் பக்கம் திரும்பினார். சிறை பிடிக்கப்பட்டவர்கள் அமைதியான இரண்டு வரிசைகளாக நின்றனர், இருள் திரளும் நேரத்தில் நகரத்தை நோக்கி அணிவகுத்துச் சென்றனர். மாற்றியமைக்கப்பட்ட அணிவகுப்பின் முன்பாக ஜெர்மன் அதிகாரி நடந்தார், உடல் நிமிர்ந்திருக்கையில் அவரது அசைவுகள் துல்லியமான குறைபாடுகளுடன் இருந்தன. அவருடைய வெண்ணிறச் சீருடை மங்கிக்கொண்டிருக்கும் வெளிச்சத்தில் மின்னியது.

அணிவகுப்பு பார்வையிலிருந்து மறைவதற்குள் கடையிலிருந்து நழுவிய கலீல் வீட்டிற்குள் அனைத்தும் பாதுகாப்போடு இருக்கிறதா என்று பார்க்க மறுபக்கமாகச் சுற்றி ஓடினான். தோட்டம் ஆழ்ந்த அமைதியில் மூழ்கியிருந்தது. அதன் இரவின் இசை அந்தக் குன்றிய ஒளியில் புலப்படாத நுட்பத்தில் நடுங்கிக் கொண்டிருந்தது. அஸ்காரிகளின் முகாம்களின் குப்பைகளை ஆராயச் சென்றான் யூசுப். அஸ்காரிகள் தங்கள் நடைவழியில் துர்நாற்றம் வீசும் தடயங்களை விட்டுச் சென்றிருக்கக்கூடும் என எதிர்பார்த்தவன்போல மோப்பம் பிடித்துக்கொண்டே கவனமாக அவ்விடத்தை அணுகினான் யூசுப். மனிதக் காலடிகளால் நிலம் பிசையப்பட்டிருந்தது, சூழலில் ஒரு அமைதியின்மை மிதந்து கொண்டிருந்தது. சுஃபி மரத்தின் நிழலுக்கப்பால் மலக்குவியலின் மீது நாய்கள் ஏற்கெனவே ஆர்வத்துடன் மொய்த்துக்கொண்டிருந்தன. அவனைச் சந்தேகப் பார்வையுடன் பார்த்த நாய்கள் ஓரக்கண்ணால் அவனைக் கண்காணித்தன. அவனுடைய நச்சுப்பார்வையிலிருந்து தங்கள் உணவைக் காத்துக்கொள்ளும் பொருட்டு உடல்களை நகர்த்தி நின்றன. ஒரு கணம் மலைத்துப் போனவன் இந்த இழிவான அடையாளங்காணலைக் கண்டு வியப்படைந்தான். ஒரு மலந்தின்னியைப் பார்க்கும்போது நாய்களுக்கு அவனைத் தெரிந்து விடுகின்றன.

தன்னுடைய நஞ்சுக்கொடி சுற்றிய கோழைத்தனம் நிலவொளியில் பளபளப்பதை மீண்டும் பார்த்தான். அது சுவாசித்துக் கொண்டிருந்ததை எப்படிப் பார்த்தானென்பதையும் நினைவு கூர்ந்தான். அவன் கைவிடப்பட்டதன் முதல் பயத்தின் பிறப்பு. இப்போது இந்த நாய்களின் அசட்டையான தரந்தாழ்ந்த பசியைப்

பார்க்கும் போது அது என்னவாக வளர்ந்து நிற்கிறதென்பது தனக்குத் தெரியுமென்று எண்ணினான். அவனுக்குப் பின்னால் தோட்டத்தின் கதவுகள் தாழிடப்படும் ஓசை அவன் காதில் விழுந்தபோது அணிவகுப்பின் வரிசை அவன் பார்வையிலிருந்து இன்னும் மறையவில்லை. சுற்று முற்றும் அவசரமாகப் பார்த்தவன் அந்த அணிவகுப்பை நோக்கி எரியும் கண்களுடன் ஓடினான்.